AF758817

ഗ്രീൻ ബുക്സ്

മാമൂലുകളെ ധിക്കരിച്ച പെൺകുട്ടി

ലൈല എർബിൽ

1931 ജനുവരി 12ന് ഇസ്താംബൂളിൽ ജനനം. 2002ൽ PEN ഇന്റർനാഷണൽ സാഹിത്യത്തിനുള്ള നോബൽ സമ്മാനത്തിന് നാമനിർദ്ദേശം ചെയ്യപ്പെട്ട ആദ്യത്തെ തുർക്കി എഴുത്തുകാരി. തുർക്കിയിലെ ഇസ്താംബൂളിൽ എമിൻ ഹ്യൂറിയെ ഹനീമിന്റെയും ഹസൻ തഹ്സിന്റെയും മകളായി ജനിച്ചു. കഡികോയ് (Kadikoy) ഗേൾസ് സ്കൂൾ, ഇസ്താംബൂൾ യൂണിവേഴ്സിറ്റി എന്നിവിടങ്ങളിൽ പഠനം. 1951ൽ ആദ്യ ഭർത്താവായ അയ്ടെക് മേരിഡേയെ വിവാഹം കഴിച്ചു. വിവാഹത്തിനുശേഷം വിദ്യാഭ്യാസം തുടരാനായില്ല. വിവാഹമോചിതയായ അവർ സർവകലാശാലയിൽ തിരിച്ചെത്തി. 1953ൽ സ്കാൻഡിനേവിയൻ എയർലൈൻസിൽ സെക്രട്ടറിയും പരിഭാഷകയുമായി ജോലി ചെയ്തു. പിന്നീട് മെഹ്മത് എർബിലിനെ വിവാഹം ചെയ്തു. ഏക മകൾ: ഫാറ്റോ എർബിൽപെനർ. 2005ൽ എർബിലിന് ലാംഗർഹാൻസ് സെൽ ഹിസ്റ്റിയോ സൈറ്റോസിസ് എന്ന അസുഖമുണ്ടെന്ന് കണ്ടെത്തി. എട്ട് വർഷക്കാലം അസുഖവുമായി പോരാടി. 2013 ജൂലൈ 19ന് അന്തരിച്ചു.

രമാമേനോൻ: തൃശൂരിൽ ജനനം. മുപ്പതു വർഷത്തോളം അഹമ്മദാബാദിൽ സ്കൂൾ അധ്യാപികയായിരുന്നു. ആദ്യത്തെ കുങ്കുമം ചെറുകഥാ അവാർഡ് ലഭിച്ചു. മുപ്പതിലേറെ പുസ്തകങ്ങൾ ഇംഗ്ലീഷിൽനിന്ന് മലയാളത്തിലേക്ക് വിവർത്തനം ചെയ്തിട്ടുണ്ട്. 2017ൽ വിവർത്തനത്തിനുള്ള കേരള സാഹിത്യ അക്കാദമി അവാർഡ് ലഭിച്ചിട്ടുണ്ട്.

നോവൽ

മാമൂലുകളെ ധിക്കരിച്ച പെൺകുട്ടി

ലൈല എർബിൽ

വിവർത്തനം

രമാമേനോൻ

ഗ്രീൻബുക്സ്

green books private limited
gb building, civil lane road, ayyanthole,
thrissur- 680 003, kerala, ph: +91 487-2381066, 2381039
website: www.greenbooksindia.com
e-mail: info@greenbooksindia.com

original title
TUHAF BIR KADIN
novel
by
leyla erbil

english
a strange woman

malayalam
mamoolukale dhikkaricha penkutty

translated by
rema menon

published june 2021

originally published in the turkish language
under the title Tuhaf Bir Kadin

published by arrangement via AnatoliaLit Agency

This Book has been translated with the assistance of the Sharjah International Book Fair Translation Grant Fund

منحة الترجمة
Translation Grant
صندوق منحة الشارقة للترجمة
Sharjah Translation Grant Fund

cover design : mansoor cheruppa

branches:
thrissur 0487-2422515
thiruvananthapuram 0471-2335301
calicut 0495 4854662

isbn : 978-93-90429-42-4

GBPL/1183/2021

മുഖക്കുറി

മതവർഗ്ഗീയവൽക്കരണത്തിലേക്ക് കടന്നുപോകുന്ന ഒരു രാജ്യമെന്ന നിലയിൽ ഇന്നത്തെ തുർക്കിസമൂഹത്തെ പ്രതിനിധാനം ചെയ്യുന്ന ഒരു നോവൽ. നെർമിനെ പ്പോലുള്ള മാമൂലുകളെ ധിക്കരിച്ച പെൺകുട്ടികൾ വാഴുന്നിടത്താണ് ഈ കൃതിയുടെ പ്രസക്തി. ലൈല എർബിലിന്റെ ഈ നോവൽ പ്രസിദ്ധീകരിക്കാൻ കഴി ഞ്ഞതിൽ ഗ്രീൻബുക്സിന് ഏറെ ചാരിതാർത്ഥ്യമുണ്ട്.

കൃഷ്ണദാസ്
മാനേജിങ് എഡിറ്റർ

ലൈല എർബിൽ

എഴുത്തും സാഹിത്യജീവിതവും

തുർക്കി സാഹിത്യ ചരിത്രത്തിലെ പ്രശസ്ത എഴുത്തുകാരിയായ ലൈല എർബിൽ 1960കളിൽതന്നെ സാമൂഹിക പ്രവർത്തനങ്ങളിൽ ഏർപ്പെട്ടിരുന്നു. അക്കാലത്ത് തുർക്കി സമൂഹത്തെ ഏറ്റവും സ്വാധീനിച്ചിരുന്ന കമ്മ്യൂണിസ്റ്റ് പാർട്ടി ഓഫ് തുർക്കിയിലെ വർക്കേഴ്സ് പാർട്ടിയുടെ ആർട്സ് ആന്റ് കൾച്ചർ ഓഫീസിൽ പ്രവർത്തിച്ചിരുന്നു. 1970ൽ യൂണിയൻ ഓഫ് ടർക്കിഷ് ആർട്ടിസ്റ്റ് എന്ന സംഘടനയുടെ സ്ഥാപക അംഗങ്ങളിൽ ഒരാളായി എർബിൽ മാറി. നാല് വർഷത്തിനുശേഷം 1974ൽ തുർക്കിയിലെ റൈറ്റേഴ്സ് സിൻഡിക്കേറ്റിന്റെ സ്ഥാപക അംഗമായി. ഒരു സ്ഥാപക അംഗമെന്ന നിലയിൽ, സുഹൃത്തുക്കളുമായി ചേർന്ന് സിൻഡിക്കേറ്റിനായി അവർ ഭരണഘടന തയ്യാറാക്കി. ഈ സമയം, പെൻ റൈറ്റേഴ്സ് അസോസിയേഷൻ അംഗവുമായിരുന്നു. 1999ൽ എർബിൽ ഫ്രീഡം ആൻഡ് സോളിഡാരിറ്റി പാർട്ടിയുടെ (ODP) ഡെപ്യൂട്ടി സ്ഥാനാർത്ഥിയായി. അതിന്റെ ആശയങ്ങളുമായുള്ള ചില വിയോജിപ്പുകളെ ത്തുടർന്ന് എർബിൽ പാർട്ടി വിട്ടു.

സെക്രട്ടറിയായും പരിഭാഷകയായും ജോലി ചെയ്യുന്നതിനിടയിലാണ് അവർ കഥകൾ എഴുതാൻ തുടങ്ങിയത്.

ആദ്യ കവിത പ്രസിദ്ധീകരിച്ചത് 1945ലാണ്, 1950കളിൽ വിവിധ ജേണലുകളിൽ പ്രത്യക്ഷപ്പെടാൻ തുടങ്ങിയ കഥകൾ പ്രസിദ്ധമാണ്. അവരുടെ കഥകൾ സാധാരണ വ്യക്തികളുടെയും സമൂഹത്തിന്റെയും വൈകാരികവും സാമൂഹികവുമായ സംഘട്ടനങ്ങളെ അടിസ്ഥാന മാക്കിയുള്ളതാണ്. പ്രണയകഥയായാലും കുടുംബ കഥയായാലും രാഷ്ട്രീയ സാമൂഹിക സംഭവവികാസങ്ങളെക്കുറിച്ചായാലും പരസ്പരവിരുദ്ധമായ അവസ്ഥകളും സാഹചര്യങ്ങളും അവതരിപ്പിക്കുന്നതിൽ ശ്രദ്ധിക്കുന്ന എഴുത്തുകാരിയായിരുന്നു എർബിൽ. പരമ്പരാഗത രീതികളിൽനിന്ന് വ്യത്യസ്തമായ പുതിയ ആഖ്യാനങ്ങളാണ് അവർ തിരഞ്ഞെടുത്തത്. ആധുനിക വ്യക്തിയുടെ അസ്തിത്വ പോരാട്ടങ്ങൾ, വ്യത്യസ്ത സാമൂഹിക വീക്ഷണകോണുകൾ ഉപയോഗിച്ച് നിരീക്ഷിക്കാനുള്ള കഴിവ് എർബിലിനെ ശ്രദ്ധേയയാക്കി.

യാഥാർത്ഥ്യത്തിന്റെ ഒന്നിലധികം മാനങ്ങൾ ചിത്രീകരിക്കാനുള്ള ശ്രമങ്ങളാണ് എർബിലിന്റെ കഥകളുടെ സവിശേഷത. ആദ്യ കഥ ഹല്ലാസ് (കാർഡർ) 1961ൽ പുറത്തിറങ്ങി. 1971ൽ പ്രസിദ്ധീകരിച്ച അവളുടെ ആദ്യ നോവൽ തുഹാഫ് ബിർ കാഡൻ (ഒരു വിചിത്ര സ്ത്രീ) ഒരു മാസ്റ്റർപീസായി. പുരുഷലോകത്തെ നോക്കിക്കാണുകയും നൂതനമായ ഒരു ഭാഷ ഉപയോഗിക്കുകയും ചെയ്യുന്ന എഴുത്തുകാരി. വിർജീനിയ വൂൾഫുമായി എർബിലിനെ താരതമ്യം ചെയ്യാറുണ്ട്. തുർക്കിഷ് സാഹിത്യത്തിൽ ആദ്യമായി കന്യകാത്വം, അഗമ്യഗമനം, ലൈംഗിക-ശാരീരിക പീഡനം തുടങ്ങിയ പ്രശ്നങ്ങളെ അഭിമുഖീകരിക്കുന്ന രചനകളാണ് എർബിലിന്റേത്. ഫെമിനിസം അക്കാലം വരെ തുർക്കിഷ് സാഹിത്യത്തിൽ പ്രത്യക്ഷപ്പെട്ടിരുന്നില്ല.

അതിനാൽ ഫെമിനിസ്റ്റുകൾ ഈ നോവലിനെ ഫെമിനിസം അടിസ്ഥാനമാക്കി എഴുതിയ കൃതികളിൽ ആദ്യത്തേതായി കണക്കാക്കുന്നു. ഈ നോവലിൽ വികസിപ്പിച്ചെടുത്ത സവിശേഷമായ ശൈലി ലൈല എർബിലിനെ തുർക്കി സാഹിത്യത്തിലെ ഏറ്റവും പ്രധാനപ്പെട്ട എഴുത്തുകാരികളിൽ ഒരാളാക്കി മാറ്റി. മാത്രമല്ല വരുംതലമുറയ്ക്ക് അവർ പ്രചോദനമാകുകയും ചെയ്തു.

സ്ത്രീ അവസ്ഥയുടെ ആഖ്യാതാവ് എന്ന നിലയിൽ ഗെസിഡ് (അറ്റ് നൈറ്റ്) എന്ന കൃതി അടയാളപ്പെട്ടു. ഇരുണ്ട നർമ്മം നിറഞ്ഞ മറ്റൊരു മാസ്റ്റർപീസാണ് കോസ് (കുള്ളൻ) എന്ന കൃതി. 2002ൽ പെൻ റൈറ്റേഴ്സ് അസോസിയേഷൻ സാഹിത്യത്തിനുള്ള നോബൽ സമ്മാനത്തിനുള്ള സ്ഥാനാർത്ഥിയായി എർബിലിനെ നാമനിർദ്ദേശം ചെയ്തു, ഈ വിഭാഗത്തിൽ സമ്മാനത്തിന് നാമനിർദ്ദേശം ചെയ്യപ്പെട്ട ആദ്യത്തെ തുർക്കി വനിതയാണ് ലൈല എർബിൽ.

എഡിറ്റർ

ഉള്ളടക്കം

ഭാഗം ഒന്ന്

പെൺകുട്ടി

ഡയറി-1950-52

ഇന്ന് ബെദ്രി എന്നെയും മിറലിനേയും ഒരു മദ്യശാലയിലേക്ക് കൂട്ടിക്കൊണ്ടുപോയി. ലാംബോവിന്റെ മദ്യശാല എന്നപേരിലാണ് അത് അറിയപ്പെടുന്നത്. ചെറുതാണെങ്കിലും നല്ല ഒരു സ്ഥലം. മീൻച്ചന്തയുടെ അടുത്താണ്. കവികളും ചിത്രകാരന്മാരും പത്രപ്രവർത്തകരും സ്ഥിരം വരാറുള്ള സ്ഥലവുമാണത്. ബെദ്രിയുടെ ഒരു കവിത ആയിടെ വാർലിക് എന്ന മാസികയിൽ പ്രസിദ്ധപ്പെടുത്തിയിരുന്നു. അതിന്റെ സന്തോഷം ആഘോഷിക്കാനാണ് അവൻ ഞങ്ങളെ അവിടേക്ക് കൊണ്ടുപോയത്. ഞങ്ങൾ വീഞ്ഞ് കുടിച്ചു. ഞങ്ങളുടെ മാതാപിതാക്കൾ അറിയാതെയാണ് അവിടേക്ക് പോയതെന്ന് പ്രത്യേകം പറയേണ്ടതില്ലല്ലോ. അവർ അറിഞ്ഞാൽ വലിയ വഴക്കുണ്ടാകും. തീർച്ച.

എന്തോ ഇന്ന് വീണ്ടും എന്റെ അമ്മ അസ്വസ്ഥയാണ്. അച്ഛനെ ജോലിയിൽനിന്നും പിരിച്ചുവിട്ടിരിക്കുന്നു. അതിന്റെ ആശങ്കയും അരിശവുമാണ്. അച്ഛനെ കുറ്റപ്പെടുത്തിക്കൊണ്ടേയിരിക്കുകയാണ്.

''യജമാനന്മാരെ ചീത്ത പറഞ്ഞിട്ടുണ്ടാകും. അവരോട് ഏറ്റുമുട്ടിയിട്ടുണ്ടാകും. ഒരു കൂസലും കൂടാതെ അവരോട് തർക്കുത്തരം പറഞ്ഞിട്ടുമുണ്ടാകും. കേട്ടാൽ തോന്നും ഏതെങ്കിലുമൊരു ദ്വീപിൽ നമുക്കായി ഒരു കൊട്ടാരം തന്നെ പണിതുവെച്ചിട്ടുണ്ടെന്ന്. നീതിയും ന്യായവും നമ്മൾ നോക്കേണ്ടതുണ്ടോ? നിങ്ങളുടെ വലിയ വായ അടച്ചുവെച്ചുകൂടെ?''

''അമ്മേ, അച്ഛനെന്തു ചെയ്യാനാണ്, യജമാനന്മാരാണെന്ന് കരുതി അച്ഛന്റെ മേൽ ചവിട്ടി നടക്കാൻ അനുവദിക്കണോ?''

''നീ ഇതിലെടപെടാൻ വരണ്ട.'' അമ്മ ശകാരിച്ചു. ''ഏതായാലും നീയും നിന്റെ അച്ഛനും ഒരേ തരക്കാരാണ്. രണ്ടിന്റെയും തലയിൽ തലച്ചോറല്ല, മുഴുവനും ചൂടുള്ള വായുവാണ്.''

ആ പറഞ്ഞത് അച്ഛൻ കേട്ടിരുന്നുവെങ്കിൽ അമ്മയ്ക്ക് കണക്കിന് കിട്ടിയേനേ. ഏതായാലും അതുണ്ടായില്ല.

മിറലും ഞാനും അവസാനത്തെ ക്ലാസ്സ് വേണ്ടെന്ന് വെച്ചു. പകരം ലാംബോവിന്റെ മദ്യശാലയിലേക്ക് പോയി. അവിടെവെച്ച് ഒരു കവിയേയും ചെറുകഥാകൃത്തിനേയും പരിചയപ്പെടാൻ സാധിച്ചു. നല്ല ആളുകൾ. ഞാനെഴുതിയ കവിതകൾ അവരിൽ ഒരാളെ കേൾപ്പിക്കണമെന്ന് ആഗ്രഹം തോന്നി. പിന്നെ വേണ്ടെന്ന് വെച്ചു. ഒരു നാണം. മിറൽ എന്നോട് ചോദിച്ചു, എന്താണ് എന്റെ കവിതകൾ ബെദ്രിയെ കാണിക്കാത്തത് എന്ന്. എന്തോ അവന്റെ കാര്യത്തിൽ എനിക്കത്ര താത്പര്യമില്ല.

ഇന്ന് ഞാൻ ലാംബോസാറിനോട് നേരിട്ട് പറഞ്ഞു, എന്റെ കവിതകൾ ആരെയെങ്കിലും വായിച്ചു കേൾപ്പിക്കാൻ ആഗ്രഹമുണ്ടെന്ന്. അദ്ദേഹം അപ്പോൾത്തന്നെ ബാറിലിരുന്ന് കുടിച്ചുകൊണ്ടിരുന്ന ഒരാൾക്ക് എന്നെ പരിചയപ്പെടുത്തി. അത് അദ്ദേഹമായിരിക്കുമെന്ന് ഞാൻ അറിഞ്ഞതേയില്ല. എന്റെ ഹൃദയം എന്റെ വായ്ക്കകത്തായി. അത്രയ്ക്കും ഞാൻ പരിഭ്രമിച്ചു. കവിതകളൊന്നും തത്കാലം കൈയിലില്ലെന്ന് പറഞ്ഞ് രക്ഷപ്പെട്ടു. എന്തായാലും ഞങ്ങൾ, നാളെ ടണലിനടുത്തുള്ള സർദാസ് എന്ന സ്ഥലത്ത് വെച്ച് കാണും. എന്റെ കവിതകൾ വായിക്കും, അതിനു മുമ്പ് എന്റെ ജീവൻ പോയില്ലെങ്കിൽ.

ഒരു ഇടനാഴിപോലെ ഇരുണ്ടു നീണ്ട് കിടക്കുന്ന സ്ഥലമാണ് സർദാസ്. ആ ഇരുട്ട് ഭയം തോന്നിപ്പിക്കുന്നതായിരുന്നു. ആദ്യം എനിക്ക് അദ്ദേഹത്തെ കാണാനായില്ല. അങ്ങേ അറ്റത്തുനിന്ന് ഒരു കൈ ഉയർന്ന് വീശുന്നത് കണ്ടു. ഞങ്ങൾ മുഖാമുഖം ഇരുന്നു. തുടർന്ന് സംഭാഷണമാരംഭിച്ചു. ഞാൻ അവിടെ ചെന്നതിൽ അദ്ദേഹത്തിന് എന്തോ വിഷമമുള്ളതുപോലെ തോന്നി എനിക്ക്. എന്തോ ഒരു നാണക്കേട്. അദ്ദേഹത്തിന്റെ അസ്വസ്ഥത എന്നിലേക്കും പടർന്നു. വരേണ്ടതില്ലായിരുന്നു എന്ന് ഒരായിരം പ്രാവശ്യം ഉള്ളിൽ ഉരുവിട്ടു ഞാൻ. പൊടുന്നനെ അദ്ദേഹം പറഞ്ഞു

''ആട്ടെ, മിടുക്കീ, എന്താണ് എനിക്ക് വേണ്ടി വായിക്കാൻ പോകുന്നത്? കേൾക്കട്ടെ.''

ഒരു മയവുമില്ലാത്ത സ്വരത്തിൽ അക്ഷമ പ്രകടിപ്പിച്ചുകൊണ്ട് അദ്ദേഹം അങ്ങനെ പറഞ്ഞപ്പോൾ ഞാനാകെ പതറിപ്പോയി. എന്റെ കവിതകളിൽ ഒന്ന് വളരെ ബുദ്ധിമുട്ടി ഞാൻ വായിച്ചു. സുന്ദരമായ വരികളോടെയാണ് ആ കവിത അവസാനിക്കുന്നത്.

നമ്മളെ അധോലോകത്തിലേക്ക് തള്ളിയിടുന്ന
ശക്തികൾ ഏതാണ്?
ആകാശത്തിന്റെ നിറം കടുംനീലയാണ്.
എന്നിട്ടും നമ്മുടെ മുഖം എന്തേ വിളർത്തിരിക്കുന്നത്?

“നിങ്ങളൊരു പ്രവർത്തകയാണോ?”

ആകാവുന്നത്ര ഗൗരവം വാക്കുകളിൽ നിറച്ച് അദ്ദേഹം ചോദിച്ചു.

“അല്ല.”

ഞാൻ പറഞ്ഞു.

“പക്ഷേ എനിക്ക് പ്രവർത്തകരായ ബന്ധുക്കളുണ്ട്.”

അദ്ദേഹം നിശ്ശബ്ദനായി. അതിനുശേഷം ഞാൻ എന്റെ മറ്റൊരു കവിത വായിച്ചു.

‘പതിതകൾക്കായൊരു ഗീതം.’

“പൊരുതുവാൻ പാടില്ല എന്നതിനാൽ നമ്മുടെ പെൺകുട്ടികൾ കരഞ്ഞുകൊണ്ടിരിക്കണമെന്നാണോ?”

അയാൾ മൂക്ക് ചൊറിഞ്ഞു.

“ഒരു യുദ്ധത്തിൽ ചെന്ന് പോരടിക്കണമെന്നാണോ നിങ്ങളാഗ്രഹിക്കുന്നത്?”

‘പോര്’ എന്നത് വളരെ വിശാലമായ അർത്ഥത്തിലാണ് അവിടെ ഉപയോഗിച്ചിരിക്കുന്നത് എന്ന് വിശദീകരിക്കാൻ ഞാൻ ശ്രമിച്ചു. ന്യായമായ പോരാട്ടങ്ങളിൽ പങ്ക് ചേരാൻ സ്ത്രീകൾക്ക് അവകാശമുണ്ടായിരിക്കണം. അല്ലെങ്കിൽ അവർ പരാജിതരാക്കപ്പെട്ട സൈന്യത്തിന്റെ ഭാഗമായി വീണു കിടക്കും. ആ കവിതയിലൂടെ ഞാൻ പ്രകടമാക്കാൻ ഉദ്ദേശിച്ചത് അങ്ങനെയൊരു ചിന്തയായിരുന്നു. അദ്ഭുതം തോന്നി. ആ ആശയം അദ്ദേഹത്തിന് മനസ്സിലാക്കാൻ സാധിച്ചില്ലെന്നോ? അവസാനം ഞാൻ ‘രക്തം’ എന്ന കവിത വായിച്ചു. ആദ്യമായി എനിക്ക് ആർത്തവമുണ്ടായതിനെക്കുറിച്ചായിരുന്നു ആ കവിത. ആ സമയത്ത് തോന്നിയ പേടിയും പരാക്രമവുമാണ് അതിൽ ഞാൻ ആവിഷ്കരിച്ചത്.

“എന്റെ മെത്തയിൽവെച്ച് കരുത്തനായ
ആച്ചില്ലീസിന്റെ കുതികാലിൽ അമ്പ് കയറിയോ?
അതോ ആകാശത്ത് ഏറ്റുമുട്ടിയ രണ്ട് പരുന്തുകൾ
അവിടെ വലിയൊരു വിള്ളലുണ്ടാക്കിയോ?
അവളുടെ നെഞ്ചിനകത്ത് നിന്നും വേദനയോടെ
അത് പ്രവഹിച്ചുകൊണ്ടിരുന്നു.
അവളുടെ കണ്ണുകളേയും കൈത്തണ്ടകളേയും നനച്ച്
ചങ്ങലകൾക്കിടയിലുള്ള കടലിനെ നിറച്ച്
അത് നിലയ്ക്കാതെ എല്ലാറ്റിനേയും ആഴ്ത്തിക്കൊണ്ടിരുന്നു.”

“ഇതെന്ത് രക്തം? എനിക്കൊന്നും മനസ്സിലാകുന്നില്ല.”

പുരികം ചുളിച്ച് അദ്ദേഹം ചോദിച്ചു. ഞാൻ മനഃപൂർവം ആ ഭാഗം അവ്യക്തമാക്കിയതായിരുന്നു. കേൾക്കുന്നവർക്ക് പെട്ടെന്ന് കാര്യം

മനസ്സിലാകാനാവാത്തവിധം. എന്നാൽ അദ്ദേഹത്തോട് അതെനിക്ക് പറയാനാവില്ലല്ലോ.

''യുദ്ധത്തിന്റെ ഭീതി പ്രതീകാത്മകമായി അവതരിപ്പിക്കാൻ ശ്രമിക്കുകയായിരുന്നു.''

''നന്നായി. വളരെ നന്നായി.'' അദ്ദേഹം പറഞ്ഞു.

''എന്നാലും ഒന്ന് പറയാം. കവിത എഴുതാനുള്ള പ്രായം നിങ്ങൾക്കായിട്ടില്ല. തീർച്ച.''

ഒന്നാലോചിച്ചിട്ട് അദ്ദേഹം തുടർന്നു.

''കുറച്ചുകാലം ഇതങ്ങനെത്തന്നെയിരിക്കട്ടെ. അതിനുശേഷം നിങ്ങൾ തന്നെ വീണ്ടും വായിച്ചു നോക്കണം. നാളെ നിങ്ങൾക്ക് വായിക്കാനായി ഞാൻ കുറച്ച് പുസ്തകങ്ങൾ കൊണ്ടുതരാം. ലാംബോവിന്റെ ഇടത്തിൽ. അതെല്ലാം വായിച്ചു നോക്കണം.''

വളരെ മര്യാദയോടെയാണ് അദ്ദേഹം സംസാരിച്ചത്. എന്നാലും എനിക്ക് മനസ്സിലായി എന്റെ കവിതകൾ അദ്ദേഹത്തിന് ഇഷ്ടമായിട്ടില്ലെന്ന്. ഒരുപക്ഷേ വളരെ ബാലിശം എന്നുപോലും തോന്നിയിട്ടുണ്ടാകും.

''ഇനിയുമിനിയും എഴുതിക്കൊണ്ടേയിരിക്കൂ. എഴുത്ത് നിർത്തരുത്. എഴുതിയതെല്ലാം ഒരു മൂലയിൽ കൂട്ടിവെക്കൂ.''

എന്റെ ഒരേയൊരു പ്രതീക്ഷയും ആശ്രയവും-അതും പൊലിഞ്ഞു. ജീവിച്ചിരിക്കുന്നത് തന്നെ വെറുതെ എന്ന തോന്നൽ. മരിക്കുകയാണ് ഇതിലും ഭേദം.

ഞാൻ ലാംബോവിന്റെ അവിടെ ചെന്നു. അദ്ദേഹം കൊണ്ടുവന്നിരുന്ന പുസ്തകങ്ങളെടുത്തു. ആ പുസ്തകങ്ങളെല്ലാം ഞാൻ വായിച്ചു കഴിഞ്ഞതാണ്. എനിക്ക് വല്ലാത്ത സങ്കടം തോന്നി.

എന്റെ അച്ഛനൊരു ജോലി കിട്ടി.

മിറലും ഞാനും ലാംബോവിന്റെ കടയിലേക്ക് പോയി. അവിടെ വെച്ച് ഒരു നാടകനടനെ കണ്ടു. അയാൾ ആയിടെ ജയിലിൽനിന്നും പുറത്തിറങ്ങിയതേയുള്ളൂ. തടവ് കഴിഞ്ഞ് പുറത്തു വന്ന ഒരു കവിയേയും കണ്ടു. ഞങ്ങൾ കണ്ട വാസ്തുശിൽപ്പിയും ജയിലിൽനിന്നും വന്ന ആളായിരുന്നു. പിന്നെ കണ്ടത് പുതിയൊരു ചെറുകഥാകൃത്തിനേയും പുതിയൊരു പത്രപ്രവർത്തകനെയുമായിരുന്നു. ഇനിയും ജയിൽ ശിക്ഷ അനുഭവിച്ചിട്ടില്ലാത്ത രണ്ടുപേർ.

കവിയായ ഹാലിറ്റും വാസ്തുശിലൽപ്പിയായ നിജാത്തും ഞങ്ങൾ പോകാനെഴുന്നേറ്റപ്പോൾ കൂടെ എഴുന്നേറ്റു. രണ്ടുപേരും ബസ് സ്റ്റോപ്പ് വരെ ഞങ്ങളെ അനുഗമിക്കുകയും ചെയ്തു. സുഹൃത്തുക്കളെപ്പോലെയാണവർ പെരുമാറിയത്. നാളെ വീണ്ടും ഞങ്ങൾ അവരെ കാണും.

ഡിഗാ സ്റ്റേഷനിൽവെച്ച്. മിറലിനോട് നിജാത്തിന് വലിയ ഭ്രമം. എനിക്കിഷ്ടം തോന്നിയത് ഹാലിറ്റിനോടാണ്. അയാൾ സ്വന്തം ഗ്രാമത്തിൽ അടുത്ത ആഴ്ച മുതൽ അജ്ഞാതവാസത്തിനൊരുങ്ങുകയാണ്.

ഇന്ന് മിറലും നിജാത്തും ഒരു ചിത്രപ്രദർശനം കാണാൻ പോയി. ഡിഗാസ്റ്റേഷനിൽ ഞാനും ഹാലിറ്റും മാത്രമായി. പെട്ടെന്ന് എനിക്ക് വല്ലാത്ത ഒരു ഭയം തോന്നി. എന്നാൽ ഹാലിറ്റിന്റെ സംസാരം ആ പേടിയെ അകറ്റി എന്ന് പറയാം. അവൻ വളരെ സത്യസന്ധനായ ഒരാളാണ്. നേരെ വാ നേരെ പോ എന്ന പ്രകൃതം. വീട്ടിലെത്താൻ വൈകി. എന്നാൽ അമ്മ അക്കാര്യം ശ്രദ്ധിച്ചതായി തോന്നിയില്ല.

ഇന്ന് വീണ്ടും ഞാൻ ഹാലിറ്റിനെ കണ്ടു. അവൻ ജയിലിൽവെച്ച് അനുഭവിച്ച സഹനങ്ങളെയും പീഡനങ്ങളെയും കുറിച്ച് പറഞ്ഞു. ഏറ്റവും ഭീകരമായ പീഡനംപോലും പരിഹാസത്തോടെയാണ് അവൻ വിശദീകരിച്ചത്. അതെല്ലാം സംഭവിച്ചത് മറ്റൊരാൾക്കാണെന്ന ഭാവം. അസാധാരണ മനുഷ്യൻതന്നെ. ഉദാഹരണത്തിന് കാൽവള്ളയിൽ കിട്ടിയ പ്രഹരത്തെക്കുറിച്ച് പറയുന്നതിനിടയിൽ അവൻ പൊട്ടിപ്പൊട്ടി ചിരിക്കാൻ തുടങ്ങി. അവർ വരിവരിയായി നിന്ന് ഊഴമിട്ട് അവനെ തൊഴിച്ചു. അയാളും അവനെ തിരിച്ചു ചവിട്ടി. ഒരാളുടെ മേൽ തുപ്പുകയും ചെയ്തു. തുപ്പലേറ്റ പൊലീസുകാരൻ ഹാലിറ്റിന്റെ വൃഷണങ്ങൾ പിടിച്ചു ഞെരിച്ചു. അതുകേട്ട് പേടിച്ച് എന്റെ രോമങ്ങൾ എഴുന്നു നിന്നു. എന്നാൽ അയാൾ അപ്പോഴും ചിരിക്കുകയായിരുന്നു. പൊലീസുകാർ കുറ്റക്കാരല്ല എന്നാണ് അയാൾ പറയുന്നത്. അവർ അവരുടെ കടമ നിർവഹിക്കുന്നു എന്നു മാത്രം. അന്യായത്തിന്റെ മുമ്പിൽ പ്രതികാര ബുദ്ധി സ്വന്തം മനസ്സിനെ വഴി തെറ്റിക്കാതിരിക്കണം. അതാണ് എന്തു കൊണ്ടും നല്ലത് എന്നാണ് ഹാലിറ്റിന്റെ അഭിപ്രായം.

ഇന്ന് ഹാലിറ്റ് ഞങ്ങളുടെ കോളെജിൽ വന്നു. ക്ലാസ്സുപേക്ഷിച്ച് ഞാൻ അയാളുടെ കൂടെ ലാംബോവിന്റെ താമസസ്ഥലത്തേക്ക് ചെന്നു. ഞങ്ങൾ രണ്ടുപേരും വാതിൽ പാതി തുറന്നു. അദ്ദേഹം അകത്തേക്ക് കടക്കാൻ ഭാവിച്ചതാണ്. എന്നാൽ ഞങ്ങളെ കണ്ടതും ഒന്നു ചിരിക്കുകപോലും ചെയ്യാതെ തിരിച്ചുപോയി. വല്ലാത്ത ഒരു മനുഷ്യൻ തന്നെ.

ഇന്ന് അവസാനത്തെ ദിവസമാണ്. ഹാലിറ്റും ഞാനും വീണ്ടും ഡിഗ സ്റ്റേഷനിൽ ഒരുമിച്ച് കൂടി. അതെങ്ങനെ സംഭവിച്ചു എന്നറിഞ്ഞുകൂടാ. ഓർക്കാപ്പുറത്ത് ഞാൻ അയാളോട് തുറന്ന് സംസാരിക്കാൻ തുടങ്ങി. അത് മാത്രമല്ല സംസാരിച്ചുകൊണ്ടേയിരുന്നു. എനിക്ക് തല ചുറ്റുന്നതുപോലെ തോന്നി. ഏറ്റവും സ്വകാര്യമായ കാര്യങ്ങൾപോലും ഞാൻ പറഞ്ഞു. മിറലും ഞാനും അവനവന്റെ പ്രശ്നങ്ങൾ പറയുന്നതുപോലെ. എന്റെ അമ്മയുടെ കർശനമായ പെരുമാറ്റം, ഞാനും അമ്മയും

തമ്മിലുള്ള സ്വരചേർച്ചയില്ലായ്മ എന്നിവ. രണ്ടുപേരും എപ്പോഴും അന്യോന്യം ദ്വേഷ്യപ്പെട്ടുകൊണ്ടിരിക്കും. ഞാൻ എന്റെ വീട്ടിലെ തടവുകാരിയാണ്. മതപരമായ കാര്യങ്ങളെച്ചൊല്ലിയുള്ള പീഡനം. അതിന്റെ സങ്കടവും പ്രയാസങ്ങളും. സ്വാതന്ത്ര്യത്തോടെ ജീവിക്കാനായില്ലെങ്കിൽ ആത്മഹത്യ ചെയ്യാനും തയ്യാറാണെന്ന മനോഭാവം. അല്ലെങ്കിൽ വീട്ടിൽ നിന്ന് ഒളിച്ചോടുകയാണ് നല്ലത് എന്ന തോന്നൽ.

മിറൽ മാത്രമാണ് എന്റെ ഒരേയൊരു ചങ്ങാതി. അതുപോലെ കവിത മാത്രമാണ് എന്റെ ഒരേയൊരു ആശ്വാസം. കൂടുതൽ സംസാരിക്കുന്തോറും എന്റെ സങ്കടം കൂടുകയായിരുന്നു. പിന്നെ പിന്നെ ഞാൻ കരയാൻ തുടങ്ങി. അയാളുടെ തൂവാലയെടുത്ത് അയാൾ എന്റെ കണ്ണീരൊപ്പി. ഞാൻ ചെറിയ ഒരു കുട്ടിയെന്നപോലെ. അതോടെ എന്റെ നിയന്ത്രണം വിട്ടു. പിന്നീട് ഞാൻ ഓർക്കാൻ ഇഷ്ടപ്പെടാത്ത ഒരു കാര്യമുണ്ടായി. എന്റെ കണ്ണീർ തുടച്ച ആ കൈകളിൽ ഞാൻ അമർത്തി ചുംബിച്ചു. അയാളുടെ വിരലുകൾക്ക് ചവർപ്പുള്ള പുകയിലയുടെ മണം. എനിക്കെങ്ങനെ അത് ചെയ്യാൻ സാധിച്ചു എന്നറിയില്ല. എനിക്ക് എന്നെത്തന്നെ വിശ്വസിക്കാനായില്ല. വാസ്തവത്തിൽ എനിക്ക് തോന്നുന്നത് അയാളുടെ വേദനയും എന്റെ സങ്കടവും ഞാൻ കൂട്ടിക്കലർത്തി എന്നാണ്. അയാൾക്ക് സംഭവിച്ചതിനെല്ലാം കാരണക്കാരി ഞാനാണെന്ന തോന്നൽ. അതിനുവേണ്ടി ഞാൻ ആവുംവിധം പ്രായശ്ചിത്തം ചെയ്യണം. അങ്ങനെ ആ കടം വീട്ടണം. ഞാൻ ശാന്തമാവാൻ അയാൾ നിശ്ശബ്ദം കാത്തുനിന്നു. പിന്നീട് പതുക്കെ പറഞ്ഞു തന്നു.

നമ്മൾ നേരിടുന്ന എല്ലാ ദുരിതങ്ങൾക്കും കാരണം നാട്ടിലെ രാഷ്ട്രീയ സാഹചര്യങ്ങളാണ്. ഈയൊരു ദുരവസ്ഥ നേരിടുന്നത് ടർക്കി മാത്രമല്ല ലോകം മുഴുവനുമാണ്. അദ്ദേഹം പറഞ്ഞത് എനിക്ക് മനസ്സിലാക്കാൻ സാധിച്ചു എന്ന് ഞാൻ വിചാരിച്ചു. അപ്പോഴും എനിക്ക് അദ്ഭുതം തോന്നി. അദ്ദേഹത്തിന്റെ മനസ്സ് മൂർച്ചയേറിയ ഒരു കത്തിപോലെയാണെന്ന്. ഏറ്റവും അകലം പാലിച്ച് കൈകാര്യം ചെയ്യേണ്ട വിഷയങ്ങളേയും ആ മട്ടിലാണ് അദ്ദേഹത്തിന്റെ മനസ്സ് സമീപിക്കുന്നത്. എന്തായാലും സ്ഥിതിഗതികൾ മനസ്സിലാക്കുന്നതുപോലെയല്ല അതിൽ നിന്നും വിട്ടുമാറാനുള്ള ഒരു വഴി കണ്ടെത്തുന്നത്. രണ്ടും രണ്ടാണ്. സ്വതന്ത്രമായി ജീവിക്കാനാകുമ്പോഴേ എനിക്ക് സന്തോഷിക്കാനാവൂ. എന്നാൽ എന്നെ സ്വതന്ത്രയാക്കില്ലെന്ന് ലോകം വാശി പിടിക്കുവോളം എനിക്ക് സന്തോഷിക്കുവാനാകില്ല എന്ന് തീർച്ച. ഒരുപക്ഷേ ഏത് പ്രയാസവും നിങ്ങൾക്ക് സഹിക്കാൻ സാധിച്ചേക്കും. കൂടെ സഹിക്കാൻ ഒരാളുണ്ടെങ്കിൽ. സങ്കടങ്ങൾ പങ്കുവെക്കാനൊരാൾ. ഹാലിറ്റ് ഇവിടെത്തന്നെ താമസിക്കുകയാണെങ്കിൽ എനിക്ക് ചെറുത്തു നിൽക്കാൻ സാധിക്കുമെന്ന് വെറുതെ ഞാൻ വിചാരിച്ചു. എന്നാൽ അയാൾ നാളെ സ്ഥലം വിടുകയാണ്.

''എന്റെ സഹോദരിമാരോളംതന്നെ എനിക്ക് നീ പ്രിയപ്പെട്ടവളാണ്. കാണണം എന്ന് തോന്നുമ്പോഴെല്ലാം നിനക്ക് ഞങ്ങളെ വന്നു കാണാം. ഞങ്ങൾക്കുള്ളതെല്ലാം നിന്റേതു കൂടിയാണ്.''

ആ മനസ്സിന്റെ ഉദാരത, അതാണെന്നെ ക്ഷണിക്കുന്നത്. എനിക്കറിയാം, പങ്കുവെക്കാനായി അയാളുടെ കൈയിലുള്ളത് ദാരിദ്ര്യവും നിസ്സഹായതയും മാത്രമാണ്. എന്നാലും എന്റെ മനസ്സിൽ സന്തോഷം നിറഞ്ഞു. ഇങ്ങനെ ഒരാൾ ജീവിച്ചിരിപ്പുണ്ടല്ലോ. എനിക്ക് നിയന്ത്രിക്കാനായില്ല. അയാൾ സംസാരിച്ചുകൊണ്ടിരിക്കേ ഞാൻ പൊട്ടിക്കരഞ്ഞുപോയി. ഇത്തവണ അയാൾ എന്റെ കൈ രണ്ടും കൂട്ടിപ്പിടിച്ചു. കൈവള്ളകളിൽ ഉമ്മ വെച്ചു. കുറെ സമയത്തേക്ക് ഞങ്ങൾ ഒന്നും മിണ്ടിയില്ല. നീണ്ട നിശ്ശബ്ദത. പിരിയാനുള്ള സമയമായപ്പോൾ ഞങ്ങളുടെ കണ്ണുകൾ അഴുക്കു പിടിച്ച ആ മേശവിരിയിൽ പറ്റിനിന്നു. ഇടയ്ക്കിടയ്ക്ക് ഞങ്ങളുടെ കണ്ണുകൾ തിരിച്ച് പ്ലേറ്റിലുണ്ടായിരുന്ന സിഗരറ്റ് ചാരത്തിലേക്ക് നോക്കി. ഞങ്ങൾ അവസാനത്തെ സിഗരറ്റ് കത്തിച്ചു. അതു കഴിഞ്ഞാൽ ഇനി ഇല്ല എന്ന് രണ്ടുപേർക്കും അറിയാമായിരുന്നു. യെനിസ് സിഗരറ്റിന്റെ ഒരു കൂടിൽ എന്തോ എഴുതി അയാൾ എന്റെ കൈയിൽ വെച്ചു തന്നു.

മുറിവേറ്റ എന്റെ ഹൃദയം മുങ്ങിത്താഴുന്നു
നിന്റെ കണ്ണുകൾ ഭൂമിയാണ്
നേരിയ പ്രതീക്ഷയാണ്
പ്രിയപ്പെട്ടവളേ, അത്രയേ എനിക്കും പറയുവാനുള്ളൂ.

ഞങ്ങൾ പ്രണയത്തിലാണോ? അവർ പറയുന്ന പ്രണയം ഇതായിരിക്കുമോ? എങ്കിൽ ഇതൊരു തമാശ തന്നെ. അല്ലാതെന്ത്?

കുളി കഴിഞ്ഞു വന്നു. മുടി ചുരുട്ടാനുള്ള വലയങ്ങൾ തലയിൽ ഘടിപ്പിച്ചു. നെരിപ്പോടിനരികെയുള്ള പച്ചനിറത്തിലുള്ള ചാരുകസേരയിൽ ചെന്നിരുന്നു. നഖങ്ങൾ മുറിച്ച് ഭംഗിയാക്കി. അച്ഛൻ ജോലി കഴിഞ്ഞ് എത്തിയിട്ടില്ല. അമ്മ വന്ന് ആ പഴയ സോഫയുടെ ഒരരികിലായി ഇരുന്നു. എന്റെ മുഖത്തേക്ക് നോക്കി. കൈയിലിരുന്ന മുറത്തിലെ പരിപ്പിൽ നിന്ന് കല്ലും കരടും പെറുക്കിക്കളയാൻ തുടങ്ങി. അൽപ്പം കഴിഞ്ഞ് പുറത്തേക്ക് പോയി. തിരിച്ച് വന്ന് വീണ്ടും അതേ സ്ഥാനത്ത് വന്നിരുന്നു. ഒരു സിഗരറ്റെടുത്ത് കത്തിച്ചു. എനിക്ക് മനസ്സിലായി ഒരു കൊടുങ്കാറ്റിനുള്ള പുറപ്പാടാണെന്ന്. ഒരു കപ്പ് കാപ്പി കുടിക്കുന്നതിനു മുമ്പ് ഒരു സിഗരറ്റ് വലിക്കുന്നതുപോലെ. ഇതും ഒരു മുന്നൊരുക്കമാണ്.

അവിശ്വാസികളെക്കുറിച്ചാണ് അമ്മ പറഞ്ഞു തുടങ്ങിയത്. ദൈവമില്ലാത്തവർ. നുണ പറയുന്നവർ. നരകത്തിൽ അനുഭവിക്കേണ്ടി വരുന്ന യാതനകൾ. വേണ്ട രീതിയിൽ വസ്ത്രം ധരിച്ചു നടക്കാത്തവർ അനുഭവിക്കേണ്ടി വരുന്ന ശിക്ഷകൾ.

''എന്തിനാണ് അമ്മ തലയിൽ തൊപ്പി വെക്കുന്നത്?'' ഞാൻ ചോദിച്ചു.

''നിന്റെ അച്ഛൻ, നിന്റെ അച്ഛൻ കാരണമാണ്. അള്ളാഹു അതെന്റെ കുറ്റമായി കണക്കാക്കാതിരിക്കട്ടെ. എന്റെ കുറ്റങ്ങൾ കിടക്കുന്നത് അങ്ങേരുടെ തലയിലാണ്.''

കുറച്ചുനേരം ഒന്നും മിണ്ടാതെ ഞാൻ എല്ലാം കേട്ടിരുന്നു. അമ്മ ഒന്ന് നിർത്തിയിരുന്നുവെങ്കിൽ എനിക്ക് എഴുന്നേറ്റ് എന്റെ മുറിയിലേക്ക് പോകാമായിരുന്നു. ഗോർക്കിയുടെ 'കോനോവോലോവി'ലേക്ക് തിരിച്ചു ചെല്ലാമായിരുന്നു. ഇനി വളരെ കുറച്ചു പേജ് മാത്രമേ വായിക്കാനുള്ളൂ. അത് മുഴുവനും മനസ്സിലേക്ക് ആവാഹിക്കണം. ഇതിനകം പത്തു തവണ ആ കഥ വായിച്ചു കഴിഞ്ഞു. ചില ഭാഗങ്ങൾ മനഃപാഠമാക്കി. അമ്മ എഴുന്നേറ്റ് വാതിലിനുനേരെ നടന്നു. അമ്മയുടെ കൈ വാതിൽപ്പടിയിൽ. പെട്ടെന്ന് തിരിഞ്ഞു നിന്ന് ചോദിച്ചു.

ആചാരപ്രകാരം വേണ്ട വിധം വൃത്തിയായി കുളിച്ചുവോ എന്ന്. ആ ആചാരം ഞാനെന്നും വേണ്ടവിധത്തിൽ അനുഷ്ഠിക്കുമായിരുന്നു. അഥവാ ഇല്ല എന്നാണ് പറഞ്ഞതെങ്കിൽ വലിയ ബഹളമുണ്ടാക്കും.

''ഉവ്വ്, വേണ്ടവിധം ഞാൻ ചെയ്തു.''

അമ്മയുടെ മുഖത്ത് നോക്കാതെയായിരുന്നു എന്റെ മറുപടി.

''എനിക്ക് നിന്നെ വിശ്വാസമില്ല.''

വാതിലിനടുത്ത് കാൽ അമർത്തി നിന്ന് അമ്മ ഉറപ്പിച്ച് പറഞ്ഞു.

''നിന്നിലെനിക്ക് തീരെ വിശ്വാസമില്ല. നിന്റെ കണ്ണിൽത്തന്നെയുണ്ട് കാപട്യം. നീ എന്തും ചെയ്യും. എന്തും. സ്വഭാവശുദ്ധി തീരെയില്ല. ജീവിക്കുന്നതുതന്നെ രണ്ട് മട്ടിലാണ്. എന്താണെന്നറിഞ്ഞുകൂടാ. എന്തോ ഒന്ന് നീ ഞങ്ങളിൽനിന്ന് മറച്ചു വെക്കുന്നുണ്ട്. അത് തീർച്ച. അള്ളാവിന്റെ ഹിതമനുസരിച്ച് മാത്രമാണ് ഞാൻ ജീവിക്കുന്നതെന്ന് നീ മനസ്സിലാക്കണം. ശരിയും തെറ്റും എന്താണെന്ന് നീ കൃത്യമായി നിന്റെ മക്കളെ പഠിപ്പിക്കണം. ഞാനും അതുതന്നെയാണ് ചെയ്യുന്നത്. രഹസ്യമായി നിനക്ക് എന്തു വേണമെങ്കിലും ചെയ്യാം. ഈ ലോകത്തിൽ രഹസ്യമായി ചെയ്യുന്നതൊക്കെയും പരലോകത്തിൽ ഒരു മറയുമില്ലാതെ കാണാനാകും. അവിടെ നിനക്ക് ഞങ്ങളെ നേരിടേണ്ടി വരും. നീ നുണ പറഞ്ഞിട്ടുണ്ടെങ്കിൽ, രഹസ്യമായി അരുതാത്തതെന്തെങ്കിലും ചെയ്തിട്ടുണ്ടെങ്കിൽ പാമ്പുകളും പഴുതാരകളും ചേർന്ന് നിന്നെ തിന്നൊടുക്കും. പരലോകത്തെത്തുമ്പോൾ.''

''ഉവ്വ്, എനിക്ക് മനസ്സിലായി.''

അമ്മയുടെ പിടിയിൽനിന്നും ഊരിപ്പോരാനുള്ള തിടുക്കത്തോടെ ഞാൻ പറഞ്ഞു. എന്നാൽ അമ്മ വാതിൽപ്പിടിയിൽനിന്നും കൈ വിട്ടില്ല.

''അത് ശരി, നമ്മുടെ പെൺകുട്ടിക്ക് അമ്മ പറയുന്നതൊന്നും രസിക്കുന്നില്ല അല്ലേ?''

''എനിക്ക് പഠിക്കാനുണ്ട്.''

''ഇതും ഒരു പാഠമല്ലേ? ദൈവത്തിന്റെ സ്വന്തം പാഠം. ശരി, പൊയ്ക്കോളൂ. നീയും നിന്റെ പാഠപുസ്തകങ്ങളും.''

അതും പറഞ്ഞ് അമ്മ എന്റെ കവിളിൽ ആഞ്ഞടിച്ചു. ഞാൻ കരഞ്ഞുകൊണ്ട് എന്റെ മുറിയിലേക്കോടി. ഇനി രാവിലെയാകുംവരെ അമ്മയ്ക്കെന്നെ ഒന്നും ചെയ്യാനാവില്ല. അതോർത്തപ്പോൾ ഇത്തിരി സമാധാനം തോന്നി.

ഇന്ന് ഞാൻ ഹാലുക്ക് എന്നൊരാളെ കണ്ടുമുട്ടി. അയാൾ ചരിത്രമാണ് പഠിക്കുന്നത്. വളരെ തുറന്ന സംസാരം. എന്നാൽ അയാൾ എന്റെ നേരെ നോക്കിയതേയില്ല. അയാളോട് സംസാരിച്ചിരിക്കാൻ എനിക്ക് ഒട്ടും വിഷമം തോന്നിയതുമില്ല. ദരിദ്രനാണെന്ന് കണ്ടാൽത്തന്നെ അറിയാം. അത്രയും പഴകിയ വസ്ത്രങ്ങളാണ് ധരിച്ചിരിക്കുന്നത്. പലയിടത്തും കീറിയിരുന്നു.

ഹാലുക്ക് ഇടനാഴിയിലൂടെ നടക്കുകയായിരുന്നു. ചാരനിറത്തിലുള്ള അതേ ജാക്കറ്റും കള്ളിഷർട്ടും തന്നെയാണ് ധരിച്ചിരിക്കുന്നത്. വളരെ പഴകിയ ഷൂസുകൾ. വലഞ്ഞും ചെരിഞ്ഞും രൂപം നഷ്ടപ്പെട്ടത്. ഞങ്ങൾ രണ്ടുപേരും അന്ന് നേരത്തെ എത്തിയിരുന്നു. ക്ലാസ്സ് തുടങ്ങാൻ പിന്നെയും ഒരു മണിക്കൂർ സമയമുണ്ടായിരുന്നു. ഞങ്ങൾ കാന്റീനിൽ ചെന്നിരുന്നു. എന്റെ കൈയിലിരിക്കുന്ന ഗോർക്കിയുടെ പുസ്തകം കണ്ട് അയാൾ പറഞ്ഞു. ''ഒന്നാന്തരം എഴുത്തുകാരൻ'' അറിഞ്ഞുകൊണ്ടുതന്നെയാണ് പറയുന്നത് എന്നെനിക്ക് തോന്നി. ഞങ്ങൾ കുറെ നേരം സംസാരിച്ചിരുന്നു. കോഡിക്കോയിലാണ് ഹാലുക്ക് താമസിക്കുന്നത്. സ്വന്തം വീടല്ല. ആളൊരു സൈപ്രസ്സുകാരനാണ്. സമ്പന്നരായ ബന്ധുക്കളോടൊപ്പം താമസിക്കുന്നു.

''അവരോടൊപ്പമല്ല, വലിയ വീടിനോട് ചേർന്നുള്ള ഒരു പുറംപുരയിൽ. ഒരു രാത്രികാവൽക്കാരനെപ്പോലെ.'' അയാൾ ചിരിച്ചു. അയാളുടെ കക്ഷത്തിൽ ഒരു കെട്ടുപുസ്തകങ്ങൾ ഉണ്ടായിരുന്നു. അതിൽ നിന്നും ചിലത് എനിക്ക് വായിക്കാൻ തന്നു. കരീം സാദിയുടെ പരിഭാഷ.

കെവ്സർ, എയ്ടെൻ, ഷെറീഫ്, സാദി, പിന്നെ ഞാൻ മെഡിക്കൽ കോളെജിലേക്ക് ചായ കുടിക്കാൻ പോയി. അമ്മയോട് പറഞ്ഞത് ഭാഷാസംബന്ധമായ ഒരു സെമിനാർ നടക്കുന്നുവെന്നാണ്. എയ്ടെന് അച്ഛനില്ല. അവളുടെ അമ്മ എവിടെയോ സർക്കാർ സേവനത്തിലാണ്. അവളുടെ അഭിപ്രായത്തിൽ സാദിയയെ പ്രേമിക്കണം എന്നാണ്.

''അതെന്തിനാ?''

''അയാൾക്കെന്താണ് കുഴപ്പം? കാണാൻ നല്ലയാളല്ലേ?'' അവൾ ചോദിച്ചു.

അദ്ഭുതം തന്നെ. അവൾക്കെങ്ങനെയൊരു വിചാരമേയുള്ളൂ. ആരോടെങ്കിലും ശൃംഗരിച്ച് നടക്കണം. ആരെങ്കിലും അവളോട് ഇത്തിരി പ്രണയം ഭാവിച്ചാൽ അവൾ അതേ മട്ടിൽ പ്രതികരിക്കും. ആര് ഏത് എന്ന തരംതിരിവില്ല. ചായകുടി... ആകപ്പാടെ ഒരു രസമില്ലാത്ത പരിപാടിയായി. കുറെ ആൺകുട്ടികളും പെൺകുട്ടികളും കൂട്ടംകൂടി ആടുകയും പാടുകയും ചെയ്തു. അത്രതന്നെ.

ഇന്ന് ഹാലുക്ക് അവന്റെ സ്നേഹിതന്മാരിലൊരാൾക്ക് എന്നെ പരിചയപ്പെടുത്തി. അയാൾ ചങ്ങാതിയെ വിളിച്ചത്, ഒമർ ജ്യേഷ്ഠൻ എന്നാണ്. ഞങ്ങൾ സാഹിത്യത്തെക്കുറിച്ചാണ് സംസാരിച്ചത്. അവർക്ക് രണ്ടുപേർക്കും ടോൾസ്റ്റോയിയെ ഇഷ്ടമില്ല. രണ്ടുപേരും കൂടി മഹാനായ ആ എഴുത്തുകാരനെ ശരിക്കും വധിച്ചു. സംഭാഷണം താനേ നസീം ഹിക്മെത്തിലേക്ക് തിരിഞ്ഞു. അദ്ദേഹത്തിന്റെ കവിതയേക്കാൾ ഒമറിന് പ്രിയം അദ്ദേഹത്തിന്റെ ആത്മാർത്ഥതയാണ്. ഈ ഒമർ ഒരു അസാധാരണ മനുഷ്യൻ തന്നെ. പോകാൻനേരം എന്നോട് പറഞ്ഞു.

''സഹോദരീ, നിങ്ങൾക്കെന്നെ ഒമർ ജ്യേഷ്ഠനെന്ന് വിളിക്കാം.''

''ശരി''

ഞാൻ സമ്മതിച്ചു. ഒമറും ഹാലിറ്റിന്റെപോലെ കിഴക്കൻപ്രദേശത്തു നിന്നാണ് വരുന്നത്.

ഹവാ ഹനീമിന്റെ മൂത്ത മകൾ നെരിമാന് ഒരു ആൺകുഞ്ഞ് പിറന്നു. അവളുടെ ഭർത്താവിന് അങ്കാരയിലേക്ക് മാറ്റമായിരുന്നു. അവർ നാളെ പോകുകയാണ്. അവൾ എന്റെ അമ്മയുടെ കൈകളിൽ ചുംബിച്ച് യാത്ര പറയുവാനായി വന്നു. അന്ന് വൈകുന്നേരം മുഴുവൻ അമ്മ നരിമാനെക്കുറിച്ച് പറഞ്ഞുകൊണ്ടിരുന്നു. എത്ര നല്ല കുട്ടിയാണ്. കോളെജിൽ പഠിച്ചതാണ്. എന്നാലും മതകാര്യങ്ങളിൽ നല്ല നിഷ്കർഷ. വിശുദ്ധ മാസം മുഴുവൻ ഉപവസിക്കും. അമ്മയെ സഹായിക്കും. മുടി വേണ്ടത് അതുപോലെ വെക്കും.

ഇനിയൊരിക്കലും ഞാൻ നൃത്തം ചെയ്യാൻ പോകുന്നില്ല. ചായ കുടിക്കാൻ പോകുന്നില്ല. അവിടെ ചെന്ന് ഡാൻസ് ചെയ്യുന്നു. വീട്ടിലേക്ക് തിരിച്ചു വരുന്നു. ഇവിടെ വന്നാൽ വീണ്ടും പഴയ പതിവുകൾ. കുറച്ച് നാളായി എനിക്ക് തോന്നി തുടങ്ങിയിട്ട്. നൃത്തവേദിയിൽ നിന്നും സ്വന്തം സ്ഥാനത്ത് വന്നിരിക്കുമ്പോൾ എന്തോ ഒരു പന്തികേട്. ലജ്ജയും സങ്കടവും ഒക്കെ ചേർന്ന എന്തോ ഒന്ന്. എന്താണതിന് അർത്ഥം എന്നു മാത്രം അറിയില്ല. എന്തായാലും ഒരു തിരിച്ചു നടത്തം സുഖമില്ലാത്തതു തന്നെ. മറ്റു പെൺകുട്ടികൾ ചിരിച്ചു രസിക്കുന്നുണ്ടാവും.

കൂട്ടുകാരികൾ നിർബന്ധിച്ചു. എഞ്ചിനീയർമാരുടെ ചായയ്ക്ക് ഞാനും ചെല്ലണമെന്ന്. വീട്ടിൽ പറഞ്ഞ് എയ്ടന്റെ പിറന്നാൾ പ്രമാണിച്ചുള്ള

പാർട്ടിക്ക് പോകുന്നു എന്നാണ്. കാരണമെന്താണെന്നറിയില്ല. എന്റെ അമ്മയ്ക്ക് എയ്ടനെ ഇഷ്ടമാണ്. മുഖത്ത് നോക്കിയാലറിയാം അവൾ നല്ലൊരു കുട്ടിയാണെന്ന്.

അന്ന് ഞാൻ ഒന്നും ചെയ്തില്ല. നൃത്തം കഴിഞ്ഞ് വേദിയിൽ നിന്നും അവർ തിരിച്ചു വരുന്നതും കാത്ത് ഞാനിരുന്നു. കെവ്സറും ഷെരീഫും കവിളോട് കവിളുരുമ്മി ചോട് വെച്ചു. തലകൾ കൂട്ടിമുട്ടിച്ചു. എന്നാൽ അരയ്ക്ക് താഴെ വേണ്ടത്ര അകറ്റിപ്പിടിച്ചു. കെവ്സർ അവളുടെ കവിളു കളിൽ ടോഫി ആപ്പിളിന്റെ നിറം തേച്ചുപിടിപ്പിച്ചിരുന്നു. അഹമദ് എന്ന് പേരായ ഒരാൾ അരികിൽ വന്ന് എന്നെ കൂടി ഡാൻസ് ചെയ്യാനായി ക്ഷണിച്ചു. ഷെരീഫിന്റെ സ്നേഹിതനാണെന്നാണ് അയാൾ പറഞ്ഞത്. എന്തായാലും ഞാൻ അത് നിരസിച്ചു.

''എന്തുകൊണ്ട്?''

അയാൾ തിരക്കി. ഞാൻ എന്തോ ഒരു കാരണം പറഞ്ഞു.

''നിങ്ങൾ സുന്ദരിയാണ്.'' അയാൾ അഭിപ്രായം പ്രകടിപ്പിച്ചു. എനി ക്കിഷ്ടപ്പെട്ട കാര്യങ്ങളെന്തെല്ലാമാണെന്ന് അന്വേഷിച്ചു.

''കവിത'' ഞാൻ അത് പറഞ്ഞതും അയാൾ കവിതയെക്കുറിച്ച് സംസാരിക്കാൻ തുടങ്ങി. അത് കേട്ടപ്പോൾ എനിക്ക് തോന്നി, ഞാൻ എന്താവശ്യപ്പെട്ടാലും അത് അയാൾ എത്തിച്ചു തരുമെന്ന ഭാവമാണ് അയാൾക്കെന്ന്. അയാൾ പറഞ്ഞു.

''നസീം ഹിക്മെത്ത് വലിയ ഒരു കവിയായേനേ, സമൂഹത്തോട് ഇത്രയും പ്രതിബദ്ധതയില്ലായിരുന്നുവെങ്കിൽ...''

അയാൾക്ക് കൂടുതൽ ഇഷ്ടം സിയ ഒസ്മാൻ സാബയേയാണ്. ഒർഹാൻ വെലിയെ തീരെ ഇഷ്ടവുമില്ല. അയാളുടെ മനസ്സിലെന്താ ണെന്ന് ആർക്കറിയാം?

എനിക്ക് പെട്ടെന്ന് തോന്നി, അയാൾ ആ നിമിഷം ഇതെല്ലാം അപ്പോൾ ആലോചിച്ച് പറയുന്നതാണ് എന്ന്. എന്നാൽ ഞാൻ ഒന്നും മിണ്ടിയില്ല. വെറുതെ കേട്ടിരിക്കുക മാത്രം. പിന്നെ കുറച്ച് കഴിഞ്ഞപ്പോൾ അയാൾ മിണ്ടാതിരുന്നു. പൊതിയിലെ മിഠായികളെല്ലാം തീർന്നിട്ടുണ്ടാകും. അവസാനം അയാൾ പറഞ്ഞു, എന്നെ കാണാൻ വേണ്ടി മാത്രമാണ് അയാൾ വന്നതെന്ന്. ആയിക്കോട്ടെ, അതിന് ഞാനെന്തുവേണം?

ഹാലുക്കിനോട് ഞാൻ ചായയെക്കുറിച്ചും നസീം ഹിക്മെത്തിനെ ക്കുറിച്ചും പറഞ്ഞ് ഒരുപാട് ചിരിച്ചു. ഫ്രോയിഡിന്റെ 'ടോട്ടം ആൻഡ് ടാബു' എന്ന പുസ്തകം ആയിടെ ഞാൻ വായിക്കാൻ തുടങ്ങിയിരുന്നു.

''വെറുതെ സമയം കളയണ്ട.''

ഹാലുക്ക് കാര്യമായി പറഞ്ഞു.

''ശരിയായ രീതിയിൽ എനിക്ക് എന്നെത്തന്നെ ബോധവത്കരിക്കാ നുണ്ടെങ്കിൽ ഞാൻ വായിക്കാനെടുക്കുക വേറെ ചില പുസ്തകങ്ങളാണ്.''

അയാൾ പറഞ്ഞു. അടുത്ത തവണ വരുമ്പോൾ ചില പുതിയ പുസ്തകങ്ങൾ എനിക്ക് കൊണ്ടുതരാമെന്നേറ്റിട്ടുണ്ട്. ഒരു വ്യവസ്ഥ മാത്രം. വായിച്ചു ഒരാഴ്ചയ്ക്കുള്ളിൽ തിരിച്ചേൽപ്പിക്കണം. വാസ്തവത്തിൽ അവ വിലപ്പെട്ട പുസ്തകങ്ങളാണ്. ഹാലുക്ക് നല്ല ഒരാളാണ്. എന്നാൽ മനസ്സിലാക്കാൻ വിഷമം. കോളെജിലെ പ്രൊഫസർമാരെല്ലാം മണ്ടന്മാരാണെന്നാണ് അയാളുടെ അഭിപ്രായം. മസ്തിഷ്കപ്രക്ഷാളനത്തിന് വിധേയരായവർ. കാപട്യക്കാർ.

''ഒരു ദിവസം നിനക്കും അത് ബോദ്ധ്യമാവും.''

ഒരു ദിവസം. ക്ലാസ്സുകൾക്കിടയിലുള്ള ഒഴിവുസമയം. ഷെരീഫും കെവ്സറും ഞാനും കാന്റീനിലേക്ക് പോയി. പൊടുന്നനെ ഞങ്ങൾക്ക് മുന്നിൽ അഹമ്മദ് പ്രത്യക്ഷപ്പെട്ടു. മുടി കോതി മിനുക്കിയിരുന്നു. മുഷിഞ്ഞ, ഒരു മേൽക്കുപ്പായമാണ് അയാൾ ധരിച്ചിരുന്നത്. അയാളും ഞങ്ങളോടൊപ്പം ചേർന്നു. അയാളോട് ഞാൻ മിണ്ടിയതേയില്ല. മേശയ്ക്ക് ചുറ്റുമുള്ള അന്തരീക്ഷത്തിന് എന്തെന്നില്ലാത്ത ഒരു പിരിമുറുക്കം. ഷെരീഫും അയാളും എഴുന്നേറ്റുപോകും മുമ്പേ അയാൾ എന്റെ കൈ പിടിച്ച് ബലത്തിൽ അമർത്തി.

''ഓ...''

ഞാൻ അറിയാതെ നിലവിളിച്ചു. എല്ലാവരും ഞെട്ടി. ഷെരീഫിനെ ദ്വേഷ്യത്തോടെ നോക്കി.

ഒരു ബ്രീഫ്കേസ് നിറയെ പുസ്തകളുമായി ഇന്ന് ഹാലുക്ക് വന്നു. അത് മുഴുവൻ എന്റെ കൈയിൽ തന്നു.

''ഇതൊന്നും ആർക്കും കൊടുക്കരുത്. ആരേയും കാണിക്കുകയുമരുത്. നീ മാത്രം വായിച്ചാൽ മതി. തികച്ചും രഹസ്യമായിരിക്കണം.''

അയാൾ എനിക്ക് മുന്നറിയിപ്പ് തന്നു.

കെവ്സെർ ദിവസവും എന്റെയടുത്ത് വന്ന് അഹമ്മദിന്റെ വർത്തമാനങ്ങൾ പറയും. അന്ന് കാന്റീനിൽ കണ്ടതുമുതൽ അയാൾ എന്റെ കാര്യം പറഞ്ഞ് അവളുടെ പുറകിലാണ്. അവൾക്ക് മുഷിഞ്ഞ് തുടങ്ങിയത്രെ. എന്നെപ്പറ്റി ആലോചിച്ച് അയാൾക്ക് പഠനത്തിൽ ശ്രദ്ധവെക്കാനാകുന്നില്ലപോലും. അത്രയും തീവ്രമാണ് അയാൾക്കെന്നോടുള്ള പ്രണയം എന്ന്. സുൽത്താൻ അഹമ്മദിന്റെ കാപ്പിക്കടയിലിരുന്ന് ശീട്ട് കളിച്ച് അയാൾ സമയം കളയുന്നു.

''ഇത്ര ദുർബലനോ ഈ മനുഷ്യൻ?''

ഞാൻ കെവ്സറിനോട് പറഞ്ഞു. അവളുടെ ഉത്സാഹം കെട്ടു. അവളും ഷെരീഫും വിചാരിച്ചത് പറഞ്ഞ് പറഞ്ഞ് ആ വിഡ്ഢിയുമായുള്ള പ്രണയം എന്റെ തലയിലേറ്റാമെന്നായിരുന്നു.

ഹാലുക്ക് തന്ന പുസ്തകങ്ങളാണ് ഞാൻ വായിക്കുന്നത്. ആ ബ്രീഫ്കേസിൽ കൈ കൊണ്ടെഴുതിയ ചില പ്രസ്താവനകളുണ്ടായിരുന്നു. വേറെ ചില ലഘുലേഖകളും. എല്ലാം ഞാൻ കത്തിച്ചു കളഞ്ഞു. ഇപ്പോൾ ഞാൻ വായിക്കുന്നത് ജി. ഡെവില്ലിയുടെ 'കാപ്പിറ്റൽ' ആണ്. ഹൈദർറിഫാത്താണ് അത് പരിഭാഷപ്പെടുത്തിയിരിക്കുന്നത്. സമർപ്പിച്ചിരിക്കുന്നത് ഷേകെർസാഡോ എഡിപ്പ് ഇസത്ത ബേയ്ക്കും. പഴയ കാലത്തെ പരിഭാഷകൾ. അവരുടെ കാൽപ്പനികത. അതിശയകരംതന്നെ.

ഹാലിറ്റിന്റെ ഒരു കത്ത് കിട്ടി. എന്നെക്കുറിച്ച് ഒരു നീണ്ട കവിതയെഴുതിയിരിക്കുന്നു. മനോഹരം. അന്ന് വൈകീട്ടുതന്നെ ഞാൻ അതിന് മറുപടി എഴുതി. ഇവിടത്തെ ജീവിതത്തെക്കുറിച്ച്. എനിക്ക് എന്തൊക്കെയാണ് സംഭവിക്കുന്നത് എന്നതിനെക്കുറിച്ച്. എല്ലാം ഏറ്റവും പുതിയതായി എഴുതിയ ചില കവിതകളും ഞാൻ കത്തിനോടൊപ്പം അയച്ചു. തത്കാലത്തെ എന്റെ സ്ഥിതി. എന്റെ ചുറ്റുപാടുകളിലോ, ഞാൻ ഇടപെടുന്ന ആളുകളിലോ എനിക്ക് തീരെ താത്പര്യമില്ല. കവിതയെഴുത്തിലും താത്പര്യം തോന്നുന്നില്ല. എനിക്കറിയാം, ഞാൻ അയാൾക്ക് അയച്ച കവിതകൾ അത്രയൊന്നും നിലവാരമുള്ളതല്ലെന്ന്.

അവർ ഹാലുക്കിനെ തടവിലാക്കിയിരിക്കുന്നു. കൂടെ വേറെ ചിലരേയും. എനിക്ക് വല്ലാതെ ആശങ്ക തോന്നുന്നു. ഇനിയെന്തൊക്കെയാണാവോ സംഭവിക്കുക?

വീട്ടിൽ മടങ്ങിവന്നതും ഞാൻ ഹാലുക്കിന്റെ പുസ്തകങ്ങൾ ഒളിപ്പിച്ചുവെച്ചു. വല്ലവരും അന്വേഷിച്ചു വന്നാലോ എന്ന ഭയം. എന്തിനാണ് അവർ അയാളെ അറസ്റ്റ് ചെയ്തതെന്ന് മനസ്സിലായില്ല. പാവം, അയാളൊരു തെറ്റും ചെയ്തിട്ടില്ലല്ലോ. കോളെജിൽ പോകണമെന്നും ആരെയും കാണണമെന്നും തോന്നിയില്ല. അമ്മയെ ബോദ്ധ്യപ്പെടുത്താൻ എന്തെങ്കിലും കഥ കെട്ടിച്ചമക്കാം. എന്നിട്ട് തനിയെ വീട്ടിലിരിക്കാം. ഹാലുക്കിനെ കാണാൻ ശ്രമിക്കണോ? അതെങ്ങനെയുള്ള സ്ഥലമായിരിക്കും? സുൽത്താൻ അഹമ്മദിലെ ജയിലായിരിക്കുമോ? അയാൾ എന്തായിരിക്കും അയാളെ ചെയ്യുക?

ഇന്നലെ രാത്രി ഞാൻ ഒരു സ്വപ്നം കണ്ടു. കറുപ്പും വെളുപ്പും. വളരെ പഴയ കാലത്തെ ഒരു ചിത്രത്തിലേക്ക് നോക്കി നിൽക്കുകയാണ് ഞാൻ. അതെന്നാണ്, ആരാണ് വരച്ചതെന്ന് വ്യക്തമല്ല. ചെറിയ കറുത്ത രേഖകളെയാണ് ആളുകളെ വരച്ചിരിക്കുന്നത്. ആ ചിത്രം കൈയിലെടുത്ത് ഞാൻ തെരുവിലേക്കിറങ്ങി. നീണ്ട ഇടുങ്ങിയ ഒരു തെരുവ്. ഞാൻ നേരെ നടന്നു. പെട്ടെന്ന് എന്റെ ഒരു വശത്തായി ബെദ്രി അവന് ആ ചിത്രം ഞാൻ കാണിച്ചുകൊടുത്തു. നീണ്ട തെരുവിന്റെ മറ്റേ അറ്റത്ത് കാണുന്ന വെളിച്ചം. ചന്ദ്രനാണെന്ന് തോന്നി. ഞങ്ങളുടെ തലയ്ക്ക്

മീതെ ആകാശത്തിന്റെ നേരിയ ചീള് നീണ്ടു കിടന്നു. പെട്ടെന്ന് ആ ചിത്രം ഉയർന്ന് പൊങ്ങി. ആകാശത്തിന്റെ ആ തുണ്ടിൽ ചെറിയ കറുത്ത രൂപങ്ങൾ നിറഞ്ഞു. കടലാസ്സിന്റെ ഓളങ്ങൾപോലെ. അവയ്ക്കിടയിൽ ചിത്രത്തിലെ വെളുത്ത പശ്ചാത്തലത്തിന്റെ സ്ഥാനത്ത് മങ്ങിയ നീലാകാശം.

''ആളുകൾ...ആളുകൾ...'' എന്ന് ഒച്ചവെച്ച് ബെദ്രി ഓടാൻ തുടങ്ങി. ഏതോ വീടിന്റെ തുറന്ന് കിടക്കുന്ന വാതിലിലൂടെ അവൻ അകത്ത് കടന്ന് ഒളിച്ചു. ഞാനും അവന്റെ പുറകെ ഓടി. എന്നാൽ എന്റെ നേരെ അവൻ വാതിലടച്ചു. ആ തെരുവിൽ ഞാനും കുട്ടികളുമല്ലാതെ വേറെ യാരുമില്ല. കുട്ടികൾ എന്റെ നേരെ ഓടി വന്നു.

''പേടിക്കേണ്ട.'' ഞാനവരെ സമാധാനിപ്പിച്ചു. പക്ഷേ ഞാനും അവരോടൊപ്പം ഉച്ചത്തിൽ നിലവിളിച്ചു. ''അമ്മേ... അമ്മേ...'' ആ കറുത്ത രൂപങ്ങൾ ആകാശം വിട്ട് കൂട്ടത്തോടെ ഞങ്ങളുടെ അടുത്തേക്ക് വന്നുകൊണ്ടിരുന്നു. അവർ പുരയ്ക്ക് മുകളിലേക്കെത്തിത്തുടങ്ങി. നേരം ഇരുട്ടി. എങ്ങും പുകയുടെയും തീയിന്റെയും മണം. തെരുവിന്റെ അങ്ങേ അറ്റത്തുള്ള പ്രകാശത്തിൽനിന്നും എന്റെ അമ്മ പുറത്തേക്ക് വന്നു. കൈയിൽ വെളുത്ത ഒരു മൂത്രപ്പാത്രം.

''പേടിക്കേണ്ട, ഞാനിതാ എത്തി.'' അമ്മ ഉറക്കെ വിളിച്ചു പറഞ്ഞു. ആകാശത്ത് നിന്നുള്ള കറുത്ത രൂപങ്ങൾ തറയിൽ വീണുകൊണ്ടിരുന്നു. എന്റെ ഇടത്തും വലത്തുമായി കല്ലുകൾക്കിടയിൽ. ഒന്ന് എന്റെ വലത്തെ തുടയിൽ വന്നു വീണു. പറ്റിപ്പിടിച്ചു നിന്നു. അത് ബെദ്രിയായിരുന്നു. എന്റെ അമ്മ ആ മൂത്രപ്പാത്രം എന്റെ ചുവട്ടിൽവെച്ച് നിർബന്ധിച്ചു.

''പശ്ചാത്തപിക്കൂ...പശ്ചാത്തപിക്കൂ...ദൈവത്തോട് ക്ഷമ ചോദിക്കൂ. നീ തെറ്റു ചെയ്തിരിക്കുന്നു. പറയൂ, നീ എന്താണ് ചെയ്ത്ത്? നീ ഇപ്പോഴും കന്യകയാണോ? ''

അതേ... അതേ... എന്റെ പ്രിയപ്പെട്ട അമ്മേ, ഞാൻ ഒരു അപരാധവും ചെയ്തിട്ടില്ല.''

ഞാൻ പ്രതിഷേധിച്ചു. ഒരു ഇളംകാറ്റ് പതുക്കെ വീശിയെത്തി. അതെല്ലാ കരിക്കോലങ്ങളേയും പറത്തിക്കളഞ്ഞു. കുട്ടികൾ സന്തോഷത്തോടെ ഒച്ചവെച്ചു. ബെദ്രിയുടെ രൂപവും എന്റെ കാലിൽനിന്നും വിട്ടുപോയി. മൂത്രപ്പാത്രം തെരുവിന്റെ അങ്ങേ അറ്റത്തേക്ക് അകന്നുപോയി. ഇപ്പോൾ അതിൽ നിറയെ ചെറിയ കൊടികളാണ്. എല്ലാ രാജ്യങ്ങളിലേയും കൊടികൾ. കുട്ടികൾ ഓടിനടന്ന് കൊടികൾ കൈക്കലാക്കുന്നു. എന്റെ അമ്മ എന്നോട് പറഞ്ഞു.

''നീയും ഒന്നെടുക്കൂ. കാണട്ടെ നീ ഏതാണ് എടുക്കുന്നതെന്ന്.''

ഞാൻ എന്റെ ഏറ്റവും അടുത്തുള്ള ഒരു കൊടിയാണ് എടുത്തത്. കറുപ്പും വെളുപ്പും നിറത്തിലുള്ളത്.

പെട്ടെന്ന് ഉറക്കത്തിൽനിന്ന് ഞാൻ ഉണർന്നു. സമയം രാവിലെ 5.30. ഞാൻ അക്കാര്യം ഡയറിയിൽ കുറിച്ചുവെച്ചു. ഞാൻ ഇനി ഹാലുക്കിനെ കാണാൻ സുൽത്താൻ അഹമ്മത്തിലേക്ക് പോകുകയാണ്.

ഞാൻ ഹാലുക്കിനെ കാണാൻ പോയി. അയാൾക്ക് ശരിക്കും സന്തോഷമായി. ഞാൻ ചെല്ലുമെന്ന് പ്രതീക്ഷിച്ചിരുന്നില്ല. അതിനാൽത്തന്നെ വലിയ അദ്ഭുതമായി. തന്നെയും മറ്റു ചിലരേയും തടവിലാക്കിയിരിക്ക രഹസ്യപ്രവർത്തനങ്ങളുടെ പേരിലാണ്. പഴയ ശിക്ഷയുടെ ബാക്കിയാണ് ഇപ്പോൾ അനുഭവിക്കുന്നത്. അയാൾ പറഞ്ഞു.

''ഇത് വേണ്ടി വരും എന്ന് എനിക്ക് അറിയാമായിരുന്നു.''

അയാൾക്ക് സിഗരറ്റ് വേണം. എന്റെ കൈയിലാണെങ്കിൽ ഒരെണ്ണം പോലുമില്ല. ഒരു കൂട് സിഗരറ്റ് വാങ്ങി വരാനായി ഹാലുക്ക് രണ്ട് ലീറ എന്റെ കൈയിൽ തന്നു. അയാളുടെ കൺപീലികൾക്ക് എന്തൊരു നീളമാണ്. സൂക്ഷിച്ച് നോക്കിയാൽ മാത്രമേ കണ്ണുകൾ കാണൂ. ആഴികൾക്കപ്പുറത്തുള്ള മുഖംപോലെ. മുഴുവനായി കാണാനാകുന്നില്ല. ചിലപ്പോൾ ഒരു കണ്ണും നെറ്റിയുടെ ഒരു ഭാഗവും ഒരു ചതുരത്തിനുള്ളിലൂടെ. കുറച്ച് കഴിഞ്ഞപ്പോൾ മൂക്കും താടിയും ആ ചതുരത്തിനുള്ളിലായി. അയാളുടെ മൂക്ക് ചെറുതാണ്. ഇടത്തോട്ട് ലേശം വളഞ്ഞ്. താടി വടിച്ചിട്ടില്ല. മുഖത്ത് ചുരുണ്ട കുറ്റിരോമങ്ങൾ. മഞ്ഞ നിറത്തിലുള്ള പല്ലുകൾ. അയാൾ ഒരിക്കലും പല്ല് തേക്കാറില്ലാത്തതുപോലെ. അയാളെ കാണുമ്പോൾ മോശയെക്കുറിച്ചോർത്തുപോകും. ഞാൻ 'കാപ്പിറ്റൽ' വായിക്കാൻ തുടങ്ങിയെന്ന് അയാളോട് പറഞ്ഞു. പക്ഷേ മനസ്സിലാക്കാൻ പ്രയാസം. വല്ലാത്ത കടുപ്പം. ഞാൻ ആദ്യം വായിച്ചിരിക്കേണ്ട പുസ്തകങ്ങളുടെ ചില പേരുകൾ ഹാലുക്ക് പറഞ്ഞു തന്നു. ഒമർ ജ്യേഷ്ഠന് എത്തിക്കാനുള്ള ഒരു സന്ദേശം അയാൾ എന്നെക്കൊണ്ട് ഹൃദിസ്ഥമാക്കിച്ചു. അതിങ്ങനെയായിരുന്നു.

''വെള്ളക്കാക്കയ്ക്ക് ആഹാരം വേണം. ''

ഒമർ ജ്യേഷ്ഠന് ഇങ്ങോട്ട് വരാൻ പറ്റില്ല. ഞാൻ സിബാലിയിൽ ചെന്ന് അദ്ദേഹത്തെ കാണണം. അദ്ദേഹത്തിന്റെ മേൽവിലാസവും ഞാൻ കാണാപാഠമാക്കി.

''അതെവിടെയും എഴുതിവെക്കരുത്.''

ഹാലുക്ക് താക്കീത് ചെയ്തു. വ്യക്തിപരമായി അയാൾക്കെന്നെ വിശ്വാസമാണ്. എന്നാൽ കൂടുതലായൊന്നും ഈ അവസരത്തിൽ പറയാനാവില്ല.

''ഭാവിയിൽ ഒരുപക്ഷേ നമ്മൾ കൂടുതൽ നല്ല സുഹൃത്തുക്കളായേക്കും.''

താൻ ചെയ്യാൻ പറയുന്ന കാര്യങ്ങൾ ചെയ്യാൻ മുതിരുന്നതിനുമുമ്പ് നല്ലവണ്ണം ആലോചിക്കണമെന്നും അയാൾ എന്നെ ഓർമ്മിപ്പിച്ചു.

''പേടിയില്ലെങ്കിൽ മാത്രം ചെയ്താൽ മതി. ഭയത്തെ ഒരു നാണക്കേടായി കണക്കാക്കേണ്ട. ഒരിക്കൽ ഇറങ്ങിത്തിരിച്ചാൽ പിന്നെ തിരിച്ചുപോരാനാവില്ല. ഞാൻ പറഞ്ഞതൊന്നും ഒരാളോടും പറയരുത്. കൊല്ലാൻ വന്നാൽ പോലും. ഇത് ഒമർ ജ്യേഷ്ഠന് മാത്രം കേൾക്കാനുള്ളതാണ്.''

അയാൾ പറഞ്ഞു നിർത്തി. കുറെ നേരത്തേക്ക് ഞങ്ങൾ സംസാരിച്ചില്ല. ''കാര്യമായി ആലോചിക്കൂ.'' അയാൾ വീണ്ടും പറഞ്ഞു.

''ഞാൻ പറഞ്ഞപോലെ ചെയ്യാൻ തയ്യാറല്ലെങ്കിൽ അപ്പാടെ മറന്നേക്കൂ. ഇവിടെ വരികയും വേണ്ട. വഴിയിലെവിടെയെങ്കിലും വെച്ച് കണ്ടാൽ കണ്ടതായും നടിക്കേണ്ട. നമ്മൾ ഒരിക്കലും കണ്ടുമുട്ടിയവരല്ലെന്ന് കരുതിയാൽ മതി.''

ഞാൻ ചിരിച്ചു.''നിങ്ങൾ എന്നെ ശരിക്കും മനസ്സിലാക്കിയിട്ടില്ല.''

അയാളും ചിരിച്ചു. ഞാൻ അവിടെനിന്നും വീട്ടിലേക്ക് മടങ്ങി. അയാൾക്ക് ശരിക്കും എന്നെ അറിഞ്ഞു കൂടാ. അയാളെപ്പോലെയുള്ളവർക്കുവേണ്ടി ജീവൻ ത്യജിക്കാനും ഞാൻ തയ്യാറാണ്. എന്താണെന്നറിയില്ല, എന്റെ വികാരങ്ങൾ എന്നെ ഇങ്ങനെയുള്ളവരുടെ മുന്നിലേക്ക് തള്ളിവിടുന്നു. അവർ എന്നെപ്പോലെയാണെന്ന് ഞാൻ വിചാരിക്കുന്നു. അവരെല്ലാവരും തിന്മയ്ക്കെതിരാണെന്ന് ഞാൻ വിശ്വസിക്കുന്നു.

ഇന്ന് ഞാൻ സിബാലിയിലേക്ക് പോയി. ഒമർ ജ്യേഷ്ഠന്റെ വീട്. ഞാൻ തന്നെ അവിടെ കൊണ്ടുവെച്ചതാണ് എന്നതുപോലെ. എളുപ്പത്തിൽ കണ്ടുപിടിച്ച, ഇടുങ്ങിയ ഒരു തെരുവിൽ തറയ്ക്ക് താഴെയായി ചെറിയ രണ്ട് മുറികൾ. വാതിലിൽ 'ഇലക്ട്രീഷ്യൻ' എന്ന് എഴുതിവെച്ചിരിക്കുന്നു. ഒരു ചില്ലുമറയ്ക്കപ്പുറത്താണ് അദ്ദേഹത്തിന്റെ മുറി. അവിടെ ഒരു മേശയും രണ്ട് കസേരകളുമുണ്ട്. ചില്ലുഭിത്തിയിൽക്കൂടി നോക്കിയാൽ അപ്പുറത്ത് നടക്കുന്ന പണികൾ നന്നായി കാണാം. അത് പണിപ്പുരയാണ്. തന്റെ ജോലിക്കാരെ നോക്കാനുള്ള സൗകര്യം. അവിടെ രണ്ട് പയ്യന്മാരാണുള്ളത്. പണിയെടുക്കുമ്പോൾ വേണ്ട മേലുടുപ്പ് അവർ ധരിച്ചിരുന്നു. എന്നെ കണ്ടതും ഒമർ ജ്യേഷ്ഠൻ ചാടിയെഴുന്നേറ്റു.

''വരൂ സഹോദരീ, വരൂ...''

അദ്ദേഹത്തിന്റെ കൈകൾ എന്നെ വട്ടം ചുറ്റി. ഏതാനും പ്രാവശ്യം പുറത്ത് തട്ടി. ഇത്രയും ഊഷ്മളമായി ആരും എന്നെ കെട്ടിപ്പിടിച്ചിട്ടുണ്ടായിരുന്നില്ല. അതെന്നെ വല്ലാതെ സ്പർശിച്ചു. ഞാൻ ചെയ്യുന്നതാണ് ശരി എന്നെനിക്ക് തോന്നി, ഈ കൂട്ടരെ കണ്ണുകെട്ടി. ഏതറ്റംവരെയും പിൻതുടരും. അദ്ദേഹം ലിൻഡൻ ചായ കുടിച്ചുകൊണ്ടിരിക്കുകയായിരുന്നു. ഏതാനും കവിൾ കുടിച്ചു കഴിഞ്ഞിരുന്നു. എന്നിട്ടും ആ കോപ്പ എന്റെ നേരെ നീട്ടി.

''ഇത് നിങ്ങൾ കുടിക്കൂ. ഞാൻ വേറെ കൊണ്ടുവരുവിക്കാം.''

''ഞാൻ ഹാലുക്കിനെ പോയി കണ്ടു.'' മുഖവുര കൂടാതെ ഞാൻ പറഞ്ഞു.

''പറയൂ സഹോദരീ, കേൾക്കട്ടെ.'' അദ്ദേഹം അക്ഷമനായി. എന്നാൽ സന്ദേശമായി എന്തെങ്കിലും ഉണ്ടോ എന്ന് ചോദിച്ചില്ല. വെറുതെ എന്റെ മുഖത്തേക്ക് നോക്കിയിരുന്നു. ഞാനും കുറച്ചു നേരം കാത്തു. അദ്ദേഹം ഒന്നും ചോദിക്കുകയുണ്ടായില്ല. ചോദിക്കുകയില്ല എന്ന് കുറച്ച് കഴിഞ്ഞപ്പോൾ മനസ്സിലായി.

''വെള്ളക്കാക്കയ്ക്ക് ഭക്ഷണം വേണം.'' ഹാലുക്ക് പറഞ്ഞത് അതേ പടി ഞാൻ ആവർത്തിച്ചു.

''ധിക്കാരി.'' ഉടനെ അദ്ദേഹം പറഞ്ഞു. ''നിങ്ങൾക്ക് ദീർഘായുസ്സുണ്ടാവട്ടെ സഹോദരീ... ആട്ടെ, അത്രയേ പറഞ്ഞുള്ളോ?''

''അതേ, അത്രയേ പറഞ്ഞുള്ളൂ'' ഞാൻ മറുപടി പറഞ്ഞു.

''എന്നാൽ അത് ചെയ്തിരിക്കും.'' അദ്ദേഹം ഉറപ്പ് തന്നു.

''എന്തായാലും അധികനേരം ഇവിടെ നിൽക്കണ്ട. വേഗം പൊയ്ക്കൊള്ളൂ. ഇത് അത്ര നല്ല സ്ഥലമല്ല. നിങ്ങൾക്ക് അപായമൊന്നും സംഭവിക്കാൻ പാടില്ല.''

ഞാൻ കുടിച്ചുകൊണ്ടിരുന്ന ലിൻഡൻ ചായ മുഴുവനാക്കാൻ പോലും അദ്ദേഹം സമ്മതിച്ചില്ല. ഞാൻ വന്ന വഴിയേയല്ല, വേറൊരു വഴിയിലൂടെയാണ് അദ്ദേഹം എന്നെ തിരിച്ചയച്ചത്. ഞാൻ കുറച്ച് നടന്ന് തോട്ടത്തിന്റെ മുകളിലുള്ള പടിയിൽനിന്നും തിരിഞ്ഞു നോക്കി. അദ്ദേഹം ജോലിക്കാരന്റെ തൊപ്പിയെടുത്ത് തലയിൽവെച്ചിരിക്കുന്നു. കടയിൽനിന്നും ഇറങ്ങാനുള്ള പുറപ്പാടാണ്. ഇന്നത്തെ ദിവസം എത്ര മാത്രം ഉദ്വേഗം നിറഞ്ഞതായിരുന്നു.

ഞാൻ വീണ്ടും ഹാലുക്കിനെ കാണാൻ പോയി. അഞ്ച് ലീറും കൊടുത്തു. സംഭവിച്ചതെല്ലാം വിവരിച്ചു.

''നന്നായി. വളരെ നന്ദിയുണ്ട്.'' അയാൾ പറഞ്ഞു. കൂടുതലായൊന്നുമില്ല. ഞാൻ ഹാലിറ്റിന്റെ കാര്യവും സൂചിപ്പിച്ചു.

''നല്ലൊരു മനുഷ്യൻ. ഞങ്ങൾ സുഹൃത്തുക്കളായിരുന്നു.''

ഹാലുക്ക് പറഞ്ഞു. എന്നാലും ആ സ്വരത്തിൽ എന്തോ ഒരു രസമില്ലായ്മ. ഞാൻ പുറത്തേക്കിറങ്ങാൻ തിരിയവേ അയാൾ വിളിച്ചു പറഞ്ഞു.

''ഇനി ഇങ്ങോട്ട് വരണ്ട. ഞാൻ കാരണം നിങ്ങൾക്കെന്തെങ്കിലും...''

''അത് സാരമില്ല.'' ഞാൻ ചിരിച്ചു തള്ളി.

മിറലിന്റെ കുടുംബം പെൻഡിക്കിൽ പുതിയൊരു വീട് വാങ്ങി. അവരെല്ലാം അങ്ങോട്ട് താമസം മാറ്റി.

''ബെദ്രിക്ക് നിന്നോട് വലിയ പ്രേമമാണ്.എപ്പോഴും നിന്നെപ്പറ്റി എന്നോട് ചോദിച്ചുകൊണ്ടിരിക്കും.'' അവൾ പറഞ്ഞു.

ഇന്ന് ഞാൻ എങ്ങും പോയില്ല. വീട്ടിൽതന്നെയിരുന്നു. ശീതകാലത്തെ പരീക്ഷകൾക്കുവേണ്ടി ഒരുക്കങ്ങൾ നടത്താനുണ്ട് എന്നാണ് അമ്മയോട് പറഞ്ഞത്. അമ്മ എന്നെ ഗൗരവത്തിൽ ഒന്ന് നോക്കി. പക്ഷേ ചോദ്യങ്ങളൊന്നും ഉണ്ടായില്ല. ഞാൻ ഹാലിറ്റിന് നീണ്ട ഒരു കത്തെഴുതി. ഹാലുക്കിനെ കണ്ടുവെന്നും അയാൾ നീണ്ട ഒരു തടവുശിക്ഷ അനുഭവിക്കുകയാണെന്നും കത്തിൽ സൂചിപ്പിച്ചു. ഹാലുക്കിനെക്കുറിച്ച് ഹാലിറ്റിന് എന്താണ് പറയാനുള്ളത് എന്നറിയാൻ എനിക്ക് ആകാംക്ഷയുണ്ട്. ഇന്ന് ഞാൻ കുറെയധികം ആലോചിച്ചു. അധികവും ഹാലുക്കിനെക്കുറിച്ച്. അയാൾ ആരാണ്, എന്താണ്, അയാളേയും കൂട്ടുകാരേയും ഞാൻ ഇത്രയധികം വിശ്വസിക്കുന്നത് എന്തുകൊണ്ടാണ്, അവരോട് മാത്രം ഇത്ര വിശ്വാസം തോന്നുന്നത് എന്തിനാണ്, എന്നൊക്കെ. അത് വിശ്വാസം മാത്രമല്ല അതിൽക്കവിഞ്ഞ എന്തോ ഒന്നാണ്. ആദരവ്, ആരാധന...ഞാനാരാണ്? ഞാനെന്താണ് ചെയ്യുന്നത്? അവരെന്താണ് ചെയ്യുന്നത്? ''വെള്ളക്കാക്കയ്ക്ക് ആഹാരം വേണം.'' കാര്യമെന്താണെന്ന് ശരിക്കും മനസ്സിലാക്കാതെയാണ് ഞാൻ അവരെ സഹായിക്കുന്നത്. അച്ഛനും അമ്മയും ഇതറിഞ്ഞാൽ ഞാൻ എന്താണ് ചെയ്യുക? ഇക്കൂട്ടർക്ക് മോസ്കോയുമായി എന്തെങ്കിലും ബന്ധമുണ്ടോ? അതിന് സാദ്ധ്യതയില്ല. മോസ്കോ ബന്ധം നിശ്ചയമായും അത് ഒരു ഭാവനാ സൃഷ്ടിയായിരിക്കും. അവർ യഥാർത്ഥത്തിൽ ആരാണ്? ആരായാലും അവർ എന്നിൽനിന്നും പ്രതീക്ഷിക്കുന്നത് ഞാൻ ചെയ്തിരിക്കും. ഞാൻ അവരിലൊരാളാകും. ഞങ്ങൾക്കനുകൂലമായതെന്തും പഴയ തലമുറയിൽനിന്ന് വ്യത്യസ്തമായിരിക്കും. ഞങ്ങളുടെ അമ്മമാരിൽനിന്നും.

കെവ്സറും ഞാനും ഇന്നലെ ഒരു സിനിമ കാണാൻ പോയി. 'വിവാസാപ്പറ്റ.' വളരെ നല്ല സിനിമ. കെവ്സർ ഒരു വിചിത്രസ്വഭാവക്കാരിയാണ്. നല്ല ഒതുക്കമുള്ള കുട്ടി. അതേസമയം പൊങ്ങച്ചക്കാരിയും. അവൾ ഇസ്മീറിൽ നിന്നാണ്. അവിടെ അവളുടെ അച്ഛന് തുണിയുണ്ടാക്കുന്ന ഒരു ഫാക്ടറിയുണ്ട്. ജീവിതത്തെപ്പറ്റിയുള്ള അവളുടെ കാഴ്ചപ്പാടുകൾ അവളെന്നോട് പറഞ്ഞു. ഷെറീഫിനെ പാട്ടിലാക്കാൻ പറ്റിയാൽ തീർച്ചയായും അവനെ വിവാഹം ചെയ്യും. ഇസ്മീറിൽ സ്ഥിരതാമസമാക്കും. കാർഷിയാക്കയിൽ അവളുടെ അച്ഛൻ അവൾക്കുവേണ്ടി ഒരു വീട് പണിതിരിക്കുന്നു. അവളുടെ പേരിലാണ് അതിന്റെ പ്രമാണം. കാരണം അവൾക്കുള്ളത് രണ്ടാനമ്മയാണ്. ''അച്ഛന് അവരെ അത്ര വിശ്വാസം പോരാ. എന്തായാലും അച്ഛന്റെ കമ്പനിയിൽ ഷെറീഫിന്

ജോലി കൊടുക്കും. പിന്നെ രണ്ടാനമ്മയുടെ സൂത്രങ്ങളൊന്നും ഫലിക്കില്ല. പണവും വസ്തുവഹകളും കൈക്കലാക്കാനാണ് ആ സ്ത്രീയുടെ പുറപ്പാട്.'' കെവ്സർ അത്രയും ഉറപ്പിച്ച് പറയുന്നതു കേട്ട് ഞാൻ അദ്ഭുതപ്പെട്ടു. കാര്യങ്ങളെല്ലാം അവൾ ഇത്രത്തോളം മനസ്സിലാക്കിയിരിക്കുന്നുവോ? എനിക്കറിഞ്ഞുകൂടാ. ഒരുപക്ഷേ അങ്ങനെയൊരു സാഹചര്യത്തിൽ ഞാനായാലും ഇത്തരം കാര്യങ്ങൾ മനസ്സിലാക്കിവെച്ചേനേ. റൊട്ടിയുടെ ഏത് ഭാഗത്താണ് വെണ്ണ പുരട്ടിയിരിക്കുന്നതെന്ന്, സിനിമ കണ്ടതിനുശേഷം ലാംബോവിന്റെ കടയിൽ കയറി. അവൾക്ക് അവിടെ പോകാൻ വളരെ ഇഷ്ടമാണ്.

''പക്ഷേ ഷെരീഫിനോട് പറയരുത്.''

അവൾ എനിക്ക് താക്കീത് നല്കി.

''ഇല്ല, പറയില്ല.''

ഞാൻ തല കുലുക്കി. അന്നും ഹാലിറ്റിന്റെ മറുപടി വന്നില്ല.

ഇന്നു രാവിലെ ഞാൻ സ്കൂളിലേക്ക് പോകാനിറങ്ങവേ ഒരു ചെറുപ്പക്കാരൻ എന്റെ വഴി തടഞ്ഞു. അതൊരു പൊലീസുകാരനായിരുന്നു.

''എനിക്ക് പൊലീസുകാരുമായി ഇടപാടൊന്നുമില്ല.''ഞാൻ കനപ്പിച്ചു പറഞ്ഞു.

''ഉണ്ടാകും. ഒരു മണിക്കൂർ നേരത്തേക്ക്.''

അയാൾ ഉടനെ പറഞ്ഞു. ഒഴിഞ്ഞു മാറാനാകുമായിരുന്നില്ല. അയാൾ എന്നെ കൂടെ കൊണ്ടുപോകാൻ ഉറപ്പിച്ചുതന്നെ വന്നതായിരുന്നു. ഇങ്ങനെയൊരു സാഹചര്യത്തിൽ എങ്ങനെയാണ് പെരുമാറേണ്ടതെന്ന് എനിക്കറിയില്ലായിരുന്നു. കാര്യം നേരത്തെ അറിഞ്ഞിരിക്കേണ്ടതായിരുന്നു. എന്തൊരു മണ്ടിയാണ് ഞാൻ. പൊലീസുകാരനോട് സംസാരിക്കാനും പുറകെ പോകാനുമൊക്കെ ഒരു രീതി ഉണ്ടായിരിക്കാം. എന്തായാലും ഞാൻ അയാളോടൊപ്പം നടന്നു. ഞാൻ എന്നെത്തന്നെ സമാധാനിപ്പിച്ചു.

''കൂടെ പൊയ്ക്കോളൂ. പേടിക്കേണ്ട. തെറ്റൊന്നും ചെയ്തിട്ടില്ലല്ലോ. ഈ നശിച്ച സാമൂഹികവ്യവസ്ഥിതിയെ തകർത്തു കളയാനുള്ള ആദ്യത്തെ ചുവട് നീ വെച്ചു. അതാണ് ചെയ്തത്. തീർച്ചയായും അത് ശരിയുമാണ്. എനിക്ക് പൊലീസിനെ പേടിയില്ല. അമ്മയെ മാത്രമാണ് പേടി. വീടിനെയാണ്. അവരെങ്ങാനും ഇതറിഞ്ഞാൽ... കഴിഞ്ഞു.''

ഞങ്ങൾ ഒരു കെട്ടിടത്തിലെത്തി. കോണിപ്പടികൾ കയറി മുകളിലെ മുറിയിലെത്തി. ഒരു ഡസ്കിനു പുറകിലായി തുടുത്ത മുഖമുള്ള ഒരാൾ. നാല്പ്പതോ അമ്പതോ പ്രായം തോന്നിക്കുന്ന ഒരാൾ.

''സർ, ഞാൻ അവരെ കൊണ്ടുവന്നിട്ടുണ്ട്.'' എന്നെ കൂട്ടിക്കൊണ്ടുവന്ന പൊലീസുകാരൻ അറിയിച്ചു. അയാൾ ആ ക്ഷണം പുറത്തേക്ക് പോയി. ഡെസ്കിന്റെ പുറകിലിരുന്ന ആൾ എന്നെ നല്ലപോലെ നോക്കി.

''എന്നെ വിളിപ്പിച്ചു എന്നറിഞ്ഞു. കാരണം എന്താണെന്നറിഞ്ഞാൽ കൊള്ളാം.''

ബദ്ധപ്പെട്ടുള്ള നടത്തംകൊണ്ട് ഞാൻ ആകെ വിയർത്തിരുന്നു. അയാൾ എന്റെ പേരും അച്ഛനമ്മമാരുടെ പേരും തിരക്കി. ഏത് സ്കൂളിലാണ് പഠിക്കുന്നതെന്ന് ചോദിച്ചു. എല്ലാം എഴുതിയെടുത്തു. പിന്നെ പെട്ടെന്ന് എഴുന്നേറ്റ് നിന്ന് ചോദിച്ചു.

''നിനക്ക് നാണമില്ലേ?''

''ഞാനെന്തിന് നാണിക്കണം?''

''വെറുതെ കളിക്കേണ്ട. കാര്യം തുറന്ന് പറഞ്ഞോളൂ.''അതൊരു ശാസനയായിരുന്നു.

''നിനക്കും ആ നായ സാലിഹും തമ്മിൽ എന്താണ് ബന്ധം?''

''സാലിഹ് എന്നു പേരുള്ള ഒരാളേയും എനിക്കറിയില്ല.''

ഞാൻ പേടിക്കാതെ പറഞ്ഞു.

പക്ഷേ ഞാൻ ഒമർ ജ്യേഷ്ഠനെ കാണാൻ പോയ കാര്യം തനിക്കറിയാമെന്ന് അയാൾ പറഞ്ഞു. അയാളുടെ ശരിയായ പേര് സാലിഹ് എന്നാണ്.

''മിണ്ടാതെ നിന്നിട്ട് കാര്യമില്ല. വേഗം പറഞ്ഞോളൂ.'' അയാൾ തിരക്ക് കൂട്ടി.

ഞാൻ പറഞ്ഞു.

''അങ്ങനെ വിസ്തരിക്കാൻ തക്കവണ്ണം ഒന്നും ഇല്ല. ഹാലുക്കിനെ അറിയാം. അയാൾ ജയിലിലാണെന്ന് കേട്ടപ്പോൾ കാണാൻ പോയി. മനുഷ്യൻ എന്ന നിലയ്ക്കുള്ള കടമ. അല്ലാതെ ഒന്നുമില്ല. അതു കഴിഞ്ഞ് ഒമർ ജ്യേഷ്ഠനെ കാണാൻ പോയി. ഹാലുക്കിന് ബുദ്ധിമുട്ടൊന്നുമില്ലെന്ന് അറിയിക്കാൻ.''

''വിഡ്ഢിപ്പെണ്ണ്.''അയാൾ എന്റെ അടുത്തേക്ക് വന്ന് പറഞ്ഞു അയാൾക്കാണ് വിഡ്ഢിമുഖമുള്ളത് എന്നെനിക്ക് തോന്നി.

''നിന്നേക്കാൾ എത്രയോ മുമ്പ് ജനിച്ചവനാണ് ഞാൻ. ആരെയാണ് നീ വിഡ്ഢിയാക്കാൻ ശ്രമിച്ചുകൊണ്ടിരിക്കുന്നത്? നിന്റെ മുഖത്തെ ഈ മിടുക്ക് ഒരു നിമിഷംകൊണ്ട് ഞാൻ തുടച്ച് മാറ്റും.''

അയാൾ തുടരെത്തുടരെ എന്നെ ഭീഷണിപ്പെടുത്തി ഭയപ്പെടുത്താൻ ശ്രമിച്ചു. ഇടതടവില്ലാതെ എന്റെ മേൽ വന്നുവീണ ശകാരങ്ങളും താക്കീതുകളും. കുറെ കഴിഞ്ഞപ്പോൾ പിന്നെ ഒന്നും കേൾക്കാതായി. ഇനി എന്താണ് ചെയ്യേണ്ടതെന്നതിനെക്കുറിച്ച് മാത്രമായി എന്റെ ചിന്ത. തല്ലും തൊഴിയുമില്ല വാസ്തവത്തിൽ ഞാൻ ഭയപ്പെട്ടത്. അയാൾ എന്നെ തള്ളി താഴെയിട്ടാലോ... അതിക്രമം വല്ലതും കാണിച്ചാലോ... ആ മൃഗീയതയ്ക്കിടയിൽ അമ്മ എപ്പോഴും അമൂല്യമായി വാഴ്ത്തിക്കൊണ്ടിരിക്കുന്ന

ആ ചർമ്മത്തിന് എന്തെങ്കിലും സംഭവിച്ചാലോ... അതും ഇങ്ങനെയൊരു സ്ഥലത്തെത്ത് വെച്ച്? ഈ പൊലീസുകാരൻമൂലം വെറും മരത്തറയിൽ കിടന്ന്...എന്തായാലും ഒരു കാര്യം ഞാൻ ഉറപ്പിച്ചു. കുഴപ്പമൊന്നും കൂടാതെ ഇതിനകത്ത് നിന്ന് പുറത്ത് കടക്കാനായാൽ മര്യാദ ക്കാരനായ ഒരു പുരുഷനെ ഞാൻ കണ്ടുപിടിക്കും. എന്റെ ശരീരത്തിൽ നിന്നും അസംബന്ധത്തിന്റെ ആ തുണ്ട് നീക്കം ചെയ്യിക്കും. അതല്ല എങ്കിൽ അസുഖകരമായ ഒരു സംഗതിയായി, അതെന്നെ എപ്പോഴും അലട്ടിക്കൊണ്ടിരിക്കും. അഹമ്മദ് ആയാലും മതി. പെട്ടെന്ന് വന്ന ചിരി പാടുപെട്ട് ഞാൻ ഒതുക്കി. അയാളുടെ നേരെ നോക്കി. അപ്പോഴും അയാൾ ശകാരം നിർത്തിയിരുന്നില്ല. വായയുടെ അറ്റങ്ങളിൽ തുപ്പ ലിന്റെ പത. അയാളുടെ പെരുമാറ്റത്തിൽ എന്തോ ഒരു നാട്യമുള്ളതു പോലെ തോന്നി. തന്റെ അധികാരവും കരുത്തും എന്റെ നേരെ പ്രദർശി പ്പിക്കുന്നതുപോലെ. പൊടുന്നനെ എന്റെ മുഖത്ത് ശക്തമായ ഒരു പ്രഹരം. ഞാൻ ഉറക്കെ നിലവിളിച്ചു. അതുകേട്ട് ഞാൻ തന്നെ ഞെട്ടി. അയാൾ രണ്ടടി പുറകോട്ട് മാറി. വാസ്തവത്തിൽ അത്ര വേദന തോന്നി യില്ല. പ്രതീക്ഷിക്കാത്തത് സംഭവിച്ചതിന്റെ ഞെട്ടലിലാണ് നിലവിളി ച്ചത്.

''എന്നെ തല്ലാൻ നിങ്ങൾക്കവകാശമില്ല.'' ഞാൻ ഒച്ചവെച്ചു.

''മണ്ടീ...'' അയാൾ എന്നെ നോക്കി ഇളിച്ചു.

മുറിയുടെ വാതിൽ തുറന്ന് ഒരു ചെറുപ്പക്കാരൻ അകത്തേക്ക് വന്നു. എന്നെ ചോദ്യം ചെയ്ത ആൾ പെട്ടെന്ന് ആദരവോടെ ജാഗ്രതയിൽ നിന്നു. പുതിയ ആളും എന്റെ വിവരങ്ങളെല്ലാം ചോദിച്ചു.

''നിങ്ങൾ ഒരു ചെറുപ്പക്കാരിയാണ്. പഠിത്തത്തിൽ മാത്രം ശ്രദ്ധിച്ച ച്ചാൽ മതി. ഈ വക കാര്യങ്ങളിൽ ചെന്ന് ചാടരുത് എന്ന് മാത്രമാണ് എനിക്ക് പറയാനുള്ളത്. ഞാൻ നിയമബിരുദം പഠിച്ചിട്ടുള്ള ആളാണ്. അനുഭവപരിചയവും വേണ്ടുവോളമുണ്ട്. പ്രത്യേകിച്ചും ഇതുപോലുള്ള കാര്യങ്ങളിൽ.''

''അങ്ങനെയെങ്കിൽ...''

ചോരയൊലിക്കുന്ന എന്റെ പല്ല് അയാൾക്ക് ഞാൻ കാണിച്ചു കൊടുത്തു. എന്നിട്ട് പറഞ്ഞു.

''ഒരു കാരണവുമില്ലാതെ ആളുകളെ തല്ലാൻ പാടില്ല എന്നും നിങ്ങൾക്ക് അറിയാമായിരിക്കുമല്ലോ. ഇതിന് ഉത്തരവാദി നിങ്ങളാ കുന്നു.''

മാറി നിൽക്കുന്ന പൊലീസുകാരന്റെ നേരെ ദ്വേഷ്യത്തിൽ നോക്കു ന്നതായി അദ്ദേഹം നടിച്ചു. പിന്നെ തിരിഞ്ഞ് എന്നോടായി പറഞ്ഞു

''ആ കമ്മ്യൂണിസ്റ്റുകാരിൽനിന്നും അകന്ന് നിന്നോളൂ. ഇനി യൊരിക്കൽക്കൂടി ഇവിടെ വരാനിടയാകരുത്. അവർ വിചാരിച്ചാൽ

നിങ്ങളേയും നിങ്ങളുടെ കുടുംബത്തേയും അമ്പേ നശിപ്പിക്കാനാവും. കുഴപ്പത്തിൽ അവർ നിങ്ങളെയുമെത്തിക്കും.''

അദ്ദേഹം എഴുന്നേറ്റു. എന്നോട് യാത്ര പറഞ്ഞു. തെരുവിലിറങ്ങിയതും ഞാൻ പേഴ്സിൽനിന്നും ചെറിയ കണ്ണാടി എടുത്ത് മുഖം നോക്കി. ചുണ്ട് നല്ലപോലെ വീർത്തിട്ടുണ്ട്. പല്ലിൽനിന്നും അപ്പോഴും കുറേശ്ശേ ചോരയൊലിക്കുന്നുമുണ്ട്. കവിളിന്റെ പകുതിയും വായയുടെ അറ്റവും ചുവന്ന് വീർത്തിരുന്നു. കഴുതകൾ, കൂട്ടിക്കൊടുപ്പുകാർ, നായിന്റെ മക്കൾ. ഞാൻ അവരെ മനസ്സിൽ ആവോളം ശകാരിച്ചുകൊണ്ടിരുന്നു. യൂണിവേഴ്സിറ്റിയിലേക്ക് പോകുംവഴി അറിയാവുന്ന തെറിവാക്കുകളെല്ലാം ഉരുവിട്ടു. കാന്റീനിൻ ആരും ഉണ്ടായിരുന്നില്ല. ഞാൻ മുകളിലെ നിലയിലുള്ള ടാൻപിനാറിന്റെ ക്ലാസ്സിലേക്ക് പോയി. കഴിഞ്ഞ കുറെ ക്ലാസ്സുകളിലായി അദ്ദേഹം യാഹ്യ കെമാലിന്റെ കവിതകളെക്കുറിച്ചാണ് പഠിപ്പിച്ചുകൊണ്ടിരുന്നത്.

കഴിഞ്ഞ രാത്രിയിലെ നിന്റെ ആഘോഷങ്ങൾ
അത്യന്തം ഉല്ലാസഭരിതമായിരുന്നു
നിന്റെ വീണയുടെ നാദം ഉൾക്കടലിനുമീതെ
ഒഴുകിക്കൊണ്ടിരുന്നു.
പ്രഭാതമായപ്പോൾ പാട്ടുകളുടെ സ്വരം നേർത്തു.
വെള്ളം ചാരനിറത്തിലായി
അപ്പോൾ പ്രിയപ്പെവളേ,
എന്റെ കളിവഞ്ചി കൈവിട്ട് എങ്ങോ പോയി.

നിന്റെ കളിവഞ്ചി കൈവിട്ട് ഒഴുകിപ്പോയി. ഇനി അവൾ എന്തു ചെയ്യാനാണ്? നിന്റെ കൈകളിലേക്ക് വന്നു വീഴണോ? അല്ലെങ്കിലും ആ കളിവഞ്ചി ആരുടെ വകയായിരുന്നു? നിന്റേയോ? അങ്ങനെയെങ്കിൽ നീ അതിന് എന്തു വില കൊടുത്തു? ആ പണം എവിടെനിന്ന് സമ്പാദിച്ചു? ആരാണ് നിനക്കുവേണ്ടി ആ വഞ്ചി തുഴഞ്ഞത്? നിന്റെ പ്രിയതമയുടെ അവസ്ഥ എന്തായിരുന്നു? അവൾ ആരുടെ മകളായിരുന്നു? അവൾ സുന്ദരിയും ധനികയുമായിരുന്നുവോ?

ഹാലിറ്റിന്റെ കത്ത്. ഹാലുക്കിനെ അയാൾക്ക് നന്നായി അറിയാമത്രെ. ഒരേസമയത്താണ് അവർ രണ്ടുപേരും ചോദ്യം ചെയ്യപ്പെട്ടത്. ''അയാളിൽനിന്ന് അകന്ന് നിൽക്കണം.'' ഹാലിറ്റ് എഴുതി. നേരിൽ കാണുമ്പോൾ ഹാലിറ്റിനെപ്പറ്റി എല്ലാ വിവരങ്ങളും പറയാം. പിന്നെ രക്ഷപ്പെടാനുള്ള മാർഗങ്ങൾ. ഒരു കവിതയും.

എല്ലാവരും എല്ലാവരേയും ഉറ്റുനോക്കിക്കൊണ്ടിരിക്കുന്നു. എല്ലായിടത്തും അതാണ് സ്ഥിതി. ഡെസ്കിൽ, അദ്ധ്യാപകർ, ക്ലാസ്സ്മുറിയിൽ, സുഹൃത്തുക്കൾ, എല്ലാവരും നിങ്ങളെത്തന്നെ നോക്കുന്നു. എന്നാൽ

ഉള്ളിൽ എന്താണ് സംഭവിക്കുന്നത്? അവർ നിങ്ങളെ നോക്കുന്നു. നിങ്ങൾ അവരെ നോക്കുന്നു.

ബെദ്രിയുടെ ഒരു കത്ത് മിറൽ ഇന്ന് എന്റെ കൈയിൽ തന്നു. അവൾ എന്റെ വീട്ടിൽ വന്നിരുന്നു. കഴിഞ്ഞ മൂന്ന് കൊല്ലമായി പറഞ്ഞുകൊണ്ടിരിക്കുന്നതുതന്നെയാണ് അയാൾ ഇപ്പോഴും പറയുന്നത്.

''നമുക്ക് സംസാരിക്കാം.''

എന്തിനെക്കുറിച്ച്?

മിറൽ സന്തോഷവതിയാണ്. ഓരോ ദിവസവും ക്ലാസ്സ് കഴിഞ്ഞാൽ അവൾ നിജാത്തിന്റെ അടുത്തേക്കോടും. അവർ തമ്മിൽ എല്ലാ ദിവസവും കാണുന്നുണ്ട്. രണ്ടുപേരും സംതൃപ്തർ. ഇനിയൊരാൾ വേണ്ട. അങ്ങനെയൊരു പെണ്ണായി ജീവിക്കാൻ എനിക്ക് പറ്റുമെന്ന് തോന്നുന്നില്ല.

കെവ്സറും എയ്ടെനും ഞാനും ഇന്നു മനസ്സ് തുറന്ന് സംസാരിച്ചു. കെവ്സർ പതിവുപോലെ പരിഷ്കാരിയും മിടുക്കിയുമായി. അവൾ വസ്ത്രങ്ങൾക്കുവേണ്ടി എത്ര പണമാണ് ചെലവാക്കുന്നത്. എന്റെ കാര്യം...ആണ്ടിൽ രണ്ട് ജോടി ഷൂസുകൾ വാങ്ങുന്നുണ്ടാവും. അത്രമാത്രം. അവളാണെങ്കിൽ എല്ലാ നിറത്തിലും തരത്തിലുമുള്ളത് വാങ്ങിക്കൊണ്ടിരിക്കും. ഷെരീഫ് നിയമവിദ്യാർത്ഥിയാണ്. അവസാനവർഷം. ബിരുദം നേടിയാലുടൻ അവർ തമ്മിലുള്ള വിവാഹനിശ്ചയം നടക്കും. ഷെരീഫിന്റെ അച്ഛൻ ഒരു ഇടത്തരം സർക്കാർ ഉദ്യോഗസ്ഥനാണ്. ഷെരീഫ് നിയമത്തിന്റെ വഴിയിലൂടെ പോകാനാണ് നിശ്ചയിച്ചിട്ടുള്ളത്. അയാൾ കെവ്സറിന്റെ അച്ഛന്റെ സ്ഥാപനത്തിന്റെ പ്രതിനിധിയാകും. അവൾ അടുത്ത വർഷം അവസാനത്തോടെ കോളെജ് പഠിത്തം ഉപേക്ഷിക്കുമെന്നാണ് പറയുന്നത്.

''ഇപ്പോൾ പഠിത്തം ഉപേക്ഷിച്ചാൽ ഷെരീഫിനെ കടത്താൻ അവസരം കിട്ടില്ല. അപ്പോൾ വേറെ വല്ലവരും അയാളുടെ പുറകിൽ കൂടും.''

എയ്ടെന് പുതിയൊരു കൂട്ടുകാരനെ കിട്ടിയിട്ടുണ്ട്.ഏതോ 'ചായ'ക്കടയിൽ പരിചയപ്പെട്ട ഒരാൾ.

ഞാനിപ്പോൾ 'കുറ്റവും ശിക്ഷയും 'വായിച്ചുകൊണ്ടിരിക്കുകയാണ്. ഓരോ കഥാപാത്രവും ഗംഭീരംതന്നെ. ഒരു മുന്നറിയിപ്പുമില്ലാതെ ബെദ്രി പ്രത്യക്ഷപ്പെട്ടു.

''നമുക്ക് എവിടെയെങ്കിലും സ്വൈരമായിരുന്ന് സംസാരിക്കാം.''

അയാൾ ക്ഷണിച്ചു. എന്നാൽ ഞാൻ കൂടെ പോയില്ല. അയാൾ എന്നെ നോക്കുന്ന രീതിപോലും എനിക്ക് സഹിക്കാനാവുന്നില്ല. എന്നെ നഗ്നയായി കാണുകയാണെന്ന മട്ടിലാണ് അയാളുടെ നോട്ടം. കെവ്സർ

ഇന്ന് ക്ലാസ്സിൽ വന്നില്ല. പതിവുപോലെ ഷെരീഫ് വന്നു. അയാളെ കണ്ടതും അയാൾ ഭ്രാന്ത് പിടിച്ചതുപോലെയായി.

കെവ്സർ വീണ്ടും ക്ലാസ്സിൽ വന്നില്ല. ഷെരീഫ് വളരെ നേരം കാത്തു നിന്നു. പിന്നെ നിരാശനായി സ്ഥലം വിട്ടു. ഞാൻ കെവ്സർ താമസിക്കുന്ന ഹോസ്റ്റലിൽ ചെന്നന്വേഷിച്ചു. അവൾക്ക് ന്യുമോണിയ ആണ്. അതുകൊണ്ട് ഷിഷ്ലിയിൽ താമസിക്കുന്ന ഒരു അമ്മായിയുടെ വീട്ടിലേക്ക് പോയി. ഞാൻ അവിടെ ചെന്ന് അവളെ കണ്ടു. അവളെ കൂട്ടിക്കൊണ്ടു ചെല്ലാൻ അച്ഛൻ ആളെ അയച്ചിട്ടുണ്ട്. ഷെറീഫിന് കൊടുക്കാനായി കെവ്സർ ഒരു കത്തെഴുതി എന്നെ ഏൽപ്പിച്ചു.

ഇന്ന് ക്ലാസ്സ് കഴിഞ്ഞ് ഞാനും എയ്ടെനും കൂടി ഒരു സിനിമയ്ക്ക് പോയി. 'ഷോപ്പിന്റെ' ജീവിതത്തെ സംബന്ധിക്കുന്ന ഒരു സിനിമ. ജോർജ്ജ് സാൻഡിന്റെ അഭിനയം അതിശയകരം തന്നെ. പറയാതെ വയ്യ. ഇന്നും അമ്മ എന്നെ എതിരേറ്റത് ശകാരവർഷത്തോടെയാണ്. ഞാൻ അവരോട് പറഞ്ഞു.

''ഭാഷാപരമായ പഠനക്ലാസ്സുകളിലേക്കാണ് ഞാൻ പോയിരുന്നത്.''

അത് അവർ വിശ്വസിച്ചിരുന്നില്ല.

''അത് ഒരു കോളെജല്ല, വേശ്യാലയമാണ്.''

അവർ ഒച്ചയിട്ടു. അവർ പിന്നെയും ശകാരം തുടർന്നു. അച്ഛൻ വീട്ടിലെത്താനുള്ള സമയമായപ്പോൾ 'അയ്യോ, എന്റെ ഹൃദയം' എന്ന് മോങ്ങിക്കൊണ്ട് അവർ മെത്തയിൽ ചെന്നുവീണു. എന്തൊരു സ്വഭാവമാണിത്? ഞാൻ എന്തെങ്കിലും അരുതാത്തത് ചെയ്തു എന്ന് അവർ ശരിക്കും വിശ്വസിക്കുന്നുണ്ടോ? എന്തായാലും അച്ഛനോട് ഇങ്ങനെയൊന്നും പറഞ്ഞിട്ടില്ല. അച്ഛൻ എന്നെ ദ്വേഷ്യപ്പെടാനായി കാത്തിരുന്നു. എന്നാൽ അങ്ങനെയൊന്നും ഉണ്ടായില്ല. വൈകിയാണ് ഞാൻ വീട്ടിൽ വന്നത് എന്നുപോലും അമ്മ അച്ഛനോട് പറഞ്ഞില്ല. എന്തൊക്കെ പറഞ്ഞാലും അച്ഛൻ ഒരു ശുദ്ധനാണ്. അമ്മയ്ക്ക് ശരിക്കും സുഖമില്ലെന്ന് അദ്ദേഹം വിചാരിച്ചു. രാത്രി മുഴുവൻ വേവലാതിയോടെ ആ കട്ടിലിന് ചുറ്റും കിടന്നോടി. അമ്മയ്ക്ക് ചൂട് അധികമുണ്ടോ എന്ന് നോക്കി. നാഡിമിടിപ്പ് പരിശോധിച്ചു. അമ്മയ്ക്കു വേണ്ടി അത്താഴം പാകം ചെയ്തു. കൈ പിടിച്ച് കട്ടിലിൽ കിടത്തി. അമ്മയ്ക്ക് ഒരു കുഴപ്പവുമുണ്ടായിരുന്നില്ല. എല്ലാം സാധാരണനിലയിലായിരുന്നു. നിന്റെ പെരുമാറ്റം എന്നെ ഈ നിലയിലെത്തിക്കും കണ്ടോളൂ, എന്ന് അവർ എന്നെ പരോക്ഷമായി അറിയിക്കുകയായിരുന്നു. അതോസമയം അച്ഛന്റെ ദൗർബല്യം അമ്മ ഉപയോഗപ്പെടുത്തുകയായിരുന്നു. അത്താഴത്തിനു ശേഷം അമ്മ എന്നോട് പറഞ്ഞു, അവർക്ക് രണ്ടുപേർക്കും കാപ്പി ഉണ്ടാക്കിക്കൊടുക്കുവാൻ. ഞാൻ കാപ്പി ഉണ്ടാക്കിക്കൊടുത്തു. പാത്രം കഴുകി. അടുക്കള വെടുപ്പാക്കി. 'കുറ്റവും ശിക്ഷയും'കൊണ്ട് ഞാൻ എന്റെ മുറിയിലേക്ക് പോയി. അച്ഛൻ നാളെ പോവുകയാണ്.

'കുറ്റവും ശിക്ഷയും'

അമ്മ എന്റെ കൈയിൽനിന്ന് 'കുറ്റവും ശിക്ഷയും' ബലമായി പിടിച്ചു വാങ്ങി. നേരെ അടുപ്പിലേക്കിട്ടു.

''നിന്റെ തോന്ന്യാസങ്ങളൊക്കെ അദ്ദേഹത്തിൽനിന്നും മറച്ചു പിടിക്കുമോ എന്ന് നീ വിചാരിച്ചുവോ? നിനക്ക് തെറ്റി. നീ നുണ പറയുന്നുണ്ടെന്നും നോവലുകൾ വായിക്കുന്നുണ്ടെന്നും ഞാൻ നിന്റെ അച്ഛനോട് പറയുവാൻ പോകുകയാണ്. ''

അമ്മ ഭീഷണി മുഴക്കി.

''പറഞ്ഞോളൂ. അതിനെന്താ?''

ഞാൻ അമ്മയെ വെല്ലുവിളിച്ചു. അതും പറഞ്ഞ് പുറത്തേക്കിറങ്ങി. അമ്മ അപ്പോഴും പുറകിൽനിന്ന് എന്നെ ശകാരിച്ചുകൊണ്ടിരുന്നു.

ഇന്ന് സംഗതികളൊക്കെ കുഴപ്പത്തിലായിരുന്നു. ഷെരീഫ് കോളെജിൽ വന്നു. കെവ്സറിനെപ്പറ്റി ചോദിച്ചു.

''അവൾക്ക് കുറച്ച് കുറവുണ്ട്. ''ഞാൻ പറഞ്ഞു.

''സുഖമായാലുടൻ തിരിച്ചു വരും. ദാ, ഈ കത്ത് നിങ്ങൾക്ക് തരാനായി ഏൽപ്പിച്ചതാണ്.

''ആയിക്കോട്ടെ.''

അയാൾ കത്ത് കീശയിലിട്ടു. ഞങ്ങൾ തോട്ടത്തിലായിരുന്നു. അവിടെ വെച്ച് തികച്ചും ഓർക്കാപ്പുറത്ത് അയാൾ പറഞ്ഞു അയാൾക്കെന്നോട് പ്രേമമാണെന്ന്.

''കുറെ നാൾ കെവ്സറിനെ കാണാതിരുന്നപ്പോഴാണ് ആ കടുത്ത സത്യം ഞാൻ മനസ്സിലാക്കിയത്.''

കുറ്റസമ്മതം പോലെയാണ് അയാൾ അത് പറഞ്ഞത്.

''ഇപ്പോൾ ഇത് എന്നോട് പറഞ്ഞതുകൊണ്ട് എന്താണ് നിങ്ങൾക്ക് പ്രയോജനം?''

''ഒരു പ്രയോജനവുമില്ല. പറയണമെന്ന് വിചാരിച്ചതുമല്ല.'' അയാൾ ഒച്ചയൊതുക്കി പറഞ്ഞു. ''എന്നാലും പറയാതെ വയ്യെന്ന് തോന്നി.''

''ശരി...നിങ്ങളെന്നോടൊന്നും പറഞ്ഞിട്ടില്ല. ഞാനൊട്ട് കേട്ടിട്ടുമില്ല.'' ഒരു ഭാവഭേദവുമില്ലാതെ ഞാൻ പ്രതികരിച്ചു.

''പറയാൻ പാടില്ലായിരുന്നു. എനിക്കറിയാം. എന്നാൽ പറയാതിരുന്നാൽ ഭ്രാന്ത് പിടിച്ചേനേ.''

അയാൾ സത്യസന്ധമായി പറഞ്ഞു. എന്നിട്ടും എനിക്ക് തോന്നി ഇതൊരു നാട്യമാണെന്ന്. ഇതിൽ വല്ല ആത്മാർത്ഥതയുമുണ്ടോയെന്ന്...

''ആട്ടെ, നിങ്ങൾക്ക് പ്രണയം തോന്നാൻ മാത്രം എന്ത് പ്രത്യേക തയാണ് എന്നിലുള്ളത്?'' ഞാൻ ചോദിച്ചു.

''അതെന്തിനാണ് നിങ്ങൾ അറിയുന്നത്? അറിയുന്നതുകൊണ്ടുള്ള ഗുണമെന്താണ്?''

തെല്ല് സങ്കോചത്തോടെയാണ് അയാൾ അത് പറഞ്ഞത്.

''ഞാൻ ഭിക്ഷ യാചിക്കുകയില്ല.''

ആ പറഞ്ഞത് എനിക്ക് രസിച്ചു. പുതിയ ഒരു ആശയം. എനിക്ക് താത്പര്യം തോന്നി. അൽപ്പം ശങ്കിച്ചാണെങ്കിലും ഞാൻ പറഞ്ഞു.

''വേണമെങ്കിൽ ഇനിയുള്ള ക്ലാസ്സുകൾ ഞാൻ വേണ്ടെന്ന് വെക്കാം. എവിടെയെങ്കിലും ഇരുന്ന് സ്വൈരമായി ഇരുന്ന് സംസാരിക്കാം.''

എന്തുകൊണ്ടാണാവോ, അയാളെ ഞാൻ കൂട്ടിക്കൊണ്ടുപോയത് ലാംബോവിന്റെ കടയിലേക്കാണ്. ഞങ്ങൾ കുറച്ച് വീഞ്ഞ് കുടിച്ചു. ലജ്ജകൊണ്ടാണാവോ അയാൾ മുഖം കനപ്പിച്ചാണ് ഇരുന്നിരുന്നത്.

''നമുക്ക് വേറെ എവിടെയെങ്കിലും പോയാലോ?'' അയാൾ ചോദിച്ചു.

ലാംബോവിന്റെ കടയിലെ ബിൽ ഞങ്ങൾ പങ്കു വെച്ചു. റോഡ് മുറിച്ച് കടന്ന് നേരെ എതിരെയുള്ള കാപ്പിക്കടയിലേക്ക് പോയി. ഞങ്ങൾ ഇരുന്നതും അയാൾ പറയാൻ തുടങ്ങി.

''അസാദ്ധ്യമാണെന്നറിയാം. ഒരുപക്ഷേ സദാചാരവിരുദ്ധവും. ഞാനെന്തു ചെയ്യാൻ? ഞാൻ സ്നേഹിക്കുന്നത് നിന്നെയാണ്. അവളെയല്ല, ദിവസങ്ങളായി ഞാൻ പിന്തുടരുന്നത് നിന്നെയാണ്. ഒരു ക്ലാസ്സിൽ നിന്നും മറ്റൊന്നിലേക്ക്, നീ പോലുമറിയാതെ... എനിക്ക് കെവ്സറിൽ ഒരു താത്പര്യവുമില്ല.''

അപ്പോഴും ഞാൻ അദ്ഭുതപ്പെടുകയായിരുന്നു. അയാളെ ആകർഷിക്കത്തക്കവിധം എന്താണ് എന്നിലുള്ളത്? എന്താണത്? അയാൾ എന്നെപ്പറ്റി ഒന്നും പറഞ്ഞില്ല. പറഞ്ഞത് മുഴുവൻ അവനവനെപ്പറ്റിയും കെവ്സറിനെപ്പറ്റിയും മാത്രം. സംസാരത്തിനിടയിൽ അയാൾ മോന്തുന്നുണ്ടായിരുന്നു. കണ്ണുകളിറുക്കി അയാൾ എന്നെ ചുഴിഞ്ഞ് നോക്കി. കഴിഞ്ഞ ഒരു വർഷമായി ഞങ്ങൾ പലപ്പോഴും ഒരുമിച്ചുണ്ടായിരുന്നു. അങ്ങനെയിരിക്കേ ഇപ്പോൾ പെട്ടെന്ന് എന്തുകൊണ്ടാണിങ്ങനെയൊരു മാറ്റം? എനിക്ക് വല്ലാത്ത കുറ്റബോധം തോന്നി. ഏത് വിധേനേയും അവിടെനിന്ന് രക്ഷപ്പെടാനുള്ള തിടുക്കമായി. ഷെരീഫ് ശുചിമുറിയിലേക്ക് പോയി. വീണ്ടും വന്നിരിക്കുന്നതിനിടയിൽ ഞാൻ കണ്ടു, അയാളുടെ കീശയിൽ ശ്രദ്ധയോടെ തിരുകിവെച്ചിരിക്കുന്ന കത്ത്. അതിൽ വ്യക്തമായി കെവ്സറുടെ കൈയക്ഷരം. എനിക്ക് വല്ലാതെ ദ്വേഷ്യം വന്നു. അത് ഒതുക്കാനും ശ്രമിച്ചു. ഇതിന്റെയെല്ലാം അർത്ഥമെന്താണ്? ഒരു കാലത്തും അയാൾ എനിക്ക് ഒരു താത്പര്യവും തോന്നിയിട്ടില്ല. ഒരു വിധത്തിലും പ്രോത്സാഹിപ്പിച്ചിട്ടുമില്ല. ഒരുപക്ഷേ അയാൾ എന്നിൽ

അസൂയ ഉണ്ടാക്കാൻ ശ്രമിക്കുകയായിരിക്കുമോ? അങ്ങനെയെങ്കിൽ അയാൾ സ്വയം വിഡ്ഢിയാകുകയാണ്.

''ശരി, കാസിനോവാ, നിങ്ങളുടെ ഉദ്ദേശ്യമെന്താണ്?''

ഞാൻ നേരിട്ട് ചോദിച്ചു. എന്തുകൊണ്ടോ അയാൾക്കത് മനസ്സി ലായ ഭാവം കണ്ടില്ല.

''അങ്ങനെ പറയരുത്.'' അയാൾ ദ്വേഷ്യപ്പെട്ടു. ''എനിക്ക് നിന്നോട് ബഹുമാനമുണ്ട്. അറിയാലോ...''

''ആയിക്കോട്ടെ, എന്ത് കണ്ടിട്ടാണ് എന്നെ ബഹുമാനിക്കുന്നത്? എന്ത് വിചാരിച്ചാണ് എന്നെ പ്രണയിക്കുന്നത്?''

എന്നെ വളച്ചു കഴിഞ്ഞുവെന്ന് അയാൾക്ക് തോന്നിയിട്ടുണ്ടാവും. ചതിയൻ. അതോടെ വാക്കുകളിൽ കവിത തുളുമ്പാൻ തുടങ്ങി.

''നിന്നെ സംബന്ധിക്കുന്ന എല്ലാറ്റിനോടും എനിക്ക് പ്രണയമാണ്. നിന്റെ സത്യസന്ധത, ആത്മാർത്ഥത, സ്വാഭാവികത, നിന്റെ കണ്ണുകൾ, നീ മറ്റാരേയുംപോലെയല്ല. നിനക്കുള്ള ഒന്നും തന്നെ കെവ്സറിനില്ല.''

''ഇല്ലായിരിക്കാം'' ഞാൻ പറഞ്ഞു.

''നിങ്ങൾ പറഞ്ഞതൊക്കെയും ഞാൻ കേട്ടു. ഇനി ഞാൻ എന്തു ചെയ്യണമെന്നാണ് നിങ്ങൾ പറയുന്നത്? നിങ്ങൾ പറയുന്നത് എനിക്ക് മനസ്സിലാവുന്നുണ്ട്. നിങ്ങളെ ഞാൻ വിശ്വസിക്കുകയും ചെയ്യുന്നു. നിങ്ങൾ കെവ്സറിനെ പ്രേമിക്കുന്നില്ല. എന്നോടാണ് സ്നേഹം. ഇനി എന്താണ് സംഭവിക്കാൻ പോകുന്നത്?''

''ഒന്നുമില്ല.'' അയാൾ എന്റെ മുഖത്ത് നോക്കാതെ പറഞ്ഞു.

''നിങ്ങളോട് വാസ്തവം പറയണമെന്ന് തോന്നി. അത്രമാത്രം.''

''അത്രയേയുള്ളൂ?''

അയാൾ മൗനം പാലിച്ചു. വീഞ്ഞ് കുടിച്ചുകൊണ്ടിരിക്കെത്തന്നെ അയാൾ കണക്ക് കൂട്ടുകയായിരുന്നു. അയാളോടുള്ള പ്രേമത്തിൽ ഞാൻ സ്വയം അലിയുകയാണെന്ന് വിചാരിച്ചിട്ടുണ്ടാകും. അയാളുടെ വിവാഹാ ഭ്യർത്ഥന രണ്ട് കൈയും നീട്ടി സ്വീകരിക്കുമെന്ന് കരുതിയിട്ടുണ്ടാകും. അയാൽ ഒന്നും കൂടുതലായി പറയാൻ തയ്യാറല്ലായിരുന്നു. അവ്യക്ത മായ വാഗ്ദാനങ്ങൾ നല്കി എന്നെ അമ്പരപ്പിക്കേണ്ടതില്ലെന്ന് വിചാ രിക്കുന്നുണ്ടാകും. എത്ര നീചമായ വഞ്ചനയാണിത്. നാളെ കെവ്സർ മടങ്ങി വന്നാൽ വിട്ടുപോയിടത്തുവെച്ചുതന്നെ അയാൾ പിന്നെയും തുടങ്ങും. അതിനിടയിൽ കുറച്ച് സല്ലപിക്കാം. അയാളുടെ മാന്യമല്ലാത്ത വാസനകൾക്ക് അവ കുളിരേകിയെന്ന് വരാം. എന്തായാലും അയാളെ ഒരു പാഠം പഠിപ്പിക്കണമന്ന് ഞാനും ഉറപ്പിച്ചു.

''നോക്കൂ.'' എന്റെ സ്വരം വികാരതരളിതമാക്കി ഞാൻ പറഞ്ഞു. ''നിങ്ങളെപ്രതി എനിക്കുള്ള വികാരങ്ങൾ ഞാൻ പറയട്ടെ? ഏതാണ്ട് ഒരു വർഷമായി നിങ്ങളെ കാണാൻ തുടങ്ങിയിട്ട്.''

അയാൾ ശ്രദ്ധിച്ച് കേൾക്കുന്നുണ്ടായിരുന്നു. പ്രതീക്ഷയാൽ മുഖം വിടർന്നു. ആകാംക്ഷയോടെ എന്റെ കണ്ണുകളിലേക്ക് ഉറ്റുനോക്കി. ചുണ്ടുകൾ പാതി വിടർന്നു.

''എന്നാൽ നിങ്ങളോട് എനിക്ക് ഒരിക്കലും ഇഷ്ടം തോന്നിയിട്ടില്ല. കെവ്സറിനെ എനിക്ക് വലിയ ഇഷ്ടമാണ്. അവൾക്കുവേണ്ടിയാണ് നിങ്ങളെ കാണാമെന്നുവെച്ചതും. എന്നാലും ഒരു കാര്യം ഞാൻ പറയാം. കാമുകന്റെ കാര്യം വിട്ടേക്കൂ. ഒരു സുഹൃത്തിൽ ഞാൻ ഏറ്റവും വില മതിക്കുന്നത് അയാളുടെ പൗരുഷമാണ്. ആ പറഞ്ഞതിന്റെ ഒരംശം പോലും നിങ്ങളിലില്ല. എന്നെ തടസ്സപ്പെടുത്തരുത്. കെവ്സറിന്റെ കത്ത് എന്റെ മുന്നിൽവെച്ച് നിങ്ങൾക്ക് വായിക്കാമായിരുന്നല്ലോ. എനിക്ക് അതിൽ അസൂയ തോന്നുമെന്ന് നിങ്ങൾ വിചാരിച്ചുവോ?''

അയാളുടെ മുഖം ചുവന്നു. കൈകൾ രണ്ടും കീശയ്ക്കുള്ളിൽ തിരുകി. അയാളെ കൂടുതൽ പ്രകോപിപ്പിച്ച് ഞാൻ ഉറക്കെ ചിരിച്ചു. അയാൾ എഴുന്നേറ്റു.

''ബില്ലിൽ നിങ്ങളുടെ പങ്ക് നിങ്ങൾ തന്നെ കൊടുക്കണം.'' അതൊരു താക്കീതായിരുന്നു.

''അതിനുശേഷം മര്യാദയോടെ നിങ്ങൾക്ക് സ്ഥലം വിടാം. നീ ഒന്നും പറഞ്ഞിട്ടില്ല. ഞാൻ ഒന്നും കേട്ടിട്ടുമില്ല.''

അയാൾ അഞ്ച് ലീറ മേശപ്പുറത്തേക്കിട്ട് തിടുക്കത്തിൽ പുറത്തേക്ക് പോയി. കൊള്ളരുതാത്തവൻ.

ഇന്ന് ബെദ്രിയെ കണ്ടു. ഞാൻ അയാളോട് മിണ്ടിയില്ലെങ്കിൽ ആത്മഹത്യ ചെയ്യുമെന്ന് പറഞ്ഞു. സംസാരത്തിനിടയിലുള്ള മുഴുവൻ സമയവും അയാളുടെ കണ്ണുകൾ എന്റെ മാറിടത്തിൽ തറഞ്ഞുനിന്നു. ഒരു ഗുഹാമനുഷ്യന്റെയോ മറ്റോ കണ്ണുകൾപോലെ. കനത്തിൽ ശ്വാസമെടുത്തിരുന്നു. അയാൾക്ക് എന്നേക്കാൾ ഉയരം കൂടും. അയാളുടെ നിശ്വാസങ്ങൾ നേരെ എന്റെ തലയുടെ മേലെ വന്നു തട്ടി. മുടിയിഴകൾ ഉലഞ്ഞു.

''ഇനിയൊരിക്കൽ വിശദമായി സംസാരിക്കാം.''

വീട്ടിൽ വന്നതും ഞാൻ മുടി കോതിയൊതുക്കി. അത് വല്ലാതെ പാറിക്കിടന്നിരുന്നു. എത്ര വിചിത്രമായ സംഗതി. തീരെ വിചാരിക്കാത്ത കാര്യം.

എയ്ടെനും ഞാനും ചേർന്ന് ബെദ്രിയെ ഒന്നു പറ്റിക്കാൻ ആലോചിച്ചു. ഞങ്ങൾ മൂന്നുപേരും എങ്ങോട്ടെങ്കിലും പോകും. എന്തെങ്കിലും കാരണം പറഞ്ഞ് ഞാൻ അവരെ രണ്ടുപേരെയും ഒരുമിച്ചാക്കി അകന്ന് നിൽക്കും. എയ്ടെൻ അയാളോടൊപ്പം വീഞ്ഞ് കുടിക്കും. ഇഷ്ടം നടിക്കും. അപ്പോൾ തീർച്ചയായും അറിയാനാവും. അയാൾ ശരിക്കും എന്നെ

പ്രണയിക്കുന്നുണ്ടോ എന്ന്. ഇല്ല എങ്കിൽ സംഗതി ഇവിടെ വെച്ച് അവസാനിപ്പിക്കണം. ഞാൻ സ്വതന്ത്രയാവും. യഥാർത്ഥത്തിൽ എനിക്ക് അയാളോട് വലിയ താത്പര്യവുമില്ല. എന്നാൽ പരീക്ഷയിൽ ജയിക്കുകയാണെങ്കിൽ പരിഗണിക്കാൻ വിരോധവുമില്ല. എന്റെ കണ്ണിൽ അയാളുടെ നിലവാരം കൂടും. അമ്മ പറയുന്ന ആ അമൂല്യമായ ചർമ്മം അയാൾക്ക് സമ്മാനിക്കാനും ഞാൻ തയ്യാറാകും.

കെവ്സർ മടങ്ങി വന്നു. കാന്റീനിൽ അവളെ കണ്ടപ്പോൾ ഞാൻ അടുത്തേക്ക് ചെന്നു. എന്നെ കണ്ടതും ആ അഹങ്കാരി എന്നോട് പറഞ്ഞു.

‘‘നീ ഷെരീഫിനുവേണ്ടി കാത്തുനിൽക്കുകയാണല്ലേ?’’

ഞാൻ ശരിക്കും ഞെട്ടി. എന്തുകൊണ്ടാണ് ഞാൻ പൊട്ടിക്കരയാത്തത് എന്നെനിക്ക് മനസ്സിലായില്ല. തല തിരിച്ചിലുമുണ്ടായില്ല. വാസ്തവത്തിൽ ഞാൻ അതിന്റെ വക്കോളമെത്തി. പക്ഷേ വേണ്ട സമയത്ത് സ്വയം നിയന്ത്രിക്കാൻ സാധിച്ചു.

‘‘നിനക്ക് അയാളോട് അത്രയ്ക്ക് പ്രേമമാണെങ്കിൽ ഞാൻ പിന്മാറിക്കോളാം. ഷെരീഫിനെ മുഴുവനായും നിനക്കെടുക്കാം.’’

അവൾ പിന്നെയും പറഞ്ഞുകൊണ്ടിരുന്നു. വൃത്തികെട്ടവൾ. ഞാൻ കഴിയുന്നിടത്തോളം ശാന്തമായി സംസാരിക്കാൻ ശ്രമിച്ചു. ഓരോ വാക്കും വ്യക്തമായി എടുത്തു പറഞ്ഞു.

‘‘അയാൾ നിന്നോട് പറഞ്ഞതെല്ലാം നുണയാണ്. അങ്ങനെയൊന്നുമല്ല യഥാർത്ഥത്തിൽ സംഭവിച്ചത്.’’

‘‘ഈ നാട്ടിൽ വേറെ ആണുങ്ങളെയാരെയും നീ കണ്ടില്ലേ? സ്വന്തം കൂട്ടുകാരിയുടെ കാമുകനെത്തന്നെ വല വീശി പിടിക്കണമായിരുന്നോ?’’

‘‘ഇത്ര ധിക്കാരം അരുത്.’’

ഞാൻ അവളോട് ദ്വേഷ്യപ്പെട്ടു. എന്നാൽ അവൾ അതൊന്നും കേട്ടില്ല. അവളുടെ കണ്ണുകൾ ദ്വേഷ്യത്താൽ ചുവന്നിരുന്നു. തലയിലേക്ക് രക്തം ഇരച്ച് കയറിയിരുന്നു. എനിക്ക ഷെരീഫിനോട് കടുത്ത പ്രേമമാണത്രെ. അനുകമ്പ തോന്നി അയാൾ ഒരു പ്രാവശ്യം കാണാമെന്ന് സമ്മതിച്ചു. അയാൾ കെവ്സറിന്റെ കത്ത് വായിക്കുന്നത് കണ്ട് ഞാൻ വല്ലാതെ ദ്വേഷ്യപ്പെട്ട് ബഹളംവെച്ചുപോലും.

‘‘നോക്കൂ...’’ ഞാൻ കാര്യങ്ങൾ വിശദീകരിക്കാൻ ശ്രമിച്ചു.

‘‘അയാൾ നിന്നെ വഞ്ചിക്കുകയാണ്. തോട്ടത്തിൽവെച്ച് എന്നെ തനിയെ കണ്ടതും എന്നോട് കടുത്ത പ്രേമമാണെന്ന് പറയുകയായിരുന്നു. അയാൾക്ക് നിന്നോട് ലേശംപോലും സ്നേഹം തോന്നുന്നില്ലെന്നും. ഇത്രയും തരം താഴ്ന്ന ഒരാളുടെ നേരെ ഞാൻ നോക്കുകപോലുമില്ല. ’’

അവൾ ഒരു തെരുവുപെണ്ണിനെപ്പോലെ ഒച്ചവെച്ചു. അവളുടെ രണ്ടാനമ്മയിൽനിന്നാകണം അവൾ ഇങ്ങനെ ചിരിക്കാൻ പഠിച്ചത്. അങ്ങനെയാണ് അവളുടെ അച്ഛനെ അവർ പാട്ടിലാക്കിയതെന്ന് കെവ്സർതന്നെ എന്നോട് പറഞ്ഞിട്ടുണ്ട്.

''അയാൾക്ക് അല്പമെങ്കിലും അഭിമാനമുണ്ടെങ്കിൽ അയാൾ നേരിട്ട് വന്ന് കാര്യങ്ങൾ പറയട്ടെ.'' ഞാൻ ഒരു വെല്ലുവിളി ഉയർത്തി.

''ഷെരീഫിന് നിന്നോട് പ്രണയം...കൊള്ളാം...''

കെവ്സറിന്റെ വാക്കുകളിൽ പുച്ഛം നിറഞ്ഞിരുന്നു.

''കുറെ നാളായി നിന്നെ ഉറാങ് ഉട്ടാന്റെ (ഒരുതരം വാലില്ലാക്കുരങ്ങ്) പിന്നാലെയല്ലേ? അറിയാം, ഞങ്ങളെ തമ്മിൽ വേർപിരിക്കാനാണ് നിന്റെ ശ്രമം''

കൂടുതലെന്തു പറയാൻ? മീൻകാരിപെണ്ണുങ്ങളെപ്പോലെ മുടി പിടിച്ചു വലിച്ച് ബഹളം വെക്കാമെന്നല്ലാതെ. ഞാൻ ഒന്നും മിണ്ടാതെ തിരിഞ്ഞു നടന്നു. പുറകിൽ അവളുടെ രണ്ടാനമ്മച്ചിരി ഒരിക്കൽക്കൂടി ഉയർന്നു. ഞാൻ സ്വപ്നത്തിൽപ്പോലും കരുതിയിട്ടില്ല ആളുകൾക്ക് ഇത്രത്തോളം തരം താഴാനാവുമെന്ന്. പ്രത്യേകിച്ചും കെവ്സറിനെയും ഷെരീഫിനെപ്പോലെയുമുള്ളവർക്ക്. കാന്റീനിലിരിക്കുന്ന മറ്റു കുട്ടികളും ഈ ബഹളങ്ങളെല്ലാം കേട്ടിരിക്കുന്നു. ഇനി ഞാൻ അവരുടെ മുന്നിലേക്ക് പോകുന്നതെങ്ങനെ?

എങ്ങനെ അവിടെനിന്ന് പുറത്ത് കടന്നു എന്ന് ഓർക്കുന്നില്ല. എന്തായാലും ഞാൻ ലാംബോവിന്റെ കടയിൽ ചെന്നെത്തി. ഹൈദർ അവിടെ ഉണ്ടായിരുന്നു. മാന്യനായ ഒരാൾ.

''എന്തോ സംഭവിച്ചിട്ടുണ്ടല്ലോ.'' എന്നെ കണ്ടതും അയാൾ തിരക്കി.

''എന്തായാലും കാര്യം പറയൂ, സഹായിക്കാൻ സന്തോഷമേയുള്ളൂ.''

ഞാനെന്ത് പറയാൻ? അയാളും എന്റെ സ്വഭാവശുദ്ധിയെ സംശയിച്ചാലോ? അവർ എന്നിൽ ആരോപിച്ച കുറ്റം. അതാണെന്നെ ഏറ്റവുമധികം ദ്വേഷ്യം പിടിപ്പിച്ചത്. അങ്ങനെയൊരു കാര്യം ഒരുകാലത്തും എന്നെക്കൊണ്ട് ചെയ്യാനാവില്ല. നികൃഷ്ടരായ ജീവികൾ. ഞാൻ അങ്ങേയറ്റം വെറുത്തു.

ഒരാഴ്ച ഞാൻ ക്ലാസ്സിൽ പോയില്ല. പരീക്ഷ അടുത്തിരുന്നു. വീട്ടിലിരുന്ന് പഠിച്ചാൽ മതി എന്ന് നിശ്ചയിച്ചു. കോളെജിൽ പോകുന്നു എന്ന് അമ്മയോട് പറഞ്ഞ് ചിലപ്പോൾ നേരെ ലാംബോവിന്റെ കടയിലേക്ക് പോകും. വാസ്തവത്തിൽ വീട്ടുകാരറിയാതെ ഒരു ജോലിക്ക് ശ്രമിക്കുകയായിരുന്നു ഞാൻ. ഹാലിറ്റ് എനിക്ക് പ്രേമലേഖനങ്ങൾ എഴുതാൻ തുടങ്ങിയിരിക്കുന്നു. എന്നാൽ അവയേറെയും സാഹിത്യസൃഷ്ടികൾ പോലെയായിരുന്നു. എനിക്ക് അയാളെ നല്ലപോലെ

മനസ്സിലാവും. ഒരു കിഴക്കൻ പട്ടണത്തിൽ അജ്ഞാതവാസം നയിക്കാൻ നിർബന്ധിതനായ ഒരു യുവാവ്. ആദ്യം കാണുന്ന ആളുമായി അയാൾ പ്രണയത്തിലാകുമെന്ന് തീർച്ച. അത് സ്വാഭാവികം. എനിക്ക് പകരം വേറൊരാളായിരുന്നെങ്കിലും ഇതുതന്നെ സംഭവിച്ചേനേ. അയാൾ എഴുതുന്ന വിധം ശ്രദ്ധിച്ചാലറിയാം വൈകാരികമായി തളർന്നിരിക്കുകയാണ്. വീണ്ടുവിചാരമില്ലാതെ എന്തെങ്കിലും ചെയ്യുമോ എന്ന് ഭയം തോന്നി. ജയിലിൽവെച്ച് കൈയിലെ ഞരമ്പ് മുറിക്കാൻ ശ്രമിച്ചു എന്ന് കേട്ടിട്ടുണ്ട്. ഞങ്ങൾ തമ്മിൽ ശരിയായ സൗഹൃദമാണുള്ളത്. അയാളുടെ എഴുത്തുകൾ മറ്റൊരാൾക്ക് എഴുതിയതുപോലെയാണ് ഞാൻ വായിച്ചത്. ഒരു നോവൽ വായിക്കുന്ന രസത്തോടെ. അത് ഞാൻ വസ്തുനിഷ്ഠമായാണ് മനസ്സിലാക്കിയത്. അയാൾക്ക് പ്രേമിക്കാനോ കത്തയയ്ക്കാനോ ആരുമില്ലെന്ന് എനിക്കറിയാം. അതിനാൽ ഞാനും സുഹൃത്തെന്ന നിലയിൽ മറുപടിയെഴുതി. ഒരുവക വാഗ്ദാനവും നൽകിയില്ല. അയാൾക്ക് എന്റെ മനസ്സിൽ കാര്യമായ സ്ഥാനമുണ്ട്. എന്നെ വേദനിപ്പിച്ചാൽ എനിക്ക് അത് സഹിക്കാനാവില്ല.

ഇന്ന് ഞാൻ കോളെജിൽ പോയി. നേരിട്ട് ക്ലാസ്സിലേക്കാണ് പോയത്. ഇംഗ്ലണ്ടിൽനിന്നും വന്ന കിഴവിയുടെ ക്ലാസ്സായിരുന്നു. എയ്ടെനും ഞാനും ക്ലാസ്സ് കഴിഞ്ഞിറങ്ങവേ ബെദ്രി വന്ന് വഴി തടഞ്ഞുനിന്നു. അവളോട് കാത്തുനിൽക്കാൻ പറഞ്ഞ് ബെദ്രിയോട് ഞാൻ കുറച്ചു നേരം സംസാരിച്ചു. അടുത്ത ദിവസം വീണ്ടും കാണാമെന്ന് അയാൾക്ക് ഉറപ്പ് കൊടുത്തു.

''ശനിച്ചല്ല, എയ്ടനും എന്റെ കൂടെയുണ്ടാവും.''

അയാൾ സമ്മതിച്ചു. ''നോക്കാം. എന്താണുണ്ടാവാൻ പോകുന്നതെന്ന്.''

ഹാ...ഹാ...ഹാ... പറയാനാവാത്ത വിധത്തിലുള്ള തമാശ. ഹാ... ഹാ... ഹാ... ട്രിയാനിൽവെച്ച് ബെദ്രിയെ കണ്ടു. എയ്ടെനും കൂടെയുണ്ടായിരുന്നു. ഗലാറ്റാസരായ്ക്ക് സമീപമുള്ള ഒരു കാപ്പിക്കടയാണ്. ഒരു ഇടവഴിയിൽ. പെട്ടെന്നൊന്നും ആരുടെയും കണ്ണിൽപ്പെടില്ല. എയ്ടെനും ഞാനും അകത്തേക്ക് ചെന്നു. ബെദ്രി എയ്ടെന്റെ മുഖത്തേക്ക് നോക്കിയതുപോലുമില്ല. എന്നാൽ കണ്ണുകളാൽ എന്നെ വാരിവിഴുങ്ങി. ഇടയ്ക്കിടയ്ക്ക് ദ്വേഷ്യപ്പെട്ടന്നപോലെ എന്നെ നോക്കി. എന്തോ പറയാനും ഭാവിച്ചു. എയ്ടെൻ എഴുന്നേറ്റ് നിന്ന് അവളുടെ കോട്ട് അഴിച്ചുമാറ്റി. അവളുടെ ഞെളിയലും പിരിയലും. കോട്ടിനു താഴെ താൻ നഗ്നയാണെന്ന ഭാവം. അവൾ ഫയർ എഞ്ചിന്റെ നിറമുള്ള ഒരു കമ്പിളിക്കുപ്പായവും അതേ നിറത്തിലുള്ള സ്കർട്ടുമാണ് ധരിച്ചിരുന്നത്. അരയിൽ വീതി കുറഞ്ഞ ഒരു കറുത്ത ബെൽറ്റും അണിഞ്ഞിരുന്നു. ക്ലാസ്സുകൾക്കിടയിലെ ഇടവേളകളിൽ അവൾ ആ ചുവന്ന കമ്പിളിക്കുപ്പായം മെടയുന്നത്

ഞാൻ കണ്ടിരുന്നു. ആ സ്കർട്ടും വളരെ വിചിത്രമായിരുന്നു. പണം കൊടുത്ത് ധരിപ്പിക്കണം എന്ന പോലെ. അങ്ങനെയൊന്ന് ഞങ്ങളാരും ഇടാറില്ല. അവളുടെ കമ്പിളിക്കുപ്പായം വളരെ ഇറുക്കമുള്ളതായിരുന്നു. അവൾ ബ്രാ ഇട്ടിരുന്നില്ല എന്ന് അപ്പോഴാണ് ഞാൻ ശ്രദ്ധിച്ചത്. കുപ്പായത്തിനിടയിൽ നിന്നും മുലഞെട്ടുകൾ തുറിച്ച് നിന്നിരുന്നു. എന്റെ കൂട്ടുകാരന്റെ കണ്ണുകൾ ഇപ്പോൾ അവളിൽത്തന്നെ ഒട്ടിനിൽക്കുകയാണ്. കുപ്പായത്തിന്റെ അതേ ചുകപ്പ് ചുണ്ടിലും തേച്ചിരുന്നു. ഇടയ്ക്കിടയ്ക്ക് അവൾ ചുണ്ടുകൾ നക്കി. അതീവവശ്യതയോടെ കണ്ണുകൾ പാതിയടച്ച് ബെദ്രിയെ നോക്കി. ഒന്നു രണ്ടു തവണ അവൾ എന്നെയും നോക്കി കണ്ണിറുക്കി. ഇടയ്ക്കെപ്പൊഴോ അവൾ വിരൽ നീട്ടി ബെദ്രിയുടെ തോളിലും തട്ടിയിട്ട് അതിശയത്തോടെ പറഞ്ഞു.

''എത്ര വിരിഞ്ഞ തോളുകൾ.''

എന്നാൽ പെട്ടെന്ന് അവൾ കൈകൾ മാറ്റി. കനലിൽ തൊട്ടെന്ന പോലെ നിലവിളിച്ചു.

''ഹൗ...''

അവൾ കാണിക്കുന്നതും പറയുന്നതുമെല്ലാം സത്യമോ അതോ ഞങ്ങൾ മുമ്പേ പറഞ്ഞുവെച്ച പ്രഹസനമോ? അത് എനിക്കുതന്നെ ഉറപ്പില്ലാതായി. ബെദ്രിയുടെ ഉയരം അതിനിടയിൽ കൂടിക്കൂടി വന്നു. ഇത്തിരി നേരം കൂടി കഴിഞ്ഞു. അയാളിരുന്ന കസേര അൽപ്പം ചെരിച്ചിട്ടു. ഇപ്പോൾ അയാളുടെ കൺമുന്നിൽ എയ്ടെൻ മാത്രം. സത്യം പറയാലോ, എനിക്ക് കുറേശ്ശേ ദ്വേഷ്യം വരാൻ തുടങ്ങി. എയ്ടെൻ ശുചിമുറിയിലേക്ക് പോയി. അപ്പോൾ അവൾ അരക്കെട്ട് നന്നായി ഇളക്കി. പൃഷ്ഠം കുലുക്കി. എനിക്കുപോലും അവളുടെ ശരീരത്തിൽനിന്നും കണ്ണെടുക്കാനായില്ല. ഞങ്ങൾ തനിച്ചായപ്പോൾ ഞാൻ ബെദ്രിയെ നോക്കി. അയാളും പുരികമുയർത്തി എന്റെ നേരെ തിരിഞ്ഞു. കണ്ണുകളിൽ ''ഇപ്പോൾ ഞാനാരാണെന്ന് മനസ്സിലായില്ലേ'' എന്ന ഭാവം. ഒരു ഗുസ്തിക്കാരന്റെ മുഖഭാവം. വർഷങ്ങളായി അയാൾ എമിനോനുവിന്റെ കമ്മ്യൂണിറ്റി സെന്ററിൽ ഗുസ്തി പരിശീലിച്ചിരുന്നു. അച്ഛനായ കേണൽ തന്നെ ഇടിച്ചാൽ, തിരിച്ചിടിച്ച് താഴെ വീഴ്ത്തണം എന്നതായിരുന്നു ഉദ്ദേശ്യം. എത്ര നന്നായി ഇക്കാലമത്രയും ഞാൻ യാതൊരു പ്രോത്സാഹനവും നൽകാതെ അയാളിൽനിന്ന് ഒഴിഞ്ഞുമാറിയല്ലോ. എയ്ടെൻ തിരിച്ചുവരുംവരെ അയാൾ ഒന്നും മിണ്ടിയില്ല. ഞങ്ങളുടെ സൂത്രം ഫലിച്ചെന്ന് തീർച്ച. അവൾ തിരിച്ചു വന്നപ്പോൾ പെട്ടെന്ന് ഓർമ്മ വന്നെന്നപോലെ ഞാൻ പറഞ്ഞു.

''അല്ലാ, ഇന്ന് വ്യാഴാഴ്ചയല്ലേ, ഞാൻ അമ്മയുടെ കൂടെ ഷൂസ് വാങ്ങാൻ ബസാറിലേക്ക് ചെല്ലാമെന്ന് പറഞ്ഞിരുന്നു. ഞാൻ പോകട്ടെ, നിങ്ങൾ ഇരിക്കൂ.'' ഞാൻ എയ്ടെനെ നോക്കി കണ്ണിറുക്കി. അവൾ തിരിച്ചും. ബെദ്രി എന്റെ കൂടെ വരാമെന്ന് വെറുംവാക്ക് പോലും പറഞ്ഞില്ല.

''നീ പൊക്കോ, മുത്തേ...''

എയ്ടെൻ ചിരിച്ച് കൈ വീശി.

''ഞങ്ങൾ കുറച്ച് കഴിഞ്ഞിട്ടേ പോകുന്നുള്ളൂ.''

പിന്നീടെന്തുണ്ടായെന്ന് നാളെ ചോദിച്ചറിയാം.

ഞാൻ പ്രതീക്ഷിച്ചതുപോലെതന്നെ സംഭവിച്ചു. ഞാൻ സ്ഥലം വിട്ടതും ബെദ്രി എയ്ടെനോട് പറഞ്ഞു. അവനവളെ ഗാഢമായി പ്രേമിക്കുന്നുവെന്ന്. എന്നെപ്പറ്റി അയാൾ പറഞ്ഞതെന്താണെന്നോ?

''ഞാൻ വിചാരിച്ചു ഞാൻ അവളെ പ്രേമിക്കുന്നുണ്ടെന്ന്. അത് വെറുതെയായിരുന്നു. വാസ്തവത്തിൽ മനസ്സ് തേടിക്കൊണ്ടിരുന്നത് നിന്നെപ്പോലെ ഒരുവളെയായിരുന്നു.''

അങ്ങനെ ആ പ്രേമവും പൊലിഞ്ഞു.

ഞാൻ എന്നോട് തന്നെ പറഞ്ഞു.

അയാൾ അവിടെ നിർത്തിയില്ല. അവളെയോർത്ത്, അവളുടെ പ്രേമത്തെയോർത്ത് തന്റെ ഹൃദയം കൈമോശം വന്നിരിക്കുന്നു. പരിചാരകരാരും ഇല്ലാത്ത സമയത്ത് ബെദ്രി എയ്ടെന്റെ കൈ പിടിച്ച് അമർത്തി ചുംബിച്ചു. അവളുടെ കൈത്തണ്ടയിൽ പലപ്പോഴും അതിന്റെ അടയാളങ്ങളുമുണ്ടായിരുന്നു. അത് ഞാൻ കാണുകയും ചെയ്തു. വീണ്ടും കാണണമെന്ന് അയാൾ ആഗ്രഹം പ്രകടിപ്പിച്ചു. എയ്ടെൻ പറഞ്ഞുവത്രെ: അവളുടെ ജീവിതത്തിൽ വേറൊരാളുണ്ടെന്ന്. മാത്രമല്ല, അത് എന്നോട് ചെയ്യുന്ന നെറികേടാവുമെന്നും.

അതിന് അയാളുടെ മറുപടി.

''നിനക്ക് ആരോടെങ്കിലും അടുപ്പമുണ്ട് എന്നത് എന്നെ സംബന്ധിച്ചിടത്തോളം ഒരു വിഷയമേയല്ല. മുമ്പ് സംഭവിച്ചതൊന്നും ഞാൻ കാര്യമാക്കുന്നില്ല.''

''നിനക്കറിയാലോ, ഒരു കാലത്തും എനിക്കയാളോട് ഒരു താത്പര്യവും തോന്നിയിട്ടില്ല.''

ഞാൻ എയ്ടെനോട് സത്യം പറഞ്ഞു.

''എനിക്ക് എന്തു തോന്നുമെന്നോർത്ത് വിഷമിക്കേണ്ട. അയാൾ ഒരു നിലയ്ക്കും മോശമല്ല.''

ഞാൻ പറഞ്ഞതൊന്നും അവൾ ഗൗനിച്ചില്ല. അത് ശരിയല്ല, തെറ്റാണ് എന്നുതന്നെ അവൾ പറഞ്ഞുകൊണ്ടിരുന്നു. വേണമെങ്കിൽ കുറച്ചു കാലം അവൾ അവനെ പ്രേമിച്ചു നടന്നോട്ടെ. പിന്നെ വേണ്ടെന്ന് വെച്ചോട്ടെ. കുറെ നാളത്തേക്ക് ഒരു രസം. അതായിരുന്നു എന്റെ മനസ്സിൽ. പതുക്കെ എനിക്ക് മനസ്സിലായി, അവൾ യഥാർത്ഥത്തിൽ അയാളെ ഇഷ്ടപ്പെടുന്നുണ്ടെന്ന്. അവൾ തേടിക്കൊണ്ടിരുന്നത് ദൃഢമായ, ജീവിതത്തിന്നടിസ്ഥാനമാകാവുന്ന ഒരു ബന്ധമായിരുന്നു എന്ന്. വാസ്തവത്തിൽ

അവളെപ്പോലെ ഒരു പെൺകുട്ടിക്ക് ഇതിലും നല്ല ഒരു ബന്ധം കിട്ടില്ല. എന്താണെന്നറിയില്ല, അവളുമായി സംസാരിച്ചിറങ്ങിയപ്പോൾ അനാവശ്യമായ ഒരു അസൂയയും അമർഷവും എന്റെ മനസ്സിനെ ഉലച്ചു. എന്തൊക്കെയായാലും ബെദ്രി എന്റെ ബാല്യകാലസുഹൃത്താണല്ലോ. എത്രയോ വർഷങ്ങളായി അയാൾ എന്റെ പുറകെ നടക്കുന്നു. എന്നിട്ടും ഇന്ന്, ഒരു മണിക്കൂറിനുള്ളിൽ അയാളുടെ മനസ്സ് മാറിയെന്നോ? മറ്റൊരു പെൺകുട്ടിയുമായി പ്രണയത്തിലായെന്നോ?

ഇന്ന് രാവിലെ പത്രത്തിൽ ഒരു പരസ്യം കണ്ടു. കാരക്കോയിലെ ഒരു ഓഫീസിലേക്ക് ജോലിക്കാരെ ആവശ്യമുണ്ട്. ഞാൻ ഉടനെ അവിടെ ചെന്നു. ടെലിഫോണിൽ ആവശ്യമായ മറുപടി നൽകണം. മേലധികാരിയുടെ മേശയിലേക്ക് വേറൊരു ടെലഫോൺ ലൈനുണ്ട്. കണ്ണട വെച്ച ഒരു ചെറുപ്പക്കാരനാണ് മേലധികാരി. എന്റെ ജോലി ഇതാണ്. ഞാൻ ടെലഫോണിലൂടെ മറുപടി പറയുമ്പോൾ അയാൾ അപ്പുറത്തിരുന്ന് ശ്രദ്ധിക്കുന്നുണ്ടാവും. അയാൾക്ക് താത്പര്യമുള്ള ആരെങ്കിലുമാണ് ഫോണിൽ ഉള്ളതെങ്കിൽ എന്നെ കണ്ണിറുക്കി കാണിക്കും. എനിക്ക് ഫോൺ താഴെ വെക്കാം. സംസാരം അവർ നേരിട്ടാകും. അദ്ദേഹത്തിന് താത്പര്യമില്ലെങ്കിൽ ബോസ് സ്ഥലത്തില്ല എന്ന് ഞാൻ പറയണം. ഒരു മണിക്കൂർ കഴിഞ്ഞേ വരൂ എന്നൊക്കെ പറഞ്ഞ് ഒഴിവാക്കാം. അദ്ദേഹത്തിന്റെ അടയാളങ്ങൾ എനിക്ക് നേരിട്ട് കാണാൻ കഴിയുന്ന വിധത്തിലാണ് എന്റെ ഇരിപ്പിടം. രാവിലെ ഒമ്പത് മുതൽ വൈകീട്ട് അഞ്ച് വരെയാണ് ജോലിസമയം. മാസം ഇരുനൂറ് ലീറ ശമ്പളം. ഉച്ചഭക്ഷണത്തിന് പുറത്ത് പോകാൻ പാടില്ല. അവിടെയിരുന്ന് കഴിക്കണം. മുപ്പത് ലീറ ആ ഇനത്തിൽ ശമ്പളത്തിൽനിന്നും പിടിക്കും. വല്ലാത്തൊരു ജോലി. യഥാർത്ഥത്തിൽ എന്താണ് ജോലിയെന്ന് പറയാൻ അദ്ദേഹം തയ്യാറല്ല.

‘‘അവരെല്ലാവരും ഞാനുമായി ബന്ധപ്പെടാൻ ശ്രമിക്കും. അതിനായി ഒരു ഓഫീസ്’’ അതാണ് എന്റെ മേലധികാരി പറയുന്നത്.

ഞാൻ ലാംബോവിന്റെ കടയിൽ കയറി. കത്തൊന്നുമില്ല. ആ സമയത്ത് വേറെ ആരും അവിടെയുണ്ടായിരുന്നില്ല. കുറച്ച് കഴിഞ്ഞപ്പോൾ കവി എം.എസ്. കയറി വന്നു. ഞാൻ തനിയെ ഇരുന്നു. ലാംബോവിന് കഠിനമായ ജലദോഷം. അറ്റം കൂർത്ത ചുവന്ന മൂക്കിന്റെ നേരെ താഴെ പിടിച്ചാണ് അയാൾ ഗ്ലാസ്സ് നിറയ്ക്കുന്നത്. എം. എസ്സിന്റെ കവിതകളെല്ലാം കുപിതരായ മനുഷ്യരെക്കുറിച്ചാണ്. അയാളും അങ്ങനെ ത്തന്നെ. മട്ടും മാതിരിയുമെല്ലാം പഴഞ്ചനാണ്. എന്റെ മുന്നിൽ വലിയ കവിയാണ് എന്ന ഭാവമാണ്. എന്നെ അയാളുടെ പെരുമാറ്റംകൊണ്ട് അമ്പരപ്പിക്കാം എന്നാണ് അയാളുടെ വിചാരം. വെള്ളം ചേർക്കാതെ മദ്യം അകത്താക്കുന്നു. ഭക്ഷണമൊന്നും കഴിക്കുന്നില്ല. ഞരമ്പുകളുടെ പ്രത്യേകരീതിയിലുള്ള ചലനങ്ങൾ. നന്നായി ഭക്ഷണം കഴിക്കാനുള്ള

പണം കൈയിലുണ്ട്. അതിഭാവുകത്വം കലർന്ന വാക്കുകൾ. ഫ്രഞ്ച് കവിതയിൽനിന്നുള്ള ഉദ്ധരണികൾ. സോഷ്യലിസ്റ്റ് യാഥാർത്ഥ്യഭാവമാണ് അയാളുടെ പ്രവണത. ആ പ്രമേയം അയാൾ കൂടെക്കൂടെ ആവർത്തിക്കും. സോഷ്യലിസ്റ്റ് ആകാതെ ഒരാൾക്ക് യാഥാർത്ഥ്യവാദിയാകാൻ കഴിയില്ല എന്നാണ് അയാളുടെ വാദം. ഇതുവരെ അയാൾ എഴുതിയ ഒരു കവിതപോലും ഞാൻ വായിച്ചിട്ടില്ല. അധികവും വാർലിക് മാസികയിലെഴുതിയതാണ്. തന്റെ ഉദ്യോഗം അതാണെന്ന മട്ടിൽ തികച്ചും സാധാരണമായ കവിതകൾ അയാൾ എഴുതിക്കൊണ്ടേയിരിക്കുന്നു. അയാളുടെ മറ്റൊരു പ്രയോഗം ''അവരെ അടുപ്പിലിട്ട് ചുട്ടെരിക്കണം.'' അയാൾ ഉദ്ദേശിക്കുന്നത് തന്നെപ്പോലെയുള്ള മറ്റു കവികളെയാണ്.

ഞങ്ങളിപ്പോൾ പരീക്ഷയുടെ നടുവിലാണ്. എന്റെ പരീക്ഷകളിൽ ഞാൻ ജയിച്ചു കഴിഞ്ഞു. കെവ്സറിനെ നേരിൽ കാണുമ്പോഴൊക്കെ എന്റെ രോമങ്ങൾ എഴുന്നുനിൽക്കും. ഞങ്ങൾ മിണ്ടാറില്ല. സംഗതികളൊന്നും അവൾ ആരോടും പറഞ്ഞിട്ടില്ല. അതാണെനിക്ക് രസകരമായി തോന്നിയത്. ഞാൻ മിറലിനോട് ചോദിച്ചു. അവളോടും കെവ്സർ ഒന്നും പറഞ്ഞിട്ടില്ല. പഴയതുപോലെ ഷെരീഫ് ഞങ്ങളുടെ വിഭാഗത്തിലേക്ക് വരാറില്ല. അയാളെ മുമ്പ് കണ്ടിരുന്നുവെങ്കിൽ ഞാൻ ശരിക്കും കീറിപ്പറിച്ചേനേ. അവരെ രണ്ടുപേരെയും ഒരുമിച്ച് കാണുമ്പോൾ ഒട്ടും ദ്വേഷ്യം തോന്നുന്നുമില്ല. ഒരു മാതിരി മടുപ്പാണ്.

ദസ്തെയവ്സ്കിയുടെ പുസ്തകങ്ങൾ ഏതാണ്ടെല്ലാം തന്നെ ഞാൻ വായിച്ചു കഴിഞ്ഞു. എന്നുവെച്ചാൽ പരിഭാഷകൾ. എത്ര മഹാനായ എഴുത്തുകാരൻ. എത്ര അഗാധമായാണ് മനുഷ്യമനസ്സിനെ അദ്ദേഹം മനസ്സിലാക്കിയിരിക്കുന്നത്. അദ്ദേഹത്തിന്റെ ശ്രദ്ധ മുഴുവൻ മനുഷ്യരിലാണ്. ഞാനും അങ്ങനെത്തന്നെ. ഈയിടെയായി ഞാൻ കവിതയെഴുതാറില്ല. കവിതയ്ക്ക് ഉൾക്കൊള്ളാനാവാത്തത്ര വിശാലമാണ് മനുഷ്യൻ എന്ന വിഷയം. അപ്രകാരമാണ് ഞാനിപ്പോൾ കവിതയെ കാണുന്നത്. കലയേയും അങ്ങനെത്തന്നെ. രണ്ടും ആഴമുള്ള കിണറുകളാണ്. അടിയിൽ നിറയെ മനുഷ്യർ. ഇന്ന് പെറയിൽവെച്ച് ഞാൻ അയാളെ കണ്ടു. മിറലും നിജാത്തും ഒരു ചിത്രകലാപ്രദർശനവും കണ്ട് പുറത്തേക്ക് വരികയായിരുന്നു. അയാൾ നിജാത്തിനോടുള്ള സംസാരം നിർത്തി. എന്നെ കണ്ട് വെറുതെ തല കുനിച്ചു. കേവലം ഒരു അഭിവാദ്യം. എനിക്ക് പറയണമെന്നുണ്ടായിരുന്നു അയാളുടെ കവിതകളെല്ലാം ഞാൻ വായിച്ചുവെന്ന്. എന്തെങ്കിലുമൊന്ന് പറയണമല്ലോ. അതിനുവേണ്ടി മാത്രം. എന്നാൽ അയാൾ അതിനുള്ള അവസരം തന്നില്ല. നിജാത്തിനോട് സംസാരിച്ചതിനുശേഷം അയാൾ ക്ഷണത്തിൽ സ്ഥലം വിട്ടു. പറന്നുപോയി എന്നു പറയുന്നതായിരിക്കും ശരി.

ഹാലുക്ക് ജയിലിൽനിന്നും പുറത്ത് വന്നു. ഞങ്ങൾ കോളെജിലെ തോട്ടത്തിൽവെച്ച് തമ്മിൽ കണ്ടു. ഇത്തവണയും കാലാവധി തീരും മുമ്പേയാണ് അയാൾ പുറത്ത് വന്നത്. ഞാൻ ഓടിച്ചെന്ന് കഴുത്തിലൂടെ കൈ ചുറ്റി കെട്ടിപ്പിടിച്ചു. രണ്ട് കവിളിലും ചുംബിച്ചു. അയാൾക്ക് ലജ്ജ തോന്നിയെന്ന് എനിക്ക് തോന്നി. ഞാൻ ചെയ്ത സഹായങ്ങൾക്ക് അയാൾ നന്ദി പറഞ്ഞു. നടന്ന കാര്യങ്ങളെല്ലാം വിശദമായി അയാളെ ധരിപ്പിച്ചു. എന്തുകൊണ്ടാണ് അയാളെ വീണ്ടും കാണാൻ ചെല്ലാതിരുന്നത്, പൊലീസ് വന്ന് കൂട്ടിക്കൊണ്ടുപോയത് എന്നിവയല്ലാം.

''എനിക്കറിയാം.''

അയാൾ പറഞ്ഞു.''നിനക്ക് ചെയ്യാനാവുന്നതെല്ലാം നീ ചെയ്തു. അവർ ഒമർ ജ്യേഷ്ഠനെ തടവിലാക്കിയെന്നാണ് തോന്നുന്നത്. ''

''ഞാൻ പൊലീസിനോട് ഒരക്ഷരം പറഞ്ഞിട്ടില്ല.''

ഞാൻ ഉറപ്പിച്ച് പറഞ്ഞു.

''അറിയാം.'' അയാൾ പറഞ്ഞു. എന്നാൽ അയാളുടെ നോട്ടം കണ്ടപ്പോൾ എനിക്ക് തോന്നി ഞാൻ പറഞ്ഞത് അയാൾ വിശ്വസിച്ചിട്ടില്ലെന്ന്. ഞാനെന്തോ കുറ്റം ചെയ്തതുപോലെയാണ് അയാളെന്നെ നോക്കിയത്. അതെന്നെ ശരിക്കും വേദനിപ്പിച്ചു. ഞാൻ മിണ്ടാതിരുന്നു. കുറച്ച് നേരം കഴിഞ്ഞ് ഞാൻ പറഞ്ഞു.

''ഒമർ ജ്യേഷ്ഠന്റെ ശരിയായ പേര് സാലിഹ് എന്നാണെന്ന് എനിക്കറിയാം. ''

അത് തനിക്കും അറിയാമെന്ന് ഹാലുക്ക് പറഞ്ഞു. കാര്യങ്ങൾ കൂടുതൽ വ്യക്തമായി പറയുമെന്ന് ഞാനാശിച്ചു. വെള്ളക്കാക്ക എന്നാലെന്താണെന്ന് അറിയാൻ എനിക്ക് ജിജ്ഞാസ തോന്നി. എന്നാൽ അയാൾ ഒന്നും പറഞ്ഞില്ല. ഞാൻ ചോദിക്കാൻ നാക്കെടുത്തതാണ്. പിന്നെ വേണ്ടെന്ന് വെച്ചു. ഞാൻ ധിക്കാരം കാണിക്കുന്നുവെന്ന് തോന്നിയാലോ? എന്തായാലും അയാൾ പ്രതീക്ഷിച്ചത് ഞാൻ ചെയ്തുവെന്ന് പറഞ്ഞല്ലോ. അത്രയും നല്ലത്. പറയണമെന്ന് തോന്നിയിരുന്നുവെങ്കിൽ അയാൾ എല്ലാം പറഞ്ഞേനേ. എന്തായാലും എന്നെപ്രതി അയാളുടെ പെരുമാറ്റത്തിൽ കണ്ട വിശ്വാസക്കുറവ് അതെന്നെ വളരെ സങ്കടപ്പെടുത്തി. ഹാലുക്ക് ധൃതിയിൽ എഴുന്നേറ്റ് സ്വന്തം ക്ലാസ്സിലേക്ക് പോയി. അയാൾ പോയ വഴി കണ്ണുംനട്ട് ഞാൻ അവിടെത്തന്നെ നിന്നു.

''**നി**ജാത്തും മിറലും കലഹിച്ചു പിരിഞ്ഞിരിക്കുന്നു. അയാൾ അയാളേക്കാൾ പ്രായക്കൂടുതലുള്ള ഒരാളെ വിവാഹം ചെയ്തു. അവരുടെ അച്ഛനമ്മമാരോടൊപ്പമാണ് അയാൾ താമസിക്കുന്നത്. അയാളുടെ അമ്മായിയമ്മ അയാൾക്കുവേണ്ടി ഒരു സ്ഥാപനം തുടങ്ങാൻ മുതൽമുടക്കിയിരിക്കുന്നു. ഇനി അയാൾക്ക് സ്വന്തമായി ഒരു ആർക്കിടെക്റ്റായി പ്രവർത്തിക്കാം.'' നിജാത്ത് പറയുകയായിരുന്നു.

''നമ്മൾ നമ്മുടെ പങ്ക് വഹിച്ചു. വേണ്ടുവോളം ദാരിദ്ര്യവും കഷ്ടപ്പാടും അനുഭവിച്ചു. ഇനി അടുത്ത തലമുറ പോരാട്ടം തുടരട്ടെ.''

ബെദ്രിയും എയ്ടെനും കടുത്ത പ്രണയത്തിലാണ്. മിറൽ പറയുന്നത് അവർ ഒരുമിച്ച് ഉറങ്ങാറുണ്ട് എന്നാണ്. അയാൾക്ക് അവിവാഹിതനായ ഒരു സുഹൃത്തുണ്ട്. അവിടേക്കാണ് എയ്ടനെ ബെദ്രി കൊണ്ടുപോകുന്നതത്രെ. വേറൊന്നുകൂടി മിറൽ പറഞ്ഞു.

''അവന് അവളെ മുഷിഞ്ഞു തുടങ്ങിയത്രെ. ഈ വർഷത്തോടെ പഠനം തീരും. പിന്നെ ഡോക്ടറായി ജോലി നോക്കാം. നിങ്ങൾ രണ്ടുപേരും പിണക്കം തീർത്ത് പഴയതുപോലെ ജീവിച്ചാൽ നന്നായി.''

''അത് വിട്ടേക്ക്'' ഞാൻ പറഞ്ഞു. ''അവനോടെനിക്ക് ദ്വേഷ്യമൊന്നുമില്ല. ഞങ്ങൾ ചേർന്നുപോകില്ല. അത്രയേയുള്ളൂ.''

മിറൽ നല്ല കുട്ടിയാണ്. മനസ്സിലുള്ളത് തുറന്ന് പറയും. ഞങ്ങൾ ഒരുമിച്ച് ലാംബോവിന്റെ കടയിൽ പോകാറുണ്ട്. കൂടെ കാമുകന്മാരില്ലെങ്കിൽ കൂടുതൽ രസമാകും. എന്റെ ഏത് കുസൃതിക്കും അവൾ കൂട്ടുവരും. എന്നെപ്പറ്റി ചില ഇല്ലാക്കഥകൾ ലാംബോവിന്റെ കടയിലും കോളെജിലും പ്രചരിച്ചിട്ടുണ്ടെന്ന് എനിക്കറിയാം. സംഗതി കൊള്ളാമെന്ന് എനിക്കും തോന്നി. ഞാൻ ചെയ്യാത്ത ഒരുപാട് കാര്യങ്ങൾ പറഞ്ഞ് എന്നെ കുറ്റപ്പെടുത്തുക. വിഡ്ഢിത്തം. ചിരിച്ചു തള്ളാനാണ് എനിക്ക് തോന്നിയത്. മനുഷ്യരെപ്പറ്റി ഞാൻ കൂടുതൽ പഠിക്കാൻ തുടങ്ങിയിരിക്കുന്നു. എത്ര അതിശയകരമാണ് അവരുടെ കാര്യങ്ങൾ. അങ്ങേയറ്റം കൗശലം. അതുപോലെ അനുകമ്പയും. ഭൂരിപക്ഷം പേരുടെ കാര്യത്തിലും അവർ ഇന്നതേ ചെയ്യൂ എന്ന് പറയാനാവില്ല. എന്തും ഏതും ചെയ്യാൻ തയ്യാറാണ് പലരും. എന്താണിങ്ങനെ? അവനവന്റെ ഇല്ലായ്മകളും പോരായ്മകളും മറച്ചുവെക്കാൻ വേണ്ടിയാകുമോ? ഈയിടെയായി എന്റെ അമ്മ മുമ്പത്തേക്കാൾ ഭേദമായി സ്വയം നിയന്ത്രിക്കാൻ തുടങ്ങിയിരിക്കുന്നു. ഒന്നുമില്ലെങ്കിലും നാവിനെ നന്നായി ഒതുക്കുന്നുണ്ട്. ഞാൻ ചെയ്യുന്ന കാര്യം അവൾ അംഗീകരിച്ചില്ലെങ്കിലും എനിക്ക് പ്രശ്നമൊന്നുമില്ല. തോളിട്ട് ഒരു കുലുക്കൽ. വിരലുകൊണ്ട് ഒരു ശബ്ദം. ശ്വാസത്തിലുള്ള ഒരു വ്യത്യസം. അതൊന്നും സാരമില്ല. എന്തായാലും ഞങ്ങൾക്കിടയിൽ രഹസ്യമായ ഒരു ഒത്തുതീർപ്പുണ്ട് എന്നതാണ് ആശ്വാസം. അമ്മ എന്നെ അംഗീകരിക്കുന്നില്ല. ഞാനിപ്പോഴും നല്ല ഒരു ജോലി തേടിക്കൊണ്ടിക്കുകയാണ്. എന്റെ ശരീരത്തിന്റെ മാന്ത്രികയവനിക ഉയർത്താനുള്ള ഒരു കൈ ഇനിയും ഉയർന്നു വന്നിട്ടില്ല.

ലാംബോവിന്റെ കടയിൽവെച്ച് ഞാൻ എ. ബി. സി. ഡി. ഇ. എഫ്. ജി. എച്ച്. ഐ. ജെ. കെ. എൽ. എം. എൻ. ഒ. പി. ക്യു. ആർ എന്നിവരെയൊക്കെ കണ്ടുമുട്ടിയിട്ടുണ്ട്. ഇനി എസ്, ഡബ്ളിയു, എക്സ്, വൈ,

ഇസെഡ് എന്നിവരാണ്. അവരോട് കവിതയോ രാഷ്ട്രീയമോ ചർച്ച ചെയ്യാൻ തുടങ്ങുമ്പോഴൊക്കെ, അല്ലെങ്കിൽ നല്ലൊരു സൗഹൃദം സ്ഥാപിക്കാൻ തുടങ്ങുമ്പോഴൊക്കെ അവരെന്നെ പരിഹസിക്കുന്നു. അല്ലെങ്കിൽ ശൃംഗരിക്കാനോ ആക്ഷേപിക്കാനോ തുടങ്ങുന്നു. ഒരു ജോലി കണ്ടെത്താൻ സഹായിക്കുമോ എന്ന് ചോദിക്കാൻ തുടങ്ങുന്ന തോടെ അവർ എന്നെ ഒഴിവാക്കാനും തുടങ്ങും. അല്ലെങ്കിൽ മനുഷ്യ പ്രകൃതിയെക്കുറിച്ച് സാമാന്യമായ ഒരു ബോധം. ഇത് രണ്ടുമല്ലാതെ എന്നെ ആകർഷിക്കത്തക്കവിധം ഒന്നും ഞാൻ അവരിൽ കണ്ടിട്ടില്ല. ഞാൻ തുറന്ന് പറയുകയാണ്, ഒരു പുരുഷനെന്ന നിലയിൽ അവരിൽ ഒരാൾപോലും എന്നിൽ അഭിനിവേശം ഉണർത്തിയിട്ടില്ല. എന്നാൽ അവരുടെ സ്വഭാവത്തിന്റെ മറുവശങ്ങൾ. എയും ബിയും സിയും ഡിയും വിചാരിക്കുന്നത് അവരോട് എനിക്ക് കലശലായ ഭ്രമമാണെന്നും ഞാൻ അവരെ വിടാതെ പിടികൂടിയിരിക്കുകയുമാണ് എന്നാണ്. അവർക്ക് എന്റെ കാര്യത്തിൽ യാതൊരു താത്പര്യവുമില്ല എന്നും. അവരിൽ ഒരാൾ എന്റെ മുഖത്ത് നോക്കി പറയുകയുണ്ടായി, പാകമായിരിക്കുന്നു എന്ന്. പാകമായിരിക്കുന്നു എന്നോ? എന്തിന്?

വേറൊരു കഥ കേൾക്കൂ. ആർ, എഫ്, എന്ന അവിവാഹിതന്റെ -അയാളുടേതല്ല- മുറിയിലേക്ക് കൂട്ടിക്കൊണ്ടുപോയി എന്നാണ്. അത് എം.ഇ.യുടെ മുറിയായിരുന്നു. അയാളെ ഇന്ന് ഞാൻ കണ്ടുപിടിച്ചു. എനിക്ക് അയാളെ അറിഞ്ഞുകൂടാ. അയാൾ ചെറുകഥകൾ എഴുതാറുണ്ട് എന്ന് മാത്രമേ എനിക്കറിയൂ. ഒരു ഭാവഭേദവുമില്ലാതെ ഞാനിരുന്നു. ബാറിൽ അയാളുടെ തൊട്ടടുത്തിരുന്ന് ഒരു ഗ്ലാസ്സ് വീഞ്ഞ് ഞാൻ ആവശ്യപ്പെട്ടു. വളരെ വിനയത്തോടെ അയാളുടെ കാതിൽ ഞാൻ പറഞ്ഞു.

''പ്രിയപ്പെട്ട സർ, താങ്കൾ താങ്കളുടെ മുറിയുടെ താക്കോൽ ആർ. ആറിന് കൊടുത്തുവെന്ന് കേട്ടല്ലോ. എന്നെയും കൂട്ടി അയാൾക്ക് ആ മുറിയിൽ കുറെ നേരം തങ്ങാനുള്ള സൗകര്യം. ഇതുപോലെ പലതും താങ്കൾ കോളെജിൽ പരത്തുന്നുണ്ടെന്ന് എനിക്കറിയാം.''

''ഉവ്വ്.''അയാൾ വളരെ മര്യാദയോടെ തന്നെ സമ്മതിച്ചു.

''അങ്ങനെ ചിലത് ഞാൻ പറഞ്ഞിട്ടുണ്ട്. ആർ. ആർ എന്റെ ഫ്ളാറ്റിന്റെ താക്കോൽ ചോദിച്ച് നിന്റെ കൂടെ സമയം ചെലവഴിക്കാനാണെന്ന് പറയുകയും ചെയ്തു.''

''എനിക്ക് ആർ. ആറിനെ നല്ലവണ്ണം അറിയാം.''ഞാൻ പറഞ്ഞു.

''അയാൾ നല്ലൊരു കവിയാണ്. സത്യസന്ധനാണ്. അയാൾ നിങ്ങളോട് ഇത് പറയാൻ വഴിയില്ല. അതുകൊണ്ട് അത് പറഞ്ഞത് നിങ്ങളായിരിക്കണം''

കൃത്യം ആ സമയത്തുതന്നെ ആർ.ആർ അവിടേക്ക് വന്നു. ഹൃദ്യമായി കൈ കുലുക്കി. എന്നെ കണ്ട സന്തോഷം പ്രകടിപ്പിച്ചു.

''ഒരു നിമിഷം.'' ഞാൻ അയാളുടെ ശ്രദ്ധ ക്ഷണിച്ചു.

''ഈ മാന്യൻ പറയുന്നു നിങ്ങൾ എന്നെയും കൂട്ടി അയാളുടെ മുറിയിൽ സമയം ചെലവഴിച്ചിട്ടുണ്ട് എന്ന്. അത് നേരാണോ? എന്തു പറയുന്നു?''

ആർ. ആറിന്റെ മുഖം പെട്ടെന്ന് മാറി.

''നിങ്ങളേയുംകൊണ്ട് ഞാൻ അയാളുടെ മുറിയിൽ, എന്തസംബന്ധം.''

ക്ഷോഭത്താൽ അയാൾക്ക് ശരിക്ക് സംസാരിക്കുവാൻ പോലുമായില്ല.

''ഞാനെന്തിന് നിങ്ങളെ അയാളുടെ മുറിയിലേക്ക് കൂട്ടിക്കൊണ്ടു പോകണം?''

''എന്തിനാണെന്ന് എനിക്കും അറിഞ്ഞുകൂടാ. എന്നാൽ ഇയാൾ ഉറപ്പിച്ചു പറയുന്നു അങ്ങനെ ഉണ്ടായി എന്ന്.''

ഞാനും ഗൗരവത്തിലായിരുന്നു.

ലാംബോ ഒരു വിഡ്ഢിച്ചിരിയുമായി എല്ലാം കേട്ടുനിന്നു. എന്നാൽ ഞങ്ങളുടെ ഭാഗത്തേക്ക് നോക്കിയതേയില്ല.

''ഞാൻ നിങ്ങളെ അവിടെ കൊണ്ടുപോയെന്നോ?'' ആർ.ആർ ചോദ്യം ആവർത്തിച്ചു. അയാൾ എം.ഇ.യെ രൂക്ഷമായി നോക്കി. എന്തിനെന്നെ ഇങ്ങനെയൊരു കുഴിയിൽ ചാടിച്ചു എന്ന ഭാവം.

''അതെ, നിങ്ങൾത്തന്നെ.'' ഞാൻ വിട്ടുകൊടുത്തില്ല. ''നിങ്ങളെ എനിക്ക് അത്ര പരിചയമൊന്നുമില്ല. എന്നിട്ടും ധിക്കാരം നോക്കൂ.'' അയാൾ പറഞ്ഞില്ല.

''നിങ്ങൾക്കെന്നെ അറിയാം. എനിക്ക് നിങ്ങളെയും. ഇവിടെ വെച്ച് പല തവണ നമ്മൾ സംസാരിച്ചിട്ടുണ്ട്. സ്വന്തം പുസ്തകങ്ങളുടെ കൈയ്യൊപ്പിട്ട കോപ്പികൾ നിങ്ങൾ എനിക്ക് തന്നിട്ടുമുണ്ട്. ഒരു വായനക്കാരനെയെങ്കിലും കിട്ടുമല്ലോ എന്ന പ്രതീക്ഷ. നിങ്ങളുടെ കവിതകൾ എനിക്ക് രസമായി തോന്നിയില്ല എന്ന് ഞാൻ തുറന്ന് പറഞ്ഞു. ആ അവസരത്തിലായിരിക്കുമോ നിങ്ങൾ എന്നെ അവിവാഹിതന്റെ പാർപ്പിടത്തിലേക്ക് കൂട്ടിക്കൊണ്ടുപോയത്?

''അതെ, എന്നുവെച്ചാൽ അല്ല.'' അയാൾ വിക്കിവിക്കി പറഞ്ഞു. ''നിങ്ങൾ പറഞ്ഞ മറ്റു കാര്യങ്ങൾ സംഭവിച്ചിട്ടുണ്ട്. വേറൊന്നുമില്ല.''

''അപ്പോൾ ഞാൻ നുണ പറയുന്നു എന്നാണോ?'' എം. ഇ. യ്ക്ക് ക്ഷമ കെട്ടു. ''അതിനുവേണ്ടിയാണ് നിങ്ങൾ എന്റെ മുറിയുടെ താക്കോൽ ആവശ്യപ്പെടുന്നതെന്ന് പറഞ്ഞില്ലേ? ''

എം. ഇ. നിരപരാധിയുടെ ഭാവമണിഞ്ഞു.

''ഞാൻ വേറൊരാളുടെ പേരാണ് പറഞ്ഞത്.'' ആർ.ആർ പ്രതിഷേധിച്ചു.

''ശരി അങ്ങനെയെങ്കിൽ അങ്ങനെ.''എം.ഇ സ്വയം ഒതുങ്ങി.

യഥാർത്ഥത്തിൽ അയാൾ നല്ലൊരു ചെറുപ്പക്കാരനാണ്. ആർ. ആറിനെപ്പോലെയല്ല. ഞാൻ അവർക്ക് രണ്ടുപേർക്കും പുറം തിരിഞ്ഞിരിക്കുന്നു. രണ്ടുപേരും അപ്പോൾത്തന്നെ അവിടെനിന്നും എഴുന്നേറ്റു പോകുകയും ചെയ്തു.

''**എ**ന്തൊരു നാണക്കേടാണ് അല്ലേ ലാംബോ സാറേ? പുരുഷന്മാരെ പാട്ടിലാക്കാനാണ് ഞാനിവിടെ വരുന്നത് ഞാനിവിടെ വരുന്നത് എന്നാണോ അവരുടെ വിചാരം?''

''എത്രയായാലും പുരുഷന്മാരല്ലേ, അവർക്ക് അങ്ങനെയല്ലേ ചിന്തിക്കാനാവൂ.''

''അവർ, ആ മരത്തലയന്മാർ പറയുന്നത് ഞാൻ അമ്മയുടെ പാവാടത്തുമ്പിൽ തൂങ്ങി വീട്ടിനകത്ത് കഴിയണമെന്നാണോ? പൊതുസ്ഥലങ്ങളിലൊന്നും വരാൻ പാടില്ലെന്ന് ശാഠ്യം പിടിക്കുകയാണ്. അവർക്കെന്നെ അവരുടെ സഹോദരിയായി, സ്നേഹിതയായി കാണാൻ സാധിക്കില്ലേ?''

''അത് പറ്റില്ല എന്റെ കുട്ടീ. അവർ ആണുങ്ങളാണ്. നീ അവരുടെ സഹോദരിയല്ല.''

അന്ന് വീട്ടിലേക്ക് മടങ്ങും വഴി സ്വയം ശകാരിക്കാനും ശപിക്കാനും എനിക്ക് വേണ്ടുവോളം കാരണങ്ങളുണ്ടായിരുന്നു. സാറേബുക് ഷോപ്പിന്റെ അടുത്തുവെച്ച് കാഴ്ചയിൽ വളരെ വലിയ ഒരാൾ എന്നെ പിന്തുടരാൻ തുടങ്ങി. അയാൾ പറഞ്ഞുകൊണ്ടേയിരുന്നു...നൂറ് ലിയാർ...നൂറ് ലിയാർ... വെട്ടിൽ വീണ ഗ്രാമഫോൺ സൂചിയെപ്പോലെ. നൂറ് ലിയാറിന്റെ നോട്ടും വീശി ചിലപ്പോൾ മുന്നിലും മറ്റു ചിലപ്പോൾ പിന്നിലുമായി അയാൾ നടന്നു. തലയിൽ തൊപ്പി. കാലിൽ ചളി നിറഞ്ഞ റബ്ബർ ചെരുപ്പ്. താടിയിൽ കുറ്റിരോമം. കണ്ടാൽ ഒരു കൊള്ളക്കാരന്റെ മട്ട്. എനിക്ക് ദ്വേഷ്യം തോന്നിയില്ല. അയാളുടെ മനോഭാവവും ആർ. ആറിനെപ്പോലുള്ളവരുടെ മനോഭാവവും തമ്മിൽ എന്ത് വ്യത്യാസമാണുള്ളത്? പറയുമ്പോൾ അവർ ടർക്കിയിലെ ബുദ്ധിജീവികളുടെ വകുപ്പിൽപ്പെട്ടവരാണ്. എന്നിട്ടും ഒരാളേയും ശുദ്ധമനസ്സുള്ളവരായി ഞാൻ കാണുന്നില്ല. എന്റെ അഭിപ്രായത്തിൽ ഇയാളേക്കാൾ കറ പുരണ്ടതാണ് മറ്റുള്ളവരുടെ മനസ്സ്. നടക്കുന്നതിനിടയിൽ ഒരിക്കൽ അയാൾ എന്റെ അരികിൽ വന്ന് കീശയിലിരിക്കുന്ന പണം കാണിച്ചു തന്നു. നൂറ് ലീറായുടെ നോട്ടുകൾ. ഞാൻ ചിരിച്ചു. അയാളും എന്റെ നേരെ നോക്കി ഇളിച്ചു. വെറുതെ വിചാരിച്ചു. എന്റെ മായായവനിക ഉയർത്താൻ അയാൾക്ക് അവസരം കൊടുക്കണോ? ഞാൻ അയാളെ നോക്കി. ഇപ്പോൾ തൊട്ടടുത്താണ്. അങ്ങനെ കുറച്ച്നേരം ഞങ്ങൾ ടാക്സിചത്വരത്തിൽ നിൽക്കുന്ന പൊലീസുകാരന്റെ അരികിലെത്തി. ഞാൻ ആ തെമ്മാടിയോട് പറഞ്ഞു.

"നിങ്ങളുടെ പ്രശ്നമെന്താണെന്ന് പൊലീസുകാരനോട് പറഞ്ഞോളൂ."

ഞാൻ പറയേണ്ട താമസം അയാൾ തിരിഞ്ഞു നടന്നു. കണ്ണിൽ നിന്നു മറഞ്ഞു. ഹാലിറ്റ് ഇവിടെ ഉണ്ടായിരുന്നുവെങ്കിൽ എന്ന് ഞാൻ ആശിച്ചു. അയാൾ മറ്റുള്ളവരെപ്പോലെയല്ല. തീർച്ച.

ഇന്ന് ക്ലാസ്സുകൾ കഴിഞ്ഞതിനുശേഷം ഞാൻ ഒരു പത്രമാപ്പീസിലേക്ക് പോയി. അവിടെ പുതുതായി ജോലിക്കാരെ എടുക്കുന്നുവെന്ന് കേട്ടിരുന്നു. ഞാൻ നേരെ പത്രാധിപരുടെ മുറിയിലേക്ക് ചെന്നു. അയാൾ ഒരു ചെറുപ്പക്കാരനായിരുന്നു. എനിക്ക് ഒരു ജോലി വേണമെന്ന് അയാളെ അറിയിച്ചു. എനിക്ക് പറ്റുന്ന വല്ല ജോലിയുമുണ്ടോ എന്ന് അയാളോട് അന്വേഷിച്ചു. അയാൾക്ക് എന്റെ കാര്യത്തിൽ താത്പര്യമുണ്ടെന്ന് തോന്നി. അയാൾ മുറിയിൽനിന്നും പുറത്ത് പോയി ആരോടൊക്കെയോ സംസാരിച്ചു. ഒന്നു രണ്ടു തലകൾ വാതിൽക്കൽ പ്രത്യക്ഷപ്പെട്ടു. എന്നെ നിരീക്ഷിച്ചു മറഞ്ഞു പോവുകയും ചെയ്തു. അവസാനം പത്രാധിപർ അകത്ത് വന്ന് അറിയിച്ചു. "ഉണ്ടായിരുന്ന ഒഴിവിലേക്ക് ആളായി. ഇനി ഒഴിവ് വരുമ്പോൾ അറിയിക്കാം. ഇനി ഒഴിവ് വരുമ്പോൾ അരിയിക്കാം. മേൽവിലാസം തരികയാണെങ്കിൽ കത്തയയ്ക്കാം."

ഞാൻ പുറത്തേക്ക് പോകാനെഴുന്നേറ്റപ്പോൾ അയാൾ പറഞ്ഞു.

"കുറച്ച് നേരം ഇരിക്കൂ. കാപ്പി കുടിച്ചിട്ട് പോകാം. "

എന്നെപ്പറ്റി കേട്ടിട്ടുണ്ടെന്ന് അയാൾ പറഞ്ഞു.

"എന്നെപ്പറ്റിയോ?" എനിക്ക് അതിശയം തോന്നി.

"ഞാനും ആർ.ആറും അടുത്ത സുഹൃത്തുക്കളാണ്." അയാൾ സത്യം പറഞ്ഞു. പക്ഷേ ഒരു അർത്ഥംവെച്ച് സംസാരിക്കുന്നതുപോലെ തോന്നി.

"അത് ശരി. മനസ്സിലായി." പിന്നെ ഞാനവിടെ നിന്നില്ല. ഉടനെ സ്ഥലം വിട്ടു.

ഇന്ന് അവിചാരിതമായി ഞാൻ അയാളുടെ മുന്നിൽ ചെന്നുപെട്ടു. കൂട്ടിമുട്ടി എന്നുതന്നെ പറയാം. ഞങ്ങൾ വഴിയിൽനിന്ന് സംസാരിക്കാൻ തുടങ്ങി. അയാൾ മറ്റുള്ളവരെപ്പോലെയല്ല. വാസ്തവത്തിൽ അവരിൽ പലരുമായും അയാൾ മിണ്ടാറേയില്ല. കവിതയെഴുത്ത് നിർത്തി എന്ന് ഞാൻ അയാളോട് പറഞ്ഞു.

"നിങ്ങൾ പറഞ്ഞതാണ് ശരി. എന്റെ കവിതകൾ നല്ലതല്ല. ഞാനിപ്പോൾ ഒരു ജോലി അന്വേഷിച്ചുകൊണ്ടിരിക്കുകയാണ്."

"സഹായിക്കാൻ പറ്റിയ ആരെയും എനിക്കറിയില്ലല്ലോ."

അയാൾ ഖേദം പ്രകടിപ്പിച്ചു.

''യഥാർത്ഥത്തിൽ ഞാനും ഒരു ജോലിക്കായി ശ്രമിച്ചുകൊണ്ടിരിക്കുകയാണ്. ''

വല്ലാത്തൊരു മനുഷ്യൻതന്നെ. മുഖത്ത് എപ്പോഴും ഒരു അതൃപ്തിയാണ്. ആളുകളെ കണ്ടാൽ ഒഴിഞ്ഞുമാറാൻ തിടുക്കം കാണിക്കും. അയാൾ ഒരിക്കൽ എന്റെ കവിതകൾ കേൾക്കാൻ ഗാർഡനിൽ വന്നുവെന്ന് വിശ്വസിക്കാൻ പ്രയാസം. കാപ്പിക്ക് ശേഷം ബില്ലിന്റെ പകുതി എന്നെക്കൊണ്ട് കൊടുപ്പിക്കുകയും ചെയ്തു. അയാളെ വിട്ട് ഞാൻ വീട്ടിലേക്ക് നടന്നു. വഴിയുടെ മറുവശത്ത് ഹൈദറിനെ കണ്ടു. ഞങ്ങൾ രണ്ടുപേരും ബൈലാന്റെ കടയിൽ കയറി ഓരോ കപ്പ് ചായ കുടിച്ചു. കുറച്ച് മുമ്പുണ്ടായ സംഗതി ഞാൻ അയാളോട് പറഞ്ഞു.

''അയാളെ കാര്യമായി എടുക്കേണ്ട. നിങ്ങൾ വിചാരിക്കുന്നപോലുള്ള ആളല്ല അയാൾ. ''

ഹൈദർ എനിക്ക് മുന്നറിയിപ്പ് തന്നു.

''ഞാൻ വിചാരിക്കുന്നപോലെ? നിങ്ങൾ എന്താണ് ഉദ്ദേശിക്കുന്നത്?''

''അയാൾക്ക് സ്ത്രീകളെ ഇഷ്ടമല്ല.''

''അത് കൂടുതൽ നന്നായി. ഈ അവസരം ഞാൻ പ്രയോജനപ്പെടുത്തും. എന്നെ വെറുമൊരു സ്ത്രീയായി കാണുന്ന ഒരാളെ ഞാൻ ആദ്യമായി കാണുകയാണ്.''

അതുകേട്ട് അയാൾ ചിരിച്ചു.

''നിങ്ങൾക്കിത് കൂടുതൽ ശക്തി നൽകും.''

''എനിക്കറിയുന്ന കവികളൊക്കെയും ഒന്നുകിൽ ഭ്രാന്തന്മാരാണ്. അല്ലെങ്കിൽ അങ്ങനെ നടിക്കുന്നവരാണ്. ചിലർക്ക് ആരോഗ്യം കിട്ടുന്നത് ഫ്രാൻസിൽനിന്നാണ്. ബാക്കിയുള്ളവർ ബുദ്ധിമാന്ദ്യം പിടിപെട്ടവരാണ്.''

ഞാൻ പരിഹാസത്തോടെ ചിരിച്ചു.

''നിങ്ങൾ പറഞ്ഞത് ശരിയാണ്.'' അയാൾ സമ്മതിച്ചു.

ഈ ഭ്രാന്തന്മാരാണോ ടർക്കിഷ് സാഹിത്യം സൃഷ്ടിക്കാൻ പോകുന്നത് എന്ന് ഞാൻ ചോദിച്ചു.

''തീർച്ചയായും. അവരെപ്പോലുള്ളവരും നിങ്ങളെപ്പോലുള്ളവരും.''

''ഞാനെഴുതിയതൊന്നും നിങ്ങൾ വായിച്ചിട്ടില്ലല്ലോ. എല്ലാം കൊള്ളരുതാത്തവയാണ്.''

''അതുപോലെത്തന്നെയാണ് അവരെഴുതുന്നതും. ''ഞാൻ പോകാനെഴുന്നേറ്റു. അയാൾ വേറൊരു മേശയിലേക്ക് മാറി. അവിടെ എ.ഐ ഇരുന്നിരുന്നു. അയാളോട് പോയി പറഞ്ഞോളൂ, നിങ്ങൾ എന്നെ നിങ്ങളുടെ അവിവാഹിതരുടെ മുറിയിലേക്ക് കൂട്ടിക്കൊണ്ടുപോയി എന്ന്.

ഞാൻ അല്പം ദ്വേഷ്യത്തിൽ പറഞ്ഞു. അയാൾക്ക് അത് വിഷമമായി. എനിക്കും വിഷമം തോന്നി. അങ്ങനെ പറയേണ്ടായിരുന്നു.

''ഞാനും നീയും കൂട്ടുകാരല്ലേ?'' അയാൾ എന്നെ നോക്കി പറഞ്ഞു.

''എന്റെ കാര്യത്തിൽ ശങ്ക തോന്നുണ്ടെങ്കിൽ ഇനി ഞാൻ നിന്നോട് സംസാരിക്കുകയേയില്ല. അതൊരു താഴ്ന്ന തരം തമാശയായിപ്പോയി.''

ഞാൻ കുറ്റം സമ്മതിച്ചു. ക്ഷമാപണം നടത്തി. അതിനുമുമ്പ് നടന്ന സംഭവങ്ങളുടെ നീറ്റൽ അപ്പോഴും മാറിയിരുന്നില്ല. അയാൾ എനിക്ക് കൈ തന്നു.

''നമ്മൾ നല്ല ചങ്ങാതിമാരാണ്. നിന്നോടുള്ളതിനേക്കാൾ അടുപ്പം വേറൊരു സ്നേഹിതനോടുമില്ല.''

ഞാൻ അയാളോട് നന്ദി പറഞ്ഞു.

ഹാലിറ്റിന്റെ കത്ത്. ഇതിനുമുമ്പും അയാൾ ഒരു കത്തയച്ചിരുന്നു. എനിക്ക് കിട്ടിയിട്ടില്ല. ലാംബോവിന്റെ കടയിൽവെച്ച് നഷ്ടപ്പെട്ടിരിക്കാം. അല്ലെങ്കിൽ മറ്റാരുടെയെങ്കിലും കൈയിൽ എത്തിയിരിക്കാം. അയാളുടെ കത്തിൽ രഹസ്യങ്ങളൊന്നുമുണ്ടാകില്ല. എന്നാലും അവസാനം വികാരനിർഭരമായ വരികളുണ്ടാവും. എന്റെ പ്രിയപ്പെട്ടവൾ, എന്റെ പ്രാണൻ, എന്റെ കുഞ്ഞ് തുടങ്ങിയ വാക്കുകൾ. ആ വാക്കുകളുടെ അർത്ഥം എന്താണെന്ന് ദൈവത്തിന് മാത്രമേ അറിയൂ. എന്തായാലും ഉടനെ മറുപടി എഴുതണം. സംഭവിച്ചതെന്താണെന്ന് അയാളെ അറിയിക്കണം.

മിറലിന്റെ അച്ഛൻ പെട്ടെന്ന് മരിച്ചു. തലച്ചോറിൽ രക്തസ്രാവം. മൂന്ന് ദിവസം അവൾ ക്ലാസ്സിൽ വന്നില്ല. അവൾ ആകെ വിയർത്ത് വിളറിയിരിക്കുന്നു. ഞങ്ങൾ തോട്ടത്തിൽ നടന്ന് സംസാരിച്ചു. അവളുടെ അമ്മ ആ ആഘാതത്തിൽനിന്നും ഇനിയും മോചിതയായിട്ടില്ല.

''ഞാൻ തന്നെ വല്ലാതെ തകർന്നുപോയിരിക്കുന്നു.'' അവൾ പറഞ്ഞു. എന്നാൽ അത്രയ്ക്കൊന്നുമില്ല എന്ന് എനിക്ക് തോന്നി. അവൾ വെറുതെ നടിക്കുകയാണ്. ഞങ്ങൾ ഹൈസ്കൂളിൽ പഠിച്ചിരുന്ന കാലം. അവളുടെ അച്ഛൻ വേഗം മരിച്ചുപോകാനായിരുന്നു അവളുടെ ആഗ്രഹം. അത് ഏതാണ്ട് രണ്ട് വർഷം മുമ്പാണ്. അതേ അച്ഛനെത്തന്നെയാണ് അവളിപ്പോൾ ഇത്രയധികം സ്നേഹിക്കുന്നത്.

''അപ്പോ ബെദ്രിയുടെ കാര്യം? '' ഞാൻ ചോദിച്ചു.

''അവനെ നിനക്കറിയാമല്ലോ, ഇതൊന്നും അവനെ കാര്യമായി ബാധിക്കുന്നില്ല.''

എയ്ടെനെപ്പറ്റി ചോദിച്ചപ്പോൾ അവൾ പറഞ്ഞത്, കുറെ നാളായി എയ്ടെൻ ക്ലാസ്സിൽ വരാറില്ല എന്നാണ്. അവളും ബെദ്രിയും പിരിഞ്ഞിരിക്കുന്നു. ആരോടും പറയരുതെന്ന് സത്യം ചെയ്യിച്ചതിനുശേഷം മിറൽ

എന്റെ കാതിൽ പറഞ്ഞു. എയ്ടെൻ ഈയിടെയായി വേശ്യാലയത്തിൽ ജോലി ചെയ്യുന്നുണ്ട് എന്ന്.

ഞാൻ ഞെട്ടിപ്പോയി. പൊട്ടിക്കരഞ്ഞേക്കുമോ എന്ന നിലയിലായി. മീറൽ ആശ്വസിപ്പിച്ചു. ‘‘ബെദ്രിയെ പരിചയപ്പെടുന്നതിനുമുമ്പും അവൾ അത്തരക്കാരിയായിരുന്നു. വിശ്വസിക്കാനായില്ല. അവളെങ്ങനെ അങ്ങനെ യായി? അദ്ഭുതം തന്നെ. എയ്ടെൻ ശരിക്കും നല്ല കുട്ടിയായിരുന്നു.

ഹാലിറ്റിന്റെ കത്ത് ലാംബോവിന്റെ കടയിൽ നിന്നും കിട്ടി. അവസാനം ഞങ്ങൾ ഒളിച്ചോടാൻ ആലോചിക്കുന്നു.

‘‘എന്റെ കൂട്ടുകാരീ, ഞാൻ നമ്മുടെ ഈ നാട് വിട്ട് ദൂരെ എവിടെ യെങ്കിലും പോവുകയാണെങ്കിൽ നീ എന്റെ കൂടെ വരുമോ?പിടിക്ക പ്പെടാനുള്ള എല്ലാ സാദ്ധ്യതകളുമുണ്ട്. അത് സാരമാക്കേണ്ട. നമ്മൾ രക്ഷപ്പെടും. കണ്ടോളൂ. നമ്മൾ തീർച്ചയായും രക്ഷപ്പെടും. സന്തോഷ മായി കഴിയും. ‘ഒരുമിച്ച്.’ സന്തോഷമായി.

എന്താണ് അയാൾ ഉദ്ദേശിച്ചത്? വിവാഹിതരാകാനാണോ? സുഹൃ ത്തുക്കളുമായി മുമ്പേ പറഞ്ഞതുപോലെ കഴിയാമെന്നാണോ? ‘‘നമ്മുടെ കൂടെ വേറൊരാൾ കൂടിയുണ്ടാവും. എന്നെ എന്നപോലെ അയാളെയും നീ വിശ്വസിക്കണം.’’

എന്താണിതിനർത്ഥമെന്ന് എനിക്ക് മനസ്സിലാവുന്നില്ല. എന്തായാലും ഞാൻ അയാളുടെ കൂടെ പോകും. എന്നെ പിന്നോക്കം വലിക്കാൻ പിന്നെ ആരാണുള്ളത്? അല്ലെങ്കിൽ എന്താണുള്ളത്? ഞാൻ അപ്പോൾ ത്തന്നെ ഹാലിറ്റിന് മറുപടിയെഴുതി.

‘‘ഞാൻ തയ്യാറാണ്. നിങ്ങൾ വിളിക്കേണ്ട താമസം.’’

കൈയിൽ പണമില്ല. അമ്മയുടെ കൈയിൽനിന്നെടുക്കാം. അവ സാനത്തെ തവണ. അതായത് മോഷണം. ഭാവിയിൽ എനിക്ക് വേണ്ടി വരുന്ന ചെലവുകളുടെ കണക്കിൽ അമ്മ അതും ഉൾപ്പെടുത്തട്ടെ. അല മാരയുടെ ഏറ്റവും മുകളിലെ തട്ടിലാണ് പണപ്പെട്ടി. അതിൽ നൂറ് ലീറയുടെ നോട്ടുകളുണ്ട്. ജോലി തരമായാൽ ഞാൻ അത് അമ്മയ്ക്ക് തിരിച്ചു കൊടുക്കും. എവിടേക്ക് എന്നതായിരുന്നു പ്രശ്നം. അത് പിന്നീടെഴു താമെന്നാണ് ഹാലിറ്റ് പറയുന്നത്. ഞാൻ അങ്ങേയറ്റം സന്തോഷത്തി ലാണ്. അത് അമ്മയുടെ മുന്നിൽ കാണിക്കരുതല്ലോ. എന്റെ മുഖത്ത് അങ്ങനെ എന്തെങ്കിലും കാണുകയേ വേണ്ടൂ, അത് അമ്മ കണ്ടു പിടിക്കും. എന്തെങ്കിലും ഊഹിക്കാനായാൽ പിന്നെ പറയുകയും വേണ്ട. ഹാ...ഹാ...ഹാ...ഞാൻ ഉറക്കെ ചിരിച്ചു. മാന്യവനിതയ്ക്ക്...കന്യാചർമ്മ ത്തിന്റെ രക്ഷകയ്ക്ക് വളരെ നല്ല ഒരു പാഠം.

ഇന്ന് ഞാനും അമ്മയും കൂടി പെൻഡിക്കിലുള്ള മിറലിന്റെ വീട്ടിലേക്ക് പോയി. ദുഃഖത്തിൽ പങ്കു ചേരാൻ. കരയാനുള്ള തയ്യാറെടുപ്പു തന്നെ

തുടങ്ങിയിരുന്നു അമ്മ. അമ്മയും മിറലും ഒരുമിച്ചിരുന്ന് കുറെ കരഞ്ഞു. ബെദ്രി വീട്ടിലുണ്ടായിരുന്നു. അയാളും ഞാനും മിറലും സ്വീകരണ മുറിയിലിരുന്നു. എൽ ആകൃതിയിലുള്ള ഒരു തളം. അത് അവരുടെ പുതിയ വീടായിരുന്നു. ബെദ്രിക്ക് ഉയരം കൂടിയതുപോലെ. കാണാൻ സുന്ദരൻതന്നെ. അക്കാര്യം ഞാൻ ഇതിനുമുമ്പ് ഇത്ര ശ്രദ്ധിച്ചിട്ടില്ല.

എത്രയോ വർഷങ്ങളായുള്ള പരിചയമാണ്. അയാളുടെ മുഖത്തേക്ക് നോക്കുമ്പോൾ ചിരി അടക്കാനാവുന്നില്ല. രണ്ട് കാര്യങ്ങൾ ഓർമ്മ വരുന്നു. അയാൾ എന്നെ ഉമ്മവെച്ചത്. അന്ന് അയാളുടെ വായ നിറയെ അമ്മ ഉണ്ടാക്കിയ ചെറിയ കേക്കിന്റെ മധുരവും മണവുമായിരുന്നു. രണ്ടാമത്തേത്, അന്ന് എയ്ടെൻ ശുചിമുറിയിലേക്ക് പോയപ്പോൾ അയാൾ എന്നെ നോക്കിയ വിധം. ഇപ്പോൾ അയാൾ എന്റെ മുന്നിലിരിക്കുന്ന രീതി. എനിക്ക് അഭിമുഖമായി കാലുകൾ തെല്ലകത്തി, അയാളുടെ നോട്ടത്തിൽ പഴയ ധാർഷ്ട്യമില്ല. എന്നാലും ആ കണ്ണുകൾ എന്തോ പറയുന്നുണ്ട്. പണ്ടു പറയാറുള്ളതുപോലെ.

''ഇപ്പോഴും നിങ്ങൾ ഗുസ്തി പരിശീലിക്കുന്നുണ്ടോ?''ഞാൻ ചോദിച്ചു.

''പഴയതുപോലെയില്ല. മെഡിക്കൽ സ്കൂളിലെ പഠനം. ഈ കൊല്ലം പ്രത്യേകിച്ചും കുഴപ്പമാണ്.''

''കവിതയെഴുത്ത് ഞാൻ നിർത്തി. അത് സ്ത്രീകൾക്ക് പറ്റിയ പണിയാണ്.'' ഞാൻ ചിരിച്ചു.

''നിങ്ങൾ ഇപ്പോഴും കവിതയെഴുതാറുണ്ടോ?''

അയാൾ എന്നോട് ചോദിച്ചു.

''ഇല്ല, ഞാനും നിർത്തി. അത് പുരുഷന്മാരുടെ തൊഴിലാണ്.''

''ഏതെല്ലാം പുസ്തകങ്ങളാണ് നിങ്ങൾ ഇപ്പോൾ വായിക്കുന്നത്?''

ഞാൻ വായിക്കുന്ന ചില പുസ്തകങ്ങളുടെ പേരുകൾ പറഞ്ഞു. ഉടനെ അടുത്ത ചോദ്യം വന്നു.

''ആരുടെ നിർദ്ദേശപ്രകാരമാണ്, ഹാലിറ്റിന്റെയോ ഹാലുക്കിന്റെയോ?''

''അമ്മ കേൾക്കേണ്ട.''

ഞാൻ ആംഗ്യം കാണിച്ചു.

''അവർ കേൾക്കില്ല.''

അയാൾ ഒച്ച താഴ്ത്തി പറഞ്ഞു. അതിനാൽ ഞാൻ ധൈര്യമായി പറഞ്ഞു.

''രണ്ടുപേരുടെയും.''

എനിക്ക് മിറലിനോട് ദ്വേഷ്യം തോന്നി. ഞാൻ പറയുന്ന ഓരോ കാര്യവും അവൾ ജ്യേഷ്ഠനോട് പറയുന്നുവല്ലോ. തീർച്ചയായും

അതൊന്നും അയാൾ അമ്മയോട് പറയില്ല. അത്രയ്ക്ക് തരം താഴ്ന്ന വനല്ല. എന്നാലും എന്നെപ്പറ്റി എന്തിനാ എല്ലാ കാര്യവും അറിഞ്ഞു വെക്കുന്നത്? വീട്ടിലേക്ക് മടങ്ങും വഴി അമ്മ എന്നോട് പറഞ്ഞു.

''ഇനി മുതൽ നസീഫ് അമ്മായിക്ക് പണിയെടുക്കേണ്ടി വരും. അവരുടെ ഭർത്താവിന് കാര്യമായി സമ്പാദ്യമൊന്നും ഉണ്ടായിരുന്നില്ല. കഴിഞ്ഞുകൂടാൻ പ്രയാസമാവും.''

അമ്മ ഒരു നെടുവീർപ്പോടെ തുടർന്നു. ''ദൈവം അങ്ങനെ ഒരു അവസ്ഥ നമുക്ക് വരുത്താതിരിക്കട്ടെ. അഥവാ അങ്ങനെ സംഭവിച്ചാൽ നമ്മളെന്താണ് ചെയ്യുക?''

പ്രത്യേകിച്ച് കാരണമൊന്നുമില്ലാതെ അവർ സങ്കടപ്പെട്ടു. കൂട്ട ത്തിൽ പറഞ്ഞു.

''ബെദ്രി നല്ലൊരു ചെറുപ്പക്കാരനാണ്. ഒരു ഡോക്ടറായിക്കഴി ഞ്ഞാൽ അവൻ അമ്മയെ നല്ലപോലെ നോക്കിക്കൊള്ളും. ഒരു മകൻ, മകൻ തന്നെ. ആ കാര്യം വേറെ. അള്ളാഹു അവനെ കാക്കട്ടെ.''

ഇന്ന് രാവിലെ എല്ലായിടത്തും നിറയെ ഈയാംപാറ്റകൾ. വീണ്ടും വസന്തമെത്തിയിരിക്കുന്നു. സുഖമുള്ള കാലാവസ്ഥ. നേരിയ തണുപ്പ്. ഞാൻ കനം കുറഞ്ഞ കമ്പിളിക്കുപ്പായമിട്ടാണ് ക്ലാസ്സിൽ പോയത്. ഇടനാഴിയിൽവെച്ച് കെവ്സറിന്റെ മുന്നിൽ ചെന്നുപെട്ടു. അവൾ എന്നെ നോക്കി ചിരിച്ചു. എനിക്കും അവളോട് ദ്വേഷ്യം തോന്നിയതേയില്ല. എന്നാൽ അവളോട് കൂട്ട് കൂടണമെന്ന് തോന്നിയതുമില്ല. ഐൻസി ലേയും ഞാനും അടുത്തടുത്തിരുന്നു. അവൾ നന്നായി ചിത്രം വര യ്ക്കും. എന്റെ രേഖാചിത്രം അവൾ സ്വന്തം നോട്ടുപുസ്തകത്തിൽ വരച്ചു. നന്നായിട്ടുണ്ട്. എന്റെ നല്ല ഛായ. അതിനടിയിൽ അവൾ എഴുതി യിരുന്നു ഇംഗ്ലീഷിൽ. ''ആരാണ് ഘാതകൻ? ആരാണ് ഇര?''

എനിക്ക് അതിശയം തോന്നി. ഞാൻ അവളുടെ ശ്രദ്ധ ആകർഷി ക്കാൻ ശ്രമിച്ചു. എന്നാൽ അവളുടെ നോട്ടം അദ്ധ്യാപകന് നേരെയാ യിരുന്നു. വളരെ മനസ്സിരുത്തി കേൾക്കുകയാണ് എന്ന ഭാവം. ഇവൾ ഏത് തരക്കാരിയാണ്? എനിക്ക് ഊഹിക്കാനായില്ല. അവൾ എന്താണു ദ്ദേശിച്ചത്? എനിക്ക് അറിയാൻ തിടുക്കമായി. അല്പം കഴിഞ്ഞ് നോട്ടു പുസ്തകത്തിൽ വീണ്ടും ചില വരകൾ വരച്ചു. അത് എന്താണെന്ന റിയാൻ ഞാൻ കഴുത്ത് നീട്ടി. അത് ആ ലക്ചററുടെ മുഖച്ഛായയായി രുന്നു സബ്രി ഇസ്ത്. അതിനുമീതെ അവൾ എഴുതി.

''എന്റെ പ്രണയം.''

ഞങ്ങൾ ഒച്ചയൊതുക്കി ചിരിച്ചു. അവളൊരു മണ്ടിയാണ്. തീർച്ച. എന്നാലും നല്ല ഒരു കുട്ടി. അങ്ങനെയുള്ളവർ എപ്പോഴും സന്തോഷ മുള്ളവരായിരിക്കും. ചുറ്റുമുള്ളവരെയും സന്തോഷിപ്പിക്കും. അങ്ങനെ യാണ് കേട്ടിട്ടുള്ളത്. അത് ശരിയായിരിക്കണം.

ഇന്ന് രാവിലെയും എല്ലായിടത്തും ഈയാംപാറ്റകൾ. എണ്ണമില്ലാതെ വീണുകിടക്കുന്നു. നടക്കുമ്പോൾ സൂക്ഷിക്കണം. അല്ലെങ്കിൽ കാലി നടിയിൽ കിടന്ന് ചതയും. കുറച്ചൊക്കെ സൂക്ഷിച്ചു. പിന്നെ അവയെ ഗൗനിക്കാതെ ചവുട്ടി നടന്നു. കാലിനടിയിൽ ഞെരിഞ്ഞമർന്നതു കാണാ തിരിക്കാൻ മുകളിലേക്ക് നോക്കി നടന്നു. അവയ്ക്ക് ചിറകുകൾ കൊ ടുത്തിരിക്കുന്നത് പറക്കാനല്ലേ? പിന്നെന്തിനാണ് തറയിൽ അരിച്ചു നടക്കുന്നത്? തറയിലെ ദ്വാരങ്ങളിലേക്കും വിടവുകളിലേക്കും വളരെ പ്രയാസപ്പെട്ട് അരിച്ചിറങ്ങുന്നു. അങ്ങനെയെങ്കിൽ ചിറകുകളുടെ ആവശ്യ മെന്ത്? വിചിത്രം എന്നല്ലാതെ എന്തു പറയാൻ? അവർ പറക്കുന്ന ഉറു മ്പുകളോ അതോ തറയിൽ അരിച്ചു നടക്കുന്ന പക്ഷികളോ?

ഞാൻ ലാംബോവിന്റെ കടയിൽ കയറി. ഹാലിറ്റിന്റെ കത്തുണ്ട്. അപ്പോൾ തന്നെ ഞാൻ അത് തുറന്ന് വായിച്ചു. അതിനുള്ളിൽ മറ്റൊരു കത്ത്. അതിന്മേൽ എഴുതിയിരിക്കുന്നു.

അതീവരഹസ്യം.

ഞാൻ അതെന്റെ കൈസഞ്ചിയിൽ വെച്ചു. തിടുക്കത്തിൽ വീട്ടിൽ വന്നു. എന്റെ അമ്മ ഛർദ്ദിക്കുന്നത് കണ്ടു. വീണ്ടും ഗർഭിണിയായിട്ടു ണ്ടാവും. ആൺകുട്ടിയാണ് വയറ്റിൽ ചുമക്കുന്നത് എങ്കിൽ, അമ്മയ്ക്ക് ഭക്ഷണത്തോട് പ്രത്യേകിച്ച് കൊതിയുണ്ടാവില്ല. പെൺകുട്ടിയാണെ ങ്കിൽ ഓരോരോ കൊതിയുണ്ടാവും. ഇതൊരു പെൺകുട്ടിയാവണം. എന്തോ ആവട്ടെ.

''ഞാനെന്തെങ്കിലും ചെയ്തു തരണോ? ''

അമ്മയോട് ഞാൻ ചോദിച്ചു.

''എന്റെ പിന്നിൽനിന്ന് പോയാൽ മതി.''

അമ്മ ഒച്ചവെച്ചു. അമ്മ ഛർദ്ദിക്കുന്നത് ഞാൻ കണ്ടുവെന്ന നാണ ക്കേട്. കുറ്റബോധം. അവരത്രയും വിശുദ്ധയാണെങ്കിൽ ഞാനുണ്ടായത് എങ്ങനെയാണ്? അച്ഛന്റെ വെറുമൊരു നോട്ടത്തിൽനിന്നോ? കന്യാ മറിയത്തിന് സംഭവിച്ചതുപോലെയോ? ഞാൻ എന്റെ മുറിയിലേക്ക് പോന്നു. ആ ലക്കോട്ട് തുറന്നു. അടുത്തുതന്നെ വളരെ വേഗം സമ യവും സ്ഥലവും അറിയിക്കാൻ പോകുന്നു. വരുന്ന ആഴ്ച ഒരു ദിവസം.

''അടുത്ത ആഴ്ച വീട്ടിൽത്തന്നെ ഉണ്ടാവണം.'' ഹാലിറ്റ് എഴുതി.

''ഞാനൊരു ടെലഗ്രാം അയയ്ക്കാം. അല്ലെങ്കിൽ പൊക്കം കുറഞ്ഞ, ഇരുണ്ട നിറമുള്ള ഒരു ഇരുപതുകാരൻ വന്ന് നിന്നോട് ചോദിക്കും. 'ക്വയറ്റ്ലേഡി സ്ട്രീറ്റ് എവിടെയാണെന്ന് .അയാൾക്ക് കട്ടിയുള്ള മീശ യുണ്ടായിരിക്കും. നിന്റെ അമ്മയാണ് വാതിൽ തുറക്കുന്നതെങ്കിൽ അയാൾ മിണ്ടാതെ പോകും. അരമണിക്കൂർ കഴിഞ്ഞ് വീണ്ടും വരും. അപ്പോൾ നിനക്ക് തീർച്ചയാക്കാം അത് അയാളാണെന്ന്. നീ തന്നെ

വന്ന് വാതിൽ തുറക്കണം. എന്റെ പ്രാണനേ, അയാൾ നിന്റെ കൈയിൽ ഒരു കടലാസ് തരും. തീയതിയും സമയവും സ്ഥലവും റോഡ്മാപ്പും പിന്നെ എന്തെല്ലാം കൈയിൽ കരുതണം, എവിടെ കണ്ടുമുട്ടണം തുടങ്ങി എല്ലാം. സ്നേഹത്തോടെ നിന്റെ അടിമ.''

'അടിമയോ?' അങ്ങനെ ഒരു കാലത്തുമാവില്ല.

ഇന്നു രാവിലെ നേരത്തെ കോളെജിലേക്ക് പോയി. ക്ലാസ്സുകൾ തുടങ്ങുന്നതിനുമുമ്പേ. മീറലിനെ കാണണം. മിക്കവാറും ഞാൻ ഒന്നാമത്തെ ക്ലാസ്സിൽ എത്താറില്ല. രാത്രി കുറെ നേരം വായിച്ചിരിക്കും. രാവിലെ ഉണരാൻ വൈകും. അതുകൊണ്ട് രണ്ടാമത്തെ ക്ലാസ്സിൽ കയറാനേ സാധിക്കാറുള്ളൂ. മിറലിനെ ക്ലാസ്സിനു പുറത്തേക്ക് വിളിക്കാൻ ശ്രമിച്ചു. അവൾ സമ്മതിച്ചില്ല. അതിനിടയിൽത്തന്നെ ആ കിഴവി ക്ലാസ്സിൽ കയറി. അതിനാൽ എനിക്കും ക്ലാസ്സിൽ ഇരിക്കേണ്ടി വന്നു.

''ഇന്നിനി ക്ലാസ്സിൽ ഇരിക്കണ്ട. അസാധാരണമായ ചിലത് സംഭവിക്കാൻ പോകുന്നു.''

ഞാൻ മിറലിനോട് പറഞ്ഞു.

''വസന്തം നിന്റെ തലയ്ക്ക് പിടിച്ചെന്ന് തോന്നുന്നു.'' അവൾ കളിയാക്കി പറഞ്ഞു.

ഞാൻ പറഞ്ഞത് അവൾ കാര്യമായി എടുത്ത മട്ടില്ല. ഞങ്ങളുടെ തൊട്ടുപുറകിലെ വരിയിൽ മുഹമ്മദിന്റെ അരികു പറ്റി ഐൻസിലെ ഇരുന്നിരുന്നു. അവരെ രണ്ടുപേരെയും പലപ്പോഴും ഒരുമിച്ച് കാണാറുണ്ട് ഞാൻ. നല്ല അടുപ്പത്തിലായിരിക്കണം അവർ. ഞാൻ ഐൻസിലയെ നോക്കി. അവൾ വായകൊണ്ട് കൈ മറച്ച് എന്നെ നോക്കി ചിരിച്ചു. ഞാനും തിരിച്ച് ചിരിച്ചു. അവൾ ഉടനെ നോട്ടുപുസ്തകം തുറന്ന് വരയ്ക്കാൻ തുടങ്ങി. കുറച്ച് കഴിഞ്ഞ് അത് ഉയർത്തിക്കാണിച്ചു. ഒരു വൃക്ഷത്തിന്റെ ചില്ല നിറയെ വസന്തത്തിലെ വിടരാറായ പൂമൊട്ടുകൾ. അതിനിടയിൽ പതുങ്ങിയിരിക്കുന്ന വലിയൊരു കണ്ണ്. ചിത്രത്തിനു താഴെ അവൾ എഴുതിയിരുന്നു.

''കിഴവിയോട് ഇഷ്ടമുള്ളതുകൊണ്ടല്ല, വസന്തത്തെ കൂടുതൽ സ്നേഹിക്കുന്നതിനാലാണ്.''

അവൾ ശരിക്കും ഒരു ചെകുത്താൻ തന്നെ. ക്ലാസ്സ് കഴിഞ്ഞതും മിറലിനെ ഞാൻ പുറത്തേക്ക് വലിച്ചുകൊണ്ടു വന്നു.

''നമ്മൾ പോകുന്നു.'' ഞാൻ പറഞ്ഞു.

''എന്താ നിന്റെ തല തിരിഞ്ഞുപോയോ?'' അവൾ എതിർത്തു.

''അതെ, എനിക്ക് ഭ്രാന്താണ്. വാ, നമുക്കോടാം.''

അവൾ എന്നെ വല്ലാത്ത ഒരു നോട്ടം നോക്കി.

“കൂടുതലൊന്നും ഇപ്പോൾ പറയാൻ വയ്യ.”

ഞാൻ അവളോട് പറഞ്ഞു. ഞങ്ങൾ പാലത്തിനടുത്ത് ചെന്ന് ബോസ്ഫറസ് കടക്കാനുള്ള ചങ്ങാടത്തിൽ കയറി. കുക്കുക്സുവിൽ ഇറങ്ങി. അവിടെനിന്നും ഒരു മണിക്കൂർ നേരത്തേക്ക് ഒരു തോണി വാടകയ്ക്കെടുത്തു. വളരെ മനോഹരമായ ഒരു ദിവസമായിരുന്നു. വെള്ളം തിളച്ചുകൊണ്ടേയിരുന്നു. ഞങ്ങൾ തോണി തുഴഞ്ഞ് അവിടെയൊക്കെ കറങ്ങി. അനാഡൊലൗ പള്ളിക്കടുത്തുള്ള പോസ്റ്റോഫീസും കടന്നു പോയി.

ഇത് എന്റെ അമ്മ കണ്ടുപിടിച്ച ഇടമാണ്. വേനൽക്കാലത്ത് ആഴ്ചയിലൊരിക്കലെങ്കിലും ഞങ്ങളിവിടെ വരും. ബെഡിക്ടാഷിൽനിന്നും തോണിയെടുക്കും. കടവിൽനിന്നും വലത്തോട്ട് തിരിഞ്ഞ് വലിയ കല്ലുകൾ പാകിയ ഇടുങ്ങിയ തെരുവുകളിൽക്കൂടി നടക്കും. വലിയ പള്ളിയുടെ ചുവടെ ചെന്നാൽ വിശാലമായ ഒഴിഞ്ഞ ഒരു പറമ്പുണ്ട്. അതിന് തൊട്ടപ്പുറത്ത് കടലാണ്. അധികം ആഴമില്ലാത്ത ഭാഗം. മൂന്നു നാലു കുട്ടികൾ നീന്തുന്നുണ്ടാവും. അമ്മ എന്നെ ഒരു ടവലിനാൽ ആകെ മൂടിപ്പുതപ്പിക്കും. ഒരു വീപ്പക്കുറ്റിപോലെയാകും ഞാൻ. ടവലിന്റെ അടിയിൽ നിന്ന് ഉടുപ്പുകൾ അഴിച്ചു മാറ്റി ഞാൻ നീന്തൽവേഷം ധരിക്കും. അമ്മ തന്നെ ഉണ്ടാക്കിയതാണ്. പല നിറത്തിൽ. കഴുത്തുമുതൽ തുടയുടെ അടിവശംവരെ മൂടും. വിചിത്രമായ ഒരു വേഷം. ഞാൻ കടലിലേക്കോടും. കണ്ടാൽ അമ്മ ഉണ്ടാക്കിയ ഏതോ മൃഗമാണെന്ന് തോന്നും. അമ്മ ചരലിൽ കമ്പിളി വിരിച്ച് അതിലിരിക്കും. അമ്മ അവരുടെ തവിട്ടു നിറത്തിലുള്ള ഓവർക്കോട്ട് മാറ്റുകയേയില്ല. വെയിലേൽക്കാതിരിക്കാൻ കറുത്ത വലിയ ഒരു കുട നിവർത്തിപ്പിടിക്കും.

“അകലേക്ക് പോകരുത്. ഇന്ന് ശക്തിയായ അടിയൊഴുക്കുണ്ട്. ഇവിടെ നീന്തിയാൽ മതി. ഇന്നേക്ക് ഇത്ര മതി. ഞാൻ ടവൽ വീശിയാൽ ഉടനെ കയറി വരണം. ഒന്ന്, രണ്ട്, മൂന്ന് ഓടിവരൂ. അതോടെ വീട്ടിലേക്ക് മടങ്ങുകയായി. ”

ഞങ്ങളുടേതിൽനിന്നും അധികം ദൂരെയല്ലാതെ രണ്ട് ആൺകുട്ടികൾ ഒരു ചുവന്ന വഞ്ചി തുഴയുന്നുണായിരുന്നു. ഞാൻ മിറലിനോട് കാര്യം പറഞ്ഞു. അവൾ അതറിഞ്ഞപ്പോൾ കിടന്ന് പിടയുകയായിരുന്നു.

“അടുത്ത ആഴ്ച ഞാൻ ഇവിടെനിന്നും പോകും.” ഞാൻ മിറലിനോട് ആ രഹസ്യം വെളിപ്പെടുത്തി.

“ആരോടും പറയരുത്.അമ്മയാണേ സത്യം.”

ഞാൻ അവളെക്കൊണ്ട് സത്യം ചെയ്യിച്ചു. അവൾക്ക് അവളുടെ അമ്മയെ വലിയ കാര്യമാണ്. അല്ലെങ്കിലും ഇങ്ങനെയുള്ള പ്രതിജ്ഞകൾ അവൾ എപ്പോഴും ഗൗരവമായി എടുക്കാറുണ്ട്. ബെദ്രിയോടുപോലും പറയരുതെന്ന് പ്രത്യേകം പറഞ്ഞു. അവളും സമ്മതിച്ചു.

''നിനക്കും ഞങ്ങളുടെ കൂടെ വരാം. നമുക്കൊരുമിച്ച് പോകാം. വേറൊരാൾ കൂടി ഞങ്ങളോടൊപ്പമുണ്ടാകും. അങ്ങനെ നമുക്ക് ജോടികളാവാം.''

''നീ ഹാലിറ്റിന്റെ കൂടെ കിടക്കും അല്ലേ?'' അൽപ്പം ആലോചിച്ച് അവൾ ചോദിച്ചു.

''അയാൾ നിർബന്ധിക്കില്ലെന്ന് തോന്നുന്നു. എന്നാലും അത് വേണ്ടി വന്നേക്കും. ആ ശങ്ക എന്റെ മനസ്സിലുമുണ്ടായിരുന്നു. എന്തായാലും ഒരു ദിവസം അത് സംഭവിക്കും. ആരുടെയെങ്കിലുമൊപ്പം. ഇയാളല്ലെങ്കിൽ മറ്റൊരാൾ. നിന്റെ കാര്യം.?''

''മൂന്ന് മാസം മുമ്പായിരുന്നെങ്കിൽ നിന്റെ പിന്നാലെ ഞാനും വന്നേനേ. അച്ഛൻ മരിക്കുന്നതിന് മുമ്പായിരുന്നെങ്കിൽ.''

അവൾ ദീർഘമായി നിശ്വസിച്ചു.

''ഇനി എനിക്കതിനാവില്ല. അമ്മയെ തനിച്ചാക്കാൻ വയ്യ.''

വെയിലേറ്റ് തിളങ്ങുന്ന ഓളങ്ങൾ ഞങ്ങൾക്ക് ചുറ്റും തുള്ളിക്കളിച്ചു. ഞങ്ങൾ നങ്കൂരം കടലിൽ താഴ്ത്തി തോണിയിൽ മലർന്നു കിടന്നു. ഉറക്കത്തിലെന്നപോലെയാണ് ഞങ്ങൾ സംസാരിച്ചത്. തിരകൾ തോണിയെ മെല്ലെ ചാഞ്ചാടിച്ചുകൊണ്ടിരുന്നു.

''ഇതുവരെ ഒരാളും എന്നെ ചുംബിച്ചിട്ടില്ല.'' മിറൽ പറഞ്ഞു.

''നിജാത്തും?''

എനിക്ക് വിശ്വസിക്കാനായില്ല.

''ഇല്ല, ഒരിക്കലുമില്ല. ഒരിക്കൽ സിനിമ കണ്ടുകൊണ്ടിരിക്കുകായിരിക്കേ എന്നെ ചുംബിക്കാൻ ശ്രമിച്ചു. എന്നാൽ ഞാൻ സമ്മതിച്ചില്ല. ഭയം തോന്നി.''

''എനിക്ക് ചുംബനങ്ങൾ കിട്ടിയിട്ടുണ്ട്.''

ഞാൻ തുറന്ന് പറഞ്ഞു.

''ആരിൽനിന്ന്?''

''നിന്റെ ജ്യേഷ്ഠൻ ബെദ്രിയിൽനിന്ന്''

''നിങ്ങൾ രണ്ടുപേരും അത്രത്തോളം അടുത്തുവോ? എന്നോട് ഇതുവരെ നീ അക്കാര്യം പറഞ്ഞിട്ടില്ലല്ലോ.''

''അയ്യോ, ഇല്ല. കുട്ടിയായിരുന്നപ്പോൾ ഒരിക്കൽ അവനെന്നെ ബലമായി പിടിച്ചു. അന്ന് വല്ലതും സംഭവിക്കുമായിരുന്നു. എന്നാൽ ഒന്നുമുണ്ടായില്ല.

അവൾ ഉറക്കെ ചിരിച്ചു.

''നിനക്കറിയോ, ഒരു ദിവസം ഞാൻ ഉറക്കത്തിൽനിന്ന് ഉണർന്ന് ആലോചിച്ചു. ആരെങ്കിലും ഒരാൾ... ആരായാലും വേണ്ടില്ല... നിനക്ക് മനസ്സിലായില്ലേ?''

''ആ പലചരക്ക് കടയിലെ വേലക്കാരൻ പയ്യൻ. ഇഷാൻ. നമ്മുടെ അയൽവക്കത്തെ മണ്ടൻ?''

''അവനാണെങ്കിൽ കാര്യം ഉഗ്രനായേനേ.''

''നിനക്ക് ശരിക്കും വട്ടാണ്.''

''നിനക്കൊരിക്കലും അങ്ങനെ തോന്നിയിട്ടില്ലേ? കാമത്താൽ ഭ്രാന്ത് തോന്നിയിട്ടില്ലേ? ''

''ഇല്ല, എനിക്കൊരിക്കലും അങ്ങനെ തോന്നിയിട്ടില്ല.''

''എന്നാൽ ആരെങ്കിലും എന്നെ പ്രണയിച്ചിരുന്നെങ്കിൽ എന്ന് തീർച്ചയായും ആഗ്രഹിച്ചിട്ടുണ്ട്. പക്ഷേ എന്റെ കാര്യത്തിൽ അത് തീർത്തും പ്രയാസമാണ്. എന്തൊക്കെ വ്യവസ്ഥകളാണ്. എന്നാലും ഞാൻ വളരെയധികം ആഗ്രഹിക്കുന്നുണ്ട്, ആരെയെങ്കിലും സ്നേഹിക്കാൻ. സ്നേഹിക്കപ്പെടാനും. കൊള്ളാവുന്ന ഒരാളാവണം. ''

''ഞാനൊരു കന്യകയല്ല.''

''ഇപ്പോ നീ വെറുതെ വീമ്പ് പറയുകയാണ്.''

''എന്താ നിനക്കെന്നെ വിശ്വസമില്ലേ?''

''നീ ഒരു കഥ കെട്ടിച്ചമക്കാനുള്ള ഒരുക്കമാണ്. എനിക്ക് നിന്നെ അറിയില്ലേ?''

''വിശ്വസിക്കുന്നില്ലെങ്കിൽ വേണ്ട. ഞാൻ കാണിച്ചു തരാം.''

''നിനക്ക് ഭ്രാന്താണ്. എനിക്ക് കാണണ്ട. ഞാൻ നോക്കാനും പോകുന്നില്ല. ''

ഞങ്ങൾ രണ്ടുപേരും എഴുന്നേറ്റിരുന്നു.

''ഞാൻ കന്യകയല്ല.''

''ശരി, ആരാണയാൾ? നമ്മൾ സ്കൂളിലായിരുന്നപ്പോൾ ഉണ്ടായിരുന്ന ആ ഭീകരന്മാരായ നാവികപരിശീലകരോ?''

''എന്നാൽ ആരാണ്?''

''ബെദ്രി.''

ഞാൻ കണ്ണുകളടച്ച് വീണ്ടും കിടന്നു. പിന്നെ മിഴി മലർക്കെ തുറന്ന് സൂര്യനെ നോക്കി. കണ്ണ് കാണാതാവും വരെ.

''എന്താ നിനക്കെന്നെ വിശ്വാസമില്ലേ?''

''പറയണം. ആരോടെങ്കിലും ഒന്ന് പറയണം. ഞാൻ കുളിമുറിയിൽ പുറത്ത് വന്നതായിരുന്നു. ഒരു അയഞ്ഞ കുപ്പായം മാത്രമാണ് ഞാൻ ധരിച്ചിരുന്നത്. അരക്കെട്ടിൽ ഒരു വശത്തായി എന്തോ ഒരു വേദന തോന്നി. ഞാൻ കട്ടിലിൽ ചെന്ന് കിടക്കുന്നു. ചെറുതായി ഞെരുങ്ങി. എന്റെ ജ്യേഷ്ഠൻ അകത്തേക്ക് കിടന്നു. എന്തുപറ്റി എന്ന് ചോദിച്ചു. വേദനിക്കുന്നു എന്ന് പറഞ്ഞപ്പോൾ തിരുമ്മിത്തരാം എന്നായി. വെറുപ്പ്

തോന്നുന്നു അല്ലേ? ആട്ടെ, എന്തായാലും നീ പറഞ്ഞതുപോലെ അത് സംഭവിച്ചു. സാരമില്ല.''

''നിനക്ക് വെറുപ്പ് തോന്നുന്നില്ലേ?''

''ഇല്ല, അദ്ഭുതമാണ്. അതും കുറച്ച് കഴിഞ്ഞാൽ ഇല്ലാതാകും. എന്നുവെച്ചാൽ മനുഷ്യസഹജമാണെന്നർത്ഥം. ജീവിതത്തിൽ ഓർക്കാപ്പുറത്ത് പറ്റിപ്പോകുന്ന ഒന്ന്. ദിവസങ്ങളോളം ഞങ്ങൾക്ക് പരസ്പരം നോക്കാനായില്ല. ക്രമേണ അത് മറന്നു. അങ്ങനെയൊന്ന് സംഭവിച്ചിട്ടേയില്ല എന്നായി. പഴയതുപോലെ ഞങ്ങൾ ജ്യേഷ്ഠനും അനിയത്തിയുമായി''

''പിന്നീടെപ്പോഴെങ്കിലും അത് സംഭവിച്ചുവോ?''

''ഇല്ല.''

ഞാൻ കണ്ണ് തുറന്നു. സൂര്യൻ മറ്റേക്കരയിലെത്തിക്കഴിഞ്ഞിരുന്നു. പള്ളിയിലെ ഭിത്തികൾ വെയിലിൽ വെള്ളച്ചായം പൂശിയതുപോലെ. ആ ആൺകുട്ടികൾ അവരുടെ തോണി തുഴഞ്ഞ് ഞങ്ങളുടെ തൊട്ടടുത്തെത്തി. ഞങ്ങൾ എഴുന്നേറ്റ് നിന്ന് അവരെ നോക്കി. എനിക്ക് ചിരിയടക്കാനായില്ല. കുട്ടികളിൽ ഒരാൾ കാലുറകൾ മാത്രമേ ധരിച്ചിരുന്നുള്ളൂ. മറ്റേയാൾ മേൽക്കുപ്പായം മാത്രവും. ഞങ്ങൾ നോക്കുന്നതു കണ്ടപ്പോൾ അവർ ഉറക്കെ വിളിച്ചു പറഞ്ഞു.

''സഹോദരിമാരേ, ഒന്ന് കാണിച്ചു തരൂ.''

''എന്ത് കാണിച്ചു തരാൻ?''ഞാൻ ചോദിച്ചു.

''അത് നിങ്ങൾക്കറിയാലോ, അതുതന്നെ സോദരീ.''

''തന്തയ്ക്ക് പിറക്കാത്ത ചെക്കന്മാർ.''

മിറൽ പിറുപിറുത്തു. അവർ വഞ്ചി തുഴഞ്ഞ് ആകാവുന്നിടത്തോളം അടുത്തെത്തി.

''കുറച്ച്കൂടി അടുത്തേക്ക് വരൂ.''

ഞാൻ പറഞ്ഞു. ഞാൻ പാവാട പൊന്തിച്ചു. പാന്റീസ് ഒരു വശത്തേക്ക് നീക്കി. അവർക്ക് കാണിച്ചുകൊടുത്തു. അവർ അമ്പരപ്പോടെ ഓളിയിട്ടു.

''നിനക്ക് ലജ്ജ തോന്നുന്നില്ലേ?''

മിറൽ ദ്വേഷ്യപ്പെട്ടു.

''ഇല്ല. ഇനി രണ്ടാളും നരകത്തിൽ ചെന്ന് തുലയ്.''

ആ ആൺകുട്ടികളെ ഞാൻ ശകാരിച്ചു. ഞാൻ പിന്നെ നങ്കൂരം പൊക്കി. പങ്കായം കൈയിലെടുത്തു. എനിക്ക് ഒട്ടും നാണം തോന്നിയില്ല. മിറലിന്റെ ലജ്ജയെ ഞാൻ ഒരു വിധത്തിൽ ശമിപ്പിക്കാൻ ശ്രമിച്ചു. പിരിയാൻ നേരം ഞാൻ പറഞ്ഞു.

''നമുക്ക് നാളെയും കാണാം.''

ഞാൻ വീട്ടിലേക്ക് പോയി. വല്ലാത്ത ഒരു മാനസികാവസ്ഥയിലാ യിരുന്നു ഞാൻ.

ഇന്ന് മിറൽ ക്ലാസ്സിൽ വന്നില്ല. ഞാൻ ലാംബോവിന്റെ കടയിൽ പോയി. കവികളായ എയും എൻ–ന്നും ഒരുമിച്ച് ബാറിലുണ്ടായിരുന്നു. ചുവന്നു കലങ്ങിയ കണ്ണുകൾകൊണ്ട് രണ്ടുപേരും എന്റെ നേരെ ആഭാ സകരമായ രീതിയിൽ നോക്കി. അവരെ അഭിവാദ്യം ചെയ്യാതെ ഒരു മൂലയിൽ ചെന്നിരുന്നു. ലാംബോ എന്റെ കൈയിൽ ഒരു ഗ്ലാസ്സ് വീണ്ടും തന്നു. ഞാൻ അത് വാങ്ങി മെല്ലെ നുണഞ്ഞു. എ, എന്റെ നേരെ തുറിച്ച് നോക്കുകയായിരുന്നു.

''നീ ആരാണെന്നാണ് നിന്റെ വിചാരം?''

അയാൾ ഒച്ച ഉയർത്തി ചോദിച്ചു. ഞാൻ മറുപടി പറഞ്ഞില്ല. രണ്ടു പേരും നന്നായി മദ്യപിച്ചിരുന്നു എന്ന് കണ്ടാലേ അറിയാമായിരുന്നു. എന്തോ സംഭവിക്കാൻ പോകുന്നുവെന്ന് ലാംബോവിന് തോന്നിയി രിക്കണം. അയാൾ വേഗം പിന്നിലേക്ക് മാറി പതുങ്ങി നിന്നു. ഞായ റാഴ്ച പള്ളിയിൽ വരുന്ന ചില ചെറിയ കുട്ടികളെപ്പോലെ.

''ഞാൻ ചോദിച്ചത് കേട്ടില്ലേ? നീ ആരാണെന്നാണ് നിന്റെ വിചാരം?''

എ വീണ്ടും ഒച്ചവെച്ചു.

''ഞാനാരുമല്ല, നിങ്ങളും ആരുമല്ല. എന്നാൽ ആരോ ആയിരുന്നു വെന്നായിരുന്നു ഞാൻ വിചാരിച്ചിരുന്നത്.''

ഞാനും തിരിച്ചുകൊടുത്തു. എ അയാൾ ഇരുന്നിരുന്ന കസേര യിൽനിന്നും ചാടി എഴുന്നേറ്റ് എന്റെ നേരെ വന്നു. എൽ അയാളെ പിന്നാക്കം വലിച്ചു. പക്ഷേ അയാളപ്പോഴും ഒച്ചവെച്ചുകൊണ്ടിരുന്നു.

''കണ്ടില്ലേ, അവളുടെ ധിക്കാരം. പറയുന്നത് കേട്ടില്ലേ? കടന്ന് പോ ഇവിടന്ന്. ഞങ്ങളെക്കുറിച്ച് നീ വിചാരിക്കുന്നതങ്ങനെയാണെ ങ്കിൽ, നീ ഇവിടെ എന്താണ് ചെയ്യുന്നത്? ''

''എന്റെ കാര്യത്തിൽ ഇടപെടാൻ നിങ്ങൾക്കെന്തവകാശം? അല്ലെ ങ്കിലും ഞാൻ എവിടെ പോകണമെന്ന് പറയാൻ താനാരാണ്? ''

ഞാനും ഒട്ടും വിട്ടുകൊടുത്തില്ല.

''എനിക്ക് തോന്നിയ ഇടത്ത് ഞാൻ ഇടപെടും. ഞങ്ങൾക്ക് നിന്നെ ഇവിടെ ആവശ്യമില്ല. കടന്ന് പോ ഇവിടന്ന്.''

''ഞാൻ എങ്ങോട്ടും പോകുന്നില്ല. എന്റെ ജീവിതം നിങ്ങളുടെ ഇഷ്ടപ്രകാരം ജീവിക്കാനും ഞാൻ നിശ്ചയിച്ചിട്ടില്ല. അതിന് നിങ്ങൾക്ക് ആരാണ് അധികാരം തന്നത്? ''

''കടന്ന് പോ തേവിടിശ്ശീ. എന്റെ അടുത്ത് അധികം വിളയണ്ട. എന്നെ കൂടുതൽ തള്ളുകയും വേണ്ട.''

''തേവിടിശ്ശി നിങ്ങളുടെ സഹോദരിയാണ്. നിങ്ങൾ മുഴുക്കുടിയനും.''

ഞാൻ അയാളുടെ മുഖത്ത് നോക്കിത്തന്നെ പറഞ്ഞു. എന്നിട്ട് എഴുന്നേറ്റു.

''ഈ വാതിലുകൾ അറ്റാതുർക്കാണ് എനിക്ക് വേണ്ടി തുറന്നത്. കേൾക്കുന്നുണ്ടോ? അറ്റാതുർക്കിനാൽ തുറക്കപ്പെട്ടതാണീ വാതിലുകൾ. നിങ്ങളുടെ വിചാരം തുർക്കിയിലെ സ്ത്രീകളെ വീണ്ടും ഒരു ഇരുണ്ട ഗുഹകളിലേക്ക് തള്ളി വിടാമെന്നാണോ?''

അയാൾ നിന്നിടത്ത് സ്തബ്ധനായി നിന്നു.

''നാണമില്ലേ നിങ്ങൾക്ക്? ഒരുകാലത്ത് നിങ്ങളുടെ കവിതകൾ ഞാൻ വളരെ ഇഷ്ടപ്പെട്ടിരുന്നു.''

യഥാർത്ഥത്തിൽ അയാൾ ചില നല്ല കവിതകൾ എഴുതിയിരുന്നു. ഇപ്പോൾ ഈ തെമ്മാടിത്തം?

''എനിക്ക് തെറ്റുപറ്റി.'' ഞാൻ തുടർന്നു.

''നിങ്ങളെപ്പോലെ ഒരു മനുഷ്യന് നല്ല കവിതകളെഴുതാനാവില്ല. നിങ്ങളൊക്കെ വഞ്ചകന്മാരാണ്. സ്വാതന്ത്ര്യത്തെപ്പറ്റിയും സമത്വത്തെപ്പറ്റിയും ധാരാളം സംസാരിക്കും. എന്നാൽ അതിനിടയിൽ നിങ്ങൾ വെറും പഴഞ്ചന്മാരായ മൂരാച്ചികളാണ്. കടുംപിടുത്തക്കാർ. ''

''അരുത്...അരുത്...'' ലാംബോ അപേക്ഷിച്ചു.

''നിങ്ങളിങ്ങനെ ബഹളംവെച്ചാൽ പൊലീസുകാർ വന്ന് എന്റെ കട അടയ്ക്കും.''

ആരോ - പൊലീസുകാരായിരുന്നില്ല- മുൻവശത്തെ വാതിലിൽക്കൂടി പെട്ടെന്ന് അകത്തേക്ക് പ്രവേശിച്ചു. അത് ഹൈദരായിരുന്നു.

''ഇതെന്താ ഇവിടെ നടക്കുന്നത്?''

അയാളെ ഉപയോഗപ്പെടുത്തണമെന്ന് ഞാൻ ആഗ്രഹിച്ചില്ല. അതിനാൽ തണുപ്പൻ മട്ടിൽ പറഞ്ഞു.

''ഒന്നുമില്ല.''

ഹൈദർ ആളൊരു ഊക്കനാണ്. അയാൾ ഒന്നൂതിയാൽ മതി മറ്റു രണ്ടുപേരും പറന്നുപോകും. അല്ലെങ്കിൽ മൂക്ക് കുത്തി താഴെ വീഴും. ശാരീരികമായ കരുത്ത് നല്ല കാര്യം തന്നെയെന്ന് എനിക്ക് തോന്നി.

എയുടെ കവിതകൾ എനിക്ക് ഇഷ്ടമായിരുന്നുവെന്ന് കേട്ടപ്പോൾ തന്നെ അയാളുടെ മട്ട് മാറിയിരുന്നു. ഗ്ലാസ്സ്, ലാംബോവിന് നേരെ നീട്ടി അയാൾ പറഞ്ഞു.

''ഇത് നിറച്ചുകൊണ്ടു വരൂ.''

ഹൈദർ എ യുടെ നേരെ തിരിഞ്ഞു.

''നിങ്ങൾക്കിതെന്തുപറ്റീ ചങ്ങാതീ?''

ഉച്ചത്തിൽത്തന്നെയാണ് അയാൾ അത് ചോദിച്ചത്. മുഷ്ടി ചുരുട്ടി പിടിച്ച്. ഞാൻ ആ കൈയിൽ കയറിപ്പിടിച്ചു.

''സാരമില്ല. അയാളെ വിട്ടേക്കൂ. അല്ലെങ്കിലും ഞാൻ പോകാൻ തുടങ്ങുകയായിരുന്നു.''

ഹൈദർ കൈ പിൻവലിച്ച് നിവർന്നു നിന്നു.

''ഇവന്മാരൊക്കെ തീരെ നിസ്സാരന്മാരാണ്. അതാണ് കാര്യം.'' അതിനിടയിൽ എ ഏതാനും തവണ സ്വരം താഴ്ത്തി ഖേദം പ്രകടിപ്പിച്ചിരുന്നു. ഞാൻ വാതിൽ തള്ളിത്തുറന്നു.

''എന്റെ പണം ഞാൻ നാളെ തരാം.'' ഞാൻ ലാംബോവിനോട് പറഞ്ഞു. എന്നിട്ട് ഹൈദറെ പുറത്തേക്ക് വലിച്ചു.

''അറ്റാതുർക്ക് നാടെങ്ങും വേശ്യാലയങ്ങൾ അനുവദിച്ചു. പുരുഷന്മാർ സ്ത്രീകളെ സമാധാനത്തോടെ ജീവിക്കാൻ വിടുമല്ലോ എന്ന് കരുതിയാണ് അദ്ദേഹം അപ്രകാരം ചെയ്തത്. ''

പുറത്തിറങ്ങി നടക്കവേ ഞാൻ പറഞ്ഞു.

''പക്ഷേ അദ്ദേഹം ഒരു കാര്യം മറന്നു. സ്ത്രീകൾക്കു വേണ്ടി പുരുഷന്മാരുടെ കീശയിൽ പണം കരുതിവെക്കാൻ.''

ഞങ്ങളുടെ പുറകിൽ കടയുടെ വാതിൽ അടഞ്ഞു. ഹൈദർ ഉറക്കെ ചിരിച്ചു. അയാൾ എന്നെ നോക്കി. ക്ഷണത്തിൽ എന്റെ വിരലുകളിൽ നിന്ന് അവന്റെ വിരലുകൾ അടർത്തിയെടുത്തു.

''നന്ദിയുണ്ട്.'' ഞാൻ ഹൈദരോട് പറഞ്ഞു.

''അപ്പോൾ നിങ്ങൾ അവിടെ വന്നില്ലായിരുന്നുവെങ്കിൽ അവർ എന്നെ എന്തുതന്നെ ചെയ്യുമായിരുന്നില്ല എന്ന് ദൈവത്തിനേ അറിയൂ. അവർ മൂക്കറ്റം കുടിച്ച് നാറിത്തുടങ്ങിയിരുന്നു. ''

''നമുക്ക് ബൈലാന്റെ കടയിൽ പോയി എന്തെങ്കിലും കഴിക്കാം.'' ഹൈദർ ക്ഷണിച്ചു.

''ഒന്ന് തണുപ്പിക്കാം.''

അയാളാണ് എന്റെ ഏറ്റവും നല്ല കൂട്ടുകാരനെന്ന് എനിക്ക് ബോദ്ധ്യമായി. ഞാൻ ഒരാളോടൊപ്പം ഒളിച്ചോടാൻ തീരുമാനിച്ചിരിക്കയാണെന്ന് അയാളോട് പറഞ്ഞു.

''ആരോടും പറയരുത്.'' ഞാൻ അയാളെക്കൊണ്ട് സത്യം ചെയ്യിച്ചു.

''നീ വേണ്ടവിധത്തിൽ ആലോചിച്ചിട്ടുണ്ടോ എല്ലാ വശവും?''

അയാൾ ശങ്കയോടെ എന്നെ നോക്കി.

''പല ആപത്തുകളും സംഭവിക്കാനിടയുണ്ട്''

''അറിയാം.'' ഞാൻ പറഞ്ഞു. ''നന്നായി ആലോചിച്ചു.''

''നീ അയാളുമായി പ്രണയത്തിലാണോ?''

ഞാൻ ഉത്തരം പറയാൻ മടിച്ചു.

''വാസ്തവത്തിൽ അതെനിക്കറിഞ്ഞുകൂടാ. അയാൾ അടുത്തുള്ളപ്പോൾ ഒരു സുഖമാണ്. എനിക്ക് അയാളെ വിശ്വാസവുമാണ്. സത്യത്തിൽ എന്റെ കാഴ്ചപ്പാടിലാണ് കാപട്യം. അത്രയ്ക്കേ എനിക്കനുഭവമുള്ളൂ.''

അയാൾ എന്റെ മുടിയിൽ തലോടി.

''ഇനി നമ്മൾ കാണില്ല എന്ന് അല്ലേ?'' ഒരു നിമിഷം നിർത്തി ഹൈദർ പറഞ്ഞു.

''നീ ഒരു കുട്ടിയാണ്. വികൃതിക്കുട്ടി.''

വീണ്ടും അയാൾ മൗനം പാലിച്ചു.

''ആട്ടെ, എപ്പോഴെങ്കിലും സഹായം വേണ്ടിവന്നാൽ എന്നെ അറിയിക്കണം. കത്തെഴുതണം. എവിടെയാണെങ്കിലും വിളിക്കാം. ഞാൻ ഉടൻ വരും.'' അയാൾ എഴുന്നേറ്റു.

''ഈ പ്രാവശ്യം ഞാൻ നിന്നെ വീട്ടിൽ കൊണ്ടാക്കാം.''

ഞങ്ങൾ ഒരുമിച്ച് തെരുവിന്റെ മൂലവരെ നടന്നു. ഞാൻ ഓടി വീട്ടുവാതിൽക്കൽ ചെന്ന് മണിയടിച്ചു. തിരിഞ്ഞു നോക്കി. അയാളുടെ വലിയ രോമത്തൊപ്പിയുടെ കീഴെയുള്ള കണ്ണുകൾ എന്നെത്തന്നെ നോക്കുകയായിരുന്നു. എന്തോ, ഞാൻ ഒന്ന് വിറച്ചു. അമ്മ വന്ന് വാതിൽ തുറന്നു. അവരും ഹവ്വാ അമ്മായിയും പൂമുഖത്തളത്തിൽ തന്നെ ഉണ്ടായിരുന്നു. കപ്പിന്റെ അടിയിൽ പറ്റിപ്പിടിച്ചിരിക്കുന്ന കാപ്പിപ്പൊടി നോക്കി അമ്മായി ഫലം പ്രവചിക്കുകയായിരുന്നു. ഞാൻ എന്റെ മുറിയിലേക്ക് പോയി. കരയാൻ തോന്നി. അതേസമയം ചിരിക്കാനും. എന്തായാലും ഞാൻ കരയുകയില്ല. ഈ കൊള്ളരുതാത്ത കൂട്ടങ്ങൾക്ക് തോൽപ്പിക്കാൻ എന്നെ വിട്ടുകൊടുക്കുകയുമില്ല. ഈ ദുഷ്ടജന്തുക്കളുടെ ശ്രമം എന്നെ അപമാനിക്കാനും കളങ്കപ്പെടുത്താനുമാണ്. അതൊന്നും ഫലിക്കാൻ പോകുന്നില്ല. അവർക്ക് ഞാൻ കാണിച്ചുകൊടുക്കാം. നന്ദി ഹാലിറ്റ്. നന്ദി മീറൽ. നന്ദി ഹൈദർ. നിങ്ങളില്ലായിരുന്നുവെങ്കിൽ ഞാൻ ഇന്ന് നിവർന്ന് നിൽക്കുമായിരുന്നില്ല.

കോളെജിൽവെച്ച് ഹാലുക്കിനെ കണ്ടു. പാതി മനസ്സോടെയാണ് അയാൾ എന്നെ നോക്കി ചിരിച്ചത്. ഒന്നും മിണ്ടാൻ നിൽക്കാതെ വേഗം നടന്നുപോവുകയും ചെയ്തു. തന്തയ്ക്ക് പിറക്കാത്തവൻ. ഇവനുവേണ്ടിയല്ലേ ഏതാനും ദിവസം മുമ്പ് ഞാൻ ആ പൊലീസുകാരന്റെ കൈയിൽ നിന്ന് അടികൊണ്ടത്? നന്ദിയില്ലാത്തവൻ. അനുഭാവമില്ലാത്തവൻ. കഴുത... പന്നി...എലി...തവള... പഴുതാര...

ഇന്ന് ഞാൻ കോളെജിൽ പോയി. എന്റെ അവസാനത്തെ ദിവസം. നാളെ ശനിയാഴ്ച. മറ്റന്നാൾ ഞായർ. പിന്നെ തിങ്കൾ. എന്റെ കാത്തിരിപ്പ്

തുടങ്ങി. മിറലും ഞാനും കോളെജ് മുഴുവൻ ചുറ്റി നടന്നു. തോട്ടം, കാന്റീൻ, ലൈബ്രറി, ഗോവണി, ഇടനാഴി, ഒന്നൊന്നായി ഞങ്ങൾ എല്ലാം പിന്നിട്ടു. അന്ന് ക്ലാസ്സുകളെല്ലാം ഞങ്ങൾ ഒഴിവാക്കി. അവസാനമായി ലാംബോവിന്റെ കടയിൽ പോകാൻ നിശ്ചയിച്ചു. ഞാൻ പോകുന്ന കാര്യമോർത്ത് മിറൽ വലിയ വിഷമത്തിലാണ്.

''നിന്റെ തീരുമാനമെന്താണ്?'' ഞാൻ ചോദിച്ചു.

''അതിത്ര പറയാനുണ്ടോ? പഠിത്തം മുഴുവനാക്കും. ബിരുദം നേടി അദ്ധ്യാപികയാകും. അല്ലാതെന്ത്?''

എന്തുകൊണ്ടാണിവൾക്ക് ഇത്രയും നിരാശ, നിസ്സംഗത? ആരോ അവളെ മനഃപൂർവം നോവിച്ചതുപോലെ. ഞാൻ ചോദിച്ചപ്പോൾ അവൾ സങ്കോചം കൂടാതെ ചോദിച്ചു.

''നീ അറിയില്ലെന്ന് നടിക്കുകയാണോ?''

''നീ അതൊരു വലിയ കാര്യമായി എടുക്കുകയാണ്.'' ഞാൻ പറഞ്ഞു.

''നീ എത്ര പെട്ടെന്നാണ് അറ്റാതുർക്കയായി തീർന്നത്. എന്റെ അമ്മയും നീയും തന്നിൽ യാതൊരു വ്യത്യാസവും ഞാൻ കാണുന്നില്ല. കാലുകൾക്കിടയിൽ ഒളിപ്പിച്ചുവെച്ചിരിക്കുന്ന ഒരു സാധനമാണ് മാന്യത എന്ന് നീ വിചാരിക്കുന്നുണ്ടെങ്കിൽ ഞാൻ ഈ നാട്ടിൽനിന്നും പോകുന്നതാണ് നല്ലത്.''

''അതല്ല കാര്യം. നീ വിചാരിക്കുന്നതുപോലെയല്ല. അന്ന് ഞാൻ അങ്ങനെ ചെയ്യരുതായിരുന്നു.''

അത് ശരിയായിരുന്നു. എന്നാലും ഞാൻ പറഞ്ഞു.

''സാരമില്ല. അതിനെക്കുറിച്ചോർത്ത് വേവലാതിപ്പെടേണ്ട.''

ലാംബോവിന്റെ കടയിൽ ആരുമുണ്ടായിരുന്നില്ല.

''വരൂ, നമുക്ക് ഡിഗസ്റ്റേഷനിൽ പോകാം. അവസാനത്തെ തവണ''

ഞങ്ങൾ ഡിഗാസ്റ്റേഷനിൽ ചെന്നപ്പോൾ അവിടെ കവികളായ ആർ, ഐ., കെ, എൽ, ഒ. എന്നിവരും ധാരാളം ഭക്ഷണവും. വീഞ്ഞും വിളമ്പി വെച്ച് ഒരു മേശയ്ക്ക് ചുറ്റുമാണ് അവർ ഇരിക്കുന്നത്.

''ഓ, നാശം.''

ഒച്ചയൊതുക്കി മിറൽ പറഞ്ഞു.

''ഇവരോടൊന്നും വർത്തമാനം പറയാനുള്ള മാനസികാവസ്ഥയിലല്ല ഞാനിപ്പോൾ.''

എന്നാൽ ഞങ്ങളെ കണ്ടതും കെ ചാടിയെഴുന്നേറ്റു.

''ദാ വരുന്നൂ ഒരു നിയമത്തിനും വിധേയരല്ലാത്ത നമ്മുടെ പെൺകുട്ടികൾ.''

അതൊരു പരിഹാസമായിരുന്നു. അവരോടൊപ്പം ഇരിക്കാൻ ഞങ്ങളെ അവർ നിർബന്ധിച്ചു.

''പരിഭ്രമിക്കണ്ട. ''ഞാൻ മിറലിന്റെ കാതിൽ അടക്കം പറഞ്ഞു.

''ശൂരന്മാരെന്ന് നടിക്കുന്ന ഇവർ വെറും പേക്കോലങ്ങളാണ്. ഇവരുടെ ചിലവിൽ നമുക്ക് കുറച്ച് നേരമ്പോക്കാവാം. വരൂ.''

കെ-യെപ്പറ്റി ഞാൻ ധാരാളം കേട്ടിരുന്നു ഹൈദരിൽനിന്നും. അയാൾ ഒരിക്കൽ ഹൈദരിനോട് പറയുകയുണ്ടായത്രെ.

''ആദ്യം അവളെ നീയെടുത്തോ. പിന്നെ ഊഴമിട്ട് ഞങ്ങളോരുരുത്തരും. ഞങ്ങൾ കാത്തിരുന്നോളാം.''

ഏതാണ്ട് ഈ മട്ടിലായിരുന്നു അയാളുടെ സംസാരം. ഇപ്പോഴും അയാൾ ഞങ്ങളുടെ നേരെ ഗ്ലാസ്സുയർത്തി. മനം മടുപ്പിക്കുന്ന ഒരു ആഭാസച്ചിരിയും. എൽ സമയം കളയാതെ സഹായവാഗ്ദാനവുമായി മിറലിന്റെ അടുത്തുകൂടി.

''നീ എന്താണിപ്പോൾ എഴുതുന്നത്? എന്തായാലും അതെനിക്ക് തരൂ. പ്രസിദ്ധീകരിക്കാൻ വേണ്ട ഏർപ്പാട് ഞാൻ ചെയ്തോളാം.''

വാർലിക്കിൽത്തന്നെ പ്രസിദ്ധീകരിക്കാമെന്ന് എൽ ഉറപ്പ് നൽകി. ആ മേശയ്ക്ക് ചുറ്റും ഇരിക്കുന്നവരെല്ലാം കൂടി ഒരു മാസിക തുടങ്ങാനുള്ള പ്രാരംഭ ചർച്ചകൾ നടത്തുകയായിയുന്നു. പത്രാധിപസമിതിയിൽ ഞങ്ങൾ രണ്ടുപേരും തീർച്ചയായും ഉണ്ടായിരിക്കണം. ഇപ്പോൾ ടർക്കിക്ക് ആവശ്യം ഞങ്ങളെപ്പോലെയുള്ള അരാജകവാദികളെയാണ് പോലും.

''നിങ്ങൾക്കെങ്ങനെ അറിയാം ഞങ്ങൾ അരാജകവാദികളാണെന്ന്?''

മിറൽ ചോദിച്ചു. ലേശം പരിഭ്രമത്തോടെയാണെങ്കിലും.

''അത് നിങ്ങളുടെ കണ്ണിലുണ്ടല്ലോ.'' എൽ ഉറക്കെ ചിരിച്ചു. ഒപ്പം മറ്റുള്ളവരും.

മിറൽ അയാളുടെ മുഖത്തേക്ക് ഉറ്റുനോക്കി.

''നിങ്ങളെഴുതുന്ന അസംബന്ധങ്ങൾ വായിക്കുമ്പോൾത്തന്നെ ഞാൻ മനസ്സിലാക്കണമായിരുന്നു പെൺകുട്ടികളുടെ കണ്ണിന്റെ നിറം നോക്കി അവർ അരാജകവാദികളാണെന്ന് പ്രവചിക്കാൻ കഴിയുന്ന ദിവ്യനാണ് നിങ്ങൾ എന്ന്. ''

ഇത്തവണ എല്ലാവരും കൂടി എൽ- നുനേരെ നോക്കി കൂട്ടച്ചിരിയായി. അയാൾക്ക് ദ്വേഷ്യം വന്നു.

''ഞാൻ നിന്റെ കണ്ണ് മാത്രമല്ല ഉദ്ദേശിച്ചത്.''

വീണ്ടും ഒരു കൂട്ടച്ചിരി അയാൾ പ്രതീക്ഷിച്ചു. ആരും ധൃതിവെച്ചില്ല. ആ തമാശ നീട്ടിക്കൊണ്ടുപോകാനാണ് അയാൾക്ക് താത്പര്യം.

ആ മേശപ്പുറത്ത് കാർക്കിച്ചു തുപ്പി എഴുന്നേറ്റ് പോകാനാണ് എനിക്ക് തോന്നിയത്. അത് തരംതാഴ്ന്നതാവില്ലേ എന്ന് വീണ്ടും ഞാൻ ചിന്തിച്ചു. മിറലിന്റെ മുഖം വല്ലാതെ ചുവന്നിരുന്നു. ഞാൻ കണ്ണുകളടച്ചിരുന്നു. അവൾ കലശലായി ദ്വേഷ്യപ്പെട്ട് എൽനു നേരെ തിരിഞ്ഞു.

‘‘അങ്ങനെയെങ്കിൽ നിങ്ങൾക്കറിവുണ്ടാകുമല്ലോ ഏറ്റവും വലിയ അരാജകവാദി നിങ്ങളുടെ ഭാര്യതന്നെയാണെന്ന്. ’’

എൽ ചാടിയെഴുന്നേറ്റു. മറ്റുള്ളവർ എന്തോ പിറുപിറുത്തു. ഞാൻ പൊട്ടിച്ചിരിച്ചു. അവരും എന്നോടൊപ്പം ചേർന്നു. അവർക്കറിയാം എൽ ന്റെ ഭാര്യ ആർ-ന്റെ വെപ്പാട്ടിയാണെന്ന്. എൽ മുന്നിലിരുന്ന കുപ്പി കൈയിലെടുത്തു. ആർ അയാളുടെ കൈയിൽ കയറിപ്പിടിച്ചു.

‘‘നമുക്ക് പോകാം.’’മിറൽ പറഞ്ഞു.

‘‘കണ്ടുകഴിഞ്ഞല്ലോ അവർ ഏത് തരക്കാരാണെന്ന്.’’ ഞാൻ അവളെ പിടിച്ചിരുത്തി.

‘‘ഒരു നിമിഷം.’’ ഞാൻ പറഞ്ഞു. എന്റെ ഗ്ലാസ്സുയർത്തി പാനോപചാരം ചെയ്തു. ഞങ്ങൾക്ക് മാത്രമായി. എന്നാൽ മിറലിന്റെ ഗ്ലാസ്സ് അവളുടെ തൊട്ടടുത്തായിരുന്നില്ല. അവൾ എന്റെ പിന്നിലിരുന്ന വിറച്ചിരുന്നു. കവിളുകൾ കത്തുന്നതുപോലെ.

‘‘മാന്യന്മാരെ...’’ ഞാൻ വളരെ കാര്യമായി തുടങ്ങി.

‘‘നിങ്ങളിലാർക്കെങ്കിലും എന്റെ കൂടെ കിടക്കാൻ ആഗ്രഹമുണ്ടോ?’’

ആരും ഒന്നും മിണ്ടിയില്ല. തമ്മിൽത്തമ്മിൽ നോക്കി. ഇല്ലാത്ത ഒരു ചിരി വരുത്തി ചിരിക്കാൻ ശ്രമിച്ചു.

‘‘ഞാൻ തമാശ പറഞ്ഞതല്ല. ’’ഞാൻ തുടർന്നു.

‘‘നിങ്ങളുടെ പേരിൽ വീട്ടാനുള്ള ഒരു കടമാണ്. പറഞ്ഞുവരുമ്പോൾ ഒന്നല്ല പല കടങ്ങളുമുണ്ട്. നിങ്ങളുടെ സൗഹൃദം എനിക്ക് വളരെ വിലപ്പെട്ടതാണ്. അതെന്നെ കൂടുതൽ സമ്പന്നയാക്കിയിരിക്കുന്നു. രണ്ടു വർഷം മുമ്പ് എനിക്കറിയില്ലായിരുന്നു ഇതുപോലെ വന്നിരിക്കാനുള്ള സ്ഥലങ്ങൾ നഗരത്തിൽ ഉണ്ടായിരുന്നുവെന്ന്. എന്റെ വീട്ടിൽനിന്ന് അര മണിക്കൂർ ദൂരം പോലുമുണ്ടായിരുന്നില്ല. നിങ്ങളെപ്പോലുള്ളവർ ചിലരുണ്ടെന്ന് ആരെങ്കിലും പറഞ്ഞാൽപ്പോലും ഞാൻ വിശ്വസിക്കുമായിരുന്നില്ല. ഇപ്പോൾ നിങ്ങളെ ഓരോരുത്തരെയും എനിക്ക് നന്നായറിയാം. ഇപ്പോൾ ഞാൻ കണ്ടിരിക്കുന്നു ടർക്കിയിലെ പുരുഷന്മാർ അനുഭവിക്കുന്ന സംഘർഷം. വിശേഷിച്ചും ബുദ്ധിജീവികളുടെ ആത്മസംഘർഷം. അവർ സ്ത്രീകളെ നോക്കുന്ന രീതി. അതിനാൽ നാൽപ്പത് കൊല്ലം നിങ്ങൾ പ്രയത്നിച്ചാലും കൈവരിക്കാനാവാത്തത് നിങ്ങളുടെ കൈകളിലേക്ക് വെച്ചു തരാൻ ഞാൻ ആഗ്രഹിക്കുന്നു. നിങ്ങളുടെ കൂട്ടത്തിൽനിന്ന് ഒരാളെ നിങ്ങൾക്ക് തെരഞ്ഞെടുക്കാം. ഏറ്റവും ദരിദ്രനും

അൽപ്പനുമായ ഒരാളെ. ഞാൻ അയാളുടെ കൈയിലേക്ക് ഭിക്ഷ നൽകാനാഗ്രഹിക്കുന്നു. അല്ലാതെ അയാളെ എനിക്കാവശ്യമില്ല. ''

''മതിയാക്കൂ.''

മിറൽ കെഞ്ചി. അവൾ എന്റെ കൈ പിടിച്ചു വലിച്ചു. ആർ തന്റെ സ്ഥാനത്തുനിന്ന് എഴുന്നേറ്റു പോയി.

''ഈ പെൺകുട്ടി എന്തൊക്കെയാണ് വിളിച്ചുകൂവുന്നത്? ''

മറ്റുള്ളവരുടെ നേരെ തിരിഞ്ഞ് എൽ ഉറക്കെ വിളിച്ചു പറഞ്ഞു. അവരെല്ലാവരും സ്വസ്ഥാനങ്ങളിൽ മരവിച്ചിരിക്കുകയായിരുന്നു.

കൂട്ടത്തിൽ പ്രായമായ കെ. മാത്രം പ്രതിഷേധിച്ചു.

''കുട്ടീ, നീ ഞങ്ങളെ വല്ലാതെ തെറ്റിദ്ധരിച്ചിരിക്കുന്നു. നിങ്ങൾ പെൺകുട്ടികളെ ഞങ്ങൾ ഒരിക്കലും അങ്ങനെ കണ്ടിട്ടില്ല.''

''ഉവ്വ്, ഉവ്വ്... അങ്ങനെയാണ് നിങ്ങൾ ഞങ്ങളെ കാണുന്നത്. നിങ്ങൾ പ്രത്യേകിച്ചും.''

ഞാൻ കൂസലൊന്നുമില്ലാതെ പറഞ്ഞു.

''നിങ്ങളുടെ ഊഴത്തിനായി കാത്തിരിക്കയാണെന്ന് ഞാൻ കേട്ടിരിക്കുന്നു.''

''എന്റെ ദൈവമേ...''

വിചാരിച്ചതിലും ഉറക്കെ കെ. വിളിച്ചുപോയി. പിന്നെ അയാൾ വാ തുറന്നില്ല.

മറ്റുള്ളവരും ഭക്ഷണത്തിലേക്ക് ശ്രദ്ധ തിരിച്ചു. സംഭാഷണം തമ്മിൽ തമ്മിലായി. അച്ചാറുകളും പേസ്ട്രികളും സ്വന്തം കിണ്ണത്തിൽ വിളമ്പിയെടുത്തു. ഞങ്ങൾ അവിടെയുണ്ടെന്ന ഭാവമേയില്ലാതെ.

''മതി...മതി... നമുക്ക് പോകാം.''

ഞാൻ മിറലിനോട് പറഞ്ഞു. വർത്തമാനത്തിൽ മുഴുകിയിരുന്ന അവർ എഴുന്നേറ്റു പോയത് ശ്രദ്ധിച്ചതേയില്ല.

''നിനക്കെന്താ ഭ്രാന്ത് പിടിച്ചോ? എന്തിനാ ഇങ്ങനെയുള്ള കാര്യങ്ങൾ പറഞ്ഞത്?''

മിറൽ ദ്വേഷ്യപ്പെട്ടു.

''അറിയില്ല. ശരിക്കും എനിക്കറിയില്ല. ''

ഞാൻ പറഞ്ഞു.

''ആദ്യം കണ്ടപ്പോൾ അവരോട് എന്തോ അടുപ്പം തോന്നി. അവരുടെ സൗഹൃദം വാസ്തവത്തിൽ ഞാൻ ആഗ്രഹിച്ചിരുന്നു. ''

കുറച്ചു നേരം ഞങ്ങൾ മിണ്ടാതെ നടന്നു.

''നിന്റെ കാര്യം വിചിത്രം തന്നെ. പലപ്പോഴും നിന്നെ എനിക്ക് മനസ്സിലാവുന്നേയില്ല.''

മിറൽ പറഞ്ഞു.

നീ എൽ നെ ശ്രദ്ധിച്ചുവോ?''

അല്പം സങ്കോചത്തോടെയാണ് മിറൽ ചോദിച്ചത്. ''

''അയാൾ എന്നെത്തന്നെയാണ് നോക്കിക്കൊണ്ടിരുന്നത്. എന്നെക്കുറിച്ച് എല്ലാം അറിയാമെന്ന ഭാവം.''

''മണ്ടത്തരം പറയേണ്ട. നിന്നെക്കുറിച്ച് അയാൾക്കെങ്ങനെ അറിയാനാണ്?''

കുറച്ച് ഒന്നാലോചിച്ച ശേഷം ഞാൻ തുടർന്നു.

''അവർ നമ്മളെ അംഗീകരിക്കാനോ ഉൾക്കൊള്ളാനോ തയ്യാറല്ല. ടർക്കിയിലെ സ്ത്രീകൾക്ക് അവരുടെ ഇടയിൽ സ്ഥാനം നൽകാൻ അവർക്ക് താത്പര്യവുമില്ല. എല്ലാം ഒരു നാട്യമാണ്. അറ്റാതുർക്കിന്റെ സാമൂഹികപരിഷ്കരണത്തിലുള്ള വിശ്വാസവും സ്ത്രീസമത്വവുമെല്ലാം. നമ്മൾ അവരുടെ സങ്കേതങ്ങളിൽ ഇടയ്ക്ക് കയറിച്ചെല്ലുന്നത് കലയേയും സാഹിത്യത്തേയും കുറിച്ച് ചർച്ച ചെയ്യാനാണ്. അവരുമായി സൗഹൃദം സ്ഥാപിക്കാനാണ്. എന്നാൽ അവർ അതിനെ കാണുന്നത് പൗരുഷത്വത്തിനു നേരെയുള്ള അധിക്ഷേപമായാണ്. നമ്മളോട് എന്തെങ്കിലും ചർച്ച ചെയ്യാൻ അവർക്ക് മനസ്സില്ല.സ്വന്തം ശരീരത്തിന്റെ ഒരു ഭാഗം തുറന്ന് കാണിക്കാൻ സദാ സന്നദ്ധരുമാണ്. അവർ ഓട്ടോമാന്മാരാണ്. ഓട്ടോമാന്മാർ മാത്രം അല്ലെങ്കിൽ അതിലും അധഃപതിച്ചവർ.''

ഞങ്ങൾ ടാക്സിമിലെത്തി. പരസ്പരം ആശ്ലേഷിച്ച് വേർപിരിഞ്ഞു.

''ഞാൻ എവിടെ പോയാലും അവിടെനിന്ന് നിനക്കെഴുതും.''

ഞാൻ മിറലിന് വാക്ക് കൊടുത്തു. അവളുടെ കണ്ണുകൾ നിറഞ്ഞിരുന്നു. ഞാൻ വീട്ടിലെത്തി. ചാരുകസേരയിലിരുന്നു. അധികം നേരം മിറലിനെക്കുറിച്ചാലോചിച്ചു. അവൾക്ക് സംഭവിച്ചത് തികച്ചും ദൗർഭാഗ്യകരമായതുതന്നെ. അതിന്റെ മുറിപ്പാടുകൾ. അവളെപ്പോലെ ലോലഹൃദയയായ ഒരു പെൺകുട്ടിക്ക് അത് മറക്കാനാവില്ല. ജീവിതകാലം മുഴുവൻ അത് ഉണങ്ങാതെ നിൽക്കും.

എന്റെ അമ്മ പല തവണ മുറിയിൽ വന്നുപോയി. അത്താഴം ഉണ്ടാക്കാനുള്ള തിരക്കിലാണ്. സോഫയുടെ അരികിൽ കൂടി പോയപ്പോഴൊക്കെ അതിന്റെ പുറം വലിച്ചു നേരെയാക്കി. അവരുടെ പ്രധാന ശ്രദ്ധ പുരുഷന്മാരിൽനിന്നും എന്നെ കാത്തു രക്ഷിക്കുന്നതിലാണ്. ശത്രുക്കളിൽനിന്നും അകറ്റി നിർത്തുന്നതിലും. അവർ ഒരു മാലാഖയായി, അതീവശ്രദ്ധയോടെ എന്നെ പോറ്റി വളർത്തുകയാണ്. ഒടുവിൽ ഏതെങ്കിലുമൊരു ദുഷ്ടരാക്ഷസന് പിച്ചിച്ചീന്താൻ വേണ്ടി.

ഇന്ന് ഭംഗിയായി വേഷം ധരിച്ചിരിക്കുന്നു. നല്ല പരിഷ്കാരമട്ടിൽ. ഒരു നിമിഷം എനിക്ക് തോന്നി, അമ്മയെ മുറുകെ കെട്ടിപ്പിടിച്ച് എല്ലാം

തുറന്ന് പറയണമെന്ന്. അമ്മയ്ക്കിതെന്തുപറ്റീ? എന്റെ അമ്മയ്ക്ക് എന്താണ് സംഭവിച്ചത്? കുഞ്ഞായിരുന്നപ്പോൾ ഓരോ രാത്രിയിലും കൈകളിലിട്ട് ആട്ടിയുറക്കിയിരുന്ന അമ്മ. അമ്മയുടെ ശ്വാസത്തിന്റെ താളം കേട്ടാണ് ഞാൻ ഉറങ്ങിയിരുന്നത്. അമ്മ മരിച്ചുപോയാലോ എന്ന ആശങ്കയായിരുന്നു അന്നെനിക്കെപ്പോഴും. ഹാലുക്ക്, അയാൾ എ, ബി, സി, ഡി, ബെദ്രി, മിറൽ എല്ലാവരും ഏതോ ദുഷ്ടരാക്ഷസർക്ക് വശം വദരായതുപോലെ.

''കൊച്ചമ്മോ, നിങ്ങൾ വീണ്ടും സ്പെയിനിൽ കൊട്ടാരങ്ങൾ പണിയുകയാണ്. മനോരാജ്യം കാണുകയാണ്. വന്ന് എന്നെ സഹായിക്കൂ. മേശപ്പുറത്ത് എല്ലാം ഒരുക്കിവെക്കൂ. ടയ്യാർബേയും ഭാര്യയും വൈകീട്ട് ഭക്ഷണം കഴിക്കാൻ വരുന്നുണ്ട്.''

''ശരി...ശരി...ഞാൻ ഈ വേഷമൊന്ന് മാറ്റട്ടെ.''

ഞാൻ എന്റെ മുറിയിലിരുന്ന് കുറെ നേരം കരഞ്ഞു. അവസാനത്തെ ദിവസങ്ങൾ. അമ്മയോട് പിണക്കമൊന്നും വേണ്ട. ക്ഷമയോടെ പെരുമാറണം. ഞാൻ പോയിക്കഴിഞ്ഞാൽ എന്നെയോർത്ത് കരയണം.

എല്ലാം അവസാനിച്ചു. നിലംപതിച്ചു. നശിച്ചു. കൊള്ളാവുന്നതൊന്നും അവശേഷിച്ചിട്ടില്ല. ഞാൻ നിറഞ്ഞ ഇരുട്ടിലാണ്. മരണത്തോട് മുഖാമുഖം നിൽക്കുന്നു. രണ്ട് ദിവസമായി ഭക്ഷണം കഴിച്ചിട്ടില്ല. ഇപ്പോൾ അത് മാറി. നിർത്താതെ കരയുകയാണ്. രാത്രി മുഴുവൻ എണ്ണിപ്പെറുക്കി കരഞ്ഞു. ''മരിച്ചാൽ മതിയായിരുന്നു. അങ്ങനെയെങ്കിലും മാനം രക്ഷിക്കാമായിരുന്നു.'' ഞാൻ ഓടിപ്പോയിരുന്നെങ്കിൽ, അതിൽ വിജയിച്ചിരുന്നെങ്കിൽ സംഗതി ഇപ്പോഴെത്തേതിൽനിന്നും തികച്ചും വ്യത്യസ്തമായനേ. എനിക്ക് സന്തോഷത്തോടെ ചിരിക്കാമായിരുന്നു. ഹാലിറ്റിന്റെ കൈയും പിടിച്ച് വീട്ടിൽനിന്നും ഒളിച്ചോടുന്നതിനെക്കുറിച്ച് ആലോചിക്കവേ പലപ്പോഴും വല്ലാതെ ഭയം തോന്നിയിരുന്നു. വേണ്ടെന്ന് വെച്ചലോ എന്നുപോലും. എന്നാൽ ഇപ്പോൾ അത് നടക്കാൻ വേണ്ടി എന്തും ചെയ്യാൻ ഞാൻ തയ്യാറായാണ്. എന്താണ് സംഭവിക്കാൻ പോകുന്നത്?

ഞാൻ എന്റെ മുറിയിലാണ്. രണ്ട് തവണ ആത്മഹത്യയ്ക്കുപോലും ശ്രമിച്ചു. കാലിലെ രോമം വടിച്ചു കളയുന്ന ബ്ലേഡുകൊണ്ട്. അതിന് തീരെ മൂർച്ചയുണ്ടായിരുന്നില്ല. കൈയിലെ ഞരമ്പിൽ മെല്ലെ അമർത്തി. ഗുണമുണ്ടായില്ല. ജനലിൽക്കൂടി പുറത്തേക്ക് ചാടാമെന്ന് വിചാരിച്ചു. ജനല തുറന്നു. ലാവണ്ടറിന്റെ ഗോപുരവും ബോസ്ഫറസ് കടലും കണ്ടു. കമ്പാട്ടാഷ് കടവിൽനിന്നും വലിയ ചങ്ങാടങ്ങൾ നീങ്ങിയകലുന്നു. വീടുകൾ...മേൽക്കൂരകൾ... ആളുകൾ... കുട്ടികളുടെ ഒച്ചകൾ. ഉയരങ്ങൾ എപ്പോഴും എനിക്ക് തലചുറ്റലുണ്ടാക്കും. താഴത്തേക്ക് നോക്കാനേ വയ്യ. ജനാലയ്ക്ക് താഴെ ഇത്തിരി മുറ്റം. അവിടെയാണ് ചവറ്റുകൊട്ടകൾ വെക്കുന്നത്. ഞങ്ങൾ രണ്ടാംനിലയിലാണ്. ചാടിച്ചാവാനുള്ള ഉയരം

പോരാ. ഞാൻ മരിച്ചാൽ എന്ത് സംഭവിക്കാനാണ്? പത്തൊമ്പതുകാരി ആത്മഹത്യ ചെയ്തു എന്ന് ജനം പറയും. അല്ലാതെന്ത്? കുറെ കഴിഞ്ഞാൽ എല്ലാവരും അത് മറക്കും. സത്യം പറഞ്ഞാൽ എനിക്ക് മരിക്കാൻ ഭയമാണ്. എനിക്ക് ജീവിക്കണം. അതാണെന്റെ ആഗ്രഹം. എനിക്ക് പകരം വീട്ടണം. ആരോട്? അമ്മയോടോ? അറിയില്ല. അവർ കുറ്റക്കാരിയാണോ? അല്ല, എന്നാൽ ഞാനാണോ? അതുമല്ല. ഇനി ഇപ്പോൾ എന്താണ് സംഭവിക്കാൻ പോകുന്നത്? എനിക്കറിഞ്ഞുകൂടാ. അന്ന്...

വാതിൽമണിയടിച്ചപ്പോൾ കസേരയിൽനിന്നും ഞാൻ ചാടിയെഴുന്നേറ്റു. ആഴ്ചയിലെ മൂന്നാമത്തെ ദിവസമായിരുന്നു അത്. അമ്മ അടുക്കളയിലാണ്. എന്നേക്കാൾ മുമ്പേ അവർ പുറത്തേക്ക് വന്നു. ഗൗരവത്തിൽ എന്നെ നോക്കി.

''ഞാൻ തുറന്നോളാം. ''

അവർ ഇടനാഴിയിലൂടെ വാതിൽക്കലെത്തി. കോണിപ്പടികളിറങ്ങി. ഞാൻ മുകളിൽനിന്ന് കാതോർത്തു. ഒരു ചെറുപ്പക്കാരന്റെ ശബ്ദം.

''സഹോദരീ, ഇത് 'ക്വയറ്റ് ലേഡി' തെരുവാണോ?

എനിക്ക് തല ചുറ്റുന്നതുപോലെ. വേഗം എന്റെ മുറിയിലേക്ക് പിൻവാങ്ങി. അമ്മ അപ്പോൾത്തന്നെ മുകളിലേക്ക് കയറി വന്നു.

''ആരായിരുന്നു?'' ഞാൻ ചോദിച്ചു.

''ആരുമല്ല. അയാൾക്ക് തെറ്റിയതാണ്.'' അമ്മ പറഞ്ഞു.

ഞാൻ അടിമുടി വിറയ്ക്കുകയായിരുന്നു. ഞാൻ വാച്ചിൽ നോക്കി. അരമണിക്കൂറിനുള്ളിൽ അയാൾ തിരിച്ചു വരും. അതിഥികൾക്കുള്ള മുറിയിൽ ഞാൻ ചെന്നുനിന്നു. ആ ജനലിൽക്കൂടി നോക്കിയാൽ തെരുവ് നന്നായി കാണാം. അയാൾ പൊയ്ക്കഴിഞ്ഞിരിക്കും. അവിടെ ആരുമുണ്ടായിരുന്നില്ല. ഞാൻ പ്രാർത്ഥിച്ചുകൊണ്ടിരുന്നു. അമ്മ പുറത്തേക്കൊന്ന് പോയെങ്കിൽ...അല്ലെങ്കിൽ വിശ്രമിക്കാനായി ചെന്ന് കിടന്നെങ്കിൽ... ഞാൻ അടുക്കളയിലേക്ക് ചെന്നു. അമ്മ ചീര കഴുകുകയായിരുന്നു.

''തരൂ, ഞാൻ വൃത്തിയാക്കാം.''ഞാൻ പറഞ്ഞു. ഉമ്മറവാതിലിന് ഏറ്റവും അടുത്തുള്ളത് അടുക്കളയാണ്. അമ്മ എന്നെ അദ്ഭുതത്തോടെ നോക്കി.

''ഇതെന്താ വലിയൊരദ്ഭുതം?'' എന്നെ തറച്ചുനോക്കി അവർ ചോദിച്ചു.

''നിനക്കെന്തുപറ്റീ? വല്ലാതെ വിളർത്തിരിക്കുന്നല്ലോ.''

''കുറച്ച് ദിവസമായി കുത്തിയിരുന്ന് പഠിക്കുകയല്ലേ?''

''എന്നാൽ കുറച്ച്കൂടി പോയി പഠിച്ചോളൂ. എങ്ങനെയെങ്കിലും ആ പരീക്ഷ കഴിഞ്ഞു കിട്ടട്ടെ. പിന്നെ നിനക്ക് സമാധാനമാവും. ''

ആ നിമിഷം വാതിൽമണി വീണ്ടും അടിച്ചു. ആ മരമണ്ടൻ. അരമണിക്കൂർ കാത്തിരിക്കാനുള്ള ക്ഷമ അവനുണ്ടായില്ല. അത് ഹാലിറ്റ്

തന്നെയായിരുന്നു. ഇത്തവണ ഞാനാണ് വാതിൽ തുറക്കാനോടിയത്. കോണിപ്പടികൾ ചാടിയിറങ്ങി ധൃതിയിൽ വാതിൽ തുറന്നു. അത് ഹാലിറ്റ് തന്നെയായിരുന്നു. എന്റെ കൈയിലേക്ക് മണമുള്ള തടിച്ച ഒരു ലക്കോട്ട് തിടുക്കത്തിൽ തന്നുകൊണ്ട് അയാൾ ചോദിച്ചു.

''നീദ്രെദ് ഹനീം ഇവിടെയാണോ താമസിക്കുന്നത്?''

''അല്ല, ഇവിടെയല്ല.''

അയാൾ ചിരിച്ചു.

''എന്റെ കരളേ...''

ലക്കോട്ട് അപ്പോൾത്തന്നെ ഞാൻ എന്റെ പാവാടയുടെ അരപ്പട്ട യിൽ തിരുകി. മേൽക്കുപ്പായം നല്ലപോലെ താഴേക്ക് വലിച്ചിട്ടു.

''വായിച്ചു നോക്കൂ. നാളെയാണ്.''

അയാൾ ലക്കോട്ടിലേക്ക് വിരൽ ചൂണ്ടി. പൊടുന്നനെ എന്റെ കൈ പിടിച്ച് അമർത്തി ചുംബിച്ചു. ഞാൻ ഉടനെ കൈ പിൻവലിച്ചു.

''മിണ്ടരുത്.''

ഞാൻ ആംഗ്യം കാണിച്ചു. വേഗം വാതിലടച്ച് മുകളിലേക്ക് കയ റിപ്പോയി.

അമ്മ കോണിപ്പടിയുടെ തലയ്ക്കൽത്തന്നെ നിന്നിരുന്നു. ഒന്നും സംഭവിക്കാത്തതുപോലെ ഞാൻ എന്റെ മുറിയിലേക്ക് പോയി. അമ്മ തീർച്ചയായും ഞങ്ങളെ കണ്ടിട്ടുണ്ടാവില്ല. കോണിയുടെ മുകളിൽ നിന്നാൽ തെരുവിലേക്ക് തുറക്കുന്ന വാതിൽ കാണാനാവില്ല.

''അതിങ്ങ് തരൂ.'' അമ്മ പെട്ടെന്ന് മുറിയിലേക്ക് കയറി വന്ന് കൈ നീട്ടി. മറുപടിക്ക് കാത്തുനിൽക്കാതെ എന്റെ അരപ്പട്ടയിലേക്ക് കൈ കടത്തി. ഞാൻ അത് തള്ളി മാറ്റി.

''അതെനിക്കുള്ള കത്താണ് അമ്മേ..'' ഞാൻ സ്വരം കടുപ്പിച്ച് പറഞ്ഞു.

അവർ എന്റെ കവിളിൽ ആഞ്ഞടിച്ചു. കത്ത് ബലമായി വലിച്ചെ ടുത്തു. ഞാൻ പിടി വിടാതെ നിന്നു. ഇടയിൽ അതിന്റെ മീതെ ചെറു തായി കീറി. അതിൽനിന്നും ലൈലാക്ക് പൂക്കളുടെ ഇതളുകൾ ചിതറി വീണു. അതുകണ്ട് അമ്മ കൂടുതൽ ക്ഷോഭിച്ചു.

ലൈലാക്ക്...ലൈലാക്ക്...ലൈലാക്ക്...

അവർ അലറി. എല്ലാ ശക്തിയും ഉപയോഗിച്ച് എന്നെ അവർ വീണ്ടും വീണ്ടും തല്ലി. ഒടുവിൽ അവർക്ക് വയ്യാതായപ്പോഴാണ് തല്ലുന്നത് നിർത്തിയത്. തീരെ അവശയായി അവർ അവിടെത്തന്നെ ഇരുന്ന് നിലവിളിക്കാൻ തുടങ്ങി.

''നമ്മൊളൊക്കെ നശിച്ചു. നാണം കെട്ടു. അഭിമാനം താറുമാറായി. ഈ നാണക്കേട് എല്ലാവരുമറിയും. ആകെ തകർന്നല്ലോ.''

ഒരു കുഞ്ഞിനെപ്പോലെ അവർ തേങ്ങിക്കരഞ്ഞുകൊണ്ടിരുന്നു. ഞാൻ അത് കണ്ടുനിന്നില്ല. നേരെ എന്റെ മുറിയിലേക്കോടി വാതില ടച്ചു. അപ്പോഴാണ് ബ്ലേഡ് എടുത്ത് കൈത്തണ്ടയിലെ ഞരമ്പ് മുറി ക്കാൻ ശ്രമിച്ചത്. എന്നാൽ എനിക്ക് അതിന് സാധിച്ചില്ല. സാധിച്ചില്ല.

ഞാൻ കണ്ണാടിയിലേക്ക് നോക്കി. എന്നെ കണ്ടാൽ ഒരു മൃഗമാണെന്നേ തോന്നൂ. തീർത്തും ഒരു മൃഗം തന്നെ. വളരെ നേരം കഴിഞ്ഞിട്ടാണ് ഓർത്തത്. ആ കീറിയ കത്തിന്റെ തുണ്ട്. ഞാൻ അതെടുത്ത് തുറന്നു. ത്രികോണാകൃതിയിൽ മടക്കിയ ഒരു കടലാസിന്റെ ഭാഗം. അധികവും ഒഴിഞ്ഞു കിടക്കുന്നു. നാലേ നാല് വാക്കുകൾ. രണ്ട് വരികളുടെ അവ സാനഭാഗം, എന്റെ രാജ്യത്തിന്റെ...ഞാൻ...നീല മലകൾ... തെക്ക്...

എന്റെ രാജ്യത്തിലെ നീലമലകളിൽനിന്ന് ഞാൻ തെക്കോട്ട് പോകുന്നു എന്നാണോ? എന്റെ രാജ്യത്തിന്റെ തെക്കുള്ള നീലമല കളിൽ നിന്ന് എന്നാണോ? വേറൊരു കീറിയ തുണ്ടുകൂടിയുണ്ട്. കൂടു തൽ കട്ടിയുള്ള കടലാസ്. ഒന്നും എഴുതിയിട്ടില്ല. മത്തുപിടിപ്പിക്കുന്നൊരു മണമുണ്ട് രണ്ടിലും. ലൈലാക്ക് പൂക്കളുടേതു മാത്രമല്ല മറ്റെന്തോ മണം കൂടി അതിൽ കലർത്തിയിട്ടുണ്ട്. രണ്ടാമത്തെ കടലാസ് പക്ഷേ മാപ്പി ന്റേതാകാം. ഞങ്ങളുടെ രക്ഷാമാർഗം കാണിക്കുന്നത്. മെത്തയിൽ വീണ് കിടന്ന് ഞാൻ തേങ്ങിക്കരഞ്ഞു. ഒച്ചവെച്ചു. പിന്നെ നിശ്ശബ്ദമായി ഏറെ നേരം കരഞ്ഞു. അടുത്ത മുറിയിൽനിന്നും അമ്മയുടെ ഒച്ചയും നിലവിളിയും ഞാൻ കേൾക്കുന്നുണ്ടായിരുന്നു.

“ഓടിപ്പോവുകയാണത്രെ. അവൾ ഒളിച്ചോടാനൊരുങ്ങുകയാണ്. ഏതോ ഒരുത്തനോടൊപ്പം. അവളുടെ കാമുകൻ. തേവിടിശ്ശി...”

ആരോ ഉമ്മറവാതിലിൽ മുട്ടുന്ന ഒച്ച കേട്ടു. താഴെ താമസിക്കുന്ന വാടകക്കാരനാകും. അമ്മ ദ്വേഷ്യത്തോടെ പറഞ്ഞു.

“ഒന്നുമില്ല.”

അവർ വാതിൽ ഒച്ചയോടെ വലിച്ചടച്ചു. ഞാൻ ആ കടലാസുകൾ മൂക്കിനോടടുപ്പിച്ചു. ആ മണം. പ്രത്യേകതയുള്ള ആ മണം. ഈ സൗരഭ്യം എന്റെ നാട്ടിലെ നീലമലകളിൽ നിന്നും നിനക്കായി ഞാൻ ശേഖരിച്ച താണ്. രണ്ടാമത്തെ ദിവസത്തിന്റെ അവസാനമായിരിക്കുന്നു. പാതി രായ്ക്ക് ഞാൻ വാതിൽ തുറന്ന് പുറത്തേക്കിറങ്ങി. അമ്മ നല്ല ഉറക്ക ത്തിലായിരുന്നു. അച്ഛൻ വീട്ടിലുണ്ടായിരുന്നില്ല. അദ്ദേഹം വീട്ടിലുണ്ടാ യിരുന്നെങ്കിൽ എന്തായിരിക്കും ചെയ്തിട്ടുണ്ടാവുക? തെരുവിലേക്കുള്ള വാതിൽ പൂട്ടി താക്കോൽ അമ്മ എടുത്തുവെച്ചിരിക്കുകയായിരുന്നു. അവർ അത് ചെയ്യുമെന്ന് എനിക്ക് ഉറപ്പുണ്ടായിരുന്നു. അല്ലെങ്കിലും ഞാൻ എവിടെപ്പോകാനാണ്? ഞാൻ അടുക്കളയിൽചെന്ന് കുറെ റൊട്ടി വാരിവിഴുങ്ങി. വെള്ളവും കുടിച്ചു. വീണ്ടും മുറിയിലേക്ക് വന്നു. പാടെ തളർന്ന് മെത്തയിലേക്ക് വീണു. ഇനി ഇപ്പോൾ എന്തായാലെന്ത്?

വാതിൽമണി അടിച്ചു. മിറലിന്റെ ശബ്ദം.

''മൂന്ന് നാല് ദിവസമായി അവളെ ക്ലാസ്സിൽ കണ്ടില്ല. അസുഖ മൊന്നുമില്ലല്ലോ അമ്മായീ?''

എനിക്ക് പരിഭ്രമം തോന്നി.ഞാൻ പുറത്തേക്ക് ഓടി വന്നു. നേരെ മുന്നിൽ അമ്മ. അവർ എന്നെ നോക്കി. ശൂന്യമായ ദൃഷ്ടികൾ. അമ്മ പൊട്ടിക്കരഞ്ഞ് അവരുടെ മുറിയിൽ കയറി വാതിലടച്ചു.

''അയ്യോ, നിനക്കിതെന്തുപറ്റീ?''

മിറൽ ചോദിച്ചു. അവൾ എന്നെ ചുറ്റിപ്പിടിച്ചു. ഞാൻ എല്ലാം വിശദ മാക്കി. അവളും കരയാൻ തുടങ്ങി.

''അപ്പോൾ നിനക്ക് രക്ഷപ്പെടാനായില്ല അല്ലേ? ഇനി ഇവിടെത്തന്നെ നിൽക്കേണ്ടി വന്നു അല്ലേ?''ഞാൻ അവളോട് അപേക്ഷിച്ചു.

''അതിനെപ്പറ്റി പറയേണ്ട.'' ഞാൻ അവളോട് പറഞ്ഞു.

''ഞാൻ കരയുന്നില്ല. അമ്മ എന്നെ തല്ലിയപ്പോൾ എനിക്ക് ഒട്ടും വേദന തോന്നിയില്ല. എങ്ങനെയാണാവോ ഈ മുറിവും ചതവും എന്റെ മേലുണ്ടായത്? ഇവിടെനിന്ന് എങ്ങനെയെങ്കിലും പുറത്ത് കടക്കണം. ഹാലിറ്റിനെ കാണണം. എനിക്കത്രയേ വേണ്ടൂ.''

''ഹാലിറ്റിനേയോ? അയാൾ സ്ഥലം വിട്ടിട്ടുണ്ടാവില്ലേ?''

''എനിക്കറിയില്ല മിറൽ. നീ മാത്രമേ എന്നെ സഹായിക്കുവാനുള്ളൂ. ഈ വീട്ടിൽ ഇനിയും താമസിക്കാൻ വയ്യ.''

''ക്ഷമിക്കൂ. ഇങ്ങനെ തിടുക്കം കൂട്ടണ്ട. സാവകാശം ആലോചിച്ച് തീർച്ചയാക്കാം.''

അവൾ എന്നെ സമാധാനിപ്പിക്കാൻ ശ്രമിച്ചു. അവൾ കൈസഞ്ചി യിൽനിന്നും ഒരു പാക്കറ്റ് ടിഷ്യുപേപ്പറുകളെടുത്തു. അവളുടെ കണ്ണു കൾ തുടച്ചു. രണ്ട് സിഗരറ്റുകളെടുത്തു കൊളുത്തി. ഒന്ന് അവളെടുത്തു. മറ്റത് എനിക്കും തന്നു. ഞാൻ അവൾക്ക് ആ കടലാസും ലൈലാക്കിന്റെ ഇതളുകളും കാണിച്ചുകൊടുത്തു. അവൾ അത് മണത്തുനോക്കി.

''ഇത് ഗ്രീസിന്റെയും തൈമീന്റോ (പാചകത്തിന് ഉപയോഗിക്കുന്ന മണമുള്ള ഒരു തരം സസ്യം.)യുടെയും മണമാണല്ലോ. എന്റെ നാട്ടിലെ നീലമലകൾക്ക് ഒട്ടും നന്നല്ലാത്ത ഒരു മണം.''

ഞങ്ങൾ ഒരേസമയം കരയുകയും ചിരിക്കുകയും ചെയ്തു.

''എനിക്ക് പിടി കിട്ടി. യുറേക്കാ...യുറേക്കാ...''അവൾ ഒച്ചവെച്ചു.

''മിണ്ടാതിരിക്ക്...എന്റെ അമ്മ കതകിനടുത്ത് നിന്ന് ശ്രദ്ധിക്കുന്നു ണ്ടാകും.''

ഞാൻ മുന്നറിയിപ്പ് നൽകി. അവൾ മെത്തയിലേക്ക് ചാടിക്കയറി.

''നീ വിവാഹിതയാകാൻ പോകുന്നു.''

അവൾ ഒച്ചയൊതുക്കി പറഞ്ഞു.

''തൽക്കാലത്തേക്ക്. ഏതാനും മാസം കഴിഞ്ഞാൽ വേണമെങ്കിൽ വിവാഹമോചനം നേടാം.''

അവൾ വിശദീകരിച്ചു.

''നിന്റെ മാനം കാക്കാനായി അയാൾ നിന്നെ വിവാഹം കഴിക്കും. അയാളുടെ കൂടെ കിടക്കുകയൊന്നും വേണ്ട. വെറുതെ ഒരു ചടങ്ങ്.''

''നിനക്കെന്താ വട്ട് പിടിച്ചോ?''

ഞാൻ വല്ലാതെ അമ്പരന്നു.

''എവിടെന്ന് കിട്ടും അങ്ങനെയൊരു ഭർത്താവിനെ?''

''ബെദ്രി...''

''ബെദ്രിയോ?''

''അതെ, ബെദ്രിതന്നെ. അവന് നിന്റെ കാര്യത്തിൽ ശരിക്കും ഭ്രാന്താണ്. നിന്റെ അമ്മയ്ക്കാണെങ്കിൽ അവനെ വലിയ കാര്യവുമാണ്. ഞാൻ നിന്റെ നാത്തൂനാകും.''

''പക്ഷേ അങ്ങനെയൊരു വിവാഹത്തിന് ബെദ്രി സമ്മതിക്കുമോ?''

''തീർച്ചയായും. കുറെ നാൾ നമ്മളെല്ലാവരും ഒരു വീട്ടിൽ താമസിക്കും. അതിനുശേഷം നിനക്ക് ഹാലിറ്റിന്റെ കൂടെ പോകാം. അല്ലെങ്കിൽ ഒരു ജോലി സമ്പാദിക്കാം. എന്തായാലും നിനക്ക് ഈ വീട്ടിൽ നിന്ന് രക്ഷപ്പെടാം. ''

യാത്രപോലും ചോദിക്കാതെയാണ് അന്ന് അവൾ എന്റെ വീട്ടിൽ നിന്നും ഇറങ്ങിപ്പോയത്.

അമ്മയും ഞാനും കടയിൽ പോയി സാമാനങ്ങൾ വാങ്ങി വന്നതേയുള്ളൂ. കുറെ നാളായി ഈ പണി തുടങ്ങിയിട്ട്. നടന്ന് നടന്ന് എന്റെ കാലുകൾ നീർ വന്ന് വീർത്തിരിക്കുന്നു. തന്റെ മകളുടെ വിവാഹവസ്ത്രങ്ങളും അതിനോട് ബന്ധപ്പെട്ട ഉപഹാരങ്ങളും ഏറ്റവും മികച്ചതാകണമെന്ന് അമ്മയ്ക്ക് നിർബന്ധമുണ്ട്. ഇന്നലെ അമ്മ എന്റെ കിടപ്പറയിലേക്ക് വേണ്ട മരസാമാനങ്ങൾ ഏർപ്പാട് ചെയ്തു. എല്ലാം ഈട്ടിയിലുണ്ടാക്കിയത്. ഇന്ന് വിവാഹവസ്ത്രങ്ങൾ വാങ്ങി. അമ്മയ്ക്കും എനിക്കും നിശ്ചയിക്കാനായില്ല, തട്ടമിട്ട് മുഖം മറയ്ക്കണോ അതോ പൂമാലകൾ മതിയോ അതുമല്ലെങ്കിൽ ഒരു വെള്ള തൊപ്പി വാങ്ങാം എന്ന് തീരുമാനിച്ചു. മാർഗരറ്റിന്റെ തൊപ്പിക്കട വളരെ പ്രസിദ്ധമാണ്. എന്റെ പ്രതിശ്രുതവരൻ വളരെ നല്ല ഒരാളാണ്. ഞാൻ അയാളെ ശരിക്കും ഇഷ്ടപ്പെടാൻ തുടങ്ങിയിരിക്കുന്നു. അമ്മയ്ക്കും വളരെ സ്നേഹം. എത്ര പ്രശംസിച്ചിട്ടും മതിയാകുന്നില്ല. പൊടുന്നനെയുള്ള ഈ വിവാഹനിശ്ചയം. അച്ഛൻ ആകെ അമ്പരന്നു. അമ്മ പറഞ്ഞു സമാധാനിപ്പിച്ചു.

''ഇതാണ് നല്ലത്. ഇതാണ് നല്ലത്. പെൺകുട്ടികളുടെ വിവാഹം ഏറെ വൈകിക്കരുത്.''

അവസാനം അച്ഛനും ആ അഭിപ്രായത്തോട് യോജിച്ചു. അമ്മ അച്ഛനോട് എന്റെ കാര്യങ്ങളൊന്നും പറഞ്ഞിരുന്നില്ല. സത്യം പറഞ്ഞാൽ നഫീസമ്മായി അവരുടെ മകന് വധുവായി എന്നെ ചോദിച്ചു വന്ന ദിവസം മുതൽ ഞങ്ങൾ രണ്ടുപേരും മുമ്പേ നടന്ന ഒന്നിനേയും പറ്റി സംസാരിച്ചിട്ടേയില്ല.

ഏതാനും ദിവസം മുമ്പ് ഒരു വൈകുന്നേരം. അമ്മ ബെദ്രിയുടെയും മിറലിന്റെയും കൂടെ രാത്രി പുറത്ത് പോയി ഭക്ഷണം കഴിക്കാൻ അനുവദിച്ചു. ഒന്നൊന്നരമാസമായി അമ്മയോടൊപ്പമല്ലാതെ ഞാൻ വീട്ടിൽ നിന്നും പുറത്തിറങ്ങിയിട്ടുണ്ടായിരുന്നില്ല. സന്തോഷത്തിന്റെ ലഹരിയിലായിരുന്നു ഞാൻ. എന്റെ വിവാഹനിശ്ചയത്തെപ്പറ്റി കേട്ട് അദ്ഭുതപ്പെട്ടു. ഞാൻ അയാളോട് ഹാലിറ്റിന്റെ വിവരം തിരക്കി.

‘‘എനിക്ക് ശരിക്കും അറിയില്ല കുട്ടീ’’ എന്നായിരുന്നു ലാംബോവിന്റെ മറുപടി. അയാൾ ശങ്കയോടെ ബെദ്രിയെ നോക്കി.

‘‘അതൊന്നും സാരമില്ല ലാംബോസാറേ.’’ ഞാൻ ചിരിച്ചു.

‘‘ഞങ്ങളെല്ലാവരും ചങ്ങാതിമാരല്ലേ?’’

‘‘എനിക്ക് ശരിക്കും അറിയില്ല കുട്ടീ.’’

ലാംബോ കൈ മലർത്തി.

‘‘ഏതാനും ആഴ്ച മുമ്പ് ഇവിടെ വന്നിരുന്നു. രണ്ട് മാസമായിക്കാണും. ചിലപ്പോൾ അതിലും കുറവായിരിക്കും. അയാളെ പൊലീസ് പിടികൂടിയെന്നും നാട്ടിലേക്ക് തിരിച്ചയച്ചെന്നും കേട്ടു. എത്രത്തോളം ശരിയാണ് എന്നറിയില്ല. ’’

‘‘അങ്ങനെയെങ്കിൽ നീ അയാൾക്ക് നേരിട്ട് ഒരു കത്തെഴുതണം.’’ ബെദ്രി നിർദ്ദേശിച്ചു.

‘‘പക്ഷേ അയാളെങ്ങനെ മറുപടിയെഴുതും?’’

‘‘എന്റെ മേൽവിലാസത്തിൽ.’’ ഒട്ടും ആലോചിക്കാതെ ബെദ്രി മറുപടി പറഞ്ഞു.

‘‘ആ കത്ത് നിന്റെ കൈയിൽ ഏൽപ്പിക്കുന്ന കാര്യം ഞാനേറ്റു.’’

വീട്ടിലേക്ക് മടങ്ങും വഴി മിറൽ എന്നോട് ചോദിച്ചു.

‘‘അവിടെ മൂലയിൽ മാറിയിരിക്കുന്ന ചെറുപ്പക്കാരനെ നീ ശ്രദ്ധിച്ചുവോ? അത് നിന്റെ പഴയ കൂട്ടുകാരൻ ഹാലുക്ക് ആയിരുന്നു. അയാളുടെ കാര്യം മെച്ചമായി. സ്വന്തമായി ഒരു സ്റ്റുഡിയോ ഉണ്ട്, പെറായിൽ. കൂടെയിരിക്കുന്ന ആൾ അയാളുടെ സഹായിയാണ്.’’

അവൾ അവളുടെ ചേട്ടന്റെ ഒരു കൈയിൽ പിടിച്ചു. മറ്റേ കൈയിൽ ഞാനും. അങ്ങനെ ഞങ്ങൾ ഇരുട്ടിലൂടെ നീങ്ങി. വിവാഹമെന്ന പാവന ഘട്ടത്തിലേക്ക്.

ഭാഗം രണ്ട്

അച്ഛൻ

മരിച്ചു കഴിഞ്ഞാൽ അവർ നിങ്ങളുടെ
വസ്ത്രങ്ങൾ മുഴുവനും അഴിച്ചു മാറ്റുന്നു.
നിങ്ങളുടെ ശത്രുക്കളെയും
മിത്രങ്ങളെയും വിവരമറിയിക്കുന്നു.
നിങ്ങൾ കഴുകി ശുദ്ധമാക്കപ്പെടുന്നു.
മരണശിലയിൽ കിടത്തപ്പെടുന്നു. നീണ്ട്... നിവർന്ന്...

തണുത്ത പ്രഭാതമായി

I

ക്രിസ്തുവിന് മുമ്പ് തന്നെ മനുഷ്യന് മത്സ്യത്തെ അറിയാമായിരുന്നു. മത്സ്യത്തെക്കുറിച്ച് അറിയാവുന്നതിനാൽ അവർ കച്ചവടത്തെക്കുറിച്ചും തോണികളെക്കുറിച്ചും പഠിച്ചു. അതും ക്രിസ്തുവിന് വളരെ മുമ്പ്. അതെത്രകാലം മുമ്പായിരുന്നു? 1707ൽ, അയാൾ മരിച്ചതിൽപ്പിന്നെ. ആ വർഷമാണ് ഡെനിസ് ഹാപ്പിൻ എന്ന ഫ്രഞ്ചുകാരൻ ആവിയന്ത്രത്തെക്കുറിച്ച് ചിന്തിച്ചത്. ജോസ് വാട്ട് പിന്നീടാണ് രംഗപ്രവേശം ചെയ്ത്. 1801ൽ അദ്ദേഹവും ഫുൾട്ടനും ചേർന്ന് ആദ്യത്തെ ആവിക്കപ്പൽ നിർമ്മിച്ചു. അതിന്റെ ചക്രങ്ങൾ വശങ്ങളിലായിരുന്നു. ശക്തമായ കാറ്റിൽ ഊരിപ്പോരുമായിരുന്നു അവ. അതിനുശേഷം ആവിയന്ത്രങ്ങൾ പൊതു ആവശ്യങ്ങൾക്കായി ഉപയോഗിക്കാൻ തുടങ്ങി. കരയിലും വെള്ളത്തിലും അവ ഉപയോഗിച്ചു. ഇംഗ്ലീഷുകാർ അതിനെ അറ്റ്ലാന്റിക് സമുദ്രം മുറിച്ചു കടക്കാൻ പ്രയോജനപ്പെടുത്തി. ക്വീൻ എലിസബത്ത് എന്ന കപ്പലിന്റെ ഭാരം 83,637 ടൺ ആയിരുന്നു. വ്യവസായകാലഘട്ടത്തിൽ മുഴുവൻ കപ്പലിന്റെ യന്ത്രസംവിധാനത്തിന് മാറ്റം വരുത്തിക്കൊണ്ടിരുന്നു. വളരെയധികം വികസിപ്പിക്കുകയും ചെയ്തിരുന്നു. 1840ൽ ഊഴമിട്ട് പ്രവർത്തിപ്പിക്കുന്ന എഞ്ചിനുകൾ. അതിനുശേഷം ടർബൈനുകൾ. പിന്നീട് 1894ൽ ഉള്ളിൽത്തന്നെയുള്ള കംബസ്റ്റ്യഷൻ. 1903ൽ ഡീസൽ

ഉപയോഗിച്ചു തുടങ്ങി. കൂടുതൽ പുതിയ മാതൃകകൾ പുറത്ത് വരുമ്പോൾ ഞാനുണ്ടാകില്ല. കാരണം ഞാൻ മരിക്കാറായിരിക്കുന്നു.

പ്രഭാതത്തിലെ വെളിച്ചം എന്നെ ഉണർത്തുന്നു. ഇപ്പോൾ ഉറങ്ങാൻ പോകും മുമ്പേ ഞാൻ ജനൽകർട്ടനുകൾ വലിച്ചിടാറില്ല. നേരം പുലരുമ്പോഴുള്ള വെട്ടത്തിൽ എനിക്ക് പുറത്തുള്ള അക്കേഷ്യാമരങ്ങളുടെ ചില്ലകൾ കാണാം. ഇലകൾ പതുക്കെ ഇളകുന്നത് കാണാം. എന്റെ ജനാലയിൽക്കൂടി കാണാനാവുന്ന അത്രയും ഇലകൾ കാറ്റിൽ ഇളകിയാടുന്നത് കാണാം. ഐസ്പ്പെട്ടി ഓഫ് ചെയ്യാൻ വീണ്ടും നൂറിയ മറന്നിരിക്കുന്നു. മരണം വന്നെത്താനുള്ള നേരം. ഞാൻ അതിനെക്കുറിച്ചാണ് ചിന്തിക്കുന്നത്. അതോടൊപ്പം വാട്ടിനെക്കുറിച്ചും ഫുൾട്ടനെക്കുറിച്ചും ആലോചിക്കുന്നു. ആ വിവരംകെട്ട സെർമെറ്റ് വെർഗിയെക്കുറിച്ചും ആലോചിക്കാറുണ്ട്. എന്റെ വയറ്റിൽ ഒരു ബക്കറ്റിലെന്ന പോലെ നിറയെ വെള്ളമാണ്. വേശ്യാലയം സൂക്ഷിപ്പുകാരൻ ഗ്യാസിനെപ്പറ്റി സംസാരിക്കുന്നു. അവൻ ശരിക്കും കശാപ്പുകാരനാണ്. എത്ര വേഗത്തിലാണ് ഒരാളെ കൈവിടുന്നത്. അതിനുകാരണം ഈ വ്യവസ്ഥിതിയാണെന്ന് നെർമിൻ പറയുന്നു. നെർമിൻ എന്റെ മകളാണ്. നൂറിയായാണ് ഡോക്ടറെ തെരഞ്ഞെടുത്തത്. ആ ഡോക്ടർ ഉപസ്ഥാനപതിയുടെ കുടുംബഡോക്ടറാണ്. അതിനാലാണ് നൂറിയ അദ്ദേഹത്തെ തെരഞ്ഞെടുത്തത്. നൂറിയ എന്റെ ഭാര്യയാണ്. ദൈവത്തിന് നന്ദി പറയണം. ബെയ്റാമിൽവെച്ച ഞങ്ങളുടെ അയൽക്കാരന്റെ മകനായ നാജി എന്റെ കൈ ചുംബിക്കാൻ വന്നു. ഒറ്റനോട്ടത്തിൽ അയാൾ എന്റെ സ്ഥിതി മനസ്സിലാക്കി. നാജിക്ക് നെർമിനിൽ നോട്ടമുണ്ടായിരുന്നു അവളുടെ വിവാഹത്തിനുമുമ്പ്.

“അമ്മാവാ, നിങ്ങളുടെ വയറ്റിൽ നിറയെ വെള്ളമാണല്ലോ.”

നാജി എന്നെ നോക്കി പറഞ്ഞു. അന്ന് രാവിലെ എന്റെ വയറ്റിൽ നിന്നും രക്തം പോയിരുന്നു. ഞാൻ കക്കൂസിൽ വിറച്ചുകൊണ്ട് നിന്നു.

“നീ മരിക്കുകയാണ്... നീ മരിക്കുകയാണ്...”

ഞാൻ എന്നോടു തന്നെ പറഞ്ഞു.

“അസ്റായേൽ നിന്റെ പ്രാണനെടുക്കാനായി നിന്റെ തലയ്ക്കൽ വന്ന് നിൽക്കുകയാണ്.”

നൂറിയ വന്ന് എന്റെ കൈയിൽ പിടിച്ചു. കട്ടിലിൽ കൊണ്ടുവന്നിരുത്തി. ഞാൻ ആ രക്തം കണ്ടു. അവൾ ചങ്ങല വലിച്ചിരുന്നില്ല.

വീട്ടിൽ വരുന്നവരുടെയൊക്കെ എളിയിൽ അവൾ കൈമുട്ടുകൊണ്ടു മെല്ലെ കുത്തുന്നു. രക്തം കലർന്ന എന്റെ മലം അവർക്ക് കാണിച്ചു കൊടുക്കുന്നു. ഇപ്പോൾ അവൾ നെർമിനേയും അവളുടെ ഭർത്താവിയേയും വിളിച്ചു വരുത്തിയിരിക്കുന്നു. വളരെ നാളുകളായി അവൾ എന്നെ നല്ലതുപോലെ പരിചരിച്ചിട്ടുണ്ട്. എത്രയോ രാത്രികൾ എന്റെ അരികെ

ഉറക്കമൊഴിച്ച് ഇരുന്നിരിക്കുന്നു. ഞാൻ മരിച്ചാൽ അവൾക്കൊടുവിൽ സ്വാതന്ത്ര്യം കിട്ടും. രാത്രി സുഖമായി ഉറങ്ങാൻ സാധിക്കും. ആശ്വാസത്തിന്റെ നീണ്ട നെടുവീർപ്പിടാനാകും.

മാസങ്ങളായി ഞാനിങ്ങനെ രാത്രി ഉറങ്ങാതെ കിടക്കാൻ തുടങ്ങിയിട്ട്. ജനല, കള്ളന്മാർ അകത്ത് കടക്കാതിരിക്കാൻ വേണ്ടിയുള്ള ഇരുമ്പഴികൾ, അക്കേഷ്യാമരങ്ങൾ, ആകാശം. ഞാൻ ആകാശത്തേക്ക് നോക്കിക്കൊണ്ട് കിടക്കും. മേഘങ്ങൾ വന്ന് മൂടുന്നു. വീണ്ടും കാറൊഴിഞ്ഞ് തെളിയുന്നു. അതിരാവിലെ കപ്പലിന്റെ മേലെത്തട്ടിൽ നിൽക്കുന്നു പോലെ.

ഇപ്പോൾ വേദന തീരെയില്ല. ആരോ മൂർച്ചയുള്ള കത്തികൊണ്ട് അത് തീർത്തും മുറിച്ച് മാറ്റിയതുപോലെ.

''അച്ഛൻ ഇത് കണ്ടുവോ?'' നെർമിൻ ചോദിച്ചു.

''ഇല്ല, കണ്ടില്ല.'' അവളുടെ അമ്മയുടെ മറുപടി.

അവരുടെ വിചാരം ഞാൻ ഇതൊന്നും കേൾക്കുന്നില്ല എന്നാണ്. എന്റെ കാതുകൾ, ഓരോ യന്ത്രത്തിന്റെയും വേറിട്ട ശബ്ദങ്ങൾ തിരിച്ചറിയുന്നതാണ്. ഓരോ ശബ്ദത്തിന്റെ ഉറവിടത്തിലേക്കും അവയ്ക്കെത്തിച്ചേരാനാകും. അമ്പത്തിയഞ്ച് കൊല്ലമായി അവ ആ പണിയാണ് ചെയ്തുകൊണ്ടിരിക്കുന്നത്. ഒരു സ്പ്രിങ്ങിന് ചെറിയൊരു ഇളക്കം. ഒരു ബോൾട്ട് അയഞ്ഞു വരുന്നു. വേറൊരു യന്ത്രഭാഗം മുറിക്കേണ്ടതുണ്ട്. ഒരു കപ്പൽ എന്റെ കൈയിൽ കിട്ടിയാൽ...കപ്പലിന്റെ അണിയം, പായ്മരം, കപ്പൽപ്പായ പല വശങ്ങളിലുള്ളത്...സ്പാൻകർ...കൈക്കൊണ്ട് തിരിക്കുന്ന ക്രെയ്ൻ പ്രവർത്തിപ്പിക്കണം, കണ്ടൻസർ മണത്തുനോക്കണം, സ്റ്റീം ഗേജ് നിരീക്ഷിക്കണം, ബാഷ്പീകരണം നോക്കണം.

''**അ**ദ്ദേഹത്തെ ഉടനെ ആശുപത്രിയിലാക്കണമെന്നാണ് എനിക്ക് തോന്നുന്നത്.''

അത് മരുമകന്റെ അഭിപ്രായമായിരുന്നു. കുപ്പത്തൊട്ടി പോലുള്ള ഈ വീട്ടിൽ കിടന്ന് ആർക്കെങ്കിലും മരിക്കാനാവുമോ? എവിടെ കിടത്തിയാണ് ശവത്തെ കുളിപ്പിക്കുക? എവിടെയാണ് മയ്യത്ത് കട്ടിൽ ഇടുക? എന്റെ മകൻ ഒരു എക്സ്റേ വിദഗ്ധനാണ്. അവർ എന്നെ സ്വന്തം വീട്ടിൽ കിടന്ന് മരിക്കാൻ അനുവദിക്കില്ല. ഒന്നും അറിയില്ലെന്ന ഭാവത്തിലാണ് അവർ വരുന്നത്. എന്റെ മകൾ കട്ടിലിന്റെ കാൽക്കലിരിക്കും.

''അച്ഛാ, ഇപ്പോൾ എങ്ങനെയുണ്ട്?''

അവൾ ചോദിക്കും. എപ്പോഴും ഹലോ എന്ന പറഞ്ഞാണ് അവൾ വർത്തമാനം ആരംഭിക്കുക. പഴയ കാലത്ത് ഓരോ തവണയും

കപ്പൽയാത്ര കഴിഞ്ഞ് ഞാൻ വീട്ടിലെത്തുമ്പോൾ അവളും ഞാനും ഒരുമിച്ചിരുന്ന് ഓരോ ഗ്ലാസ്സ് വീഞ്ഞ് കുടിക്കും.

''ഹലോ അച്ഛാ, കടലിൽനിന്ന് വീട്ടിലേക്ക് സ്വാഗതം.''

അവൾ എന്നെ സന്തോഷത്തോടെ വരവേൽക്കും. എന്റെ മരുമകൻ വാതിൽക്കൽ നിൽക്കുകയാണ്, എപ്പോഴെത്തേയുംപോലെ. സ്വതവേ ഒരു നാണക്കാരൻ. വലിയൊരു ചൂലുപോലെ. മുക്കിൽ മാറിയിരിക്കുന്ന ശീലം. എന്തോ അയാളോട് എനിക്ക് ഇഷ്ടം തോന്നുന്നില്ല. അടുക്കാനാകുന്നില്ല. എവിടെ നിന്നാണാവോ നെർമിൻ അയാളെ കണ്ടുപിടിച്ചത്? എന്നാലും അള്ളാഹുവിന് നന്ദി. അവൾ ഒരാളെ സ്വീകരിക്കാൻ തയ്യാറായല്ലോ. ആ നാടോടി യുവാവിനെത്തന്നെ മുറുകെ പിടിച്ചിരുന്നെങ്കിലോ? ഒരു തൊഴിലുമില്ലാതെ സുഖിച്ച് നടക്കുന്ന ഒരുത്തൻ.

''അച്ഛാ, എങ്ങനെയുണ്ട്?'' മരുമകൻ ചോദിച്ചു.

''ഈ കാണുന്നതുപോലെത്തന്നെ മകനേ.''

''നിങ്ങൾക്ക് ഒരു കുഴപ്പവുമില്ല. ഒരു കുഴപ്പവുമില്ല.''

''കുഴപ്പമില്ലെങ്കിൽ നമുക്ക് ഒരു ഗ്ലാസ്സ് വീഞ്ഞ് കുടിച്ചാലോ?''

അവരാരുമല്ലല്ലോ മരിക്കാൻ പോകുന്നത്. താമസിയാതെ എല്ലാവരും ടെലഫോണിന്റെ അരികത്തേക്ക് നീങ്ങി. അമേരിക്കൻ ആശുപത്രിയിൽ വിളിച്ചു ചോദിക്കാനാണ്.

അവിടെ സമുദ്രത്തിന് എപ്പോഴും തണുപ്പാണ്. വേനലായാലും വർഷമായാലും ഹേമന്തമായാലും. തിരമാലകൾ കരയേക്കാൾ മുപ്പത് അടിയോളമൊക്കെ പൊങ്ങും. ലോകമഹായുദ്ധം കാരണമാണ് കുടുംബം ഇസ്താംബൂളിലേക്ക് താമസം മാറ്റിയത്. അവർക്ക് ഫാത്തിൽ വലിയൊരു മാളിക പാർക്കാൻ കിട്ടി. ഞാൻ അമ്മയോടൊപ്പം നാട്ടിൽത്തന്നെ താമസിച്ചു. റോംറോം എന്നായിരുന്നു അമ്മൂമ്മയുടെ പേര്. പ്രാഥമിക വിദ്യാഭ്യാസം കഴിഞ്ഞു. ഖുർ ആൻ മനഃപാഠമാക്കി. വിഷാദാർദ്രമായ സ്വരമായിരുന്നു എന്റേത്. ഞാൻ ഇസ്താംബൂളിലെത്തിയപ്പോൾ എന്റെ ജ്യേഷ്ഠൻ ക്യാപ്റ്റൻ എന്നെ സംഗീതം പഠിക്കാനായി ഗുൽഷെറി എന്ന സംഗീതവിദ്യാലയത്തിൽ ചേർത്തു. അബ്ദുൾ കാദിർ ഹോജയായിരുന്നു എന്റെ അദ്ധ്യാപകൻ. ഞാൻ ഖുർ ആനിലെ സൂക്തങ്ങളും പഴയ നാടൻപാട്ടുകളും പാടുന്നത് കേൾക്കുമ്പോൾ സ്ത്രീകൾ കൈലേസുകൊണ്ട് വിതുമ്പാറുണ്ടായിരുന്നു. നാട്ടിൻപുറത്തെ ഞങ്ങളുടെ വീട് ഒരു മലയുടെ മുകളിലായിരുന്നു. അതിന് ഏതാണ്ട് ഒരു കോട്ടയുടെ മട്ടായിരുന്നു. ഉയർന്ന ചുറ്റുമതിലും കൊത്തളവും കാവൽമാടവും. ഇടയ്ക്ക് ഞാൻ കരിങ്കടലിലേക്കിറങ്ങിച്ചെല്ലും. നമ്മുടെ മലയുടെ അടിവാരത്തോളം കടൽ കയറിയെത്തിയിരുന്നു. ആ വെള്ളത്തിലൂടെ ഞാൻ ഊർന്നിറങ്ങും. ആ നുരയിലും പതയിലും മത്സ്യങ്ങളോട് മല്ലടിച്ച് വളഞ്ഞും പുളഞ്ഞും ഞാൻ താഴേക്ക് നീങ്ങും.

ലണ്ടൻ ഉടമ്പടിക്കു ശേഷം ആ ഭാഗത്ത് കാണപ്പെടുന്ന പല മത്സ്യങ്ങളുടെയും മേലുള്ള സൈനികനിയന്ത്രണം ഒഴിവാക്കിയിരുന്നു. ഗണ്ണാർഡും ഡോളും ട്രേമുള്ളറ്റുമൊക്കെ അതിൽപ്പെട്ടിരുന്നു. കടൽത്തിരകൾ മത്സ്യങ്ങളോടൊപ്പം എന്നെയും വട്ടം ചുറ്റിക്കും. ഒടുവിൽ കരയിലേക്ക് തിരിച്ചെറിയും. ഞാൻ ഒരു പ്രയാസവും കൂടാതെ ചാടി എഴുന്നേൽക്കും. ഒരു പരിക്കും പറ്റിയിട്ടുണ്ടാവില്ല. തിരിഞ്ഞു നോക്കുമ്പോൾ എനിക്ക് തെളിഞ്ഞു കാണാം ഞാൻ പതുക്കെ മല കയറി മുകളിലേക്ക് വരുന്നത്. എന്റെ നെഞ്ചിൽ, ദാ, ഇവിടെ എന്തോ പോലെ. അമ്മ റോംറോം എന്നോട് കെഞ്ചും.

''ഞാൻ നിന്നോട് അപേക്ഷിക്കുകയാണ്, ഇനി ഇങ്ങനെ ചെയ്യരുത്.''

അവരെന്റെ അച്ഛന്റെ ആദ്യഭാര്യയാണ്. അവർ പ്രസവിച്ചിട്ടില്ല. കാട്ടിലെ ചെറിമരച്ചുവട്ടിൽ അവർ കുന്തിച്ചിരിക്കും. അവരുടെ കണ്ണുകൾ നിറഞ്ഞിട്ടുണ്ടാകും. നാവികസേനയിൽനിന്നും വിരമിച്ച് അധികം നാൾ കഴിയുന്നതിനുമുമ്പ് അവരുടെ അച്ഛൻ മരിച്ചു. ആ മാളികയിലെ ഭിത്തിയിൽ അവർ അച്ഛന്റെ യൂണിഫോം തൂക്കിയിട്ടിട്ടുണ്ട്. കൈകൊണ്ട് നെയ്തെടുത്ത ടവലിൽ അത് പൊതിഞ്ഞുവെച്ചിരിക്കുകയാണ്. അച്ഛന്റെ യൂണിഫോമിന്റെ സ്വർണ്ണക്കസവ് ചുറ്റിപ്പിടിച്ച കൈ തൂങ്ങിക്കിടക്കുന്നത് കാണാം.

''റോം റോം അമ്മേ, അതെനിക്ക് തരൂ. ഞാനൊന്ന് ഇട്ടുനോക്കട്ടെ.'' എന്നാൽ അതിൽ ഒന്ന് തൊടാൻ പോലും അവരെന്നെ സമ്മതിക്കുകയില്ല.

നാട്ടിൻപുറത്തിപ്പോൾ സ്ഥിതി കഷ്ടത്തിലാണ്. ഞാൻ എന്നന്നേക്കുമായി അവിടെ വിട്ട് ഇസ്താംബൂളിലേക്ക് വന്നു. എന്റെ ക്യാപ്റ്റൻ ജ്യേഷ്ഠന്റെ കൂടെ താമസിക്കാൻ. ശത്രുക്കൾ എന്റെ മറ്റ് രണ്ടുസഹോദരന്മാരെയും കൊലപ്പെടുത്തി. ക്യാപ്റ്റൻ ജ്യേഷ്ഠനാണ് ഇപ്പോൾ കുടുംബനാഥൻ. ഞാൻ കൂടെ തന്നെ വേണമെന്ന് അദ്ദേഹം ആഗ്രഹിക്കുന്നു. എന്റെ സ്വന്തം അമ്മയും ജ്യേഷ്ഠനും ഞാനും പാശത്തിലുള്ള മാളികവീട്ടിൽ താമസിക്കാൻ പോകുന്നു. നിങ്ങളുടെ അച്ഛനെ അടക്കിയതിന്നരികത്തായി ഈ തോട്ടത്തിൽ തന്നെ എന്നെയും അടക്കം ചെയ്യണം. ആ കാട്ടുചെടിയുടെ ചോട്ടിൽ. റോം റോം അമ്മ ശാഠ്യം പിടിച്ചു. അവർ ഞങ്ങളോയൊപ്പം നഗരത്തിലേക്ക് മാറാൻ കൂട്ടാക്കിയില്ല.

അവർ ഫോണിൽ വിളിച്ചുകൊണ്ടിരിക്കുന്നു. ആരും മറുപടി പറയുന്നില്ല. വാതിൽമണിയടിച്ചു. സെഹ്റ ഹനീമിന്റെ ശബ്ദം. അവർ ഞങ്ങളുടെ തൊട്ട അയൽവാസിയാണ്. വലിയൊരു വായാടി. ആദ്യം അവരെ നൂറിയ അവരെ കക്കൂസിലേക്ക് കൊണ്ടുപോയി. അവിടെനിന്ന് അവർ കുറച്ച് നേരം സ്വകാര്യം പറഞ്ഞു. അതിനുശേഷം എന്റെ മുറിയിലേക്ക് നീങ്ങി. എന്റെ ഭാര്യ കരയുന്നുണ്ടായിരുന്നു.

''ഹസ്സൻ എഫൻഡി. ഇതെന്ത്പറ്റീ?''

എന്റെ ഭാര്യ കരയുകയാണെന്ന് കണ്ടാലറിയാം. അവളുടെ കൺപീലികൾ ഇല്ലാതായതുപോലെ തോന്നും. അവൾ നമ്മളെ നോക്കുമ്പോൾ ഒരു മത്സ്യത്തിന്റെ കണ്ണാണെന്ന് വിചാരിക്കും. ഞങ്ങൾ വിവാഹിതരായിട്ട് നാൽപ്പത്തഞ്ച് കൊല്ലമായി എന്റെ മൂത്ത മകൻ ജീവിച്ചിരുന്നുവെങ്കിൽ അവനിപ്പോൾ നാൽപ്പത് വയസ്സായേനേ.

സ്വന്തം സഹോദരൻ മരിച്ചപ്പോൾ അവൾ ഒരുപാട് കരഞ്ഞു.

''സങ്കടം വന്നാൽ എനിക്ക് സഹായത്തിന് ആരുമില്ല.''

അവൾ വിലപിച്ചുകൊണ്ടേയിരുന്നു. ഞാൻ വിവാഹമോചനത്തെക്കുറിച്ച് സംസാരിച്ചപ്പോഴും അവൾ കരഞ്ഞു.

''ഇപ്പോൾ എനിക്ക് സർവതും നഷ്ടപ്പെട്ടു.'' അത് ബെഷിക്ടാഷിൽ വെച്ചായിരുന്നു. വാസ്തവത്തിൽ അവളുമായുള്ള ബന്ധം ഒഴിയാൻ എനിക്ക് താത്പര്യമൊന്നുമുണ്ടായിട്ടല്ല, അവളുടെ എടുത്തുചാട്ടത്തിന് ഒരു ശമനമുണ്ടാകണം. അത്രയേ ഞാൻ ഉദ്ദേശിച്ചുള്ളൂ. ഞങ്ങളുടെ ആദ്യത്തെ കുഞ്ഞ് മരിച്ചപ്പോൾ ദുഃഖംകൊണ്ട് അവൾക്ക് ഭ്രാന്ത് പിടിക്കുമെന്ന് എനിക്ക് ഭയം തോന്നി. കുഞ്ഞിന്റെ ശവത്തിൽ കെട്ടിപ്പിടിച്ചുകൊണ്ട് അവൾ നിലവിളിച്ചു.

''വെളുത്ത മുടിയുള്ള എന്റെ മകൻ... സിംഹക്കുട്ടി... ഈ ലോകത്തിന് എന്നെ വേണ്ട. കുട്ടികളും എനിക്ക് വിലക്കപ്പെട്ടിരിക്കുന്നു.''

ഇതൊരു വായ്ത്താരിപോലെ അവൾ ആവർത്തിച്ചുകൊണ്ടിരുന്നു. ഭിത്തിയിൽ തലയിടിച്ച് അവൾ കരഞ്ഞു. അവൾ വായിക്കുന്ന പ്രണയപുസ്തകത്തിലെ കഥാപാത്രങ്ങൾ ചെയ്യുന്നതുപോലെ. വെളുത്ത മുടിയുള്ള കുഞ്ഞ് എന്ന് അവൾ അടിവരയിട്ട് പറഞ്ഞത് അവൻ അവളുടെ കുടുംബപാരമ്പര്യത്തിൽ പെട്ടതായിരുന്നു എന്ന് കാണിക്കാനാണ്. എന്റെ അമ്മായിഅച്ഛൻ നല്ലവണ്ണം വെളുത്തിട്ടായിരുന്നു. 'വെളുത്ത ആഗ' എന്നാണ് അദ്ദേഹത്തെ എല്ലാവരും വിളിച്ചിരുന്നത്. മകന് അമ്മയുടെ വീട്ടുകാരുടെ ഛായയായിരുന്നു. എന്നാൽ ഇളയ മകൾ തികച്ചും എന്നെപ്പോലെയും ആ ദിവസം മുതൽ ഞാൻ കെട്ടിപ്പുണർന്നത് ദുഃഖിതയായ ഒരു സ്ത്രീയെയായിരുന്നു. മറ്റൊരിക്കൽ, ഞാൻ മുങ്ങിമരിച്ചെന്ന് വിചാരിച്ച ദിവസം. ഞങ്ങളുടെ കപ്പൽ കെഫ്കെനിൽവെച്ച് ഒരു കൊടുങ്കാറ്റിൽപ്പെട്ട് കരയിൽവെച്ച് ഇടിച്ചു തകർന്നു. ഏതോ പത്രത്തിൽ ആ വാർത്ത വന്നു. കപ്പലിലുള്ളവരെല്ലാം ഒന്നൊഴിയാതെ മുങ്ങിമരിച്ചെന്ന്, ജോലിക്കാരടക്കം. ''ഹസ്സൻ, നിന്റെ ഈ അനാഥയുടെമേൽ നിനക്കിത്തിരിപോലും കാരുണ്യമില്ലേ?'' അവൾ തേങ്ങിക്കൊണ്ടിരുന്നു.

കടം വാങ്ങിയ ദിവസങ്ങളിലൂടെയാണ് ഞാനിപ്പോൾ ജീവിക്കുന്നതെന്ന് പറയാം. അന്ന് ഞങ്ങൾ അഞ്ചാറ് പേർ എങ്ങനെയോ ഒരു പാറക്കെട്ടിൽ പൊത്തിപ്പിടിച്ച് കയറി രക്ഷപ്പെട്ടു. മാമൂലിൽനിന്നുള്ള യാക്കൂബ്

ആയിരുന്നു ഒരാൾ. പിന്നെ ക്യാപ്റ്റൻ കാസിം. അദ്ദേഹം ഇപ്പോഴില്ല. നേവിയിൽനിന്നും വിരമിച്ചശേഷം മരിച്ചു. ഒരു വശത്ത് ആഞ്ഞടിക്കുന്ന കൊടുങ്കാറ്റ്. മറുവശത്ത് കത്തിക്കാളുന്ന വിശപ്പ്. ചുറ്റും കൂറ്റാക്കൂരിരുട്ട്. കാലിന്റെ പെരുവിരലിൽനിന്ന് മേലോട്ട് മരവിപ്പ് ഇരച്ചുകയറുന്നത് ഞങ്ങളറിഞ്ഞു.

''നമുക്കിവിടെനിന്ന് നൃത്തം ചെയ്താലോ?'' ഞാൻ യാക്കൂബിനോട് ചോദിച്ചു.

''നമുക്ക് പുലർകാലത്തെ വരവേൽക്കാം.'' അയാൾ പാടിത്തുടങ്ങി. ഞങ്ങളെല്ലാവരും ആ താളത്തിനൊത്ത് തുള്ളി.

''റിവ്...റിവ്...റിവ്...,റിവ്...
റിവ്...റിവ്...,റിവ്..റിവ്..റിവ്...
റിവ്...റിവ്...റിവ്...
എന്റെ വാക്കത്തിയുടെ
പിടി പ്ലംമരത്തിന്റെ തടിയിൽ തീർത്തതാണ്.
പ്ലംമരത്തിന്റെ..
പ്ലംമരത്തിന്റെ...
ആ സുന്ദരിപ്പെണ്ണിനെ നാട്ടിൽ വിട്ട് പോരാൻ
എനിക്ക് മനസ്സ് വന്നില്ല. സുന്ദരിപ്പെണ്ണിനെ...
സുന്ദരിപ്പെണ്ണിനെ...
എന്റെ തോളത്തിരിക്കുന്ന തോക്ക്
ശത്രുവിനെ കൊല്ലാനുള്ളതാണ്.
അപ്പോഴാണോ നമ്മൾ വിജനമായ
മലമുകളിൽ തൂങ്ങിപ്പിടിച്ച് നിൽക്കുന്നത്?
റിവ്...റിവ്...റിവ്...

ഞാൻ ആറുപേരെയും മുഴുത്ത ആവേശത്തിലാക്കി. രാത്രി മുഴുവൻ ഞങ്ങൾ ആ പാറയുടെ മുകളിൽ അമർത്തിച്ചവിട്ടി നൃത്തം ചെയ്തു. ഏതാണ്ട് നേരം പുലർന്നപ്പോൾ അതുവഴി വന്ന ഒരു മോട്ടോർ ബോട്ട് ഞങ്ങളെ രക്ഷിച്ചു. അപ്പോഴും ക്യാപ്റ്റൻ കാസിം ചോട് വെച്ചുകൊണ്ടിരുന്നു. അതിൽപ്പിന്നെ എന്നെ എപ്പോൾ കണ്ടാലും ചോദിക്കും ''നമുക്ക് ഒരു ഹൊറർ ഡാൻസ് ചെയ്താലോ? ചീഫ് എഞ്ചിനീയർ എന്തു പറയുന്നു? ഹോപ്...ഹോപ്...ഹോപ്...''

അവൾ അന്ന് നെർമിനെ മാറോട് ചേർത്തുപിടിച്ചു.

''ഹസ്സൻ, നിങ്ങൾക്ക് ആ അനാഥയോട് തീരെ കനിവില്ലേ? തന്നത്താൻ

പോയി കുഴിച്ചു മൂടപ്പെട്ടു. കരയില്ല. അങ്ങ് കടലിന്റെ ആഴത്തിൽ അവിടെ മത്സ്യങ്ങൾക്ക് തിന്നു തീർക്കാൻ വേണ്ടി''

അങ്ങനെയൊക്കെയാണെങ്കിലും ഞങ്ങൾ രണ്ടുപേരും തനിച്ചാവുമ്പോൾ...മുഖത്തോട് മുഖം നോക്കിയിരിക്കുമ്പോൾ...അവളുടെ ഒരു ധാർഷ്ട്യം. സാധാരണ ഒരു അൽബേനിയൻ ആഗയുടെ മകളല്ല. സോഗ് രാജാവിന്റെ മകളാണെന്ന നാട്യം.

''എന്റെ പ്രിയനേ...'' എന്നു വിളിച്ച് ഒരിക്കൽപോലും എന്റെ കഴുത്തിലൂടെ കൈകൾ ചുറ്റി എന്നെ ചുംബിച്ചിട്ടില്ല. തിരയിളക്കത്തിൽ അലങ്കോലപ്പെടാത്ത കടൽ കടലോരത്ത് നിവർന്ന് നിൽക്കുന്ന ഒറ്റമരം.

വെറും സാധാരണക്കാരാണ് ഈ മാതിരി വികാരങ്ങൾ പ്രകടിപ്പിക്കുക എന്നാണ് അവൾ പറയുക.

''**ഹ**സ്സൻ എഫൻഡീ, നിങ്ങൾക്ക് വേഗം സുഖമാകും. ദീനമൊക്കെ മാറും. ഷൂഹീദ ഹനീമാനും ഇതുതന്നെയായിരുന്നു രോഗം. കൂടുതൽ മോശമായിരുന്നു. അതെല്ലാം ഭേദമായി അവൾ എഴുന്നേറ്റില്ലേ? ''

ഞാൻ കണ്ണുകളടച്ചു.

''അദ്ദേഹം ഉറങ്ങിയെന്ന് തോന്നുന്നു. നമുക്ക് അപ്പുറത്തെ മുറിയിലേക്ക് പോകാം. ''

എന്റെ ക്യാപ്റ്റൻ ജ്യേഷ്ഠനെ, എന്റെ ജ്യേഷ്ഠത്തിയമ്മ ആദ്യമായി കണ്ടപ്പോൾ പറഞ്ഞുവത്രെ.

''എന്താണ് സംഭവിക്കുക എന്നതിനെക്കുറിച്ച് എനിക്ക് ആധിയില്ല. ഒന്നേ എനിക്കറിയൂ. എന്നെ ശരിക്കും ഒരു സ്ത്രീയാക്കാൻ പോകുന്നത് പുരുഷനാണ്.''

എന്റെ ജ്യേഷ്ഠന്റെ ഉയർന്ന ശരീരവടിവും വെളുത്ത മുടിയും നീലക്കണ്ണുകളും വലിയ മൂക്കും അവരെ അത്രത്തോളം ആകർഷിച്ചിരുന്നു. അദ്ദേഹം ടാർട്ടാർ സുന്ദരിയെത്തന്നെ വിവാഹം കഴിച്ചു. തന്റെ വലിയ പിയാനോയും സംഗീതപുസ്തകങ്ങളും ഉടുപുടവകളുമായി ഞങ്ങളുടെ വീട്ടിലേക്ക് താമസം മാറ്റുകയും ചെയ്തു. ഞങ്ങളുടെ വീട്ടിൽ വെണ്ണ വന്നിരുന്നത് ട്രാബ്സോണിൽനിന്നായിരുന്നു. ഒപ്പം ഉപ്പിട്ട് ഉണക്കിയ മത്സ്യവും മധുരനാരങ്ങയും ചാക്ക് നിറയെ ഹേസൽപരിപ്പും. മാളികവീട്ടിൽ താമസമാക്കിയതിനുശേഷം ഞാൻ അബ്ദുൾ കാദിർ ഹോജയുടെ അടുത്ത് പാട്ട് പഠിക്കാൻ പോയില്ല. ഇവിടെ എനിക്ക് സ്വന്തമായൊരു ഓഡ് (പേർഷ്യൻ സംഗീതോപകരണം) ഉണ്ടായിരുന്നു. എന്റെ പാട്ടുകളുണ്ടായിരുന്നു. അതിലെല്ലാം ഉപരി എന്റെ അമ്മയുണ്ടായിരുന്നു.

വേർപിരിയലിനോളം വലുതായൊരു ദുഃഖമില്ല
വരൂ, ഞങ്ങളോടൊപ്പം പോരൂ...
നമുക്ക് ഗംഭീരമായി ആഘോഷിക്കാം.

ഞങ്ങളുടെ അയൽക്കാരൊക്കെ പറയുമായിരുന്നു എന്റെ സ്വരം അതീവമധുരമാണെന്ന്. പാടാൻ വേണ്ടിയുള്ളത്. ഞാൻ കടന്നുപോകുമ്പോൾ തിരശ്ശീലയ്ക്ക് പുറകിലിരുന്ന് സ്ത്രീകൾ നിശ്വാസമുതിർക്കുന്നത് എനിക്ക് കേൾക്കാമായിരുന്നു. നൂറിയായെ വിവാഹം കഴിക്കാൻ ആഗ്രഹിക്കുന്നുവെന്ന് പറഞ്ഞപ്പോൾ അവൾ എന്റെ അരികിലേക്ക് ഓടിവന്നു. അന്ന് അവൾക്ക് പതിനാറ് വയസ്സേ ഉണ്ടായിരുന്നുള്ളൂ. അവൾ വന്ന് ഒരു മാസം കഴിഞ്ഞതേയുള്ളൂ, മാളികവീട്ടിൽ ഒരു തീപ്പിടുത്തമുണ്ടായി. കുറേയേറെ കത്തിനശിച്ചു. എന്റെ ഫിഡിലും ഓഡും എന്റെ അച്ഛന്റെ ആചാരവാളും എങ്ങനെയോ രക്ഷിക്കാനായി. ഇംഗ്ലണ്ടിലെ മഹാരാജാവ് സൈനികപരിശോധനയ്ക്ക് വന്നപ്പോൾ ആ വാളാണ് അദ്ദേഹം ധരിച്ചിരുന്നത്. ചാരത്തിനിടയിൽ പരതി നോക്കിയപ്പോൾ ആ വലിയ പിയാനോ കിട്ടി. എന്റെ ടാർട്ടാർ ജ്യേഷ്ഠത്തിയമ്മ അത് കണ്ട് ഉറക്കെ നിലവിളിച്ചു.

''ഇതെന്റെ അച്ഛൻ എനിക്ക് വാങ്ങിത്തന്നതാണ്. സത്യസന്ധമായി സമ്പാദിച്ച പണംകൊടുത്ത്.''

അവർ കണ്ണ് തുടച്ച് പിയാനോയുടെ മുന്നിലിരുന്നു. പഴയ ഒരു ഗാനം ആലപിച്ചു തുടങ്ങി. ആ അവസരത്തിലാണ് എന്റെ അമ്മയെ ഞങ്ങൾക്ക് നഷ്ടപ്പെട്ടത്. ഇപ്പോൾ അവർ ഇയൂബിൽ അന്ത്യവിശ്രമം കൊള്ളുന്നു. അതെല്ലാം കഴിഞ്ഞിട്ട് നാൽപ്പതോ അമ്പതോ വർഷങ്ങളായെന്നോ? ഇപ്പോൾ ഇവിടെവെച്ച് ഞാൻ മരിക്കുകയാണെങ്കിൽ കരച്ചിലൊതുക്കിപ്പിടിച്ച് നൂറിയ പറയുമോ, വെറും സാധാരണക്കാരാണ് കരയുകയെന്ന്?

എന്റെ മരണശയ്യയിൽ ഞാൻ ഒന്ന് തിരിഞ്ഞു കിടന്നു.

''എഴുന്നേൽക്കൂ, ''

എന്റെ തോളരുകിൽനിന്നും ഒരു ശബ്ദം പറയുന്നു:

എല്ലാം ആദ്യം മുതൽ തുടങ്ങണം. ഭൂമി വിറ്റു കിട്ടിയ പണംകൊണ്ട് നല്ല ഒരു കപ്പൽ വാങ്ങി വേണ്ടവിധം സജ്ജീകരിക്കണം. നാല് ടണ്ണിന്റെ ബോട്ട്. നീയും നിന്റെ ക്യാപ്റ്റൻ ജ്യേഷ്ഠനും നിങ്ങളുടെ അമ്മാവൻ മെമിഷും ചേർന്നാകട്ടെ.

റൊമേനിയയിൽനിന്ന് പെട്രോൾ നിറയ്ക്കണം. അത് ഗിരീസത്തിൽ വിൽക്കണം. അവിടെനിന്ന് ഹേസെൽ പരിപ്പുകൾ വാങ്ങി ഇസ്താംബൂളിൽ കൊണ്ടുവന്ന് വിൽക്കണം.

നിങ്ങളുടെ അമ്മാവൻ മെമിഷ് ആ നാലായിരം ഹേസ്ൽപരിപ്പ് കൈക്കലാക്കും. എന്നിട്ട് പറയും നിന്റെ ക്യാപ്റ്റൻ ജ്യേഷ്ഠനും അയാൾക്ക് കടക്കാരനാണെന്ന്.

നാവികസേനയിൽ ഉദ്യോഗസ്ഥനായ ഹാസി മുഹമ്മദ് അമ്മാവനും നാൽപ്പത്തഞ്ച് ലീറ ശമ്പളം വാങ്ങുന്ന ടർഗറ്റ് റേസിലെ ഇമാമും നിങ്ങളോട് സഹതാപം കാണിക്കുന്നു. ആ പണം എടുക്കാൻ നിങ്ങളെ അനുവദിക്കുന്നു.

ടാബക് യൂനസ്സിൽ ഒരു വാടകവീടെടുത്ത് നൂറിയെയും ടാർട്ടാർ ജ്യേഷ്ഠത്തിയമ്മയേയും അവിടെ താമസിപ്പിക്കണം.

നൂറ്റിയെഴുപത്തിയഞ്ച് പിയാസ്ട്രസ് കൊണ്ടുവന്ന് ഒരു പഴയ ബോട്ട് വാങ്ങിക്കണം. അത് കടത്തുവഞ്ചി ബട്ടർ മാർക്കറ്റിനും ഫ്രൂട്ട് ലാൻഡിങ്ങിനും ഇടയിൽ യാത്രക്കാരെയും കൊണ്ട് സഞ്ചരിക്കണം. പണം തികയാതെ വന്നാൽ നൂറിയായെ നാട്ടിൻപുറത്തേക്ക് അയയ്ക്കണം. അയാളവിടെ റോം റോം അമ്മയുടെ കൂടെ താമസിക്കട്ടെ.

എന്റെ ടാർട്ടാർ ജ്യേഷ്ഠത്തിയമ്മ ക്ഷയരോഗം ബാധിച്ചു മരിച്ചു. അവരുടെ വലിയ പിയാനോ മാത്രം ബാക്കിയായി.

ഇഷ്കസാദേ അഹമ്മദിന്റെ കാപ്പിക്കടയുടെ മുകളിലുള്ള ഒരു പൊട്ടിപ്പൊളിഞ്ഞ മുറിയിൽ ഉറങ്ങാം. എണ്ണുഅങ്ങാടിയിലാണത്. മാസം അഞ്ച് പിയാസ്ട്രെസ് വാടക. മെത്ത അവനവൻ കരുതണം.

ഒരു ദിവസം നൂറു മുതൽ പത്ത് പിയാസ്ട്രെസ്സെങ്കിലും സമ്പാദിച്ചിരിക്കുന്നു. (ഒരു റൊട്ടിയുടെ വില ഒരു പിയാസ്ട്രെ, പഴയ റൊട്ടിയാണെങ്കിൽ മുപ്പത് പാരസ് മതി. അതുകൊണ്ട് പഴയതു വാങ്ങി വിശപ്പടക്കുകയാണ് ലാഭം.)

ഉച്ചയൂണിന്റെ ചെലവ് അമ്പത് പാരസ്. ഒരു പ്ലേറ്റ് പരിപ്പിന് 20, ഒരു പ്ലേറ്റ് ചോറിന് 20, ഒരു കഷ്ണം റൊട്ടിക്ക് 10.

അത്താഴത്തിനുമാവും ഏതാണ്ട് 50 പാരസ്. കാപ്പിക്കടയിൽ കയറി ഒരു കപ്പ് ചായ കുടിക്കാൻ 10. മധുരമുള്ള നാരങ്ങാവെള്ളത്തിനും 10 തന്നെ.

അങ്ങനെ ഒരു ദിവസത്തെ മൊത്തം ഭക്ഷണച്ചെലവ് മൂന്ന് പിയാസ്ട്രെസ്. ഈ മട്ടിൽ മൂന്ന് കൊല്ലം തികച്ചും ജീവിക്കണം. അതിനുപുറമേ വസ്ത്രങ്ങളും മുറിവാടകയും വസ്ത്രങ്ങൾ വേഗം പഴകും. ഈ വിധം വീണ്ടും ജീവിക്കണം. ''കൂടെപ്പോരൂ'' എന്ന് ആരെങ്കിലും വിളിച്ചാൽ ഉടനെ തയ്യാറാവണം.

കഴിഞ്ഞില്ല...കാത്തിരിക്കൂ...ആരെയും പാട്ടിലാക്കുന്ന നിങ്ങളുടെ ക്യാപ്റ്റൻ ജ്യേഷ്ഠന്റെ തന്ത്രങ്ങൾ. രണ്ട് ലീറ കൈക്കൂലി കൊടുത്ത്

നിങ്ങൾക്കായി വ്യാജരേഖകൾ സംഘടിപ്പിക്കുന്നു. എസ്. എസ്. ഒസ്മാനിയ എന്ന കപ്പലിൽ ഒരു ജോലി തരപ്പെടുത്തുന്നു. അതൊരു കെവിഡിയൻ കമ്പനിയുടെ കപ്പലാണ്. ആ കപ്പലിൽ ആവിക്കുവേണ്ട തീ പിടിപ്പിക്കുന്ന ജോലിക്കാരനായി നിങ്ങളുടെ നാവികജീവിതം തുടങ്ങുന്നു. കന്നിയാത്ര ഇസ്താംബൂളിൽനിന്നും അലക്സാൻഡ്രിയായിലേക്ക്. മാസശമ്പളം മൂന്ന് പൗണ്ട് സ്റ്റെർലിങ്. (ബ്രിട്ടീഷ് നാണയം.)

ഒന്നാം മഹായുദ്ധത്തിന്റെ അവസാനം ജ്യേഷ്ഠനോടൊപ്പം നിങ്ങൾ നാഷണിസ്റ്റ് ഫോഴ്സിന്റെ ഭാഗമാകുന്നു.

ഇസ്താബൂളിലെ രഹസ്യസംഘടനകൾ ആയുധങ്ങളും വെടിമരുന്നും നിങ്ങൾക്ക് കൈമാറുന്നു. നിങ്ങളുടെ കപ്പലിൽ (ക്രിമിയ) രഹസ്യമായി കയറ്റി സാംസനിലും ട്രാബ്സോണിലുമുള്ള ദേശീയശക്തികളുടെ പ്രവർത്തകർക്ക് ഗൂഢമായി എത്തിക്കുന്നു.

ഒരിക്കൽ നിങ്ങൾ കരയ്ക്കടുക്കാൻ ഒരുങ്ങവേ ഇറാക്സ് എന്ന മുങ്ങിക്കപ്പൽ നിങ്ങളെ തടഞ്ഞു. ഒപ്പം നാക്സോസ് എന്ന പടക്കപ്പലും.

ബയണറ്റ്ധാരികളായ രണ്ട് ഗ്രീക്ക് സൈനികർ ക്രിമിയയെ ആക്രമിച്ചു. നമ്മുടെ കൊടി താഴ്ന്നു. അവരുടെ നീലയും വെള്ളയും കലർന്ന കൊടി ഉയർന്നു.

അവർ ബലമായി ക്രിമിയയെ ഇഗ്നെ എന്ന ദ്വീപിൽ അടുപ്പിച്ചു. കുട്ടികളടക്കം യാത്രക്കാരെ മുഴുവൻ അവിടെ ഇറക്കി. ക്രിമിയയെ കൊള്ളയടിച്ചു. ഹൊ...ഹൊ...ഹൊ..

ഞങ്ങൾ നാൽപ്പത് പേർ രാത്രി ഒരു കാപ്പിക്കടയിൽ കഴിച്ചുകൂട്ടി. പടക്കോപ്പു ചുമക്കാൻ കെൽപ്പുള്ള നിങ്ങൾ നാൽപ്പത് പേരെയും അവർ കിർക്ലരേലിയിലേക്ക് മാർച്ച് ചെയ്യിച്ചു. ബയണറ്റ് ധരിച്ച പട്ടാളക്കാർ അകമ്പടിയുണ്ടായിരുന്നു. ദിവസവും പതിനാറ് മൈൽ നടത്തം. വെടിയുണ്ടകൾ തിരുകിവെച്ച നാൽപ്പത് ബെൽട്ടുകൾ നിങ്ങളെ തല്ലാൻ ഓങ്ങിക്കൊണ്ട്. അതിനിടയിൽ ശകാരം. അസഭ്യവർഷം. നിങ്ങളുടെ ഉപ്പൂറ്റികളിൽനിന്ന് ചോര ഒലിച്ചുകൊണ്ടിരുന്നു. അവർ നിങ്ങളെ നിൽക്കാൻ അനുവദിക്കാതെ നിർബന്ധപൂർവം നടത്തുകയായിരുന്നു.

അതിനൊക്കെ കാരണം നിങ്ങൾ സ്വന്തം രാജ്യത്തെ രക്ഷിക്കാൻ ശ്രമിക്കുന്നു എന്നതാണ്.

പെയറിലെ തടങ്കൽ പാളയത്തിൽ തികച്ചും രണ്ടു വർഷം.

നിങ്ങളുടെ രാജ്യത്തെ രക്ഷിക്കണം അല്ലേ? ആവട്ടെ, വരൂ, തുടങ്ങിക്കോളൂ...

ഞങ്ങൾ സമുദ്രയാത്രയും കള്ളക്കടത്തും ഒപ്പത്തിനൊപ്പം കൊണ്ടു നടന്നു. ഏറ്റവും ആദ്യത്തെ കപ്പലുടമകൾ വന്നത് കരിങ്കടൽപ്രദേശങ്ങളിൽനിന്നാണ്. തുടക്കം ചെറിയ തോണികളിൽനിന്നും പാടക്കപ്പലുകളിൽനിന്നുമായിരുന്നു. ഒരു ആവിക്കപ്പൽ സ്വന്തമാക്കാൻ സാധിച്ചാലുടനെ കള്ളക്കടത്തും തുടങ്ങുകയായി. കറുപ്പും കഞ്ചാവുമാണ് പ്രധാനം. നമ്മുടെ നാട്ടിലെ ഏറ്റവും സമ്പന്നരായ ചിലരുടെ കാരണവന്മാരാണ് അവരുടെ പിന്മുറക്കാർക്കുവേണ്ടി വഴിയൊരുക്കിക്കൊടുത്തത്. കണ്ണടച്ചുകൊണ്ടുള്ള മോഷണത്തിലൂടെ. കപ്പലിൽ കയറ്റിയിട്ടുള്ള ചരക്കിന് ആകെ ഒരു കൂലി ഈടാക്കുന്നു. പിന്നീട് അത് നനഞ്ഞു നാശമായെന്നോ തിരയടിച്ച് വീണുപോയെന്നോ ഒക്കെ കാരണം കാണിക്കുന്നു. ഏതെങ്കിലും ഒരു തുറമുഖത്ത് കപ്പലടുപ്പിക്കുന്നു. അവിടെ കാത്തുനിൽക്കുന്ന ലോറിയിലേക്ക് രഹസ്യമായി ചരക്കുകൾ മാറ്റുന്നു. അത് തടുക്കാനാവാത്ത തീവ്രമായ ഒരു ഉൾപ്രേരണയാണ്.

ഞങ്ങളുടെ കച്ചവടക്കപ്പലുകളെല്ലാം ഈ വഴി പിന്തുടർന്നിരുന്നു. അതായത് ഹമിത് മോർഡണിന്റെ ഡീസൽക്കപ്പൽ. അയാളൊരു ഡർവിഷ് ആയിരുന്നു. വിചിത്രമായ പല ആചാരങ്ങളും പിന്തുടർന്നിരുന്ന ഒരു സമുദായം. ഇയാൾ അബ്ദുൾ കാദിർ ഗിലാനിയുടെ ഒരു അനുയായി ആയിരുന്നു. യുദ്ധകാലത്ത് അയാൾ ഞങ്ങളെക്കൊണ്ട് ചിയാങ് കൈ-ഷെക്കിന് ആയുധങ്ങൾ രഹസ്യമായി എത്തിച്ചു. രണ്ടാംകൊല്ലം അയാൾ രണ്ടാമത്തെ കപ്പൽ വാങ്ങി. അയാൾ സംസാരിക്കാൻ തുടങ്ങിയാൽ ആ മനസ്സിന്റെ നന്മയെക്കുറിച്ച് ആർക്കും സംശയം തോന്നില്ല. ആ സമുദായത്തിന്റെ തനതായ സംസ്കാരവും അറിവും ആരുടെയും കണ്ണുകൾ നനയ്ക്കും. ഈ വീട് വാങ്ങാനായി അയാൾ അയ്യായിരം ലീറ തന്നു. ആ സഹായം ഒരു കാലത്തും ഞാൻ മറക്കില്ല. അത്രയും പുരോഗമനചിന്തയുള്ള ആളായിരുന്നു അദ്ദേഹം. ആ കാലം അങ്ങനെയായിരുന്നു. മുതലാളി ആവശ്യപ്പെട്ടത് ഞങ്ങൾ ചെയ്തു. തീർച്ചയായും ഞങ്ങളുടെ ഉപ്പൂറ്റികൾ പൊള്ളിയിരുന്നു. നാവുകൾ കെട്ടപ്പെട്ടിരുന്നു. എല്ലാവർക്കും കുടുംബം പോറ്റേണ്ട ചുമതലയില്ലേ? യഥാർത്ഥത്തിൽ ഞങ്ങൾ പഴയ കാലത്തെ അടിമകൾ തന്നെയായിരുന്നു. കുറെക്കൂടി മെച്ചപ്പെട്ട അവസ്ഥ എന്നു തന്നെ പറയാം. തണ്ട് വലിക്കുന്ന അടിമകൾ. അതാണ് ശരി. നെർമിൻ ഞങ്ങളെ അങ്ങനെയാണ് വിളിക്കുന്നത്. ഞങ്ങൾ ഒന്നും പറയില്ല. അങ്ങനെ ചെയ്തില്ലെങ്കിൽ ഞങ്ങൾക്ക് പട്ടിണി കിടക്കേണ്ടി വരും. ധാരാളം കപ്പലുകൾ തെരഞ്ഞെടുക്കാനുണ്ടാവുന്നതുവരെ, അല്ലെങ്കിൽ ഈ കപ്പലല്ലെങ്കിൽ മറ്റൊന്നിൽ കയറാം എന്ന സ്ഥിതിയുണ്ടാകുന്നതുവരെ. ഞാൻ ചുണ്ടിൽ ഒരു സിഗരറ്റ് തിരുകി. അതൊരു സുഖംതന്നെയാണ്.

ഞാൻ കപ്പിത്താനോട് പറഞ്ഞു. ‘‘എനിക്ക് തരാനുള്ളത് തന്ന് എന്നെ വിട്ടയയ്ക്കണം. ഈ നാട്ടിൽ ഇപ്പോൾ ജനാധിപത്യമാണ്. നമ്മുടെ എല്ലാവരുടെയും പ്രയത്നത്തിന്റെ ഫലം. ഇത് നിങ്ങൾക്കുള്ള അവസരമാണ്. എനിക്കുള്ള പ്രതിഫലം തന്ന് എന്നെ ഒഴിവാക്കണം.’’

''ശമ്പളമോ? ഏത് ശമ്പളത്തെക്കുറിച്ചാണ് നിങ്ങൾ സംസാരിക്കുന്നത്? എന്റെ കപ്പൽ നശിച്ചു. അതിനിടയിൽ സ്വന്തം വയറ് നിറച്ചുകൊണ്ടിരിക്കുന്നു. അവളുടെ ചിമ്മിനികൾ നിങ്ങൾ പൊളിച്ചെടുത്ത് വിറ്റു. അങ്ങനെ കിട്ടിയ പണം ശമ്പളമായി കരുതിക്കൊള്ളൂ. ഇനി നിൽക്കണ്ട. നിങ്ങൾക്ക് പോകാം.''

''ഇങ്ങനെയൊരു ചതി. അവർ അനുഭവിക്കും.''

നെർമിൻ കപ്പലുകളെ ശപിച്ചു.നെർമിൻ പറഞ്ഞത് ശരിയാണോ? ആർക്കറിയാം? അവൾ എല്ലാം വേണ്ടതിലധികം ചെയ്യും. അങ്ങനെയല്ലാതിരുന്നെങ്കിൽ...

എന്റെ ഷൂസുകൾ പഴയതായിരിക്കുന്നു. വ്യവസ്ഥിതി അങ്ങനെയാണ്. മാഷൂനി ഹനീമിനെ അവരുടെ കാമുകനൊപ്പം പിടിച്ചിരിക്കുന്നു. കപ്പൽ കൊടുങ്കാറ്റിൽപ്പെട്ട് കടലിൽ മുങ്ങി. അതിനും അവൾ വ്യവസ്ഥിതിയെ കുറ്റപ്പെടുത്തും.

ഒരു ദിവസം ഞാൻ അവളോട് പറഞ്ഞു. ''നിങ്ങളുടെ സോഷ്യലിസം നല്ല കാര്യംതന്നെ. ആരും തെറ്റ് ചെയ്യുന്നില്ല. കുഴപ്പങ്ങൾ സംഭവിക്കുന്നതെന്തൊക്കെ സാമൂഹികവ്യവസ്ഥിതിയുടെ തകരാറ് മൂലമാണ്.''

അവൾ വാദമുഖങ്ങൾ കുറെ നിരത്തി. ഞാൻ അതെല്ലാം ഖണ്ഡിച്ചു. മതത്തേയും ദൈവഹിതത്തേയും മനുഷ്യന്റെ സ്വന്തം ഇച്ഛാശക്തിയേയും കൂട്ടുപിടിച്ച് ഈ സോഷ്യലിസ്റ്റുകാർ ഒരു എളുപ്പവഴി കണ്ടുപിടിച്ചിട്ടുണ്ട്.

അന്ന് ദിവസം മുഴുവനും ഞാൻ ഇരുന്ന് ചിരിച്ചു.

''മിണ്ടാതിരിക്കുന്നതിൽ ഒരു നാണക്കേടുമില്ല.'' എന്റെ ക്യാപ്റ്റൻ ജ്യേഷ്ഠൻ പറഞ്ഞു.

''നിങ്ങൾ വളയുന്നു. ഓടുന്നു. എന്തിനുവേണ്ടി? കുതിക്കാനുള്ള കരുത്ത് നേടാനായി. അതേസമയം വേണ്ടതിലധികം വളഞ്ഞാൽ കാര്യം അതോടെ തീർന്നു.''

പത്ത് വയസ്സുമുതൽ അദ്ദേഹമാണ് എന്നെ വളർത്തിയത്. എന്റെ അച്ഛനും ജ്യേഷ്ഠനുമാണ് അദ്ദേഹം. ഒരിക്കലും അതെനിക്ക് മറക്കാനാവില്ല.

''താങ്കൾ എന്നെ ഒരു എം. പി. ആക്കിയാൽ...''

ഒരിക്കൽ ജ്യേഷ്ഠൻ ജെബിസോയോട് പറഞ്ഞു.

''എത്ര നാവികരെ താങ്കൾക്ക് നേടാം?''

രണ്ടുപേരും അന്ന് ഒരുമിച്ച് ചിരിച്ചു. ആരുടെ മുഖത്ത് നോക്കിയും മനസ്സിലുള്ളതെന്തും ജ്യേഷ്ഠൻ പറയുമായിരുന്നു. അതിനുള്ള മറുപടി മിക്കവാറും ഒരു വിഡ്ഢിച്ചിരിയുമായിരുന്നു. കാരണം മറ്റേയാൾക്ക്

ഉറപ്പുണ്ട് ജ്യേഷ്ഠൻ നല്ലത് ഉദ്ദേശിച്ചാണ് പറഞ്ഞതെന്ന്. എന്റെ ഉദ്ദേശ്യം നല്ലതോ ചീത്തയോ എന്നെനിക്ക് പറയാനാവില്ല. ദ്വേഷ്യം വന്നാൽ ശകാരങ്ങളുടെ ഒരു നീണ്ട ചങ്ങലതന്നെ എന്റെ വായിൽനിന്ന് വരും. ജ്യേഷ്ഠന് ഒരിക്കലും ദ്വേഷ്യം വരാറില്ല. ആരുടെ നേരെയും ഒച്ച ഉയർത്തുന്നതും ഞാൻ കേട്ടിട്ടില്ല. അതുകൊണ്ടാകണം അദ്ദേഹത്തെ എല്ലാവർക്കും വലിയ സ്നേഹമായിരുന്നു. ആരെങ്കിലും നിങ്ങളെ സ്നേഹിക്കുന്നോ ഇല്ലയോ...അതിലെന്താണൊരു വ്യത്യാസം? കണ്ടില്ലേ ഞാൻ കിടക്കുന്നത്? മരണവേദനയനുഭവിച്ച്? എന്റെ ഉദ്ദേശ്യം നല്ലതോ ചീത്തോ എന്നത് ഒരു വിഷയമല്ല. എന്റെ ജ്യേഷ്ഠന്റെ മരണസമയത്ത് ആരാണ് അദ്ദേഹത്തെ സഹായിച്ചത്?

''ആരാണ് സൂഫിയെ കൊന്നത്?''

ജ്യേഷ്ഠന്റെ മനോനില തെറ്റിയിരുന്നു. ആരെക്കണ്ടാലും അദ്ദേഹം എഴുന്നേറ്റ് അരികിൽ ചെല്ലും. ഒച്ച താഴ്ത്തി കാതിൽ ചോദിക്കും.

''ആരാണ് സൂഫിയെ കൊന്നത്?''

എനിക്ക് അത് കേട്ട് വല്ലാതെ ദ്വേഷ്യം വരാറുണ്ട്.

''നിങ്ങളുടെ സൂഫി തുലഞ്ഞുപോകട്ടെ.''

അത് പറഞ്ഞ് ഞാൻ കാർക്കിച്ചു തുപ്പും. അങ്ങനെ കലഹിച്ച് കലഹിച്ച് എന്നോട് ദ്വേഷ്യപ്പെട്ടാണ് ജ്യേഷ്ഠൻ മരിച്ചത്. എന്റെ ക്യാപ്റ്റൻ ജ്യേഷ്ഠൻ.

അതെ, അവർ രക്ഷപ്പെടാനുള്ള എളുപ്പവഴി കണ്ടുപിടിച്ചു. അന്ന് ഞാൻ മതിയാവോളം ചിരിച്ചു. ഇവിടെ എന്റെ വീട്ടിൽ കിടന്നാണ് ഞാൻ മരിക്കുക. അത് ഞാൻ ഉറപ്പിച്ചു കഴിഞ്ഞിരിക്കുന്നു. ഒരു കാരണവശാലും ഞാൻ ആശുപത്രിയിലേക്ക് പോവുകയില്ല. ചില്ലുജനാലകളോടു കൂടിയ ബാൽക്കണിയിലിരുന്ന് ഞങ്ങൾ സിഗരറ്റ് വലിച്ചു. അച്ഛനും മകളും. ഞാൻ ഒരു പിന്തിരിപ്പനോ പിടിവാശിക്കാരനോ അല്ല. സ്വന്തം മകൾ കൂടെയിരുന്ന് സിഗററ്റ് വലിക്കുന്നതിൽ എനിക്ക് യാതൊരു ബുദ്ധിമുട്ടുമില്ല. ആ കാര്യത്തിൽ ഞാൻ ഒരു യൂറ്യോപ്യൻ അച്ഛനാണ്. അവൾ എന്റെ മകളാണ്. മകനെപ്പോലെയുമാണ്. ആ കാലത്തു പോലും അവൾ കറുത്ത സ്കർട്ടും ബ്ലൗസുമാണ് ധരിക്കാറ്. അന്ന് നല്ല തെളിച്ചമുള്ള ദിവസമായിരുന്നു. അക്കേഷ്യയുടെ ചില്ലകൾ വിശറി പോലെ കാറ്റിൽ ആടിക്കൊണ്ടിരുന്നു. നൂറിയായുടെ പാഷൻപ്പൂക്കൾ, തോട്ടത്തിലെ മതിലൽ പടർന്നു കയറിയിരുന്നു. പല തരത്തിലുള്ള പൂക്കൾ ചെടിച്ചട്ടികളിൽ വർണ്ണഭംഗിയോടെ പൂത്തുനിന്നിരുന്നു. അപ്പുറത്ത് ഒഴിഞ്ഞു കിടക്കുന്ന മുറ്റത്ത് സൂര്യനാളങ്ങൾ പുൽപ്പരപ്പിൽ പവിഴച്ചുകപ്പിന്റെ ചായം പൂശി. വായുവിൽ പ്രത്യേകമായൊരു ഗന്ധം.

ഇതേ മണം തന്നെയാണ് കരിങ്കടലിന്റെ തീരപ്രദേശങ്ങളിലും. ഉപ്പിന്റെ ഊതനിറത്തിലുള്ള ഗന്ധം. നെർമിന്റെ കവിളുകൾക്കും മുടിയിഴകൾക്കും ഇതേ മണമാണ്.

അന്ന് ഞങ്ങളുടെ മുഖത്തേക്ക് നോക്കിയിരുന്നപ്പോൾ എനിക്ക് മനസ്സിലായി, എന്തുകൊണ്ടാണ് തങ്ങളുടെ അയൽക്കാരന്റെ മകനായ ഡോക്ടർ നാജി അവളെ പ്രേമിക്കുന്നതെന്ന്. അവളുടെ കണ്ണുകളിലെ തിളക്കം, സ്വരത്തിലെ ആത്മാർത്ഥത. അവളെ നോക്കിയിരിക്കേ ജീവിതത്തിൽ ഏൽക്കേണ്ടി വന്ന പ്രഹരങ്ങളുടെയും നീന്തിപ്പോകേണ്ടി വന്ന കഷ്ടപ്പാടുകളുടെയും യാതനകളുടെയും അഴുക്കവെള്ളം എന്നെ വിട്ടൊഴിയുന്നതായി തോന്നി. ഞാൻ കുളിച്ച് ശുദ്ധനായതുപോലെ. ആരോടും വെറുപ്പോ വൈരാഗ്യമോ മനസ്സിൽ ശേഷിക്കുന്നില്ല. അവൾ എന്നെത്തന്നെ നോക്കിക്കൊണ്ടിരുന്നു എന്റെ മനസ്സ് തൊട്ടറിയുന്നതു പോലെ.

അവൾ മെല്ലെ എന്നോട് പറഞ്ഞു. ‘‘അച്ഛാ, അച്ഛൻ പണിത വീട്ടിലാണിപ്പോൾ അച്ഛനുള്ളത്. തോട്ടം നിറയെ അമ്മ വളർത്തിയ പൂക്കൾ. അച്ഛന്റെ മകൾ പതിവായി അച്ഛനെ വന്നു കാണുന്നു. അമ്പതുകൊല്ലം മുമ്പത്തെ തണ്ടുവലിക്കാരൻ അടിമയല്ല ഇപ്പോൾ. ആ കാലങ്ങളെല്ലാം അച്ഛൻ എന്നോ മറന്നു കഴിഞ്ഞു.’’ ആ കുട്ടിക്ക് മിണ്ടാതിരിക്കാനാവില്ല. ഏതെങ്കിലും പുഴകളെ തപ്പിപ്പിടിച്ചെടുക്കണം. ഞാൻ മൗനം പാലിച്ചു. അവൾ വളരെ ബാലിശമായാണ് സംസാരിക്കുന്നതെന്നു തോന്നി. എന്നാൽ അവൾ വിട്ടില്ല.

‘‘ഓരോ പൗരന്റെയും അവകാശമായി 70 ചതുരശ്രമീറ്റർ സ്ഥലം. അതിൽ മൂന്ന് കിടപ്പുമുറികൾ. ചെറിയതെങ്കിലും നല്ലൊരു പൂന്തോട്ടം. മക്കളെ പഠിപ്പിച്ച് വലുതാകാനുള്ള സൗകര്യം. അവർക്ക് ജീവിതത്തിൽ നിലയുറപ്പിക്കാൻ തക്കവണ്ണമുള്ള പിന്തുണ. മാസംതോറും മാന്യമായ ഒരു തുക പെൻഷൻ. അതൊക്കെ നിസ്സാരമായ കാര്യമാണോ? നല്ലതല്ലേ?’’ അപ്പോഴും ഞാൻ എന്റെ നിശ്ശബ്ദത തുടർന്നു.

‘‘പക്ഷേ അധികംപേർക്കും വയറ് നിറയ്ക്കാനുള്ള വകപോലുമില്ല. ഇപ്പോൾ അവളെ നോക്കൂ. തന്നെ സ്നേഹിക്കാൻ ആരെയും അനുവദിക്കുന്നില്ല. സന്തോഷമായിരിക്കില്ല എന്ന് വാശി പിടിക്കുന്നു. സന്തോഷമെന്ന വാക്കു തന്നെ അവൾ വെറുക്കുന്നതുപോലെ. ’’

‘‘അലമാരയിൽ കുറച്ച് വിസ്കി കാണും. അച്ഛന്റെ അവസാനത്തെ കപ്പൽയാത്രയുടെ ബാക്കി. ’’

അവൾ എന്റെ നേരെ തിരിഞ്ഞു ചോദിച്ചു.

‘‘നമുക്ക് രണ്ടുപേർക്കും ഓരോ ഗ്ലാസ്സ് എടുക്കട്ടെ?’’

ഞാൻ ക്യാപ്റ്റൻ ജ്യേഷ്ഠനെപ്പോലെ ഒച്ച താഴ്ത്തി സംസാരിച്ചു. ഒട്ടും ദ്വേഷ്യമില്ലാതെ.

''ഡോക്ടർ എന്നോട് മദ്യം കഴിക്കരുതെന്ന് പറഞ്ഞിട്ടുണ്ട്. വയറ്റിൽ നിറയെ വെള്ളമാണ്.''

''അതെന്ത് വെള്ളമാണ്?'' അവളുടെ മുഖം വിളർത്തു.

''എന്തു വെള്ളമെന്നോ? കടൽവെള്ളംതന്നെ.''

അവളുടെ മുഖം വിറച്ചു. പല്ലുകൾക്ക് ഒരു പല്ലിയുടെ പുറംഭാഗത്തിന്റെ നിറം.

''ഛീ, വൃത്തികെട്ട... തരംതാഴ്ന്ന...''അവൾ ഒച്ചവെച്ചു.

''ഡോക്ടർ സെർമിത്ത് വെർജിൻ പറഞ്ഞില്ലേ അത് വെറും ഗ്യാസാണ് എന്ന്. ഒരു ചീഞ്ഞ ഡോക്ടർ. അതിലും ചീഞ്ഞ വ്യവസ്ഥിതി.''

അവൾ മുഷ്ടി ചുരുട്ടി ദ്വേഷ്യത്തോടെ തല കുലുക്കി താഴേക്കും മുകളിലേക്കും കൊണ്ടുവന്നു. ഉറക്കെ വിളിച്ചു പറഞ്ഞു.

''ജസ്റ്റിസ് പാർട്ടിക്ക് വോട്ടു ചെയ്തതിന്റെ ഫലമാണീ അനുഭവിക്കുന്നത്. (വീണ്ടും തെരഞ്ഞെടുപ്പ് അടുത്തിരുന്നു.) ഒക്കെ അവർ ചെയ്യുന്നതാണ്. അവരുടെ കൊള്ളരുതാത്ത കപ്പലുകൾക്കുള്ളിൽ എന്തെല്ലാം അച്ഛന് സഹിക്കേണ്ടി വന്നു. അതെല്ലാം മറന്നുവോ? വൃത്തികെട്ട ഭക്ഷണം. പുഴുക്കുത്തിയ കടലയും പുഴുത്തിരിക്കുന്ന പഴങ്ങളും. ആ ഭക്ഷണം അവരുടെ നായയ്ക്കുകൂടി അവർ കൊടുക്കില്ല. നാണംകെട്ട തെമ്മാടികൾ.''

അവൾ പിന്നെയും പലതും എണ്ണിപ്പെറുക്കിക്കൊണ്ടിരുന്നു. എന്റെ വായിൽനിന്ന് ഒരു ചീത്ത വാക്ക് വീണു.

''റഷ്യയിൽനിന്നും സിറോസിസ് എന്ന രോഗം തീർത്തും ഇല്ലാതാക്കിയിട്ടുണ്ടോ?''

ഞാൻ പറഞ്ഞത് അവൾ കേട്ടുവെന്ന് തോന്നിയില്ല.

''ഇതിങ്ങനെ വിടാൻ പറ്റില്ല. എന്തെങ്കിലും ചെയ്തേ പറ്റൂ, എന്തെങ്കിലും.''

അവൾ ടെലഫോണിന്റെ അടുത്തേക്കോടി. എന്നാലും അവൾ കരയുകയായിരുന്നു. കണ്ണീർ ധാരധാരയായി കവിളിലേക്ക് ഒഴുകികൊണ്ടേയിരുന്നു. അതെന്റെ ഉള്ളിൽ ഞെട്ടലുണ്ടാക്കി. എന്റെ മകൾ എന്നെ സ്നേഹിക്കുന്നു.എന്റെ കണ്ണുകളും നിറയാൻ തുടങ്ങി. അവൾ ഭർത്താവിനെ ഫോണിൽ വിളിച്ചു. രണ്ടുപേരും ചേർന്ന് പുതിയൊരു ഡോക്ടറെ കണ്ടുപിടിച്ചു. ശരിയായ ജനതാപുത്രൻ. ദാ, ഇപ്പോൾ അവർ സംസാരിക്കുന്നത് ആ പുതിയ ഡോക്ടറോടാണ്. അനാട്ടോലിയായിലാണ് അദ്ദേഹം ജനിച്ചത്. ഞങ്ങളെപ്പോലുള്ളവരെ താഴേക്കിടയിലുള്ളവരായി

അദ്ദേഹം കാണുന്നില്ല. ഈ ഡോക്ടർ രോഗികൾക്കുവേണ്ടി എന്തും ചെയ്യും. ജനാധിപത്യത്തിന്റെ സന്താനങ്ങൾ. എന്തൊക്കെയാണ് അവർ ചിന്തിക്കുന്നത്? ഏതെല്ലാം രീതിയാലാണ് അവർ ജനങ്ങളെ വിഭജിക്കുന്നത്? എന്തുകൊണ്ടാണ് അവർ ആരെയും വിശ്വസിക്കാത്തത്? അറ്റാതുർക്കും ഞങ്ങളും. നാലതിരുകൾക്കുള്ളിൽ ഒരൊറ്റ ശത്രു പോലുമില്ലാത്തൊരു രാജ്യമാണ് അവർക്ക് കൈമാറിയത്. യുദ്ധമോ ക്ഷാമമോ അവർക്ക് നേരിടേണ്ടി വന്നിട്ടില്ല. അവർ യുദ്ധത്തടവുകാരായി കഴിഞ്ഞിട്ടില്ല. ഗ്രീക്കുകാരുടെ പീഡനങ്ങൾ ഏറ്റുവാങ്ങിയിട്ടില്ല. ഒരു അന്യമനസ്കന്റെ കൊടി അവരുടെ കൊടിക്കു മീതെ പറന്നിട്ടില്ല. കപ്പലിന്റെ കൊടിമരത്തിലുയർന്നിട്ടില്ല. ഏത് ഡോക്ടർ? അറ്റാതുർക്കിന്റെ ഏത് കുഞ്ഞാണ് എന്നെ നോക്കാൻ വിസമ്മതിക്കുക? കഠിനാദ്ധ്വാനത്തിന്റെ മുറിപ്പാടുകൾ ഇപ്പോഴും എന്റെ ഉപ്പൂറ്റിയിലുണ്ട്. ഞാനും അയാളെ ഒരേ വർഗത്തിൽ പെട്ടവനല്ലെന്ന് പറഞ്ഞ് ഒരു ഡോക്ടറും എനിക്ക് ദോഷം ചെയ്യില്ല. എന്റെ മകളുടെ സുഹൃത്തുക്കളും അവരെപ്പോലെത്തന്നെ ചീത്തയാണ്. അവരിൽ ചിലരുമായി ഞാൻ സംസാരിച്ചിട്ടുണ്ട്. അവർ പറയുന്നത് അവർ ഞങ്ങൾക്കുവേണ്ടി പ്രതികാരം ചെയ്യുമെന്നാണ്. ഞാൻ പിന്നിട്ടുപോന്ന ലോകത്തിന് എന്തോ സംഭവിച്ചിരിക്കുന്നു. ഞാൻ കടലിലായിരുന്ന കാലം. ഞാൻ അറിയാതെ ഇവിടെ എന്തൊക്കെയോ സംഭവിച്ചിരിക്കുന്നു.

വാതിൽമണി. നൂറിയ വാതിൽ തുറക്കാൻ പോകുന്നു. മെലിക് ഹാനീം ആണ്. രാജ്യരക്ഷാവകുപ്പിലെ ഉയർന്ന ഇദ്യോഗസ്ഥന്റെ ഭാര്യ. അവരും ഞങ്ങളടെ അയൽക്കാരിയാണ്. അയൽപ്പക്കത്തുള്ളവരിൽവെച്ച് ഏറ്റവും മാന്യയായ സ്ത്രീ. അവരുടെ കുടുംബഡോക്ടറാണ് ഇപ്പോൾ എന്നെ ചികിത്സിക്കുന്നത്. ഡോക്ടർ സെർമിത് വെർജിൻ. നൂറിയ മെലിക് ഹനീമിനെയും കക്കൂസിലേക്ക് തള്ളിക്കൊണ്ടുപോയി. രക്തം കലർന്ന മലം ഇപ്പോഴും സന്ദർശകരെ കാത്ത് അവിടെയുണ്ട്. ഇപ്പോൾ എന്റെ മകൾ നെർമിനും അവരുടെ കൂട്ടത്തിൽ ചേർന്നിട്ടുണ്ട്.

‘‘സിറോസിസ്(കരൾ വീക്കം)? രക്തസ്രാവം? നിങ്ങൾ എന്താണ് പറയുന്നത്?’’

അവർ ഒതുങ്ങിയ മട്ടിൽ അതിശയം പ്രകടിപ്പിച്ചു.

‘‘അതെ, എന്റെ പ്രിയപ്പെട്ട ഹനീം, സിറോസിസ് തന്നെ. അറ്റാതുർക്കിന് ബാധിച്ച രോഗം.’’

നെർമിൻ പറഞ്ഞു.

‘‘തുർക്കിയുടെ പിതാവിൽനിന്നും എന്റെ അച്ഛന് കിട്ടിയ പൈതൃക സ്വത്ത്.’’

''വല്ലാത്തൊരു ബന്ധം.'' അവളുടെ അമ്മ അദ്ഭുതത്തോടെ പറഞ്ഞു.

അവർക്ക് രണ്ടുപേർക്കും യാതൊരു സ്വരചേർച്ചയുമില്ല. രണ്ടുപേരും എപ്പോഴും കടിപിടി കൂടിക്കൊണ്ടിരിക്കും. ഞാൻ മരിച്ചു കഴിഞ്ഞാൽ എന്തായിരിക്കും സ്ഥിതി? അറിഞ്ഞാൽ കൊള്ളാമെന്നുണ്ട്. എന്റെ ഭാര്യ വീണ്ടും മൂക്ക് പിഴിഞ്ഞ് കരയാൻ തുടങ്ങി. കുറച്ച് കഴിഞ്ഞ് എല്ലാവരും ഞാൻ കിടക്കുന്ന മുറിയിലേക്ക് വന്നു.

''എങ്ങനെയുണ്ട് ഹസ്സൻ ബേ? വേഗം സുഖമാവട്ടെ.''

''എനിക്ക് കുഴപ്പമൊന്നുമില്ല മെലിക് ഹനീം. നൂറിയായുടെ മേൽ ഒരു കണ്ണുണ്ടാവണം, അവളെ തനിയെ വിടരുത്.''

എല്ലാവരും അതിശയത്തോടെ എന്നെ നോക്കി.

''അതൊന്നും സാരമില്ല. ആരോഗ്യസ്ഥിതി മാറിമറിയും. ചിലപ്പോൾ സുഖം...ചിലപ്പോൾ രോഗം...അത് വന്നും പോയുമിരിക്കും. ഏതായാലും ഏതാനും ദിവസങ്ങൾക്കുള്ളിൽ നിങ്ങളുടെ രോഗം ഭേദമാകും.''

അവർ എന്നെ നോക്കി പറഞ്ഞു. ഒരു ബുദ്ധികെട്ട അഭിപ്രായം. അപ്പോഴും എന്റെ ഭാര്യ കരയുകയായിരുന്നു. അവർ അവളെ പുറത്തേക്ക് വിളിച്ചുകൊണ്ടുപോയി. നെർമിൻ പുറത്തേക്ക് പോയില്ല. സംഗതികൾ പന്തിയല്ലെന്ന് കണ്ടാൽ എന്റെ മകളുടെ മനസ്സ് താനേ ഉറച്ചുപോകും. അവളുടെ രക്തം തണുത്തുറയുന്നുവെന്ന് തോന്നും. അല്ലെങ്കിലേ നനഞ്ഞ കുറുക്കന് മഴയുടെ നനവ് അറിയില്ലല്ലോ. ആ മട്ടിലാണ് അവൾ പെരുമാറുക. അവൾ എന്റെ കട്ടിലിന്റെ കാൽക്കലിരുന്നു. നോട്ടം കാലടികളിൽനിന്ന് മെല്ലെ മേലോട്ട് നീങ്ങി. എന്റെ കാലുകൾ കടന്ന് എന്റെ ഫിഡിൽ, ഫിഡിലിന്റെ പിടി, താടി, ചുണ്ട്, മൂക്ക്, വായ, കണ്ണ്, നെറ്റി, തലമുടി, കാത്...പുതപ്പിന് താഴെ ഒരു വശത്തായി എന്റെ കൈ ഞാന്ന് കിടന്നിരുന്നു. അവൾ അത് കൈയിലെടുത്ത് നാഡിമിടിപ്പ് നോക്കി.

''എവിടെയെങ്കിലും വേദനയുണ്ടോ?''

''ഇല്ല, എനിക്കൊരസുഖവും തോന്നുന്നില്ല.''

ഇരുന്നിടത്തുനിന്നും അവൾ താഴേക്ക് നോക്കി. പാദങ്ങൾക്കപ്പുറത്ത് പരവതാനിയിൽ അവളുടെ കണ്ണുകൾ പതിഞ്ഞു. ആ പരവതാനി എത്രയോ കപ്പലുകളിൽ, എത്രയോ തുറമുഖങ്ങളിൽ സഞ്ചരിച്ചിരിക്കുന്നു.

''മാഡം നെർമിൻ''

ഞാൻ മകളെ വിളിച്ചു.

''അള്ളാ ഉണ്ടോ ഇല്ലയോ, ഇപ്പോൾ എന്നോട് പറയണം.''

അവൾ മെല്ലെ തല തിരിച്ച് എന്നെ നോക്കി. ആ കണ്ണുകൾ നിറഞ്ഞു തുളുമ്പുന്നുണ്ടായിരുന്നു. അവൾ മറുപടി പറഞ്ഞില്ല. എന്നാലും അങ്ങനെയൊരു ചോദ്യം പ്രതീക്ഷിച്ചിരുന്നു എന്ന ഭാവം. പല തവണ ഞങ്ങൾ ചർച്ച ചെയ്തു കഴിഞ്ഞൊരു വിഷയം. ഞാൻ കാത്തിരുന്നു.

''പറയൂ, കേൾക്കട്ടെ.''

ശബ്ദത്തിൽ ദ്വേഷ്യം കലർത്തി ഞാൻ നിർബന്ധിച്ചു.

''ഞാനെങ്ങനെ അറിയാനാണ് അച്ഛാ? ഇപ്പോഴാണോ അത് തീരുമാനിക്കാനുള്ള സമയം?''

അവളുടെ ശബ്ദത്തിന് ചെറിയൊരു ചിലമ്പൽ.

''ഇതാണോ അതിനുള്ള സമയം എന്നതുകൊണ്ട് നീ എന്താണുദ്ദേശിച്ചത്? ഞാൻ മരിക്കാറായി കിടക്കുകയൊന്നുമല്ലല്ലോ.''

മനസ്സിലൂറിയ നീരസം വാക്കുകളായി പുറത്ത് വന്നു.

അവൾ വീണ്ടും ധൈര്യം സംഭരിച്ച് നിവർന്നിരുന്നു. അവളുടെ പഴയ ശീലം. കഴുതകൾക്കൊത്ത ദുർവാശി പ്രകടിപ്പിച്ചു.

''ഞാൻ എന്തുവിചാരിക്കുന്നുവെന്ന് അച്ഛനറിയാലോ?''

പിൻകാലുകൾ ഉയർത്തി ഒരു തൊഴി.

''അള്ളാ എന്നൊരാൾ ഇല്ല. ഉള്ളത് ചൂഷകരും ചൂഷണം ചെയ്യപ്പെടുന്നവരും മാത്രമാണ്.''

കണ്ടില്ലേ ഈ പെൺകുട്ടിയുടെ ഒരു ധാർഷ്ട്യം? അച്ഛൻ മരണത്തിന്റെ വക്കിലെത്തിയിരിക്കുന്നുവെന്ന് അവൾക്കറിയാം. എന്നാലും അള്ളാഹു ഉണ്ടെന്ന് സമ്മതിച്ചു തരികയില്ല. മരണത്തിന് മുമ്പേ അച്ഛനെ സന്തോഷിപ്പിക്കാൻ വേണ്ടിയെങ്കിലും തന്റെ അഭിപ്രായം മാറ്റിപ്പറയുകയില്ല. നിങ്ങൾ വിചാരിച്ചേക്കും അവളെന്റെ മകളല്ല, ഏതോ അമേരിക്കൽ പള്ളിയുടെ സൂക്ഷിപ്പുകാരിയാണെന്ന്. അള്ളാ എന്ന നാമം ഉച്ചരിക്കാനാവില്ലെങ്കിൽ വേണ്ട, ഇഷ്ടമുള്ള വേറെ ഏതെങ്കിലും പേരിൽ വിളിക്കാമല്ലോ. ദൈവം എന്നോ ദിയു എന്നോ...അല്ലെങ്കിൽ മറ്റേതെങ്കിലും പേര്. നിന്റെ കഴുതഭാഷയിലുള്ളത്. നിന്റെ അച്ഛൻ മഴവില്ലിലെ എല്ലാ നിറങ്ങളും കണ്ടറിഞ്ഞവനാണ്. വിദേശഭാഷകൾ പലതും വശമാക്കിയിട്ടുണ്ട്. അതിനാൽ ദൈവത്തെയോർത്ത് എന്തെങ്കിലുമൊന്ന് പറയൂ.

അറിയാം, അവൾക്ക് നന്നായി അറിയാം, അവൾ കാരണം എനിക്ക് എത്രത്തോളം വേദന ഉണ്ടായിട്ടുണ്ടെന്ന്. അവളുടെ വിശ്വാസമില്ലായ്മ, അതുമൂലം ഞാൻ അനുഭവിച്ചിട്ടുള്ള ഹൃദയവ്യഥ. കുറ്റം എന്റെയാണ്. സമ്മതിക്കുന്നു.ആദ്യംമുതലേ അവളിൽ ഞാൻ ദൈവവിശ്വാസം വളർത്തിയെടുക്കണമായിരുന്നു. അവളുടെ വിചാരം, വിശ്വാസം അടിയറവ് പറയുന്നതിന് തുല്യമാണെന്നാണ്. പൂർണ്ണമായുള്ള വിട്ടുകൊടുക്കൽ.

അങ്ങനെയുള്ള വിട്ടുകൊടുക്കൽ മറ്റുള്ളവരുടെ വഴി എളുപ്പമുള്ളതാക്കുമെന്നാണ് അവളുടെ പക്ഷം. അവർക്കാർക്കും അത് പറഞ്ഞാൽ മനസ്സിലാകില്ല. ഈ ലോകത്തിന് പ്രദാനം ചെയ്യാനാവുന്ന മിഥ്യയായ അനുഗ്രഹങ്ങൾക്ക് പുറംതിരിഞ്ഞു നിൽക്കുമ്പോൾ ഒരാൾക്ക് ലഭിക്കുന്ന ശക്തി, ത്യാഗത്തിലൂടെ ഒരാൾ മറ്റുള്ള എല്ലാവർക്കും മേലേ ഉയരുന്നു. പൂർണ്ണത കൈവരിക്കുന്നു.

അവർ സോഷ്യലിസം എന്ന് വിളിക്കുന്ന എല്ലാ ഘടകങ്ങളോടുമൊപ്പം ഈ സത്യാന്വേഷണത്തിന്റെ അടിസ്ഥാനഘടകം സമൂഹം തന്നെയാണെന്ന് അവർ തിരിച്ചറിയുന്നില്ല. ഒന്നിനെയും കവച്ചുവെക്കുകയല്ല അവരുടെ ലക്ഷ്യം. അവർക്ക് വേണ്ടത് സമത്വമാണ്. സ്വന്തം അവകാശങ്ങൾ സ്ഥാപിച്ചെടുക്കുകയാണ് അവർക്ക് താത്പര്യം. അല്ലാതെ ജീവിതത്തെക്കുറിച്ചുള്ള തത്ത്വവിചാരത്തിലല്ല. നമ്മളെപ്പോലുള്ളവർ ആത്മാന്വേഷണത്തിൽ മുഴുകി നടന്നപ്പോൾ നമ്മുടെ നേതാക്കന്മാർ കപ്പലുടമകളായിത്തീർന്നു എന്നാണ് അവർ പറയുന്നത്. വെറും നാക്കിട്ടടിക്കൽ അല്ലാതെന്ത്? എത്രയോ തവണ ഞാൻ അവൾക്ക് റൂമിയെക്കുറിച്ച് പറഞ്ഞുകൊടുത്തിട്ടുണ്ട്. ഞാൻ അവളോട് പറഞ്ഞിട്ടുണ്ട്, നിങ്ങൾക്ക് മനുഷ്യനെ ഉയർത്തുന്ന പണിയല്ല. മറ്റുള്ളവർ ചിന്തിക്കുന്നതുപോലെ ചിന്തിക്കാനും നിങ്ങൾ ആഗ്രഹിക്കുന്നില്ല. അങ്ങനെയിരിക്കെ നിലവിലുള്ള ആശയങ്ങളിൽ മാത്രം സ്വയം ഒതുക്കി നിർത്തുന്നതെന്തിനാണ്? ഈ കാലത്ത് എല്ലാവരും സോഷ്യലിസ്റ്റുകളാണ്. അതിനപ്പുറത്തേക്കുള്ളതിനെക്കുറിച്ച് അന്വേഷിക്കാത്തതെന്തുകൊണ്ടാണ്? ഉദാഹരണത്തിന് പൂർണ്ണത പ്രാപിക്കാനുള്ള പ്രയത്നം? തെറ്റുകൾക്കുള്ള ശിക്ഷ അവരെക്കൊണ്ട് അനുഭവിപ്പിക്കണം. അത് ഒന്നിനും പരിഹാരമാകുന്നില്ല. ഞാൻ അത് എത്രയോ തവണ പറഞ്ഞിട്ടുണ്ട്. എന്നാലും ഫലമില്ല. അവളുടെ മനസ്സ് മാറ്റാനും തയ്യാറല്ല. എന്റെ പാവം മകൾ. കുറ്റം ചെയ്തവർ അതിനുള്ള ശിക്ഷ അനുഭവിക്കട്ടെ. അന്തിമവിധിയുടെ ദിവസം ഞാൻ അയാളുടെ കഴുത്തിൽ പിടി മുറുക്കും. അവളുടെ മനസ്സിലേക്ക് അല്പ്പമെങ്കിലും വിശ്വാസം പകർന്നു നൽകാനായെങ്കിൽ, അവളുടെ ആത്മാവിൽ ഒരു ചെറുതിരിയെങ്കിലും കത്തിച്ചുവെക്കാനായെങ്കിൽ... അവൾ ബുദ്ധിയുള്ള കുട്ടിയാണ്. ജനിച്ച സമയത്ത് ഡോക്ടർ അവളുടെ തല ഉടനീളം അളന്നുനോക്കി.

''നല്ല ബുദ്ധിയുള്ള കുഞ്ഞായിത്തീരും.''

ഡോക്ടർ അപ്പഴേ പറഞ്ഞു. പക്ഷേ ബുദ്ധികൊണ്ടെന്ത് പ്രയോജനം? അത് അവൾക്ക് സന്തോഷം നൽകുന്നില്ല എങ്കിൽ? അത് അവളെ നേർവഴിയിൽനിന്നും മാറ്റി നടത്തുകയാണെങ്കിൽ. അവളുടെ മനസ്സിന്റെ ആ അടക്കമില്ലായ്മ ഒരു ദിവസം അവളെ തീർച്ചയായും നശിപ്പിക്കും. എപ്പോഴും പിടച്ചുകൊണ്ടിരിക്കുന്ന അവളുടെ ഹൃദയം, ആ സ്നേഹശൂന്യത ഏതെങ്കിലും കരയിൽ ചെന്നടിച്ച് തകരും. എന്റെ ഹൃദയം അവളെ ഓർത്ത് നോവുകയാണ്. സ്നേഹമില്ലായ്മ. അതുതന്നെയാണ്

അവളുടെ നാശത്തിന് കാരണമാവുക. ഒരിക്കൽ അവൾ ഏതാണ്ട് ഇങ്ങനെ പറയുകയുണ്ടായി.

''ഈ വ്യവസ്ഥിതി ദാനമായി നൽകുന്ന ആനുകൂല്യങ്ങൾ ഞാൻ വെറുക്കുന്നു. അവർ നിങ്ങളോടും നിങ്ങളെപ്പോലുള്ളവരോടും ചെയ്ത തൊന്നും ഒരു കാലത്തും ഞാൻ പൊറുക്കുകയില്ല. അതിനുള്ള വില അവരെക്കൊണ്ട് കൊടുപ്പിക്കുകതന്നെ ചെയ്യും. ഞങ്ങൾക്ക് അത് ചെയ്യാൻ സാധിച്ചില്ലെങ്കിൽ, ഞങ്ങളെ പിന്തുടർന്നു വരുന്നവർ അത് നിശ്ചയമായും ചെയ്തിരിക്കും.''

അവൾ കുട്ടികളെപ്പോലെയാണ്. എല്ലാം എളുപ്പമാണെന്നാണ് അവ ളുടെ വിചാരം. എന്തായാലും എന്തെങ്കിലും ചെയ്യണമെന്ന് ആരാണ് അവളോട് ആവശ്യപ്പെട്ടത്? പക വീട്ടണമെന്ന് ആർക്കാണിത്ര നിർബന്ധം? ഇത്രയും വിദ്വേഷം അവരുടെ ഉള്ളിൽ കൊണ്ടു നടക്കുന്നവർ അതു കൊണ്ടുതന്നെ മരിച്ചുവെന്ന് വരാം. വേണ്ട...വേണ്ട... നമ്മൾ ദൈവ ത്തിൽ വിശ്വസിക്കണം. അവിടന്നാണ് അഭയം, ആധാരം, ആശ്വാസം. അവിടന്ന് സ്വർഗത്തിൽ എന്നുള്ളതല്ല. അതും അവൾക്ക് വിശദമായി പറഞ്ഞുകൊടുത്തിട്ടുണ്ട്. അവിടന്ന് നിങ്ങളുടെ ഉള്ളിൽത്തന്നെയാണ്. കാറ്റിലും തീയിലും വെള്ളത്തിലും എല്ലാം.

ഞാൻ ശരിയിലില്ല. ജലത്തിലോ വായുവിലോ അഗ്നിയിലോ ഇല്ല.
ഞാൻ സ്വർഗത്തിലോ ഭൂമിയിലോ ഇല്ല.
താഴെ പാതാളത്തിലോ മേലേ ആകാശത്തിലോ ഇല്ല.

''നീ അള്ളാഹുവാണ്. ഞാൻ പറഞ്ഞു. ഓരോ മനുഷ്യനും അള്ളാ ഹുവാണ്.''

''എനിക്ക് മനുഷ്യനായാൽ മാത്രം മതി അച്ഛാ...'' അവൾ എന്നെ കളിയാക്കി. ഞാൻ ആഗ്രഹിച്ചതുപോലെ എനിക്ക് അവളെ വളർത്തി ക്കൊണ്ടു വരാൻ സാധിച്ചില്ല. ഞാൻ എന്നും നടുക്കടലിൽ കിടന്ന് അദ്ധ്വാനിക്കുകയായിരുന്നു. കുടുംബം പോറ്റാൻ. ഞാൻ ആഗ്രഹിക്കുന്ന രീതിയിൽ അവളെ പരിപാലിക്കുവാനായില്ല. അവൾ എന്നും അമ്മ യുടെ കൈപ്പടിയിലായിരുന്നു. അമ്മ അവളെ പഠിപ്പിച്ചു. റൊട്ടിക്ക് മാവ് കുഴയ്ക്കാൻ, ചിത്രത്തുന്നൽ ചെയ്യാൻ, ലേസുണ്ടാക്കാൻ. ഇവർക്കൊക്കെ ഭ്രാന്താണ്. ഈ ചെറുപ്പക്കാർക്കൊക്കെ. രാവിലെ, മുകളിൽനിന്നും താഴെവരെ വീട് അടിച്ചു തുടച്ച് വൃത്തിയാക്കും. ഉച്ചയായാൽ മൈതാ നങ്ങളിൽ ചെന്ന് മുദ്രാവാക്യം വിളിക്കും. വൈകുന്നേരത്തോടെ എല്ലാ വരും ഏതെങ്കിലും ബാറുകളിൽ ചെന്ന് കൂടും. റാക്കി കുടിച്ചുകൊണ്ടി രിക്കും. ആട്ടെ, തത്ത്വചിന്തയും ജീവിതത്തെക്കുറിച്ചുള്ള ഉയർന്ന മൂല്യങ്ങളെക്കുറിച്ചുള്ള ആലോചനയും സമ്പന്നവർഗത്തിന്റെ വിനോദ മാണെങ്കിൽ ഞങ്ങളെപ്പോലുള്ളവർ ആ വഴിക്ക് കാര്യമായി ചിന്തി ക്കാൻ തുടങ്ങിയതെങ്ങനെയാണ്? യുദ്ധങ്ങളുടെയും തടവറകളുടെയും

വറുതിക്കാലങ്ങളുടെയും അകത്തും പുറത്തുമായി മാറി മാറി ജീവിതം തള്ളി നീക്കിയവർ എങ്ങനെ? എങ്ങനെ?

കരിങ്കടൽ

സമുദ്രശാസ്ത്രം അറിയുന്ന ചരിത്രകാരന്മാർ പറയുന്നത് നോഹയുടെ പ്രളയത്തിന്റെ ഇരുണ്ട വെള്ളത്തിൽനിന്ന് രൂപപ്പെട്ടതാണ് കരിങ്കടൽ എന്നാണ്. എൺപത് ഫാത്തോം(ഒരാൾ താഴ്ച) ആണ് അതിന്റെ താഴ്ച. ആറടി. എവ്ലിയ ചെലേബി എന്ന സഞ്ചാരിയും അതേ അഭിപ്രായം രേഖപ്പെടുത്തുന്നു. കിസ്സിമാർക്ക്, യെഷ്ലിമാർക്ക്, സക്കറായ, ചോറു, നിയപ്പർ, നിയസിറ്റർ, വോൾഗ, ഡാന്യൂബ്, തുടങ്ങി നിരവധി നദികളാൽ പോഷിപ്പിക്കപ്പെട്ടതാണ് കരിങ്കടൽ. 2200 മീറ്റർ ആഴമുള്ള ഈ ജലരാശിയുടെ മുകൾപ്പരപ്പിലൂടെ ഏറ്റവും പ്രാചീനമായ സംസ്കാരങ്ങളുടെ കുടിയേറ്റം നടന്നിട്ടുണ്ട്. അതിവിശാലമായ ഒരു സമതലം. 462, 563 ക്യൂബിക് കിലോമീറ്റർ ജലമാണ് അവിടെ നിറഞ്ഞു കിടക്കുന്നത് എന്ന് സ്പിൻഡ്ലെർ പറയുന്നു. ചിലയിടത്ത് വെള്ളത്തിന് ചവർപ്പാണ്. ചില ഇടങ്ങളിൽ ഉപ്പുരസം. ഇനിയും ചിലയിടങ്ങളിൽ ശുദ്ധജലം. ആ ജലപ്പരപ്പിന്റെ നിറവും അടിക്കടി മാറിക്കൊണ്ടിരിക്കും. ഒരു സ്ഥിരതയുമില്ലാതെ. മഞ്ഞയിൽ നിന്നും പച്ച. പിന്നെ ഇരുണ്ട നീല. ചിലപ്പോൾ ഊതനിറം കലർന്ന കറുപ്പ്. ഹോപ്പയ്ക്കും ഓർഡുവിനും ഇടയ്ക്കുള്ള കരഭാഗത്താണ് പന്തികേട്. കയറിയും ഇറങ്ങിയും കിടക്കുന്ന ഭൂപ്രദേശം. അത് കടലിന് സമാന്തരമായി ഒഴുകുന്നു. പോൺടിക്-ആൽപ്സ് പർവതനിരകൾ രൂപപ്പെട്ട കാലത്താണ് ഈ കരഭാഗവും വികസിച്ചിട്ടുള്ളത്. മേൽഭാഗത്തെ മണ്ണ് വളക്കൂറുള്ളതാണ്. ചോളവും ഓറഞ്ചും ചുവന്ന കാബേജും ഹേസൽനട്ടും നന്നായി വിളയും. കിഴക്കേ അറ്റത്തുള്ള തോട്ടങ്ങളിൽ ചായയും. എല്ലാ രാജ്യങ്ങളേയും കീഴ്പ്പെടുത്തുന്ന ജേതാവ് മെഹ്മെറ്റ്, ഭ്രാതൃഘാതകൻ കോൺസ്റ്റാനിപ്പിളിനേയും കീഴടക്കി. അതിശക്തമായ ഒരു ഓട്ടോമൻ കപ്പൽപ്പട രൂപീകരിച്ചു. അതോടെ കരിങ്കടൽ തടാകമായി മാറി. വിദേശക്കപ്പലുകൾക്ക് വഴി നിഷേധിച്ചു. വിദേശവ്യാപാരത്തിന് വിലക്കേർപ്പെടുത്തി. വിശ്വസിക്കാൻ വിഷമമുള്ള സാഹസം.

എന്റെ പാരമ്പര്യത്തിൽ ഗ്രീക്ക് രക്തം കലർന്നിട്ടുണ്ടോ എന്നാണോ? നൂറിയ പറയുന്നത് നാല് തലമുറകൾക്ക് പിന്നിലേക്ക് പോയാൽത്തന്നെ ആ വിത്തുകൾ കൈയിൽ തടയുമെന്നാണ്. വല്ലാതെ ദ്വേഷ്യം വരുമ്പോൾ അവൾ ഞങ്ങളുടെ മകളെ കത്രീന എന്ന് വിളിക്കാറുണ്ട്. ഡെസ്പീനായുടെ വിത്ത്. ജോണിന്റെ മകളായിരുന്നു കത്രീന. അവൾ ഉയരമുള്ള ഹസ്സനെ വിവാഹം കഴിച്ചു. ഹസ്സൻ ഭ്രാതൃഘാതകരായ ഓട്ടോമാൻക്കാർക്കെതിരെ പൊരുതി. അദ്ദേഹത്തിന്റെ അപരാധങ്ങൾ പൊറുക്കണമെന്ന് ഇപ്പോഴും ഞങ്ങളോട് പറഞ്ഞു വരുന്നു.

ഓ, അത് ക്യാപ്റ്റൻ താഹ്സിൻ ആയിരിക്കണം. അദ്ദേഹത്തിന്റെ മണിയടി എനിക്ക് തിരിച്ചറിയാനാകും. അദ്ദേഹം മണിയിൽ വിരലമർത്തുന്നത് കേട്ടാൽ ഉറങ്ങിക്കിടക്കുന്ന കാവൽക്കാരനെ ഉണർത്താനാണെന്ന് തോന്നും.

''എന്തെങ്കിലും കുഴപ്പമുണ്ടോ ചീഫ് എഞ്ചിനീയർ?'' ഒരു മുന്നറിയിപ്പും കൂടാതെ മുറിയിലേക്ക് തിടുക്കത്തിൽ കടന്നു വന്നു. അതിനു മുമ്പ് അതിഥിയെ കക്കൂസിലേക്ക് കൂട്ടിക്കൊണ്ടുപോയി കാഴ്ച കാണിക്കാൻ എന്റെ ഭാര്യയ്ക്ക് സാവകാശം കിട്ടിയില്ല.

''വരൂ, വരൂ... ക്യാപ്റ്റൻ താഹ്സിൻ. എങ്ങനെയുണ്ട്, ഹൃദയത്തിന് ബുദ്ധിമുട്ടൊന്നുമില്ലല്ലോ.''

''തത്ക്കാലം കൊണ്ടു നടക്കുന്നു.''

ക്യാപ്റ്റൻ നിസ്സംഗനായി പറഞ്ഞു.

''പക്ഷേ ഇനിയൊരു അറ്റാക്ക് കൂടി വന്നാൽ ഞാനും ഒരു സഞ്ചാരിയാകും. ''

''എന്താണ് അങ്ങനെ പറഞ്ഞത്? നിങ്ങളേക്കാൾ മുമ്പ് യാത്രയായി വേറൊരാൾ കാത്തുനിൽപ്പുണ്ടോ?''

'''ഹേയ്, അങ്ങനെയൊന്നുമില്ല, വെറുതെ പറഞ്ഞുവെന്ന് മാത്രം.'' അദ്ദേഹം വാക്കുകൾക്കായി തപ്പി.

അപ്പോഴാണ് എന്റെ മരുമകൻ കയറി വന്നത്.

''എത്രയായാലും നേരെയാവാത്തവരാണ് നമ്മൾ. ഇവിടെ ഒന്നും നേരാംവണ്ണം നടക്കില്ല. നോക്കൂ, ഈ ടെലിഫോൺ, അത് പ്രവർത്തിക്കുന്നില്ല.''

നെറ്റിയിൽ അമർത്തി തുടച്ച് അയാൾ ആവലാതി പറഞ്ഞു. ഒരു ചൂലുപോലെ വാതിലിനരികിൽ നീണ്ട് നിവർന്ന് നിന്നു.

''ഇപ്പോഴത്തെ വ്യവസ്ഥിതിയിൽ എല്ലാം ഇങ്ങനെയൊക്കെയാണ്.''

നെർമിനും ഭർത്താവിനൊപ്പം കൂടി.

''അടിയന്തിരവിഭാഗത്തിൽ ശ്രമിച്ചു നോക്കൂ.''

''വേണ്ട, അതിന്റെ ആവശ്യമില്ല.''ഞാൻ മരുമകനോട് പറഞ്ഞു.

''എനിക്കിപ്പോൾ അസുഖമൊന്നുമില്ല. സുഖം തോന്നുന്നുമുണ്ട്.''

ഞാൻ പറഞ്ഞുനിർത്തുംമുമ്പേ അയാൾ ടെലിഫോണിനരികിലേക്കോടി.

നെർമിൻ എന്റെ മെത്തയ്ക്കരികിൽ കുമ്പിട്ടിരുന്നു. കൈ പൊക്കി നാഡിമിടിപ്പ് ശ്രദ്ധിച്ചു. അപ്പോഴേക്കും എന്റെ ഭാര്യ ക്യാപ്റ്റന്റെ കൈ പിടിച്ചു വലിച്ചു. കക്കൂസിൽ കിടക്കുന്ന എന്റെ മലം കാണിച്ചുകൊടുക്കാനുള്ള തിടുക്കം.

''എത്രയുണ്ട്?''ഞാൻ മകളോട് ചോദിച്ചു.

''എഴുപത്.''

അതുവേണ്ട മാതിരിയാണോ? ആർക്കറിയാം? യഥാർത്ഥത്തിൽ ഇവർക്ക് എന്നോട് സ്നേഹമുണ്ടോ? ഈ കരുതലിനും വേവലാതിക്കും പിന്നിലുള്ള രഹസ്യമെന്താണ്? ഒരു കടം വീട്ടുകയാണെന്നാണോ അവർ വിചാരിക്കുന്നത്? കഴിയാവുന്നത്ര നല്ല രീതിയിൽ അവളെ വളർത്തി വലുതാക്കിയിലുള്ള പ്രതിഫലം. ഞാൻ തൊഴിലാളി വർഗത്തിന്റെ പക്ഷത്താണ് എന്ന് അവൾ തെളിയിക്കുകയാണോ? എന്നെയും ആ കൂട്ടത്തിൽപ്പെട്ട ഒരാളായാണ് അവൾ പരിഗണിക്കുന്നത്. അതോ ഇതൊന്നുമല്ലാത്ത വേറെ എന്തോ ഒന്ന് അവളുടെ മനസ്സിലുണ്ടായിരിക്കുമോ?

എഴുപത് തരക്കേടില്ലാത്ത എണ്ണമാണ്. എനിക്ക് വല്ലാതെ ഉറക്കം വരുന്നു. ചിലപ്പോൾ എല്ലാം ഒരു നോട്ടപ്പിശകാവാം. എനിക്ക് വേഗം സുഖമാകുമായിരിക്കാം. നാൽപ്പത്തെട്ട് മണിക്കൂർ നേരത്തെ നിരീക്ഷണം. അതു കഴിഞ്ഞാൽ ഞാൻ നേരെ തുറമുഖത്തേക്ക് ചെല്ലും. അവിടെ നിന്ന് പട്ടണത്തിലേക്ക്. ഇത്തവണ കോൺസ്റ്റൻസാ ആയിരുന്നു. അവളാണ് സ്ത്രീ. ഹൊ...ഹൊ...ഹൊ! സ്വർണ്ണനിറമുള്ള കണ്ണുകൾ. തുടുത്ത കവിളുകൾ. അവൾ സംസാരിക്കുമ്പോൾ ഒരു കൂട്ടം മീനുകൾ കടലിൽ നീന്തിക്കളിക്കുന്നത് ഓർമ്മ വരും. ജലപ്പരപ്പിനെ പകുത്ത്, തിളക്കത്തോടെ ഉപരിതലത്തിൽ ചുളിവുകളുണ്ടാക്കി. വലയിൽ കുടുങ്ങാത്ത ഒരു മത്സ്യത്തെപ്പോലെയായിരുന്നു അവൾ. ദേഹമാസകലം ചിറകുകളും ചിതമ്പലുകളും മുള്ളുകളും.

''അച്ഛൻ ഉറങ്ങുകയാണ് അമ്മേ, ഒച്ചയുണ്ടാക്കണ്ട.'' മകൾ അമ്മയോടു പറയുന്നത് കേട്ടു.

എന്നോട് ചോദിക്കുകയാണെങ്കിൽ അവർക്ക് ശുദ്ധഭ്രാന്താണെന്നേ ഞാൻ പറയൂ. ഈ ചെറുപ്പക്കാരെയൊക്കെ പിടിച്ചു നിർത്തി നല്ലൊരു വടികൊണ്ട് ആഞ്ഞ് തല്ലണം. അപ്പോൾ അവർ താനേ സമ്മതിക്കും. അള്ളാഹു ഉണ്ട്. അവിടത്തെ പ്രവാചകനുമുണ്ട്. ഭ്രാന്ത്...ശുദ്ധഭ്രാന്ത്...

വിവാഹം കഴിഞ്ഞ് പോകുമ്പോൾ വധുവിനുള്ള സമ്മാനങ്ങളുടെ കൂട്ടത്തിൽ അവൾ പൊട്ടിയ പൂച്ചട്ടികളും ഞണുങ്ങിയ പിച്ചളക്കിണ്ണങ്ങളും പഴയ നെരിപ്പോടുകളും തുള വീണ വെള്ളിപ്പാത്രങ്ങളും എന്തിന്, ടാർട്ടാർ വധുവിന്റെ പഴയ പിയാനോവരെ എല്ലാം എടുത്തുവെച്ചു. ഇന്ന് അവയെ നോക്കി അവൾ പുരികം ചുളിക്കുന്നു.

''ഈ പിയാനോ വായിച്ചു രസിക്കാൻ നമ്മളാരാണ്?''

അവൾ പുച്ഛത്തോടെ ചിരിക്കുന്നു. പുരാവസ്തുക്കൾ, ഈ വക സാധനങ്ങളെല്ലാം വെറും നാട്യമാണെന്ന് അവൾ പറയുന്നു. ഞങ്ങൾക്കു വേണ്ടി ചെയ്ത ത്യാഗങ്ങൾ പോലും ബൂർഷ്വാകളുടെ നാട്യമായിട്ടാണ്

അവൾ കാണുന്നത്. അവളെ സംബന്ധിച്ചാവുമ്പോൾ വെറുതെ ഭ്രാന്ത് എന്നു മാത്രം പറഞ്ഞാൽ മതിയാവില്ല. അമിതസ്നേഹവാത്സല്യങ്ങളാൽ വഷളായ കുട്ടി എന്ന് വിശേഷിപ്പിച്ചാലും പോരാ. അവൾ എന്റെ പരവതാനിയിലിരിക്കുന്നു. എന്റെ എല്ലാ തുറമുഖങ്ങളിലും.

മഹാൻഗാവ്വുർ,

ചുറുക്സു,

കൊമ്പുലെറ്റി,

ക്രാൻജി,

ക്വാങ്ചോ,

ലിമ,

റിയേ ഡിലാ പ്ലാറ്റ,

അവളുടെ കണ്ണുകൾ എന്റെ കപ്പലുകളിൽ പതിഞ്ഞിരിക്കുന്നു.

ദി ആൽട്ടേ,

ദി അദാലെറ്റ്,

ദി കിർലാൻഗിച്ച്,

ദി ഹോജാസാദേ,

ദി ഉമ്റാൻ,

ദി റാമാൻ,

ദി ഹാസിയോഗ്ളൂ.

ഇടയ്ക്കിടയ്ക്ക് അവൾ എന്റെ കൈ തടവുന്നു. അവൾ എന്നെ കരുതലോടെ നോക്കിക്കൊണ്ടിരിക്കുകയാണ്. ഞാൻ സുഖം പ്രാപിക്കുകയാണെങ്കിൽ അവളെ ഞാൻ കൈ പിടിച്ച് വലിച്ച് ഒരു ഹോജായുടെ അടുത്തേക്ക് കൊണ്ടുപോകും. അദ്ദേഹത്തെക്കൊണ്ട് അവളുടെ പേരിൽ പ്രാർത്ഥിപ്പിക്കും. അവളുടെ മേൽ ഊതിപ്പിക്കും. എന്റെ ദീനം സുഖപ്പെടുകയാണെങ്കിൽ.

അകലെ ഞങ്ങളുടെ നാട്ടിൻപുറത്ത് ക്ഷയരോഗവും കൊക്കപ്പുഴുവും മഴയും വേണ്ടതിലധികമാണ്. മനുഷ്യമലം അങ്ങനെത്തന്നെ വളമായി ഉപയോഗിക്കുന്നു. അതിനാലാണ് കൊക്കപ്പുഴു ഇങ്ങനെ വർദ്ധിക്കുന്നത്. എന്നാൽ ഞങ്ങളുടെ ഡോക്ടർ കൊർക്കുട്ടിന്റെ അഭിപ്രായം മറ്റൊന്നാണ്. വിശപ്പിന്റെ ആധിക്യം മൂലം റഷ്യയിലേക്ക് കുടിയേറിയവരിൽനിന്നാണത്രെ അത് പടർന്നത്. ഭൂഗർഭപാതകളുണ്ടാക്കാനും ഖനികളിൽ പണിയെടുക്കാനും എണ്ണമറ്റ തൊഴിലാളികളെ ആവശ്യമായിരുന്നു. അവരുടെ നിലവാരം പിന്നീട് മെച്ചപ്പെട്ടു. ഇസ്താംബൂളിലെ പരിഷ്കൃതഭവനങ്ങളിലും ദ്വീപുകളിലും തെറാപ്പിയയിലും ബെക്കോസിലുമൊക്കെ

അവർ പാർപ്പുറപ്പിച്ചു. അപ്പോൾ ഇവർ കരിങ്കടൽതീരത്തുനിന്നും വന്നവരെ കുറ്റപ്പെടുത്താൻ തുടങ്ങി. കൊക്കപ്പുഴുക്കളെ കൂടെ കൊണ്ടുവന്നതിന്. ഈ മനുഷ്യർക്ക് അവരവരുടെ ഇടങ്ങളിൽ തന്നെ താമസിച്ചുകൂടെ? നമ്മളാരും അവരുടെ പട്ടണങ്ങളിലേക്ക് ചെല്ലുന്നില്ലല്ലോ. ഓരോരുത്തർക്കും അവനവന്റെ വീട്. ഓരോ ഗ്രാമക്കാരനും അവനവന്റെ ഗ്രാമം. അതാണതിന്റെ ശരി. തീരെ വകയില്ലാത്തവരൊന്നുമല്ലല്ലോ അവർ. അവർക്ക് എണ്ണയുണ്ട്. ചെമ്പും സിങ്കും മാംഗനീസുമുണ്ട്. 1355 മുതലേ ജെനോവക്കാർ അതെല്ലാം പ്രയോജനപ്പെടുത്തി വരുന്നുണ്ട്. അവർക്ക് ആ പണി ചെയ്ത് അവിടെ കഴിഞ്ഞാൽ പോരെ? ഇസ്താംബൂളിലേക്ക് വരുന്നതെന്തിനാണ്?

‘‘**എ**ന്തിനാ എന്നെ ഇങ്ങോട്ട് വിളിച്ചു വരുത്തിയത്?’’

ഞാൻ എന്റെ ക്യാപ്റ്റൻ ജ്യേഷ്ഠനോട് ചോദിച്ചു.

‘‘അവർക്ക് നമ്മെളെ ഇവിടെ ആവശ്യമില്ല.

‘‘അതെന്താ ഇത് അവരുടെ അച്ഛന്മാരുടെ നാടാണോ.?’’

ചേട്ടന്റെ മറുപടി ഒരു ചോദ്യമായിരുന്നു.

‘‘ഈ രാജ്യം നമുക്കെല്ലാവർക്കും അവകാശപ്പെട്ടതാണ്.’’

അതോടെ ഞാൻ വായടച്ചു.

‘‘വേണമെങ്കിൽ നിനക്ക് തിരിച്ചു പോകാം. നിന്റെ അച്ഛന്റെ നാട്ടിലേക്ക്. ആ കാട്ടുചെറിയുടെ ചോട്ടിലേക്ക്. ക്ഷയരോഗത്തിന്റെയും ചെറുനാരങ്ങയുടെയും മധുരനാരങ്ങയുടെയും നാട്ടിലേക്ക്.’’ അവിടെ ചായത്തോട്ടങ്ങളുണ്ട്. കടലിന്നടിയിൽ വേണ്ടുവോളം എണ്ണയുണ്ട്. അവിടെയുള്ള ഞങ്ങളുടെ നാട് നാല് സുൽത്താന്മാരുടേതാണ്. ജെനോവക്കാരിൽ നിന്നും പിടിച്ചെടുത്തത്. ധീരന്മാരായ രാജകുമാരന്മാർ വ്യാപാരത്തിനായി ക്രിമിയയിലേക്കും തിരിച്ചും അടിക്കടി സഞ്ചരിച്ചുകൊണ്ടിരിക്കുന്ന കാലത്ത്. അക്കാലത്ത് അവർ രാജകീയമായ വസ്ത്രങ്ങൾ ധരിച്ചിരുന്നു. അലങ്കാരപ്പണികൾ ചെയ്ത മോടി കൂടിയ നീളൻ കുപ്പായങ്ങളും അതിനുമീതെ അരയോളം നീണ്ട ജാക്കറ്റുകളും. ഞങ്ങളെല്ലാവരും തീരപ്രദേശങ്ങളിലാണ് കച്ചവടം നടത്തിയിരുന്നത്. വില കുറഞ്ഞ പരുത്തിത്തുണികൊണ്ടുള്ള അയഞ്ഞ കാലുറകൾ. തലയിൽ തലപ്പാവ്. ഞങ്ങൾ സ്പ്രാറ്റ്സ് (ഹംസി)മീനുകള വല വീശിപ്പിടിച്ചിരുന്നു. (തണുപ്പുകാലത്തിന്റെ അവസാനത്തോടെ വീശിയെത്തുന്ന ഹംസി കാറ്റിനോടൊപ്പമാണ് അവയെ കണ്ടുതുടങ്ങുക) അങ്ങനെയാണ് അവയ്ക്ക് അങ്ങനെയൊരു പേര്(ഹംസി) കിട്ടിയത്. ഹംസി മീനുകളെ പിടിച്ച് ഞങ്ങൾ ഉപ്പിലിട്ടുവെച്ചു. വിൽപ്പന നടത്തി. സുൽത്താൻ മുറാദിന്റെ ഭരണകാലത്ത് കരിങ്കടലിൽ നാവികരായി ഞങ്ങൾ ഏതാണ്ട് ഒമ്പതിനായിരം പേരുണ്ടായിരുന്നു. പല തരത്തിലുള്ള തോണികളും

കപ്പലുകളും ഞങ്ങൾ ഉപയോഗിച്ചിരുന്നു. നങ്കൂരമുള്ളതും ഇല്ലാത്തതും ആ കൂട്ടിലുണ്ടായിരുന്നു. രാജ്യത്തിനുവേണ്ടി സേവനമനുഷ്ഠിക്കേ എത്രയോ വഞ്ചികൾ കടലിൽ താഴ്ന്നുപോയിട്ടുണ്ട്. ആ മട്ടിൽ ഒരു പഴഞ്ചൊല്ല് തന്നെയുണ്ട്.

''എന്തുപറ്റീ, നിങ്ങളുടെ കപ്പൽ കരിങ്കടലിൽ മുങ്ങിപ്പോയോ?''

മകളുടെ ശബ്ദം.

''അദ്ദേഹത്തിന് നല്ല ബോധമില്ല. പിച്ചും പേയും പറയുന്നു.''

ആർക്കാണ് ബോധമില്ലാത്തത്? ഒരു ചെറുപ്പക്കാരനോടൊപ്പം ഒളിച്ചോടാൻ അവൾ തയ്യാറെടുത്തതല്ലേ? അയാളെക്കുറിച്ച് ജീവിതകാലം മുഴുവൻ അവൾ പുലമ്പിക്കൊണ്ടിരിക്കുന്നുമുണ്ട്. അതുകൂടാതെ ഒരു തൊഴിലും ചെയ്യാതെ സുഖിച്ച് നടക്കുന്നവൻ. അവന് മത്സ്യത്തിന്റെ ഛായയാണ്. വടിവില്ലാത്ത മുഖം. അന്ന് അവൾ പറഞ്ഞത്

''അച്ഛാ, ഞങ്ങൾ കല്യാണം കഴിക്കാൻ പോകുന്നു.''

അയാളൊരു സോഷ്യലിസ്റ്റ് അഭിനേതാവായിരുന്നു. കല്യാണ സൽക്കാരത്തിലേക്ക് ക്ഷണിക്കപ്പെട്ട ഒരു അതിഥിയെപ്പോലെ കടന്നു വന്നു. അവന്റെയൊരു ധിക്കാരം.

''നിങ്ങളുടെ മകളുമായി ഞാൻ പ്രണയത്തിലാണ്.''

അവളുടെ കണ്ണിൽ കൂടി കാര്യങ്ങൾ കാണാൻ ഞാൻ ശ്രമിച്ചു. അവളുടെ ആ മനസ്സ് പറയുന്നതിന് ഞാൻ കാതോർത്തു. പറഞ്ഞതു തന്നെ അവൾ ആവർത്തിച്ചു. അവസാനം അവൾ അവളുടെ അച്ഛന്റെ അരികിലേക്ക് വന്നു. ഒന്നിനും കൊള്ളാത്തൊരു മനസ്സ് തുറന്ന് കാണിച്ചുകൊണ്ട്. അപ്പോഴേക്കും ഞാൻ അപകടം മണത്തറിഞ്ഞു. അവൻ അഭിനയിച്ച ഒരു സിനിമ ഞാൻ പോയിക്കണ്ടു. അവന്റെ ഒരു സ്ത്രീ വേഷമായിരുന്നു. തനി ശൃംഗാരവേഷം. ക്ഷോഭം കാണിക്കാതെ എന്റെ ക്യാപ്റ്റൻ ജ്യേഷ്ഠനെപ്പോലെ ഞാൻ ക്ഷമിച്ചിരിക്കുന്നു. ഞാൻ അവളോട് സംസാരിക്കണം. അവളെ സ്വാധീനിക്കുന്ന വിധത്തിൽ. എന്റെ വാക്കുകൾ അവളുടെ മനസ്സിലേക്കിറങ്ങിച്ചെല്ലണം. ഖുർആൻ-ലെ സൂക്തങ്ങൾ ചൊല്ലുമ്പോഴെന്നപോലെ ഓരോ വാക്കും വിഷാദത്തോടെ തുടിക്കണം. എന്റെ ഏറ്റവും ബുദ്ധിപൂർവമായ പ്രസംഗമായിരുന്നു അത്.

''എന്റെ കുഞ്ഞേ...'' ഞാൻ തുടങ്ങി. തേനിന്റെ മധുരമൂറുന്ന വാക്ക്. അതിന്റെ വാലറ്റത്ത് മൂർച്ചയേറിയ മുള്ളുകൾ ഒളിഞ്ഞിരിപ്പുണ്ടാകും. നിന്നെ കരയിപ്പിക്കുന്നവനെ നീ തെരഞ്ഞെടുക്കണം. അല്ലാതെ നിന്നെ ചിരിപ്പിക്കുന്നവനെയല്ല. എല്ലാം തുലാസിലിട്ട് തൂക്കിനോക്കണം. നീ എന്താണ് തൂക്കിനോക്കുന്നതെന്ന് അവർ ചോദിക്കും. ഇസ്താംബൂൾ എന്ന ഈ മഹാനഗരത്തിൽ എല്ലായിടത്തും അന്വേഷിക്കണം. നിന്ദയുടെയും നിത്യശാപത്തിന്റേതുമായ ഒരു നഗരം. ഇതിന്റെ ചരിത്രം നിനക്ക് നന്നായി അറിയാമല്ലോ. വളരെയധികം സങ്കീർണ്ണവും നിഗൂഢവുമാണത്.

ഈ കന്യകയായ വിധവയെക്കുറിച്ച് പേർഷ്യൻ ശൈലിയിൽ ഞാൻ ഒരു ഗാനം രചിച്ചിട്ടുണ്ട്. ഞാൻ അതിന്റെ പല്ലവി അവൾക്കായി പാടി.

ഒരു വേശ്യയെപ്പോലെ വിനീതയും വിധവയുമാണിവൾ
അധർമ്മം കൊടികുത്തി വാഴുന്ന ഈ നഗരം
അതിന്റെ ഓരോ സുഷിരത്തിലും കാപട്യം നിറഞ്ഞിരിക്കുന്നു.
വിശുദ്ധിയുടെ കണികപോലുമില്ല.

"**നി**ന്റെ അച്ഛനുവേണ്ടി നീ കണ്ടുപിടിച്ച മരുമകൻ ഇയാളാണോ? സുഖിയനും ഊരുതെണ്ടിയുമായ ഈ നടൻ? നിന്റെ കുലീനരായ പൂർവികരുടെ കെട്ടുവള്ളങ്ങൾ, നിന്റെ മുത്തച്ഛന്മാരുടെ വെട്ടിത്തിളങ്ങുന്ന വാളുകൾ, നിന്റെ മുൻഗാമികളുടെ വിലകൂടിയ രോമക്കോട്ടുകൾ, അതിന്റെയൊക്കെ മുന്നിൽ കാഴ്ച വെക്കാനുള്ളത് ഈ ഊരുതെണ്ടിയേയാണോ? എന്നെ നാണം കെടുത്തരുത്. നിന്റെ കുടുംബ പാരമ്പര്യത്തിനൊത്ത് ജീവിക്കണം. ഞാൻ നിനക്കായി ചെയ്തതെല്ലാം പാഴാക്കിക്കളയരുത്. നീ തിന്ന ചോറിന് നന്ദി കാണിക്കണം."

ഞാൻ മുഴുവൻ പറഞ്ഞു തീർന്നില്ല. അതിനുമുമ്പേ അവൾ എഴുന്നേറ്റു പോയി. അവൾ അവളുടെ അമ്മ മുഖാന്തിരം എന്നെ അറിയിച്ചു. തനിക്ക് പതിനെട്ട് വയസ്സ് തികഞ്ഞ സ്ഥിതിക്ക് ആരെ വേണമെങ്കിലും വിവാഹം ചെയ്ത് കൂടെ പോകാം എന്ന്.

ഞാൻ അവളുടെ വാതിൽ തള്ളിത്തുറന്ന് ചെന്നു.

"നിനക്ക് ഞാൻ തരുന്നുണ്ട് ഒരു പതിനെട്ട്. തോന്നിവാസം പുലമ്പുന്നോ? ഡമാസ്കസ്സിലെ പിശാചേ?

അവളുടെ രണ്ട് കവിളിലും ഞാൻ ആഞ്ഞടിച്ചു. "മാന്യനായ ഒരു ഇംഗ്ലീഷ് നാവികന്റെ മട്ടിലാണ് ഞാൻ നിന്നോട് പെരുമാറുന്നത്. എന്നിട്ടും നീ എന്നോട് തരം താഴ്ന്ന ഒരു തെരുവുപെണ്ണിനെപ്പോലെ ഓടിപ്പോകുന്ന കാര്യം പറയുന്നുവോ?"

ഞാൻ അവളുടെ വസ്ത്രങ്ങളെല്ലാ പിച്ചിച്ചീന്തി. പാവാടകളും ബ്ലൗസുകളും കോട്ടുകളും കമ്പിളിക്കുപ്പായങ്ങളും എല്ലാം. ഷൂസുകൾ കീറാനാവില്ലെന്ന് കണ്ടപ്പോൾ അവ ജനാലയിൽക്കൂടി വലിച്ചെറിഞ്ഞു. ആകാവുന്നത്ര ദൂരത്തേക്ക്. അവ തെരുവിലെ മഞ്ഞിൽ പുതഞ്ഞു കിടന്നു. വീട് മുഴുവൻ ഞാൻ നശിപ്പിച്ചു. നൂറിയായെ വാതോരാതെ ശകാരിച്ചു. എന്റെ കിടപ്പുമുറിയിൽ കിടന്ന് ഉറക്കെ എന്റെ പാട്ട് പാടി.

ഓരോ സുഷിരത്തിലും വഞ്ചന നിറഞ്ഞ് നിൽക്കുന്നു
പരിശുദ്ധി എവിടെയും ഒരു തരിപോലും കാണാനില്ല.

ദിവസങ്ങളോളം അവൾ സ്വന്തം മുറിയിൽ കതകു പൂട്ടിയിരുന്നു. പുറത്ത് വന്നില്ല. ആരോടും സംസാരിച്ചില്ല. ഭക്ഷണം കഴിച്ചില്ല, ഞാൻ

കടലിലേക്ക് യാത്ര തിരിച്ചപ്പോൾ അവൾ എനിക്ക് ശുഭയാത്ര ആശംസിച്ചില്ല. ആ പ്രാവശ്യം നാറ്റാലിലേക്കാണ് ഞങ്ങൾ പോയത്. അവിടെ നിന്നും ഞാൻ അവൾക്ക് വളരെ സ്നേഹത്തോടെ ഒരു കത്തെഴുതി. അതിനുപുറമേ ഒരു പോസ്റ്റ് കാർഡും അയച്ചു. തിരിച്ചുവന്ന ഇടനെ അവളെ വാരിപ്പുണർന്നു. അതിൽപ്പിന്നെ എല്ലാം അച്ഛാ അത്, അച്ഛാ, ഇത് എന്നായി. ദൈവത്തിന് നന്ദി. അവസാനം അവൾ ഈ വിവാഹത്തിന് സമ്മതിച്ചു. പിന്നെ ഈ കാര്യത്തെക്കുറിച്ച് എനിക്ക് വേവലാതിപ്പെടേണ്ടി വന്നില്ല.

''സഹോദരീ, അദ്ദേഹത്തെ ഉണർത്തേണ്ട. ഞാൻ വീണ്ടും വരാം. അദ്ദേഹത്തിന് ഭേദം തോന്നുമ്പോൾ.''

അപ്പുറത്ത് ക്യാപ്റ്റൻ താഹ്സിൻ എന്റെ ഭാര്യയോട് യാത്ര പറഞ്ഞ് പുറത്തിറങ്ങി.

''**ഉ**ടനെ ആശുപത്രിയിലേക്ക് മാറ്റണം. ദേഹം ഇളകാതെ നോക്കണം.'' ഡോക്ടറുടെ നിർദ്ദേശം.

''അവർ അവിടെ അദ്ദേഹത്തിന് പുതിയ രക്തം കൊടുക്കും.''

''നോക്കൂ മകനേ, അച്ഛന്റെ സ്ഥിതി അത്ര ഗുരുതരമാണോ? എന്നോടൊന്നും മറച്ചുവെക്കരുത്.''

''അല്ല, പരിഭ്രമിക്കാനൊന്നുമില്ല. കുറച്ചധികം രക്തം പോയതല്ലേ, വേഗം ശരിയാകും.''

(ഉവ്വ്, ശരിയാവുംപോലും... നാശം)

''അയ്യോ, എന്റെ വീട് തകർന്നു. എന്റെ അടുപ്പ് അണഞ്ഞു. എന്റെ ജീവിതപങ്കാളിയും നഷ്ടപ്പെട്ടു.''

''ദയവുചെയ്ത് സമാധാനിക്കൂ. നൂറിയ ഹനീം. അദ്ദേഹം പെട്ടെന്ന് കണ്ണ് തുറന്ന് നിങ്ങളെ ആ സ്ഥിതിയിൽ കണ്ടാൽ?''

''ശരീരം അനക്കാതെ പതുക്കെ നമുക്ക് അദ്ദേഹത്തെ കാറിൽ കയറ്റാം.''

''നിൽക്കൂ, നിൽക്കൂ, എനിക്ക് അദ്ദേഹത്തിന്റെ പൈജാമകൾ മാറ്റണം.''

''അമ്മേ, ഇതല്ല അതിനുള്ള സമയം.''

''അദ്ദേഹത്തെ ഇളക്കം തട്ടാതെ നോക്കണം.''

''എല്ലാം അലമാരയിലുണ്ട്. നീല നിറത്തിലുള്ള പൈജാമകൾ എടുത്തു കൊണ്ടുവരൂ.''

''അമ്മേ, ഇപ്പോ ഒന്നും വേണ്ട. പിന്നീടാവാം. ''

''ഇല്ല, ഇപ്പോത്തന്നെ വേണം. ഈ വേഷത്തിൽ ഞാൻ അദ്ദേഹത്തെ പുറത്തേക്കയയ്ക്കില്ല. എല്ലാവർക്കും കാണാൻ.''

''അമ്മേ, ദൈവത്തെയോർത്ത്...''

''ഈ വീട്ടിൽ നിന്റെ കൽപ്പന വേണ്ട.''

''ആയിക്കോട്ടെ... എന്നാൽ വേഗം പൈജാമകൾ മാറ്റാം. ''

''തീർച്ചയായും മാറ്റും. എന്റെ കൈകളാൽത്തന്നെ. ഇപ്പോഴല്ലെങ്കിൽ പിന്നെ എപ്പോഴാണ്?''

എനിക്ക് സംസാരിക്കാൻ സാധിച്ചെങ്കിൽ... ഒരു വാക്കെങ്കിലും പറയാനായെങ്കിൽ... എന്നാൽ എന്റെ നാവ് അനങ്ങുന്നില്ല. വരയുള്ള പ്ലാനൽ പൈജാമകൾ വേണമെന്ന് ഞാൻ പറഞ്ഞേനേ. ഞാൻ കണ്ണുകൾ തുറന്നു. ഈ നാശം പിടിച്ചവർ എന്നെ എന്റെ വീട്ടിൽനിന്ന് പുറത്താക്കാൻതന്നെയാണോ ഭാവം? ഇനിയൊരിക്കലും ഞാൻ എന്റെ മുറി കാണുകയുണ്ടാവില്ലേ? അഡാപസറി ഭൂകമ്പത്തിനിടയിൽ മേൽത്തട്ടിലുണ്ടായ പിളർപ്പ്. ഹസ്സൈൻ എഫൻഡിയും ഞാനും ചേർന്ന് വെള്ളപൂശിയ ഭിത്തികൾ. ആ ദ്വാരം. ഞാനുള്ള എല്ലാ മുറികളിലും അങ്ങനെയൊന്നുണ്ട്. ആരുടെ തലയാണ് എന്നെ നോക്കി മേലോട്ടും താഴോട്ടും ചലിക്കുന്നത്? ആരുടെ സ്വരം? ആരുടെ പ്രാർത്ഥന? ഏത് ചുണ്ടുകളാണ് എന്നെയോർത്ത് വിറകൊള്ളുന്നത്? ഞാൻ ഉണരുമ്പോഴൊക്കെ അവരുടെ ശബ്ദം എന്റെ ചുറ്റിലുണ്ട്. ഹേയ്റിയെ ഹനീമിന്റെ ദത്തുപുത്രി ഒരു പൊലീസുകാരനൊപ്പം പിടിക്കപ്പെട്ടു. ബാൽക്കണിയുടെ വാതിലിൽക്കൂടിയാണ് അവൾ അയാളെ അകത്ത് കടത്തിയത്. അയാൾ അവളെ ഗർഭിണിയാക്കി. ഇത് ആ മുറി തന്നെയാണോ? ഇത് ആ പിളർപ്പണോ? ഈ കണ്ണ് എന്റെ മകന്റെ കണ്ണാണോ? എനിക്കൊരു മകനുണ്ടോ? ഇത് എന്റെ മുറിയാണ്. ഇടനാഴിയിൽ ഐസുപെട്ടി. അലമാരയുടെ മുകളിലിരിക്കുന്ന തകരപ്പെട്ടി. അത് ഓരോ കപ്പൽയാത്രയിലും എന്നോടൊപ്പമുണ്ടാകും. അത് എന്റെ തുന്നൽപ്പെട്ടിയാണ്. ഒരു കത്രിക. രണ്ട് നൂലുണ്ടകൾ. കപ്പലിലെ മുറിക്കകത്ത് ഉറക്കം വരാതെ കിടക്കുമ്പോൾ ഞാൻ ആ നൂലുണ്ടകൾ അഴിച്ച്, കെട്ടുകൾ വീണ്ടും ചുറ്റിവെക്കാറുണ്ട്.

ഒരു ഭാഗത്ത്

ലെസ് സിയൂൾസ് സിഗരറ്റ്സ്
ടർക്യൂസ് ഓതന്റിക്യൂസ്.

മറുഭാഗത്ത്

കോൺസ്റ്റാന്റിനോപ്പിൾ
സിഗരറ്റ്സ് റജി ഡെസ് ടബാക്സ്

മറ്റൊരു ഭാഗത്ത്

ഡെസ് ടബാക്സ്
ഡി.എൽ. എംബയർ ഓട്ടോമാൻ

മൂടിക്കകത്ത് തിളങ്ങുന്ന അക്ഷരങ്ങൾ. എന്തൊരു തിളക്കമാണിതിന്. വർഷങ്ങൾ ഇത്ര കഴിഞ്ഞിട്ടും ഒട്ടും ഒളി മങ്ങിയിട്ടില്ല. പുകയില സാംസണിൽനിന്നായിരുന്നു. ഗ്രീക്കുകാരാണ് അത് വികസിപ്പിച്ചെടുത്തത്. ചെറുനാരുകളുള്ള ഒരു ഇല, ഒരു സൂചിയുടെ വലുപ്പം. ഏതാനും സൂചികൾ, കറുത്തതും വെളുത്തതുമായ രണ്ട് നൂലുണ്ടകൾ. ബ്ലേഡും ബട്ടനുകളും. പണിയെടുക്കുമ്പോൾ ധരിക്കുന്ന മേൽക്കുപ്പായം എപ്പോഴും കീറും. കപ്പലിന്റെ അടിത്തട്ടിൽ പണിയെടുക്കുകയല്ലേ? രാസ് ടാനുറയിൽ വെച്ച് ഏതാനും മേൽക്കുപ്പായങ്ങൾ കിട്ടി. അല്ല, അവിടെവെച്ചല്ല, റെഷാദ് ടാനുറാമിൽവെച്ചായിരിക്കും. എവിടെയാണ് എന്റെ കാലുറകൾ?

എന്റെ യജമാനന്റെ കൈയിലുണ്ട് താക്കോൽ
അവൻ പറഞ്ഞു
എന്താണെന്റെ യജമാനന് വേണ്ടത്
സ്വർണ്ണത്തലയുള്ള ഒരു പക്ഷി
ഞാൻ ഏഴു മലകൾ താണ്ടിച്ചെന്നു
ആരാണെന്റെ വാതിലിൽ മുട്ടുന്നത്?
തോന്നിയ മാതിരി ഉച്ചത്തിൽ
അത് ആ കൊച്ചു മുസാജിക് ആണ്
കൂട്ടിമുട്ടുന്ന കാലുകളോട് കൂടിയവൻ.

വേദനിക്കുന്നു

II

ഈയാണ്ടിൽ വേനൽ നേരത്തെയാകും. കടലിൽ നിറയെ വെള്ളപ്പുള്ളിക്കുത്തുകൾ കാണാം. പോളനെഗ്രിയെ അവയുടെ മഞ്ഞത്തൂവലുകൾ വലയം ചെയ്യും. കടൽക്കാറ്റ് ആഞ്ഞുവീശുമ്പോൾ, കൊടുങ്കാറ്റ് വീശുന്നിടത്ത് വെള്ളം രണ്ട് പകുതികളായി പിളർക്കപ്പെടും. കാറ്റുകൾ പലവിധത്തിലാണ്. അടയ്ക്കാക്കത്തിപോലെ. കൊറ്റികളെ പറത്തി വിടുന്ന കാറ്റ്. ഹംസീൻ. കോക്കോലിയ... ഒന്നൊന്നായി അവ വന്നെത്തും. പക്ഷേ ഞാനുണ്ടാവില്ല. ഈ കൊല്ലം വേനൽ നേരത്തെയാണ്. കടലിൽ വെളുത്ത പുള്ളിക്കുത്തുകൾ നിറയും. പക്ഷേ അത് കാണാൻ ഞാനുണ്ടാവില്ല.

ഈ നീല പൈജാമകൾ. ഐസുപെട്ടി. അതിന്റെ മുന്നിൽ എന്റെ മരുമകൻ അനങ്ങാതെ നിൽക്കുന്നു. അത് ഞാൻ അമേരിക്കയിൽനിന്ന് കൊണ്ടുവന്നതാണ്. അന്ന് ഞാൻ ബക്കിർ എന്ന കപ്പലിലായിരുന്നു. ഒരു സ്വകാര്യകമ്പനിയായിരുന്നു അതിന്റെ ഉടമ. ഇപ്പോൾ അവൾ സർക്കാർ വക കപ്പലുകളിലൊന്നാണ്. യുദ്ധം കഴിഞ്ഞതിനുശേഷം

അമേരിക്കൻ സമുദ്രാതിർത്തി കടന്നു ചെന്ന ആദ്യത്തെ ടർക്കിഷ് കപ്പൽ ഞങ്ങളുടേതായിരുന്നു. 1900ൽ ആയിരുന്നു അമേരിക്കിലേക്കുള്ള എന്റെ ആദ്യകപ്പൽയാത്ര. ഏതായിരുന്നു കൊല്ലം? 1935? ഉസ്കുഡാർ എന്ന കപ്പലിൽ. സോൻഗുൽഡാക് തുറമുഖത്തെത്തിയപ്പോൾ ശക്തമായ കൊടുങ്കാറ്റ് തുടങ്ങി. ഭയാനകമായ മൂളൽ.

കപ്പലിലെ പുകക്കുഴലുകളെല്ലാം ചെരിഞ്ഞു. പൊളിഞ്ഞു വീണു. അല്ല അത് 1935ൽ ആയിരുന്നില്ല. 1936 ഫെബ്രുവരിയിലായിരുന്നു. കടൽ വലിയ തോതിലുയർന്നു. ഞങ്ങളെ പൂർണ്ണമായും അതിന്റെ പിടിയിലാക്കി. തുറമുഖത്ത് നങ്കൂരമിട്ട് കിടന്നിരുന്ന ഞങ്ങളുടെ കപ്പലിനെ പെരുംതിരകൾ തല്ലിത്തകർത്തു. കപ്പലിന്റെ പള്ളയിൽ പിളർപ്പുണ്ടാക്കി. അത് വലുതായി. വെള്ളം അകത്തേക്ക് കടന്നു. അത് വലിയൊരു മുറിവായിരുന്നു. കപ്പലിന്റെ എഞ്ചിൻമുറികളും അതിന്റെ കൈയും കാലും. എല്ലായിടത്തുനിന്നും ചോര വാർന്നൊലിക്കാൻ തുടങ്ങി. കപ്പൽ നിന്നിടത്തു നിന്നും ചുറ്റിത്തിരിഞ്ഞു. മുങ്ങൽവിദഗ്ധരെ കപ്പിലിന്റെ കേടുപാടുകൾ തീർക്കാൻ ഞങ്ങൾ നിയോഗിച്ചു. പുറമെനിന്ന് കട്ടിക്കുപ്പായങ്ങളും ക്യാൻവാസും ഉപയോഗിച്ച് പിളർപ്പുകൾ മൂടാൻ ശ്രമിച്ചു. അകത്തുനിന്ന് വിള്ളലുകൾ അടയ്ക്കാൻ പണിപ്പെട്ടു. കൽക്കവാൻ എന്ന കപ്പൽ ഒരുവിധത്തിൽ ഞങ്ങളെ വലിച്ച് ഇസ്താംബൂളിലെത്തിച്ചു. എറിഗ്ലലിന്റെ അരികെ വെച്ച് ഞങ്ങൾ പിടി വിട്ടു. വെള്ളം അകത്തേക്ക് ഇരച്ചുകയറി. കപ്പിലിലെ മുറിവുകളിൽനിന്ന് ചോര വാർന്നു. കരിങ്കടൽ ഞങ്ങൾക്ക് ചുറ്റും ചോന്ന കടലായി മാറി. (കരിങ്കടൽ ചുവക്കുന്നത് മുമ്പൊരിക്കൽ ഞാൻ കണ്ടിട്ടുണ്ട്. അത് ട്രാബ്സന്റെ അരികെയുള്ള കടലിൽവെച്ചായിരുന്നു. കടലിന് കൊടിയുടെ നിറം. സൂഫി മുങ്ങിത്താഴ്ന്ന ഇടമായിരുന്നു അത്.) കപ്പൽ മുതലാളി ഞങ്ങളോട് പറഞ്ഞു:

എനിക്ക് സർക്കാർ വക നാവികവിഭാഗത്തിലേക്ക് ജോലിമാറ്റം കിട്ടി. ബക്കിർ എന്ന ഞങ്ങളുടെ കപ്പലും അതേസമയത്തുതന്നെ സർക്കാർ ഏറ്റെടുത്തു. വിഭജന ഉടമ്പടി പൂർത്തിയാക്കിയതോടെ ഞങ്ങൾക്ക് നിരുപാധികം സ്വാതന്ത്ര്യം അനുവദിക്കപ്പെട്ടു. യുദ്ധത്തിലും സമാധാനത്തിലും യഥേഷ്ടം ബോസ്ഫറസ് കടലിലൂടെ സഞ്ചരിക്കാം. കടലിൽ നിറയെ ടുണോ മീനുകൾ നീന്തി. ഉരുകാൻ തുടങ്ങിയ മഞ്ഞ് അയുടെ ചെകിളകൾക്കുള്ളിൽ കയറിക്കൂടിയിട്ടുണ്ടാകും. വഴി തെറ്റിയെന്നോണം അവ സിർകിസി കടലിന്റെ ഭാഗങ്ങളിൽ എത്തിച്ചേർന്നു. ബക്കിർ അവിടെ ഉണ്ടായിരുന്നു. ഒരു കടത്തുവള്ളത്തോടൊപ്പം. ശക്തമായ മഞ്ഞുകാറ്റിൽപ്പെട്ട് ഉലയുകയായിരുന്നു ആ വള്ളം. ആ കാലത്ത് ബക്കിർ പതിവായി നഗരത്തിലെ തുറമുഖത്തിലേക്ക് കൽക്കരി എത്തിച്ചുകൊണ്ടിരുന്നു. ഞങ്ങൾ കരയിൽനിന്നും ഏതാണ്ട് രണ്ടു മീറ്റർ അകലെയായിരുന്നു. കരയ്ക്കും കപ്പലിനും ഇടയ്ക്കുള്ള സ്ഥലത്ത്. ഏതാണ്ട് പത്ത് മീറ്റർ നീളത്തിൽ അനങ്ങാതെ കിടക്കുന്ന ടൂണകളുടെ ഒരു

പരപ്പ്. തണുത്ത് മരവിച്ച് അടിത്തട്ടിൽനിന്നും പൊന്തി വന്നിരിക്കയാണ്. ഉപരിതലത്തിൽനിന്നും അരമീറ്റർ മാത്രം ആഴത്തിലാണ് അവ കിടക്കുന്നത്. കപ്പലിനകത്ത് ഞങ്ങൾ കുറെ പേരുണ്ട്.

എല്ലാവർക്കും നല്ല വിശപ്പ്. മൂന്ന് മീറ്റർ നീളത്തിലുള്ള ഒരു ഇരുമ്പു കോലെടുത്തു. അതിന്റെ ഒരറ്റം ഉരച്ച് മൂർച്ച കൂട്ടി ഒരു കൊളുത്തു പോലെ വളച്ചെടുത്തു. കൊക്കപ്പുഴുവിനെ ഓർമ്മ വന്നു. അന്നത്തെ സന്തോഷം ഞാൻ ഒരിക്കലും മറക്കില്ല. ഞാൻ കപ്പലിന്റെ അഭിമുഖമായുള്ള ഭാഗത്ത് ചെന്നു നിന്നു. അവിടെനിന്ന് ചൂണ്ടയിടാൻ തുടങ്ങി. ഒന്നൊന്നായി എത്രയാണ് പിടിച്ചതെന്നോ? 64 ബോണിറ്റോ, അതിൽ പതിനെഞ്ചെണ്ണത്തിനെ ഞാൻ വീട്ടിലേക്ക് കൊണ്ടുപോയി. ഞാൻ അത് വൃത്തിയാക്കി ഉപ്പിലിട്ടു വെച്ചു. രണ്ട് മണ്ണെണ്ണ ടിൻ നിറയെ. എന്റെ ക്യാപ്റ്റൻ ജ്യേഷ്ഠൻ അന്ന് കാഡിക്കോയ് കമ്പനിയിലായിരുന്നു. വിഭാര്യൻ. അദ്ദേഹത്തിന്റെ വലിയ പിയാനോവിന്റെ ഉടമയായ ടാർട്ടാർ ഭാര്യ മരിച്ചിരുന്നു. അദ്ദേഹം നാട്ടിൽവന്ന സമയമായിരുന്നു അത്. അദ്ദേഹം അതിശയത്തോടെ നോക്കിനിന്നു. കൈത്തറിത്തുണികൊണ്ടുണ്ടാക്കിയ രാത്രിയുടുപ്പുകളാണ് അദ്ദേഹം ധരിച്ചിരുന്നത്. ടവലുകൊണ്ട് മുഖം അമർത്തിത്തുടച്ച് അദ്ദേഹം എന്നെ അഭിനന്ദിച്ചു.

''അസ്സലായി ഹസ്സൻ. നീയൊരു മിടുക്കൻത്തന്നെ. എങ്ങനെയാണ് ഇത്രയധികം മീനുകളെ ഒരുമിച്ച് പിടിച്ചത്? മിടുമിടുക്കൻ.''

ശേഷിച്ച മത്സ്യം ഞാൻ കപ്പലിലെ മറ്റു ജോലിക്കാർക്ക് വിതരണം ചെയ്തു. അവർക്കും വളരെ സന്തോഷമായി. അതിനുശേഷം ഞാൻ അമേരിക്കയിലേക്ക് യാത്രയായി. കുടുംബം പോറ്റാൻ സമ്പാദിക്കണമല്ലോ. അന്നാണ് ഞാൻ ഈ നിലപൈജാമയും ഐസ്പ്പെട്ടിയും വാങ്ങിയത്. മാസിയുടെ വലിയ കടയിൽനിന്ന്. രണ്ടും ഞാൻ എന്റെ കൂടെത്തന്നെ കൊണ്ടുവന്നു. ഞാൻ എപ്പോഴും എന്റെ മകളോട് പറയാറുണ്ട്, അല്ലെങ്കിൽ പറയാൻ ശ്രമിക്കാറുണ്ട്, ആരെയും അവരുടെ ജീവിതത്തിൽ നിന്ന് അടർത്തി മാറ്റാനാവില്ല. ഇടതും വലതുമായ രണ്ടായി പിളർക്കാനുമാവില്ല. സ്വന്തം നിലനിൽപ്പിനെയോർത്ത് ലജ്ജ തോന്നുന്ന അവസ്ഥ. അവർ നേരിടുന്ന ദുരവസ്ഥ വീണ്ടും വീണ്ടും ഓർമ്മിപ്പിച്ചുകൊണ്ട് അവരുടെ ജീവിതം മെച്ചപ്പെടുത്താനാവില്ല.

ജീവിതം ഓടക്കുഴലിൽനിന്ന് വരുന്ന നാദമാണ്. സിഗരറ്റിന്റെ പുകയാണ്. ഐസ്പ്പെട്ടിയുടെ ഉള്ളിലെ മൂളലാണ്. ഒർഹാൻ ബോറാൻ ഉച്ചനേരത്ത് അയാളുടെ വയലിനിൽ മീട്ടുന്ന ആ സ്വരമേതാണ്? ആ ടാങ് ശബ്ദം? വൃക്കകളിൽ വേദന, സ്നാനഗൃഹങ്ങൾ, വിവാഹങ്ങൾ, തടങ്കൽപ്പാളയങ്ങൾ, നിങ്ങൾക്കത് ചെയ്യാനാവില്ല. യുക്തിയുടെ പേരിലുള്ള യുക്തി മനുഷ്യനെ ഭ്രാന്തനാക്കും. സത്യമായ മതത്തിൽ വിശ്വസിക്കുന്ന ഒരാളുടെ മനസ്സിൽ പള്ളിമണികളുടെ നാദം കേൾക്കാനുള്ള മോഹം ഉണ്ടാവില്ലെന്നാണോ നീ കരുതുന്നത്? ഒരു മനുഷ്യനേയും

രണ്ടായി മുറിക്കാനാവില്ല. ഒരു മനുഷ്യൻ നോവാ, ഒരു ജോർജ്ജിയൻ, ഒരു മിൻഗ്രലിയൻ, ഒരു ലാസ്, ഒരു അറബി.... ഞാൻ ഒരു മാർക്കോ പോളോയാണോ? ഇരുപതു വർഷത്തിനുശേഷം ഞാൻ ടാബ്രിസ് നഗരത്തിൽ എത്തിയതാണോ? ഇബൻ ബത്തൂത്ത സന്ദർശനത്തിന് വന്ന കാലത്ത്? ഓരോ മനുഷ്യനും ഭാഗികമായി അർമേനിയനും റഷ്യനും ടാർട്ടാറും ഗ്രീക്കുമൊക്കെയാണ് നമ്മുടെ ഉറവിടം മറന്നു കളയണമെന്നുമാണ് അള്ളാഹുവിന്റെ ആജ്ഞ. നമ്മൾ മനുഷ്യർ മാത്രമായാൽ മതി. മറ്റൊന്നുമാകേണ്ട എന്നാണ് അവിടുത്തെ നിർദ്ദേശം. നമ്മുടെ ഉദ്ഭവം അതെന്തായാലും അത് നമ്മുടെ ഉള്ളിൽനിന്നുതന്നെ അവിടുന്ന് അലിയിച്ചു കളയുന്നു. ഇല്ലാതാക്കുന്നു.

ഞാൻ എന്റെ ഭാര്യയെ ഞങ്ങളുടെ പഴയ ഗ്രാമത്തിലെത്തിച്ചു. ഒളിപ്പോരാളികളുടെ സംഘത്തിൽ ചേർന്നു. ഒരുപക്ഷേ അതിനാലാകാം അള്ളാഹുവിന്റെ ശാപത്തിന് ഞാൻ പാത്രമായത്. കൊക്കേഷ്യൻ വർഗത്തിൽപ്പെട്ട ടാർട്ടാർ, പോൻടേടിയൻ കൂട്ടത്തിൽപ്പെട്ടവർ, ടാർട്ടാറുകൾ- അവരെല്ലാം നൂറ്റാണ്ടുകളായി ടർക്കിഷ് സംസാരിക്കുന്നവരാണ്. എന്നാൽ അവർ ആ ഭാഷയെ അങ്ങേയറ്റം അലങ്കോലപ്പെടുത്തുന്നു. അവർ അറ്റാതുർക്കിനുമുമ്പിൽ മുട്ടു മടക്കുന്നു. മേലുദ്യോഗസ്ഥന്മാരുടെയും ജേതാക്കളുടെയും മുന്നിൽ തല കുനിക്കുന്നു. ഓരോ വ്യക്തിയുടെയും അടിസ്ഥാനവിവരങ്ങൾ കല്ലിൽ കൊത്തിവെക്കേണ്ടതുണ്ടോ? മാർബിളിൽ കൊത്തിവെക്കേണ്ടതുണ്ടോ? ശവക്കല്ലറയ്ക്ക് മുകളിലെന്നപോലെ വീടുകളുടെ വാതിലുകളിൽ എഴുതിവെക്കണോ? എന്നാൽ വീടുകളൊന്നും എക്കാലത്തും നിലനിൽക്കുകയില്ലല്ലോ. അവ പഴയതാകുമല്ലോ. തകർന്നു വീഴും. നശിക്കും. അതോടെ ഒരു ചവറുകൂനകളായി അവിടവിടെ കിടക്കും. ജനനത്തെക്കുറിച്ച്, സമുദായത്തെക്കുറിച്ച് ഒക്കെയുള്ള സംശയങ്ങൾ. റോംറോം അമ്മ പറയുമായിരുന്നു ഓരോ തുറമുഖത്തിലും ഞാൻ ഓരോ കഥ ബാക്കിവെച്ചിട്ടുണ്ട് എന്ന്. 1977ലെ റഷ്യയും ടർക്കിയും തമ്മിലുണ്ടായ യുദ്ധത്തിനുശേഷം ഞാൻ ബട്ടുമി (ജോർജ്ജിയായിലെ ഒരു വലിയ നഗരം.) റഷ്യക്കാർക്ക് കൊടുത്തു. ഓട്ടോമൻ നാവികസേനയിലെ ഏറ്റവും പ്രഗദ്ഭനായ നാവികനായിരുന്നു എന്റെ അച്ഛൻ. ഇംഗ്ലണ്ടിലെ രാജാവ് പരിശോധനയ്ക്ക് വന്നപ്പോൾ അദ്ദേഹമായിരുന്നു ഏറ്റവും മുന്നിൽ.

കപ്പലിന്റെ മുൻഭാഗത്തായി പൈലറ്റ് മത്സ്യങ്ങൾ തുള്ളിക്കളിക്കുന്നതു കാണാം. അവയ്ക്ക് ഉല്ലാസം കൂടുതലാണ്. പ്രസന്നമായ കാലാവസ്ഥ. ഞങ്ങളുടെ സഞ്ചാരഗതിയും നേരെത്തന്നെ. ആകാശവും കടലും തെളിഞ്ഞ് തെളിഞ്ഞ്...അത് പ്രത്യേകിച്ചും സുഖകരമാണ്. ഈ ഊക്കൻ കട ഞങ്ങളെ വല്ലാതെ വിസ്മയിപ്പിച്ചു. 'ബക്കിറി' യിലാണ് ഞങ്ങൾ അവിടെ എത്തിയത്.

"ഒരു വള്ളിപ്പടർപ്പ് ആകാശത്തേക്ക് പടർന്ന് കയറുന്നു.
അത് കണ്ട് ഞാൻ അതിശയിച്ചു നിൽക്കുന്നു."

സ്ത്രീകൾ ഞങ്ങളുടെ പുറകിൽത്തന്നെയുണ്ട്. കപ്പിലിനുപുറകെ വരുന്ന പൈലറ്റ് മത്സ്യങ്ങളെപ്പോലെ. മാസിയുടെ കട നിറയെ സ്ത്രീകളാണ്. കരോലിൻ, ഡോലി, ജൂഡി...അവർക്ക് ആവശ്യമുള്ളതെല്ലാം അവിടെനിന്നാണ് വാങ്ങുന്നത്. എനിക്ക് നീലപൈജാമകൾ ഇഷ്ടമായെന്ന് ഞാൻ പറഞ്ഞു.

''എന്നാൽ അത് നിങ്ങൾക്കിരിക്കട്ടെ.''

അവർ ആ പൈജാമകളെടുത്ത് എന്റെ മുഖത്തിന് നേരെ പിടിച്ചു. അവർ കുറേശ്ശേ വിറയ്ക്കുന്നുണ്ടായിരുന്നു. നല്ല തണുപ്പ്. തണുപ്പുകാലത്തെ ഏത് മാസമായിരുന്നു അത്? അവർ പരസ്പരം ചോദിക്കുന്നത് കേട്ടു.

അറുപത്, കപ്പലിന്റെ തുലാത്തുണ്ട് ശ്രദ്ധിക്കുക,
എഴുപത്, ചോർച്ച അടക്കുക,
എൺപത്, തൊട്ടി നിറയ്ക്കുക,
തൊണ്ണൂറ്, പായ ഉയർത്തിക്കെട്ടുക,
നൂറ്, നവംബർ അവസാനിക്കാറായി
വളവ് തിരിഞ്ഞാൽ വേനലായി.

നിങ്ങൾക്കിത് മനസ്സിലാവില്ല. എന്നാൽ നിങ്ങളെന്തിനാണ് ഒരു ക്രിസ്ത്യാനിയെ എന്ന പോലെ എന്നെ അണിയിച്ചൊരുക്കുന്നത്? ജനകീയ ഡോക്ടർ വന്ന് എന്നെ പരിശോധിച്ചു. അടുത്ത വധുവാകാൻ യോഗ്യതയുണ്ടെന്ന് വിധി കൽപ്പിച്ചുവോ? എന്നെ കൈവിട്ടു കളഞ്ഞുവോ? ഞാൻ കണ്ണുകൾ പാതി തുറന്നു. അവരെല്ലാം എന്റെ ചുറ്റും കൂടി നിൽപ്പുണ്ട്. എന്റെ നീലക്കണ്ണുകൾ.

ഷെംസെഡിൻ സാമി വർണ്ണിച്ച ആ പ്രത്യേകവർഗത്തിൽപ്പെട്ട ഒരാൾ ഇതാ മരിക്കാൻ കിടക്കുന്നു. അദ്ദേഹത്തിന്റെ വർണ്ണന: നിലക്കണ്ണുകൾ, തുടുത്ത നിറം, വെളുത്ത തലമുടി, അറ്റം വളഞ്ഞ മൂക്ക്, നല്ല ബുദ്ധിയും അദ്ധ്വാനശീലവുമുണ്ട്. എന്നാലും അലസമായി സംസാരിച്ച് സമയം കളയുന്ന പ്രകൃതം. എന്റെ മരുമകന്റെ മുഖഭാവം വല്ലാതെ കനത്തിരിക്കുന്നു. എന്തിനാണാവോ? അതിനു തക്കവണ്ണം അയാൾ ഒന്നും ചെയ്തിട്ടോ പറഞ്ഞിട്ടോ ഇല്ല. സിനാൻ പാഷയുടെ പേരക്കുട്ടിയായ എന്റെ ഭാര്യ ഇപ്പോഴും സങ്കടം പറഞ്ഞ് കരയുമായിരുന്നു, ഉന്നതനായ സൈനികഉദ്യോഗസ്ഥന്റെ ഭാര്യയാവാൻ തനിക്ക് ഭാഗ്യമുണ്ടായില്ലല്ലോ എന്ന്. അതുകൊണ്ടായിരിക്കുമോ അവൾ എന്നോട് സ്നേഹം കാണിക്കാതിരുന്നത്? അതുകൊണ്ടാണെന്നു തോന്നുന്നില്ല. അവൾ പൈജാമയുടെ താഴെ ഭാഗം എന്നെ ധരിപ്പിച്ചു കഴിഞ്ഞു. അവളുടെ മുത്തശ്ശൻ സിനാൻ പാഷ ശാഠ്യക്കാരനും ക്രൂരനും പക വെച്ചു പുലർത്തുന്നവനുമായിരുന്നു. ദിവസങ്ങളായി അവർ എനിക്ക് കഴിക്കാൻ തരുന്നത്

വേവിച്ച പഴങ്ങളും പച്ചക്കറികളും പോത്തിറച്ചിയുമാണ്. അവർക്കാണെങ്കിൽ നല്ല ദശയുള്ള മത്സ്യവും റാക്കി (ഒരു ടർക്കിഷ് ഭക്ഷണ പാനീയം)യുമാണ്. നിങ്ങളുടെ ജനകീയ ഡോക്ടർ എന്റെ രോഗം ഭേദമാക്കാൻ പോകുന്നില്ലേ? സുഗന്ധമുള്ള ഇലകൾ ചേർത്തു തയ്യാറാക്കിയ എന്റെ സ്പ്രാറ്റ് മത്സ്യമെവിടെ? റൈസ് ചീസും മുന്തിരി ജെല്ലിയുമെവിടെ? ഈ വിശപ്പോടുകൂടിയാണോ ഞാൻ പരലോകത്തേക്ക് യാത്രയാകേണ്ടത്? ജനങ്ങളുടെ കുഞ്ഞ്...അങ്ങനെയെങ്കിൽ മറ്റുള്ളവർ ആരുടെ കുഞ്ഞുങ്ങളാണ്? അവൾ ഒരു നാണവുമില്ലാതെ എന്റെ മുഖത്ത് നോക്കി പറയുന്നു.

''അച്ഛാ, നിങ്ങളൊരു തൊഴിലാളിയാണ്. ആ സത്യം നിങ്ങൾ മനസ്സിലാക്കണം. അല്ലെങ്കിൽ നിങ്ങളുടെ വർഗത്തെ സംബന്ധിച്ചിടത്തോളം നിങ്ങളെ കുലദ്രോഹിയാകും.''

''കടന്നുപോ എന്റെ മുന്നിൽനിന്നും. മരിച്ചുപോയ ഒരാളുടെ ശേഷിച്ച വസ്തുക്കൾ. അതാണ് നീ. നീയൊരു തൊഴിലാളിയായിരിക്കും. എന്നാൽ എന്റെ മുത്തശ്ശൻ ഒരു ഗ്രാമാധികാരിയായിരുന്നു. എന്റെ അച്ഛനും ഒരു ഉയർന്ന ഉദ്യോഗസ്ഥനായിരുന്നു നാവികസേനയിൽ. നാവികസേനാനായകരുടെ ഔദ്യോഗികചിഹ്നങ്ങൾ അദ്ദേഹം തോളിലണിഞ്ഞിരുന്നു. അദ്ദേഹത്തിന്റെ മുത്തശ്ശൻ ഉദ്യോഗത്തിൽനിന്നും വിരമിച്ചത്, ഒരു ലക്ഷം ആസ്പെർസ് (ടർക്കിഷ് നാണയം) കൈപ്പറ്റികൊണ്ടാണ്.''

''അതൊക്കെ പറഞ്ഞിട്ട് ഇപ്പോൾ എന്താണ് ഗുണം? മേലധികാരിക്ക് വേണ്ടെന്ന് തോന്നിയാൽ ആ നിമിഷം നിങ്ങളെ ജോലിയിൽ നിന്നും പുറത്താക്കും. പിന്നെ പട്ടിണി തന്നെ വഴി.''

ഞാൻ എന്റെ ശക്തി മുഴുവൻ സംഭരിച്ച് മകളുടെ നേരെ അലറി. ആകാശത്തിലും ഭൂമിയിലും അത് മാറ്റൊലിക്കൊണ്ടു.

''പട്ടിണികൊണ്ട് മരിക്കുന്നത് നീയായിരിക്കും. ആ ദുഷ്ടനായ സിനാനിന്റെ പേരക്കുട്ടിയായ നീ. നിന്നെ പോലെയുള്ളവർ ഒന്നിനും ഒരു വില കാണില്ല. നിന്റെ പൂർവികർ ഉയരമുള്ള ഹസ്സനെതിരെ ചെറുത്തുനിന്നു. ജേതാവായ മൊഹമത്തിനോടും പട പൊരുതി. അവർ പണിതീർത്ത കൊട്ടാരങ്ങൾക്ക് ഒരു വിലയുമില്ലെന്നാണോ പറയുന്നത്? നിന്റെ പുസ്തകങ്ങളിൽ ആദരവ് അർഹിക്കുന്നതായി എന്താണുള്ളത്? നിനക്ക് പണം സമ്പാദിക്കാനും മറ്റുള്ളവരെപ്പോലെ ജീവിതം ആസ്വദിക്കാനും ആഗ്രഹമില്ലേ? കമ്മ്യൂണിസം എന്നുവെച്ചാൽ മുതിർന്നവരോട് അനാദരവ് കാണിക്കലാണോ? എന്തിനേയും ഏതിനേയും അവജ്ഞയോടെ കാണുക എന്നാണോ? സ്വന്തം ജീവനെപ്പോലും പരിഗണിക്കാതെ ഞാൻ കടലിൽ കിടന്ന് പാടുപെട്ടുകൊണ്ടിരിക്കേ, ഈ വക കൊള്ളരുതായ്മകൾ ആരാണ് നിന്നെ പഠിപ്പിച്ചത്?''

എന്റെ ഒച്ചും ബഹളവും കേട്ട് അവളുടെ അമ്മ ഓടി വന്നു.

''ഒന്നു മിണ്ടാതിരിക്കൂ എന്റെ പൊന്നേ...അയൽക്കാർ കേട്ടാൽ എന്തു വിചാരിക്കും? നമുക്കെല്ലാവർക്കും നാണക്കേടാവും.''

''അത് ശരി...നാണക്കേട്. എല്ലാവർക്കും. ആ മിലിറ്ററി ഉദ്യോഗ സ്ഥന്റെ ഭാര്യയ്ക്കും വലിയ നിരാശയാകും. നീയാണ് ഈ കുട്ടിയെ ഇത്തരത്തിലാക്കിയത്.''

അവൾ അവളുടെ അച്ഛനോട് പറയുന്നു.

''നിങ്ങൾ വെറുമൊരു തൊഴിലാളിയാണ്. അല്ലാതെ ആരുമല്ല എന്ന്. അതാണ് അവളുടെ മട്ട്. തൊഴിലാളി...തൊഴിലാളിപോലും.''

''അവളെ ദ്വേഷ്യപ്പെടേണ്ട. അവളിപ്പോഴും ഒരു കുട്ടിയാണ്. അവൾ കേൾക്കുന്നത് അവൾ വിളിച്ചു പറയുന്നു എന്നു മാത്രം. ഇവിടെനിന്നും അവിടെനിന്നും അവൾ ഓരോന്ന് പെറുക്കിയെടുക്കുന്നു. നിങ്ങളോളം പ്രായവും പക്വതയും അവൾക്കുണ്ട് എന്നാണോ വിചാരം?''

അവളുടെ പുരികങ്ങൾ മേലോട്ടും താഴോട്ടും നീങ്ങി. അവൾക്കെന്തെങ്കിലും കാര്യത്തിൽ പരിഭ്രമം തോന്നിയാൽ അങ്ങനെയാണ്. അതിനാൽ ഞാൻ മിണ്ടാതെ കിടന്ന് മൂക്കിലേക്ക് വിരൽ തിരുകി വൃത്തിയാക്കാൻ തുടങ്ങി. അതെന്റെ ശീലം. മനസ്സ് പതറുമ്പോൾ ഞാൻ കാതോ മൂക്കോ വൃത്തിയാക്കാൻ തുടങ്ങും. അത് കണ്ടാൽ അവളുടെ ശുണ്ഠി കൂടും. ശരിക്കും ഭ്രാന്ത് പിടിക്കും. അങ്ങനെയാവട്ടെ. എന്റെ മോൾക്ക് ഞാൻ നൽകിയ പഠിപ്പിന്റെ ഗുണം ഇന്നും കണ്ടില്ലേ? എന്തിനുവേണ്ടിയാണ് ഞാൻ അവളെ സ്കൂളിലേക്കയച്ചത്? സ്വന്തം അച്ഛനെ നിന്ദിക്കാനും തർക്കുത്തരം പറയാനും വേണ്ടിയോ? ഇപ്പോഴും അവളെന്നെ നിന്ദിച്ചു കൊണ്ടിരിക്കുകയാണ്. അവർ ഇടയ്ക്കിടയ്ക്ക് എന്നെ കാണാൻ വരുന്നു. ഇത് തിന്നരുത്. അത് കഴിഞ്ഞാൽ പിന്നെ കാണാം. എന്ന് പറഞ്ഞ് ഇറങ്ങിപ്പോകും. എവിടെയെങ്കിലും വല്ല പാർട്ടിയോഗവും ഉണ്ടാകും. കാര്യമായ യാതൊന്നുമില്ല. നിങ്ങളുടെ അച്ഛനെ ശുശ്രൂഷിക്കാൻ സമയം തരാത്ത സോഷ്യലിസം എന്തിന് കൊള്ളാം? ഞാൻ അതിന് നേരെ കാർക്കിച്ച് തുപ്പും. ഇതാണ് അവൾ അവളുടെ അച്ഛനോട് ചെയ്യുന്നത്. അവളെ വളർത്തിക്കൊണ്ടു വരാൻ വേണ്ടി ഈ അച്ഛൻ എത്രയെത്ര ചെറ്റകളുടെ ആജ്ഞകൾ അനുസരിച്ചിട്ടുണ്ട്. തോന്ന്യാസങ്ങൾക്ക് വഴങ്ങിയിട്ടുണ്ട്. എന്റെ ഭാര്യ അലക്കി വൃത്തിയാക്കിയ നല്ലൊരു തോർത്തെടുത്ത് എന്റെ കാൽമുട്ടുകളിലിട്ടു. ഞാൻ എന്റെ വിരൽ മൂക്കിൽ തിരുകിക്കയറ്റി.

''ദയവു ചെയ്ത് മൂക്കിൽ വിരൽ കുത്തിക്കയറ്ററുത്. ഞാൻ അപേക്ഷിക്കുകയാണ് ഹസ്സൻ.''

അവളുടെ പുരികങ്ങൾ ഉയർന്ന് നെറ്റിയുടെ അറ്റംവരെ എത്തിയിരിക്കുന്നു.

''ഞാൻ എന്തിന് എന്റെ വിരൽ മൂക്കിൽനിന്നെടുക്കണം? പറയൂ, ഫെർഹാട് ആഗയുടെ പേരമകളേ...''

ഞാൻ അവളെ ചൊടിപ്പിച്ചു. അവളുടെ വലിയൊരു സങ്കടം അതായിരുന്നു. അവളോടുകൂടി ആ കുടുംബത്തിന്റെ പാരമ്പര്യം അവസാനിക്കുകയാണല്ലോ.

''എന്റെ മൂക്കിന്റെ കാര്യത്തിലും നിങ്ങളെല്ലാവരും ഇടപെടണമെന്ന് നിർബന്ധമുണ്ടോ? അതോ തൊഴിലാളി വർഗത്തിൽപ്പെട്ടവർ മാത്രമേ മൂക്കിൽ വിരൽ കയറ്റൂ എന്നാണോ? നിന്റെ മനസ്സിന് ദഹനക്കേട് ബാധിച്ചിരിക്കുന്നു. അതിന്റെ നാറ്റം.''

ഇതുംകൂടി കേട്ടാൽ അവൾക്ക് ഭ്രാന്ത് പിടിക്കുകതന്നെ ചെയ്യും. എനിക്കറിയാം അവൾ ദ്വേഷ്യത്താൽ മതിമറന്നു.

''ദയാമയനായ ദൈവമേ, ഈ മനുഷ്യന്റെ ധിക്കാരം സഹിക്കാനുള്ള കരുത്ത് എനിക്ക് നൽകേണമേ.''

അവൾ അമർത്തിച്ചവുട്ടി മുറിയിൽനിന്ന് ഇറങ്ങിപ്പോയി.

''നെർമിൻ ഇവിടെ വരൂ, ഉടനെ.''

അവൾ മകളെ ഉറക്കെ വിളിച്ചു. എന്നോടുള്ള ദ്വേഷ്യം മകളുടെ നേരെയാക്കാനാണ് ഭാവം. ആ പെൺകുട്ടിയെ തല്ലാൻ തുടങ്ങിയാൽ അവൾ തികച്ചും നിഷ്ഠുരയാകും.

''നീ എന്താ അവിടെ ചെയ്യുന്നത്? ദുഷിച്ച പെണ്ണ്.''

അവളും ഉച്ചത്തിൽ പ്രതികരിക്കും.

''നിങ്ങൾ രണ്ടുപേരും തമ്മിൽത്തല്ലും അതിന്റെ പേരിൽ ഞാനെന്തിന് ബുദ്ധിമുട്ടണം?''

''ആ ഭ്രാന്തൻപോത്ത് പോരായിരിക്കും. ഇപ്പോൾ നീയും. തേവിടിശ്ശി. നിന്നെ ഞാൻ എന്തിന് സഹിക്കണം? നിന്റെ വാശി ഒരു ചെണ്ട പോലെ മുറുകിയതാണ്. ദൈവത്തിന് നിരക്കാത്ത ഓരോ ആശയങ്ങൾ. ആ വർഗം. ഈ വർഗം. ഞങ്ങൾ നിനക്ക് പോരാ എന്നുണ്ടെങ്കിൽ എങ്ങോട്ടെങ്കിലും പൊയ്ക്കോ. നീ ഡെസ്പിനായുടെ വിത്താണ്. നശിക്കാൻ ജനിച്ചവൾ.''

എന്റെ മകൾ വേദനിച്ച് നിലവിളിക്കാൻ തുടങ്ങി.

''റുമേലിയൻ നാടോടിപ്പെണ്ണേ...''

ഞാൻ അലറി

''എന്റെ കുടുംബത്തിൽ അവിശ്വാസികളുടെ രക്തമുണ്ടെന്നാണോ പറഞ്ഞു വരുന്നത്?''

ഞാൻ അവളെ സർവശക്തിയുമെടുത്ത് ആഞ്ഞു തല്ലി. അവൾ നിലവിളിച്ചുകൊണ്ടോടി.

''സഹായിക്കൂ...സഹായിക്കൂ...''

അവൾ കിടപ്പുമുറിയിൽ കടന്ന് വാതിൽ അകത്തുനിന്നും പൂട്ടി.

നെർമിൻ കരൾ പൊട്ടുംവിധം തേങ്ങിക്കരയുന്നു. എനിക്ക് കൈയെടുക്കാനാവുന്നില്ല. രണ്ട് കൈകളും അവൾ മുറുക്കെ പിടിച്ചിരിക്കുകയാണ്.

''അച്ഛാ, ആശുപത്രിയിൽ പോകണ്ടേ? ദീനം മാറണ്ടേ?''

ഒടുവിൽ ഞാൻ അവളുടെ കൈ വിടുവിച്ചു.

''കരച്ചിലും പിഴിച്ചിലും ഒന്ന് നിർത്തുന്നുണ്ടോ? ഞാൻ ഒരു ആശുപത്രിയിലേക്കും പോകുന്നില്ല. ഞാൻ എന്റെ വീട്ടിൽ കിടന്ന് മരിക്കാൻ പോകുന്നു. നിങ്ങളെല്ലാവരും അരികത്ത് വന്ന് നിൽക്കൂ. എന്റെ കണ്ണുകളിൽനിന്നും ചോരയൊലിക്കുന്നുണ്ടോ? തലമുടിയെന്താ ഇങ്ങനെ പാറിപ്പറന്ന്? നീ എന്തിനാ ഇങ്ങനെ കരയുന്നത്? നീ ഇങ്ങനെ കരയുന്നത് ഞാൻ മുമ്പ് കണ്ടിട്ടില്ലല്ലോ. എനിക്ക് ഇത് സഹിക്കാനാവുന്നില്ല. മരിക്കുക തന്നെയാണ് ഭേദം. പക്ഷേ വീട്ടിൽ... നിന്റെ കൈയിൽ കിടന്ന്... ഈ മുറിയിൽ...ഇതേ തുറമുഖം... ഇതേ കടൽ...എന്നെ ഒന്ന് പൊന്തിക്കൂ. ദാ, അവിടെ പരവതാനിയിൽ പൊടിയല്ലേ? പൊടി ചവിട്ടരുത്. ആ തുള അടക്കണം. പൂച്ചയെ പുറത്തേക്കെറിഞ്ഞേക്കൂ. അതെന്നെ നോക്കുന്നു. വേണ്ട, മാറ്റിക്കളയൂ. എന്റെ മേലേയ്ക്ക് ചാടാൻ വിടരുത്. നീ ആരാകണമെന്നായിരുന്നു എന്റെ ആഗ്രഹം? എന്നിട്ട് നീ ആയിത്തീർന്നതോ? ആരുടെയും വാക്ക് നീ ശ്രദ്ധിക്കുന്നില്ല. നിങ്ങൾക്ക് പറയാനുള്ളത് പറയാം എന്നൊരു അനാസ്ഥയാണെപ്പോഴും. നീ ഒരു വെട്ടിൽ വീണ് കിടക്കുകയാണ്. അവർ എന്താണ് പറയുന്നതെന്ന് വല്ല രൂപവുമുണ്ടോ? നായിന്റെ മക്കൾ. നിന്റെ കൂട്ടത്തിലുള്ളവർ എന്നാണ് എന്റെ ചങ്ങാതിമാർ പറയുന്നത്. ആട്ടെ, സാരമില്ല. കരയാതിരിക്കൂ. 'നിങ്ങളുടെ മകൾ ഒരു കമ്മ്യൂണിസ്റ്റാണ്.' ഒരു അച്ഛനെ എത്രമാത്രം വേദനിപ്പിക്കുന്ന വാക്കുകളാണത്. ഞാൻ മരിക്കുന്നതിനുമുമ്പേ അത് ഞാൻ നിന്നോട് പറഞ്ഞു. അന്ന് നീ എന്നോട് പറഞ്ഞു:

''അവർക്കൊന്നും ഞാൻ വഴങ്ങിക്കൊടുക്കില്ല. ആ തരം കാര്യങ്ങളിലൊന്നും എനിക്ക് താത്പര്യമില്ല. എന്റെ ചിന്തകൾ വേറെയാണ്.''

ആയിക്കോട്ടെ, ഇപ്പോഴത്തെ നിന്റെ ചിന്തകൾ എങ്ങനെയാണ്? ഒടുവിൽ നിന്റെ അഭിപ്രായങ്ങൾ ന്യായീകരിക്കപ്പെട്ടുവോ? അങ്ങനെയാണ് എങ്കിൽ എന്നോട് പറയൂ. എനിക്ക് സമാധാനത്തോടെ മരിക്കാമല്ലോ. ഈ കാലമത്രയും ഞാൻ അതിനായി കാത്തിരിക്കുകയായിരുന്നു. നിങ്ങൾക്കതുകൊണ്ടെന്താണ്? കഷ്ടപ്പെട്ടതൊക്കയും ഞാനല്ലേ? അയാളുടെ മകൻ സ്വിറ്റ്സർലണ്ടിൽ പഠിക്കുന്നു. ശരി, ആയിക്കോട്ടെ, അവൻ ഒരു രാത്രി തന്നെ ആയിരക്കണക്കിന് ലീറ ചൂതുവെച്ചു കളയുന്നു. ആയിക്കോട്ടെ, അത് അവന്റെ കാര്യം. അവൾ വർഷങ്ങളായി എന്നെയും നോക്കി അവിടെ നിൽക്കുന്നു. സത്യം എന്തെന്ന് അറിയാൻ അവൾ ആഗ്രഹിക്കുന്നു. തെറ്റ് എവിടെയെന്നറിയാനും അവൾ അഗ്രഹിക്കുന്നുണ്ട്. സുന്ദരമായ കാര്യങ്ങൾ അവളെ ഗ്രഹിപ്പിക്കാനാണ് ഞാൻ ശ്രമിച്ചിട്ടുള്ളത്. എന്റെ ജ്യേഷ്ഠത്തിയമ്മയും ഞാനും ചേർന്ന് പാടാറുള്ള പാട്ടുകൾ ഓഡിന്റെ താളം...ശ്രുതി...

എന്റെ പ്രിയപ്പെട്ടവൾ ഒരിക്കൽക്കൂടി
എന്നെ മുറിപ്പെടുത്തിയിരിക്കുന്നു
കാലമോ, അതിനൊരു പ്രതിവിധി
കണ്ടെത്താൻ നിനക്കാവില്ല.

ഞങ്ങൾ പൊലീസുകാരുടെ തുകൽത്തൊപ്പി ധരിച്ചിട്ടുണ്ട്. ഡർവിഷുകളുടെ തലപ്പാവും രോമത്തൊപ്പിയും രാജകീയമുദ്രയുള്ള കാൽപ്പാക്കും ധരിച്ചിട്ടുണ്ട്. എന്തുകൊണ്ടാണെനിക്ക് ബോൾഷെവിക്കുകളെ ഇഷ്ടമില്ലാത്തത്? ഞാൻ നോവോറോസ്കിലുണ്ടായിരുന്നു. അത് 1919ലോ മറ്റോ ആയിരുന്നോ അതോ 1920ലോ? അന്ന് അവർ മെയ് മാസത്തിലെ ഒന്നാം ദിവസം ആഘോഷിക്കുകയായിരുന്നു. അപ്പോഴേക്കും നമ്മുടെ ആളുകൾ അങ്കാറയിലെത്തിയിരുന്നു. സുൽഹ് എന്ന കപ്പലിലായിരുന്നു ഞാൻ. റെഡ് ഗേൾസ് അവരുടെ നീല ട്രോയ്ക്കുള്ളിൽ (മൂന്ന് കുതിരകളെ പൂട്ടിയ റഷ്യൻ കുതിരവണ്ടി) ഞങ്ങളെ കൊണ്ടുപോകാൻ വന്നു. കാറ്റിൽ പാറി വരുന്നതുപോലെ, പാട്ടും പാടി...(തൊഴിലാളികളോ നമ്മൾ അദ്ധ്വാനത്തിന്റെ ഓമനകളാണ്) അവർ ഞങ്ങളുടെ മടിയിൽ വീണു. ഒന്നാം ലോകമഹായുദ്ധം. അവർ ജിറീസണിൽനിന്നാണ് അത്രയും ദൂരം സഞ്ചരിച്ചു വന്നത്. വേണ്ടുവോളം വോഡ്ക, കവിയർ, കസാസ്ക, ബാലാലൈക...അപ്പോഴാണ് എനിക്ക് മുറിവ് പറ്റിയത്. ഒരു വെടിയുണ്ട കാറ്റിലൂടെ പാറി വന്ന് എന്റെ മേൽ തറച്ചു. വെള്ളി കൊപ്പെക്കുകൾ, റൂബിളുകൾ...പക്ഷേ തെറ്റ് എവിടെയാണ് കിടക്കുന്നത്? ഈ പെൺകുട്ടി എന്റേതാണോ? എന്തിനാണവൾ കാത്തിരിക്കുന്നത്? അവൾ എനിക്ക് അഭിമുഖമായി ഇരിക്കുന്നു. സത്യം അറിയാനായി. കുറ്റത്തിനായി കാത്ത്. ഞങ്ങൾ മുസ്തഫാ സൂഫിയെ സിനോപ്പിലേക്ക് കൊണ്ടുപോവുകയാണ്. ബെഹ്റിസെഡിറ്റ് എന്ന കപ്പലിൽ. ഞാൻ അയാൾക്ക് ഒരു സിഗരറ്റ് നീട്ടി. അസാധാരണനായ മനുഷ്യൻ. ടൈ കെട്ടിയിട്ടുണ്ട്. കണ്ണട വെച്ചിട്ടുണ്ട്. എപ്പോഴും മീശയിൽ തെരുപ്പിടിപ്പിച്ചിരിക്കും. ഈയിടെയായി ധാരാളം പേർ മീശ വെക്കുന്നുണ്ട്. ഓസ്വോബോജ്ഡെനി, കോർണോയി മോറും കെമാലിസ്റ്റ് കൽപ്പാക്കും ഗ്രോംകിയും വോഡ്കയുമൊക്കെ ഇയാൾ ജനിക്കുന്നതിനുമുമ്പേ എനിക്ക് പരിചയമുണ്ട്. ഞാനെന്തിന് എന്റെ വർഗത്തിന്റെ കുലദ്രോഹിയാകണം? ഇതെല്ലാം പുതുതായി രൂപംകൊണ്ട അർത്ഥമില്ലാത്ത വാക്കുകളാണ്. പഴയ കാലത്ത് രാജ്യദ്രോഹം എന്നത് വലിയ ആൾക്കാർക്കുള്ളതായിരുന്നു. നമ്മളെപ്പോലെ സാധാരണക്കാർക്കുള്ളതായിരുന്നില്ല. എന്നാൽ ഇപ്പോഴോ? ഇപ്പോൾ എല്ലാവരും കുലദ്രോഹികളാണ്. അവസാനകാലത്ത് എന്റെ ജ്യേഷ്ഠൻ അഹമ്മദിനെ അലട്ടിയിരുന്നതും ഈയൊരു ചിന്ത മാത്രമായിരുന്നു. അദ്ദേഹം പിന്നെയും പിന്നെയും അതുതന്നെ ചോദിച്ചുകൊണ്ടിരുന്നു.

ആരാണ് മുസ്തഫയെ കൊന്നത്?

ആരാണ് മുസ്തഫയെ കൊന്നത്?

ക്യാപ്റ്റൻ അഹമ്മദ്

III

കടത്തുബോട്ടിന്റെ ചക്രപ്പുരയിൽ ക്യാപ്റ്റൻ അഹമ്മദ് സ്വന്തം സ്ഥാനത്ത് ഇരിപ്പുറപ്പിച്ചു. ഏതാണ്ട് നാൽപ്പത് വയസ്സ് പ്രായം. സുമുഖൻ. നീല ക്കണ്ണുകൾ. തുടുത്ത കവിളുകൾ. ചക്രപ്പുരയിലേക്ക് കടന്നു വന്ന വെയിൽ നാളങ്ങൾ യൂണിഫോം ധരിച്ച ക്യാപ്റ്റന്റെ കൈമുട്ടുകളിലും കാൽമുട്ടുകളിലും പതിഞ്ഞു കിടന്നു. ക്യാപ്റ്റൻ അഹമ്മദിന് പറയാൻ എപ്പോഴുമുണ്ടാകും ഒരു കഥ. അദ്ദേഹം പറയുന്ന തമാശകൾ ശ്രോതാ ക്കൾക്കിടയിൽ കൊടുങ്കാറ്റുയർത്തും. അങ്ങനെ ചിരിച്ചും പറഞ്ഞും അദ്ദേഹം തന്റെ ബോട്ട് പതുക്കെ കടവിൽനിന്നും അകലേക്ക് തിരിച്ചു. എങ്ങനെയോ ബോട്ടിന്റെ അമരം അവിടെയുണ്ടായിരുന്ന മരക്കുറ്റിയി ലിടിച്ചു.

''അബദ്ധം പറ്റി. ഞാൻ അവളെ മുറിവേൽപ്പിച്ചിരിക്കുന്നു.''

അദ്ദേഹത്തിന്റെ മനസ്സിലൂടെ ഒരു മിന്നൽപ്പിണർ പാഞ്ഞു. ക്യാപ്റ്റൻ തിരിഞ്ഞ് അരിശത്തോടെ ജനറലിന് നേരെ നോക്കി. അദ്ദേഹം കട വിൽത്തന്നെ ക്യാപ്റ്റനേയും നോക്കി നിൽക്കുന്നുണ്ടായിരുന്നു.

''ഈ സംഗതി ഞാൻ നിങ്ങളോട് പറയണമെന്ന് വിചാരിച്ചിരുന്നില്ല ക്യാപ്റ്റൻ. പക്ഷേ സംഗതികളുടെ കിടപ്പ് ഇങ്ങനെയൊക്കെയാണ്. ''

ജനറൽ ഈ വാക്കുകൾ ബോട്ടിനു നേരെ ഉച്ചത്തിൽ വിളിച്ചു പറ യുകയായിരുന്നു. വായയ്ക്കു ചുറ്റും കൈകൾ കുമ്പിളാക്കി പിടിച്ച്. ജനറൽ സാധാരണ വേഷത്തിലായിരുന്നു. എന്നാലും കൈ നെറ്റിയിൽ ചേർത്തു പിടിച്ച് ഒരു സൈനികന് സല്യൂട്ട് കൊടുത്തു. ആ കടത്തു ബോട്ടിന്റെ അമരം ജനറലിന് നേരെയായിരുന്നു. അവൾ യാത്ര തുടർന്നു. കാഡിക്കോയ്- കിനാലിയ- ബർഗാസാദ- ഹെയ്ബെലൈദ ബയു ക്കാഡ- ഹെയ്ബെലൈദ- ബർഗാസാദാ-കിനാലൈദ, ഗലാട്ടാ- അതാണ് അവളുടെ സഞ്ചാരവഴി.

''സെഫർ, ഹെയ് സെഫർ''

ക്യാപ്റ്റൻ ക്വാർട്ടർമാസ്റ്ററെ ഉറക്കെ വിളിച്ചു.

''യെസ് സർ.''

സെഫർ ശാന്തനായി വിളി കേട്ടു. അപ്പോഴും അയാൾ വെള്ളത്തിൽ നിന്ന് കണ്ണെടുക്കുന്നില്ല. ബോട്ട് ജലപ്പരപ്പിനെ രണ്ടായി പിളർത്തി നീങ്ങുകയാണ്.

''നോക്കൂ, നിങ്ങളിതിനെപ്പറ്റിയൊന്നും കേട്ടിരുന്നില്ലേ?''

''ഇല്ല സർ, സത്യം.''

''ഇമ്മാതിരിയുള്ള കാര്യങ്ങൾ... കാർക്കിച്ചു തുപ്പാനാണ് തോന്നുന്നത്.''

ക്യാപ്റ്റൻ അഹമ്മദ് പറഞ്ഞു. ബോട്ടിനു മുന്നിൽ വെള്ളിയുരുകി ഒഴുകുന്നതുപോലെ ജലപാത.

''നോക്കൂ, ചക്രം എനിക്ക് തന്നേക്കൂ. താഴെ ഡെക്കിൽ ചെന്ന് ഓരോ ജോലിക്കാരനോടും ചോദിക്കണം. ആരാണ് സൂഫിയെ കൊന്നതെന്ന്.''

സെഫർ നിശ്ശബ്ദനായി. ചക്രം ക്യാപ്റ്റന് കൈമാറി. ഈ രണ്ട് പടിയായി ചാടി കോണിയിറങ്ങി നേരെ കപ്പലിലെ പാചകക്കാരന്റെ അടുത്ത് ചെന്ന് പറഞ്ഞു.

''കാപ്പി, മധുരം ചേർത്തത്.''

തുറമുഖത്ത് കൂട്ടിയിട്ടിരിക്കുന്ന കൽക്കരി. അത് വലിയ മൺവെട്ടിയാൽ കോരി കപ്പലിൽ നിറയ്ക്കുന്ന സ്വന്തം ഭാര്യയും മകളും. അങ്ങനെയൊരു കാഴ്ച കാണാൻ ആരാണ് ആഗ്രഹിക്കുക? മെയ് ദിനത്തിൽ തന്റെ പെൺമക്കൾ ഒരു ട്രോയ്ക്കയിൽ ഏതോ പട്ടാളക്കാരന്റെ മടിയിലിരുന്ന് ഉല്ലസിച്ച് യാത്ര ചെയ്യുന്നത് കാണാൻ ഏതെങ്കിലും ഒരു അച്ഛൻ ആഗ്രഹിക്കുമോ? ടമാരാ, ഡുനിയാഷ്ക, മനൗഷ്ക, നെറ്റോച്ക?

ബട്ടുമിയിൽനിന്ന് തുടക്കം

പിന്നെ മക്കിൻജോരി

കൊബുലെറ്റി

സെന്റ് നിക്കോളാസ്

ഗുൺഗുലെറ്റ്

പോഡി

ഒച്ചാംചിറ

ദൈവവിശ്വാസികളല്ലാത്ത തൊഴിലാളികളുടെ സൈന്യം. അള്ളാഹുവിന്റെ കൽപ്പന നമ്മുടെ ഉദ്ഭവത്തേയും സൃഷ്ടിയേയും മറക്കാനാണ്. ചെരിഞ്ഞ കണ്ണുകളും ഉയർന്ന കവിളെല്ലുകളും മഞ്ഞയോ പച്ചയോ ചുകപ്പോ ആയ തൊലിയും മറന്നേക്കൂ. നല്ലവണ്ണം വെളുത്ത്, ഉയരമുള്ളവർ, ഇരുണ്ട നിറത്തിൽ പൊക്കം കുറഞ്ഞവർ എല്ലാവരും ഒന്നുതന്നെ. മറവിയിൽ അമരാൻ വേണ്ടിയാണ് നമ്മെ പീഡിപ്പിക്കുന്നത്. അവിടുത്തേക്ക് മാത്രമേ അപരാധിയെ കണ്ടെത്താനാവൂ. അവിടുത്തേക്ക് മാത്രമേ വഞ്ചനയുടെ പേരിൽ ശിക്ഷിക്കാനാവൂ. ദാ, ഇപ്പോൾ ഇവിടെ ഒന്നിനും കൊള്ളരുതാത്ത കുറെ ധിക്കാരികൾ അധികാരഭാവത്തിൽ നിങ്ങൾക്ക് ചുറ്റും നിൽക്കുകയാണ്. മതമില്ലാതെ ഒരാൾക്കും ജീവിക്കാനാവില്ല. എന്റെ അമ്മാവൻ ഹാജി മെഹമൂദ് എഫൻഡി ടർഗറ്റ് റെയ്സിലെ ഇമാം ആയിരുന്നു. അദ്ദേഹത്തിന്റെ കാലത്ത് സൈന്യത്തിനു മുഴുവൻ മതത്തിന്റെ പിന്തുണയുണ്ടായിരുന്നു. ഓരോ ടർക്കും

അറ്റാതുർക്ക് ആണെന്ന വിചാരിക്കരുത്. എന്നാലും ഞങ്ങൾ ഞങ്ങളുടെ സുഹൃത്ത് ഹോബോയിലെ റെസിപ്പീന്റെ ശവമടക്കിയത് സക്കാറിയായുടെ തീരത്തായിരുന്നു. അമരന്മാരിലൊരാൾ. കുപ്പായക്കീശയിൽ ബേജിൽ (ഒരുതരം കട്ടിയുള്ള റൊട്ടി) വെച്ചു. കൈത്തോക്ക് അരപ്പട്ടയിൽ തിരുകി. ഞങ്ങൾ ലുഗർ(മീൻ പിടിക്കുന്ന ബോട്ട്) വിറ്റു. സക്കറിയായിൽവെച്ച് ഒരു ബുള്ളറ്റ് ഞാൻ എടുത്തു. മഞ്ഞക്കണ്ണുകളും വെളുത്ത കുഞ്ചിരോമങ്ങളും ഉള്ള എന്റെ കുതിര എന്നെ കുടഞ്ഞ് താഴേക്കിട്ടപ്പോഴായിരുന്നു അത്. അവളുടെ പേര് ബ്യൂട്ടി സ്പോട്ട് എന്നായിരുന്നു.

കുടൈയ്സി

ഗുഡൗടാ പിഡ്സുന്റോ

ഗാഗ്രാ

ലെസ്ലിഡിസ്

ചോസ്ടെ

സോചി

ടുവാപ്സ്

എന്റെ അമ്മാവൻ ഒമർ എഫൻഡി സുൽത്താന്റെ പരുന്തുകളുടെ നോട്ടക്കാരനായിരുന്നു. അഹമ്മദ് ഒരു ചരിത്രകാരനായിരുന്നു. അദ്ദേഹം മദ്യപിക്കുന്നതായി അഭിനയിക്കും. വാസ്തവത്തിൽ തറയിൽ മദ്യം ഒഴിച്ചു കളയുകയാണ് ചെയ്യുക. 1914 മറക്കാനാവില്ല. സിഗാന ഒരു മലമ്പാതയാണ്. അമേരിക്ക ഒരു സ്ഥലമാണ്.

കാബർഡിൻക

ഓസ്നോവ്ക

നോവോറ്സ്ക

അനാപ

ഞങ്ങൾ ഇപ്പോൾ കരിങ്കടലിന്റെ പാതി മാത്രമേ കടന്നിട്ടുള്ളൂ. എന്റെ ക്യാപ്റ്റൻ ജ്യേഷ്ഠനോട് അവർ പാർലിമെന്ററി പാർട്ടിയിൽ ചേരാൻ പറഞ്ഞു. അദ്ദേഹം ദ്വേഷ്യത്തോടെ ജനറലിന് നേരെ തിരിഞ്ഞു. നിങ്ങളെന്തിനാണ് സിയാ ഹുർഷിറ്റിനെ തൂക്കിലേറ്റിയത്? ഒസ്മാൻ ആഗയെക്കൊണ്ട് അലി ഷുക്രുവിന് നേരെ വെടിവെച്ചതെന്തിനാണ്? ഒരു ആഗയെക്കൊണ്ട് ഒരു ടർക്കിഷ് സൈനികനെ കൊല്ലിക്കുക, ഒരു മനുഷ്യനെക്കൊണ്ട് ഒരു മനുഷ്യനെ ഇല്ലാതാക്കുകയോ? ആരാണ് സൂഫിയെ കൊന്നത്?

ഷിങ്ലിക്

പ്ലാവൻഷ്ക

കെർച്ച്

മരിയുപ്പോൾ

ഫിഡോസിയ

റോഫ് ഒർബേ പ്രധാനമന്തിയായിരുന്നു. അയാളെ നിങ്ങളാണ് കപ്പലിൽനിന്നും ഇറക്കിയത്. ആ സ്ഥാനത്തേക്ക് ആരെയാണ് നിങ്ങൾ കയറ്റിയത്?

കോസ്

ഒടുസ്

സ്ലോസ്ക

നിങ്ങളല്ല അത് ചെയ്തതെങ്കിൽ വേറെ ആരാണ് അത് ചെയ്തത്? ആണോ ലത്തിഫ് ബനീം ആണോ?

അലുഷ്ട

ബാചേകാലേ

സേവാസ്റ്റോപോൾ

ഗുർശുഫ്

ഒഡേസ്സാ

അയാൾ ജെബിസോയുടെ കരണത്തടിച്ചു.

സൂഫീ എന്ത് ചെയ്തിട്ടാണ്, നിങ്ങൾ അവനെ കൊന്നത്?

നിങ്ങൾ കരിങ്കടൽ നാട്ടുകാരാണ് സൂഫിയെ കൊന്നത്. ജനറൽ കുറ്റം ആരോപിച്ചു.

സത്യം തുറന്ന് പറയൂ. നിങ്ങളാണോ സൂഫിയെ കൊന്നത്?

എന്റെ ക്യാപ്റ്റൻ ജ്യേഷ്ഠൻ ചോദിച്ചു.

നിങ്ങൾക്കെന്താ ഭ്രാന്തുണ്ടോ? ആ കാലത്ത് ഞാൻ തടങ്കൽ പാളയത്തിലായിരുന്നില്ലേ?

ആ കാര്യം പറയണ്ട. തടങ്കൽ പാളയം, അത് നിങ്ങൾക്കെന്നും ഒരു ഒഴികഴിവായിരുന്നു. എന്നോട് സത്യം പറയണം. ഇപ്പോൾ.

ഇങ്ങോട്ട് നോക്കൂ, പിച്ചും പേയും പറയാതെ കാര്യം മനസ്സിലാക്കൂ. എത്രയോ പേർ അക്കാലത്ത് മരിച്ചു. റോംറോം അമ്മ, എന്റെ അച്ഛൻ, അമ്മ, മകൻ. സൂഫി എനിക്കാരാണ്? അങ്ങനെ ചോദിക്കുകയാണെങ്കിൽ പറയാം സൂഫിയെ കൊന്നത് ഈ നാടിന്റെ കൂട്ടായ ബോധമാണ്.

നുണ...മുത്തൻ നുണ. ഈ നാടിന് അങ്ങനെ ഒരു കൂട്ടായ ബോധമില്ല. എനിക്ക് വേണ്ടത് ഒരു കുറ്റവാളിയാണ്. അയാളോടെനിക്ക് പകരം വീട്ടണം.

ഹാവ്റാനിലുണ്ടായിരുന്ന അമ്പത്തിമൂന്ന് പേരുടെ ജീവൻ ഞാൻ രക്ഷിച്ചു. സൂഫി നിങ്ങൾക്കാരാണ്?

എനിക്ക് അയാളെ നന്നായി അറിയാമായിരുന്നു. ഞങ്ങൾ ഒരുമിച്ച് റോക്കി കുടിച്ചു. പർപ്പിൾ നിറത്തിലുള്ള കാബേജ് തിന്നു. പ്രസ്ഥാനത്തിന് ഏറ്റവും പ്രിയപ്പെട്ടവനായിരുന്നു അയാൾ. അവരുടെ കണ്ണിലെ കൃഷ്ണ മണി. ആരോ, ആരോ ഒരാൾ അയാളെ കൊന്നു. അത് നിങ്ങളാണ്.

ഭ്രാന്തൻ... നരകത്തിൽ ചെന്ന് ചാട്.

അയാൾ തന്റെ നേരെ വടിയെടുത്തു. എന്റെ നെറുകയിൽ ആഞ്ഞടിച്ചു.

വിശ്വാസഘാതകൻ, കടന്നുപോ എന്റെ വീട്ടിൽനിന്ന്. ഇനിയൊരിക്കലും എനിക്ക് നിന്നെ കാണാൻ ഇട വരരുത്. സൂഫി എന്നാൽ എനിക്ക് അതാണ്. മനസ്സിലായോ?

അദ്ദേഹം മരിക്കുന്നതുവരെ എന്റെ ഭാര്യയേയും മകളേയും സംരക്ഷിച്ചു. ഒരു കൊല്ലം. വീണ്ടും ഞാൻ കപ്പൽയാത്രയിലായിരുന്നു. കോൺസ്റ്റാൻഡായിൽ യുദ്ധരംഗത്ത്. കാൽക്കീഴിൽ ടാറിട്ട പാത ചുട്ടുപൊള്ളുന്നു.

പോളിനെഗ്രിയുമായി അറിയാതെ ഞാൻ പ്രണയത്തിലായി. ഞാനെന്ത് ചെയ്യാൻ? അത്രയ്ക്കും അവളെ സ്നേഹിച്ചുപോയി.

''പോകൂ...''

ഞാൻ ഉറക്കെ വിളിച്ചു.

നീ പുഴക്കരയിലെ തിളങ്ങുന്ന കുപ്പിയാണ്
നീ ഏറ്റവും ആസ്വാദ്യകരമായ ഭക്ഷണമാണ്.
നിന്നെ ജീവിതകാലം മുഴുവൻ എനിക്ക്
തിന്നുകൊണ്ടിരിക്കാം.

വളരെ നേർത്ത വല പോലുള്ള ഒരു നിശാവസ്ത്രമാണ് അവൾ ധരിച്ചിരുന്നത്. അതിനുള്ളിൽ കൂടി അവളുടെ ഉടൽ സ്വർണംപോലെ പ്രകാശിച്ചിരുന്നു. കണ്ണുകൾക്കും സ്വർണ്ണത്തിളക്കം. കുറേശ്ശേ ടർക്കിഷ് ഭാഷയും വശമായിരുന്നു. അവൾ കെഞ്ചി.

''എനിക്ക് കുപ്പി.''

എന്റെ ക്യാപ്റ്റൻ ജ്യേഷ്ഠൻ, കപ്പൽ ഹെയ്ബെലൈയ്ദയിൽ അടുപ്പിക്കുന്നതിനിടയിലാണ് ബോധംകെട്ട് വീണത്. സുഖമില്ലെന്ന് തോന്നിയ ഉടനെ അദ്ദേഹം ശുദ്ധവായു കിട്ടാൻ വേണ്ടി മേൽത്തട്ടിലേക്കോടി. ശ്വാസകോശങ്ങളിൽ വായു നിറയ്ക്കാനുള്ള ബദ്ധപ്പാടിൽ പിന്നിപ്പോയ കാലുറകളുടെ അറ്റത്ത് കാൽ തടഞ്ഞ് വീണു.

''നോക്കൂ മകനേ,''

അദ്ദേഹം മെൽവുട്ടിനോട് പറഞ്ഞു. അദ്ദേഹം ഇരുപത് വർഷമായി ജ്യേഷ്ഠന്റെ കപ്പലിലെ പ്രധാനമേൽനോട്ടക്കാരനായിരുന്നു.

''കപ്പൽ ഞാൻ തൂത്തുവാരിക്കോളാം. നീ പോയി കണ്ടുപിടിക്ക് ആരാണ് സൂഫിയെ കൊന്നതെന്ന്.''

അദ്ദേഹം അപകടമൊന്നും കൂടാതെ കപ്പൽ കരയ്ക്കടുപ്പിച്ചു. സെഫർ ഒരു ഡോക്ടറെ അന്വേഷിച്ച് ആ ദ്വീപിൽ മുഴുവൻ നടന്നു. ഒരാളേയും കിട്ടിയില്ല. യാത്രക്കാരിൽ ഒരാൾ ഒരു മെഡിക്കൽ വിദ്യാർത്ഥിയായിരുന്നു. അയാൾ സഹായിക്കാൻ തയ്യാറായി മുന്നോട്ട് വന്നു. ജ്യേഷ്ഠന്റെ നാഡി പരിശോധിച്ചു. ഉറക്കെ നിലവിളിച്ചു.

അദ്ദേഹം മരിച്ചുകഴിഞ്ഞു.

മുസ്തഫാ സൂഫി

IV

സെനോഫാനാണ് പറയുന്നത്, ഗ്രീക്ക് സൈനികരേ, അത് ക്രിസ്തുവിന് മുമ്പ് അഞ്ചാം നൂറ്റാണ്ടിലായിരുന്നു. ബാബിലോണിൽനിന്നും കാൽനടയായാണ് അവർ വന്നത്. കാൽവിരലുകൾക്കിടയിൽ നിന്നും വിയർപ്പൊഴുകിയിരുന്നു. ചളിയുടെ നിറം. നിശ്ചയിക്കപ്പെട്ട സമയത്തിന്റെ, ശരീരം വെടിയാൻ തയ്യാറായി നിൽക്കുന്ന പ്രാണന്റെ നിറം, ബാബിലോണിൽനിന്നും ആ വഴിയത്രയും നടന്ന്. ഈ ഗ്രീക്ക് ഭടന്മാരുടെ കൈയിൽ വാളുണ്ടായിരുന്നു. പക്ഷേ നടത്തത്തിനിടയിൽ എവിടെയോ, എപ്പോഴോ അവർ അവ ഉപേക്ഷിച്ചിട്ടുണ്ടാകണം. പാറക്കെട്ടുകളിലേക്ക് വലിച്ചെറിഞ്ഞിട്ടുണ്ടാകണം. മുറിഞ്ഞുപോയ വാളുകൾ ഭൂമിയിൽ കുഴിച്ചിട്ടിട്ടുണ്ടാകണം. എന്തായാലും ഭൂമി...അതെല്ലാറ്റിനേയും മൂടിവെക്കുമല്ലോ. തളർന്ന കാലുകൾ അവർ കഷ്ടപ്പെട്ട് വലിച്ചുവെക്കുന്നു. അവരുടെ ഉപ്പൂറ്റികൾ പൊട്ടിയൊലിക്കുന്നുണ്ട്. അങ്ങകലെ ഉൾനാടുകളിൽ നിന്നാണ് അവർ വരുന്നത്. ഇടുങ്ങിയ മലമ്പാതകൾ ഉരസിയിറങ്ങി, അറ്റം കാണാതെ പരന്നു കിടക്കുന്ന പുൽമൈതാനങ്ങൾ താണ്ടി, താഴ്വാരങ്ങളിലെ ഭ്രാന്തൻകാറ്റുകളുടെ ഭീഷണി നേരിട്ട്, പാറക്കെട്ടുകൾ നിറഞ്ഞ മരുഭൂമിയിലെ കഠിനമായ ചൂട് സഹിച്ച്, ലോകത്തിന്റെ ഏതോ ഒരു വഴിത്തിരിവിൽ തീവ്രതയാർന്ന ഒരു നീലവെളിച്ചം അവരുടെ കണ്ണുകളിൽ വന്നു നിറഞ്ഞു. ബാബിലോണിൽനിന്നും വന്ന ഗ്രീക്ക് പടയാളികൾ കരിങ്കൽ പാറകളുടെ ഉയരങ്ങളിൽ കയറിനിന്ന് ശക്തിയോടെ വിളിച്ചു പറഞ്ഞു. ദാ, ദാ, കടൽ. കരിങ്കടൽ കണ്ടിട്ടാണ് അവർ അങ്ങനെ വിളിച്ചു കൂവിയത്. ആ കൊല്ലം വേനൽ നേരത്തെ വന്നെത്തിയോ? ക്രിസ്തുവിന് മുമ്പേ...?

1920ൽ അധിനിവേശം പടയുടെ കപ്പലുകൾ മൂന്ന് വരിയായി നങ്കൂരമിട്ട് നിന്നു. ടോഫേനും ഒർട്ടോക്കോയ്ക്കുമിടയിൽ. അന്ന് ബോസ്ഫറസ്സിൽ അത്യധികം കനത്ത മൂടൽമഞ്ഞുണ്ടായിരുന്നു. കപ്പലുകൾക്ക് വഴി കണ്ടെത്തുക പ്രയാസമായിരുന്നു. ഗലാട്ടായിലുള്ള കടത്തുബോട്ട് ഒർട്ടാക്കോയിൽനിന്നും പുറപ്പെട്ട് തീരം തൊട്ടാണ് വരിക. ഓരോ തുറമുഖത്തും അത് അടുക്കും. എന്നാലും ലക്ഷ്യസ്ഥാനത്തെത്തുക പ്രയാസം. ആ കാലത്തെ ജീവിതം വളരെ ദുസ്സഹമായിരുന്നു. അന്നും സമ്പന്നരായ മുതലാളിമാരുണ്ടായിരുന്നു. ഏറെയും കപ്പൽ മുതലാളിമാർ. അവർ അവരുടെ കപ്പലുകളിൽ ആകാവുന്നത്ര പണിക്കാരെ പണിയെടുപ്പിച്ചിരുന്നു. അങ്ങനെ അവർ സുൽത്താന്മാർ വിട്ടൊഴിഞ്ഞുപോയ നാടിന്റെ യജമാനന്മാരായി. ജനകീയസർക്കാർ അക്കാലത്ത് നിലവിൽ വന്നു കഴിഞ്ഞിരുന്നില്ല. പിന്നെയും മൂന്ന് വർഷത്തിനുശേഷമാണ് 1923ൽ ടർക്കിയിൽ റിപ്പബ്ലിക് സ്ഥാപിതമായത്.

ഒരു വൈകുന്നേരം ഹവ്റാൻ എന്ന കപ്പലിൽ ഞാൻ ഡാർഡാനെല്ലിസ്സിലേക്ക് യാത്ര തിരിച്ചു. എഡ്രിമിറ്റിലെ സേസായ് ബേയുടെയും കാരാ വാസിഫ് പാഷയുടെയും കൂട്ടുടമസ്ഥതയിലായിരുന്നു ആ കപ്പൽ. തുറമുഖത്തുനിന്നും യാത്രക്കാരെയും ചരക്കുകളുടെയും ഞങ്ങൾ കപ്പലിൽ കയറ്റി. അതിനുശേഷം ചൊവ്വാഴ്ചച്ചന്തയുടെ അടുത്തുള്ള ഒരു വള്ളത്തിൽനിന്നും ആവശ്യമുള്ള കൽക്കരി വാങ്ങി സംഭരിച്ചു. മൂടൽമഞ്ഞിനെ വകഞ്ഞുമാറ്റി. വൈകുന്നേരത്തെ പ്രാർത്ഥനയ്ക്കായി വിശ്വാസികളെ വിളിച്ചു കൂട്ടുന്ന ശബ്ദം. ശത്രുക്കളുടെ കപ്പലുകളേയും കടന്ന് ഞങ്ങളുടെ കപ്പലിന്റെ മേൽത്തട്ടിലെത്തി. എഡ്രിമറ്റിലെ സോസായ് വേയുടെയും കാരാ വസിഫ് പാഷയുടെയും കൂട്ടുടമസ്ഥതയിലുള്ള എസ്.എസ്. ഹവ്റാൻ എന്ന ആ കപ്പലിന്റെ വേഗം 7.5 നോട്ടു(മണിക്കൂറിൽ 1.5 മൈൽ)കളായിരുന്നു. കപ്പലിന്റെ ഗതി നിയന്ത്രിക്കുന്ന വലയം കൈകൊണ്ടാണ് തിരിച്ചിരുന്നത്. യുദ്ധക്കപ്പലുകൾ നങ്കൂരമിട്ട് കിടക്കുന്നതിനിടയിലൂടെയാണ് ഞങ്ങൾ കപ്പൽ ഓടിച്ചുകൊണ്ടിരുന്നത്. ക്യാപ്റ്റൻ ഇസെറ്റ് ആയിരുന്നു ഞങ്ങളുടെ മാസ്റ്റർ. അദ്ദേഹം പിന്നീട് വളരെ വർഷങ്ങൾക്കുശേഷം റിഫാ ദുരന്തത്തിൽ വെച്ച് മരണമടഞ്ഞു. സൈപ്രസ് കടലിൽവെച്ച് ഒരു മുങ്ങിക്കപ്പലുമായി അദ്ദേഹത്തിന്റെ കപ്പൽ കൂട്ടിയിടിക്കുകയായിരുന്നു. അവൾ കടലിൽ ആണ്ടുപോയത് നമ്മുടെ പ്രഗദ്ഭരായ ഏതാനും പേരെയും കൊണ്ടായിരുന്നു.

ഇപ്പോൾ പ്രാർത്ഥനയ്ക്കുള്ള വിളി കേട്ടതും ക്യാപ്റ്റൻ പ്രാർത്ഥിക്കാനായി എഴുന്നേറ്റ് നിന്നു. ഞാൻ അപ്പോൾ എഞ്ചിൻമുറിയിലായിരുന്നു. ഞങ്ങൾ ഒരു ഫ്രഞ്ച് വിനോദക്കപ്പലിനെ കടന്നുപോകവേ അതിന്റെ താഴെയുള്ള റാം (ഭിത്തിഭേദനായന്ത്രം) ഞങ്ങളുടെ കപ്പലിന്റെ പുറംഭിത്തിയിൽ തുളച്ചു കയറി നേരെ എഞ്ചിൻഷാഫ്റ്റിൽ വന്നുകൊണ്ടു. എഡ്രിമിറ്റിലെ സേസായ് ബേയുടെയും കാരാ വാസിഫ് പാഷയുടെയും

കൂട്ടുടമസ്ഥതയിലുള്ള ഹവ്റാൻ എസ്/എസ് എന്ന ആ കപ്പലിന്റെ എഞ്ചിൻഷാഫ്റ്റിന് കേട് പറ്റിയപ്പോൾ നിലവിളിച്ചത് അവരായിരുന്നില്ല. ഞങ്ങളായിരുന്നു. ആ പിളർപ്പിൽക്കൂടി വെള്ളം അകത്തേക്ക് ഇരച്ച് കയറി. ഒഴുക്കിൽ കപ്പലിന്റെ അണിയമാകെ തിരിഞ്ഞു. ഞങ്ങൾ ആ ഫ്രഞ്ച് കപ്പിലിലേക്ക് കയറിപ്പോകുമെന്ന നിലയിലായി.

''അള്ളാഹുവേ, എന്നോട് പൊറുക്കേണമേ...'' എന്ന നിലവിളിയുമായി ക്യാപ്റ്റൻ ഇസെറ്റ് തൽക്ഷണം പ്രാർത്ഥന അവസാനിപ്പിച്ചു. അതേ നിമിഷം ഒഴുക്കിന്റെ ശക്തിയിൽ ഞങ്ങളുടെ കപ്പൽ അവരുടെ റാമിൽനിന്ന് താനേ വിട്ടുപോന്നു. കപ്പൽ മുങ്ങാൻ തുടങ്ങി. പതിനഞ്ചോ ഇരുപതോ നിമിഷങ്ങൾ. ഒന്ന് കണ്ണടച്ച് തുറക്കാൻ വേണ്ട സമയം. നിസ്സഹായരായ യാത്രക്കാർ. സ്ത്രീകളും പുരുഷന്മാരും കുട്ടികളും. അവരവരുടെ പെട്ടികളും കുട്ടകളും കിടക്കകളും പുതപ്പുകളുമൊക്കെ മറന്നു. ആകെ മറഞ്ഞു കിടക്കുന്ന മൂടൽമഞ്ഞിനുള്ളിൽ നിന്ന് അവർ ഉച്ചത്തിൽ നിലവിളിക്കാൻ തുടങ്ങി. ആർക്കും മരിക്കാനാഗ്രഹമില്ല. ഞാൻ വളരെ സാഹസികമായി പ്രയത്നിച്ചു. എന്റെ മൂന്നാമത്തെ സഹായി തഹ്സിനും എന്നെ സഹായിച്ചു. അന്ന് ഞാൻ അമ്പത്തിമൂന്നുപേരുടെ ജീവൻ രക്ഷിച്ചു. അമ്പത്തിനാലാമത്തെ യാത്രക്കാരനെ രക്ഷിക്കാൻ ശ്രമിക്കവേ, ഏതാണ്ട് നാൽപ്പത്തഞ്ച് വയസ്സായ ഒരാൾ. ടൈയും കണ്ണടയുമുണ്ട്. അയാൾ കാത്തുനിൽക്കുകയാണ്. ചുണ്ടുകൾക്കിടയിൽ സിഗരറ്റ്. മുഖത്ത് കൂസലില്ലായ്മ. ഡെക്കിൽ അയാളെ ഞാൻ മുമ്പ് കണ്ടിട്ടുണ്ട്. മുഖത്തോട് മുഖം. ഇനി അയാളുടെ ഊഴമാണ്. അയാൾ ആകാംക്ഷയോടെ കാത്തുനിൽക്കുന്നു. കൈകൾ ശക്തിയായി വീശുന്നു. എന്നെ വിളിക്കുന്നു. കപ്പൽ ഏതാണ്ട് മുഴുവനും മുങ്ങാറായി. ഒരുപക്ഷേ അതിനോടൊപ്പം ഞാനും കടലിൽ താഴും. ഈ അമ്പത്തിനാലാമനോടുകൂടി എനിക്ക് ശ്വാസം കിട്ടാതായി. ഞാൻ അയാളെ നോക്കി. ചുണ്ടുകൾക്കിടയിൽ തിരുകിയ സിഗരറ്റ്, അയാളുടെ ടൈ, വെള്ള ഷർട്ട്, ഉച്ചത്തിൽ നിലവിളിച്ചുകൊണ്ട് അയാൾ ഡെക്കിൽ അങ്ങോട്ടുമിങ്ങോട്ടും ഓടുന്നു. എന്റെ നേരെ മുഷ്ടി ചുരുട്ടിക്കാണിക്കുന്നു. മൂടൽമഞ്ഞിനു നേരെ... ശത്രുക്കളുടെ കപ്പലുകൾക്ക് നേരെ... പിന്നെ വേറെ എങ്ങോട്ടോ... എനിക്ക് മനസ്സിലാക്കാൻ സാധിക്കുന്നില്ല. അതോടെ കടലിൽ താഴുന്നുപോയി. അപ്പോഴും കപ്പലിൽ ബാക്കിയുണ്ടായിരുന്ന പതിനഞ്ച് പേരോടൊപ്പം. വെള്ളം അയാളെ വന്നു മൂടുന്നത് ഞാൻ നോക്കി നിന്നു. അയാൾ താഴേക്ക്...താഴേക്ക്... ആണ്ടുപോയി. കടം കിട്ടിയ ജീവിതമാണ് ഞാൻ ഇപ്പോൾ ജീവിക്കുന്നത് എന്ന് പറയാൻ ഒരു കാരണം അതാണ്. ആ ദിവസത്തെക്കുറിച്ച് ഓർക്കുമ്പോഴെല്ലാം അയാളുടെ രൂപം മനസ്സിൽ തെളിഞ്ഞ് വരുന്നു. മൂടൽമഞ്ഞിനിടയിൽ ഇളകിയാടുന്ന ടൈയോടുകൂടിയ ആ മനുഷ്യൻ. കരിങ്കടലിന്റെ അടിത്തട്ടിൽ അയാളുടെ ടൈ പറ്റിക്കിടക്കുന്നു.

ആ ഫ്രഞ്ച് വിനോദയാത്രാക്കപ്പലിൽനിന്നും അവർ ഒരു തോണിയിറക്കി. സിറഗ്ലിയോ ഭാഗത്തേക്ക് ചുറ്റി ഒഴുകി നീങ്ങുന്ന കപ്പലിന്റെ അവശിഷ്ട ങ്ങൾക്കിടയിൽ നിന്നും അവയ്ക്ക് ആകെ കിട്ടിയത് ക്യാപ്റ്റൻ ഇസെറ്റി നെമാത്രം. അദ്ദേഹം റിഫാ ദുരന്തം വരെ പിന്നെയും ജീവിച്ചു.

അമ്പത്തിനാലാമത്തെ യാത്രക്കാരൻ ജീവിച്ചില്ല. ഞാൻ അമ്പത്തി മൂന്നുപേരെയും രക്ഷിച്ചു. ഒരാളുടെ മരണം എന്നെ കുറ്റവാളിയാക്കു ന്നുവോ? ദേശദ്രോഹിയാക്കുന്നുവോ?

ചില പ്രവർത്തികൾ കാരണങ്ങളാണെന്ന് നെർമിൻ വിചാരിക്കുന്നു. മനുഷ്യർ മരിക്കുന്നു. അവർ വീഴുന്നു. മനുഷ്യർ നീണ്ടുനിവർന്നു കിട ക്കുന്നു. മരിക്കുന്നു. അതെ, ഈ സംഭവത്തിനുശേഷമാണ് ഞാൻ എന്റെ വീടും കുടുംബവും ഉപേക്ഷിച്ച് പോളിനെഗ്രിയുടെ കൈകളിൽ എത്തി ച്ചേർന്നത്. ജീവിതത്തെക്കുറിച്ചുള്ള എന്റെ തത്ത്വശാസ്ത്രം താനേ മാറി. ഫത്തിഹിൽവെച്ചുണ്ടായ അഗ്നിബാധയ്ക്കുശേഷം സംഭവിച്ചതുപോലെ. നമുക്കെല്ലാവർക്കും ജീവിതത്തെക്കുറിച്ച് തനതായ ഒരു സങ്കൽപ്പമുണ്ട്. എന്നാൽ അത് സാഹചര്യങ്ങൾക്കമുസരിച്ച് മാറുന്നതാണ്. അന്നത്തെ തീപിടുത്തത്തിനുശേഷം എനിക്കേറ്റവും ഇഷ്ടപ്പെട്ട സാധനങ്ങളെല്ലാം ഞാൻ പോകുന്നിടത്തെല്ലാം കൊണ്ടുപോകുമായിരുന്നു. അന്നത്തെ ആ ദുരന്തത്തിൽ വിലപിടിച്ചതെല്ലാം എനിക്ക് നഷ്ടമായി. എന്റെ പണം, സ്മാരകോപഹാരങ്ങൾ, വസ്ത്രങ്ങൾ അങ്ങനെയെല്ലാം കടലിലാണ്ടു പോയി. ഇനി ഞാൻ എന്തിനെയാണ് അള്ളിപ്പിടിക്കേണ്ടത്? ഏത് കൊളു ത്തിലാണ് ഞാൻ പിടി മുറുക്കേണ്ടത്? കാരാ വസിഫ് പാഷയോടൊപ്പം രാഷ്ട്രത്തെ സംബന്ധിച്ചുള്ള കടമകൾ. സ്വന്തം രാജ്യത്തെ സേവി ക്കാൻ, ഇഷാനി ഹൂഡാ എന്ന ടഗ്ബോട്ടിലെ ജോലി, പടക്കോപ്പുകൾ കയറ്റിക്കൊണ്ടുപോകവേ, സക്കാറിയായിൽ റെസീബ് ഹോബോയുമായി പോരടിക്കാൻ, ഇക്കിസ്ഡ്രെയുടെ തീരത്ത് വെച്ച് എന്റെ കുതിര ബ്യൂട്ടി സ്പോട്ട് എന്നെ താഴേക്കെറിഞ്ഞു. എന്നാലും എന്റെ ഭാഗ്യം ഇനിയു മെന്നെ കൈവിട്ടിട്ടില്ല.

'നിർത്തൂ... ഇത്രയൊക്കെ മതി' എന്ന് ഞാൻ പറഞ്ഞിട്ടുണ്ടാവണം. ഇപ്പോൾ പോളാനെഗ്രി... സത്യം പറയാം. ഞാൻ അവളുമായി പ്രണയ ത്തിലായിരുന്നു. എനിക്ക് മക്കളുണ്ടായിരുന്നില്ലെങ്കിൽ എന്നും ഞാൻ അവളോടൊപ്പം താമസിക്കുമായിരുന്നു. തന്റെ സുന്ദരനായ മകന്റെ മരണത്തെയോർത്ത് സദാ വിലപിക്കുന്ന ആ സ്ത്രീയുടെ അടുത്തേക്ക് ഞാൻ തിരിച്ചുപോകില്ലായിരുന്നു. അപ്പോൾ പിന്നെ എന്റെ കാര്യം? എന്തെല്ലാമാണ് ഞാൻ ജീവിതത്തിൽ അനുഭവിച്ചിരിക്കുന്നത്. അല്ലെ ങ്കിൽ ആരാണ് എന്നെ ഓർക്കുക? ഞാൻ ജീവിച്ചിരുന്നു എന്നതിന് തെളി വായി ഏതെല്ലാം ഓർമ്മകളാണ് മറ്റുള്ളവരിൽ ശേഷിക്കുക? നെർമിൻ തീർച്ചയായും സംഗതികൾ മാറ്റും. അത് നല്ലതിനുവേണ്ടിയായിരിക്കും.

ഒന്നുമില്ലെങ്കിൽ നല്ലൊരു മാതൃകയായെങ്കിലും അവൾ എന്നെ എടുത്തു കാണിക്കും. ആദരണീയമായ ഓർമ്മ. ഹാ...ഹാ...ഹാ...ആരാണ് നിങ്ങളെ ഓർമ്മിക്കാൻ പോകുന്നത്? ആരാണ് നെർമിൻ ഹനീമിനെ ശരിയായി മനസ്സിലാക്കിയിരിക്കുന്നത്? സ്വന്തം രാജ്യത്തെ ഒറ്റുകൊടുത്തു എന്ന ലെനിനെപ്പോലും നാട്ടുകാർ കുറ്റപ്പെടുത്തുന്നു. ശരിയാണ്, ലെനിൻ... നിങ്ങളുടെ ദൈവം... ലോകത്തിനാവശ്യം തെറ്റുകുറ്റങ്ങളാണ്. മിണ്ടാനാകുമായിരുന്നെങ്കിൽ ഇപ്പോൾ ഞാൻ അവളോട് പറഞ്ഞേനേ.

''നെർമിൻ ഹനീം, സ്വന്തം ജനനത്തെക്കുറിച്ച് മറക്കണം എന്നാണ് അള്ളാഹു നമ്മോട് പറയുന്നത് ''

സംസാരിക്കാൻ സാധിക്കുമായിരുന്നെങ്കിൽ ഞാൻ പറഞ്ഞേനേ...

''എന്റെ കുഞ്ഞേ, നെർമിൻ, കരയരുത്. അള്ളാഹു ഈ വിധത്തിലാണ് മനുഷ്യരെ സൃഷ്ടിച്ചിരിക്കുന്നത്. ചെരിഞ്ഞ കണ്ണുകൾ, ചുകപ്പും തവിട്ടും ഇളം ചുകപ്പാർന്ന നിറഭേദങ്ങൾ. ഉയരമുള്ളത്, കടുപ്പമുള്ളത്, ജെല്ലി മത്സ്യംപോലെ മാർദ്ദവമേറിയത്. അത് കപ്പലിന്റെ വശങ്ങളിൽ വന്നു മുട്ടുമ്പോൾ പാടെ തകർന്നു പോകുന്നു. അവർ 1917ൽ ലെനിനോട് പറഞ്ഞു... അന്ന് ഞങ്ങൾ ആർക്കേൻജലിലായിരുന്നു.

''നിങ്ങൾ ശത്രുക്കളുമായി കാര്യങ്ങൾ പറഞ്ഞുറപ്പിക്കുകയാണോ? അവരുടെ ട്രെയിനിൽ യാത്ര ചെയ്യുന്നു. അവരുടെ സ്റ്റേഷനുകളിൽ അവരെക്കൊണ്ട് ആഘോഷപൂർവം സ്വാഗതം ചെയ്യിക്കുന്നു. നിങ്ങളൊരു ചാരനാണ്. നിങ്ങളെപ്പോലൊരു ദേശദ്രോഹി ഈ റഷ്യൻ രാജ്യത്തിലില്ല.''

അദ്ദേഹം അത്രയ്ക്കും നീതിനിഷ്ഠനായിരുന്നുവെങ്കിൽ, ഞാൻ സൂഫിയെ വധിച്ചപ്പോൾ എന്തുകൊണ്ട് ആ തോക്ക് അങ്കാരയുടെ നേരെ തിരിച്ചില്ല? പ്രസ്ഥാനത്തിന് വളരെയധികം പ്രിയപ്പെട്ടവനായിരുന്നു സൂഫി. അവരുടെ കണ്ണിലെ കൃഷ്ണമണി. ലെനിൻ എല്ലാവരാലും സ്നേഹിക്കപ്പെടാൻവേണ്ടിയാണ് അയാൾ മരിച്ചത്. അതോ അഹമ്മദ് സെവാറ്റ് പറഞ്ഞതായിരുന്നുവോ ശരി? ബാക്കിയുള്ളവരെ പഠിപ്പിച്ചു കൊടുക്കാൻ തക്കവണ്ണം അയാൾക്ക് കമ്മ്യൂണിസത്തെക്കുറിച്ച് വേണ്ടത്ര ധാരണയില്ലായിരുന്നുവെന്ന്?

എന്നിട്ട് നീ എന്നെ ദേശദ്രോഹി എന്ന് വിളിക്കുന്നു. കുറ്റം ചെയ്തവൻ. അച്ഛാ, നിങ്ങളുടെ വർഗത്തെ നിങ്ങൾ ഒറ്റുകൊടുത്തു. സ്വന്തം മുഖത്ത് ചളി പുരളാതെ ആർക്കാണ് അവനവന്റെ ജീവിതം ജീവിക്കാനാവുക? നിങ്ങളുടെ കൂട്ടർക്ക് അത് സാധിക്കുമോ? ഒരാളും നിങ്ങൾക്കൊരു കീർത്തിമുദ്ര സമ്മാനിക്കാൻ പോകുന്നില്ല. ലോകത്തെ മാറ്റിയെടുക്കാനും നിങ്ങൾക്കാവില്ല. അതുകൊണ്ട് ഉള്ള ജീവിതം സന്തോഷത്തോടെ ജീവിക്കൂ. ഞാൻ പ്രയാസപ്പെട്ടിട്ടുള്ളതുപോലെ നീ പ്രയാസപ്പെടരുത് എന്ന് ഞാൻ ആഗ്രഹിച്ചു. ഇവരുടെയൊക്കെ മുമ്പിൽ നീ അഭിമാനത്തോടെ ജീവിക്കണമെന്ന് ഞാൻ ആഗ്രഹിച്ചു. ഒരു ചാട്ടവാറിന്റെ പിടിപോലെ ഉയർന്നു നിൽക്കുന്നു. എന്റെ പകവീട്ടൽ

അങ്ങനെയായിരിക്കണമെന്നാണ് ഞാൻ വിചാരിച്ചത്. എന്നാൽ നീ എനിക്ക് അതിന് അവസരം തന്നില്ല.

വിലയേറിയ രോമക്കുപ്പായങ്ങളും വൈരംകൊണ്ടുള്ള ആഭരണങ്ങളും ധരിച്ച് നിന്നെ കാണാനാണ് ഞാൻ മോഹിച്ചത്. അഴകില്ലാത്ത ആ മേൽക്കുപ്പായങ്ങൾ നിന്റെ ശരീരത്തിൽ കാണാൻ എനിക്കിഷ്ടമുണ്ടായിരുന്നില്ല. നിന്റെ അച്ഛനെ നോക്കൂ, ഒരാളും എന്നെ ആദരിക്കാനോ അണിയിക്കാനോ മെനക്കെട്ടിട്ടില്ല. അതിനുതക്ക യോഗ്യത ആരും എന്നിൽ കണ്ടിട്ടുമില്ല. ഇൻഡിക്കേറ്റർ എന്ന യന്ത്രം ഉപയോഗിക്കാനും അതിന്റെ എല്ലാ ഭാഗങ്ങളുടെയും വിശദാംശങ്ങളടങ്ങിയ ചിത്രം വരയ്ക്കാനും അറിയാവുന്ന ഒരാൾ. ഒരു എഞ്ചിൻ പുറപ്പെടുവിക്കുന്ന ശബ്ദം കേട്ട് അത് നല്ലതാണോ കോട്ടമുള്ളതാണോ എന്ന് കൃത്യമായി അറിയുന്ന ഒരാൾ. ഈ വക കാര്യങ്ങൾ ആരാണ് ഈ കാലത്ത് ശ്രദ്ധിക്കുന്നത്? ഞാൻ തടങ്കൽപാളയത്തിൽ കഴിഞ്ഞിരുന്ന കാലത്ത് എന്റെ ക്യാപ്റ്റൻ ജ്യേഷ്ഠൻ എന്റെ ഭാര്യയെ സംരക്ഷിച്ചു. എന്റെ ജീവിതത്തെയും വസ്തുക്കളേയും കാത്തു രക്ഷിച്ചു. ഞാൻ എന്നോടുതന്നെ പറയാറുണ്ട് ഏതെങ്കിലും ഒരു കപ്പലിൽ എനിക്ക് ചാടിക്കയറാനായെങ്കിൽ... ഏതെങ്കിലും ഒരു സെനറ്ററുടെ പങ്കാളിത്തത്തിൽ, യോസ്ഗാട്ടിലെ ഏതെങ്കിലും ഹസീം മുതലാളിയായുള്ള കപ്പലിൽ. ആ കപ്പലിൽ കയറി യാത്ര ചെയ്യുക. അധികം അകലേക്കൊന്നും വേണ്ട. കാഴ്ച വല്ലാതെ മങ്ങിയിരിക്കുന്നു. കാരണം എന്റെ കണ്ണുകളിപ്പോൾ കടലിന്റെ അപാരത കാണുന്നില്ലല്ലോ. അവ കണ്ടുകൊണ്ടിരിക്കുന്നത് ആകാശത്തിന്റെ ഒരു തുണ്ടും ഏതാനും അക്കേഷ്യാമരങ്ങളും മാത്രം. ലോകത്തിലെ ഏഴ് അദ്ഭുതങ്ങളിൽ ശേഷിക്കുന്നത് ഒരു തുറമുഖത്തോളം നീളമുള്ള ഒരു തറ മാത്രം. എനിക്ക് എപ്പോഴും തോന്നാറുണ്ട് ലോകത്തിലെ അദ്ഭുതങ്ങളിൽ ഒന്ന് നമ്മളാണെന്ന്. എന്നാൽ ആരാണ് അതെല്ലാം മനസ്സിലാക്കാൻ പോകുന്നത്? അതാണ് എന്നെയും എന്നെപ്പോലെ ജീവിച്ചവരേയും വേവലാതിപ്പെടുത്തുന്ന ഒരു കാര്യം. ഞങ്ങൾക്കെന്തു സംഭവിക്കും? ഞങ്ങൾ എന്തിനുവേണ്ടി ജീവിച്ചുവോ അതിനൊക്കെ എന്തു സംഭവിക്കും? ഞങ്ങൾ ജീവിച്ചിട്ടേയില്ല എന്നതുപോലെയാകുമോ? എന്തെങ്കിലും ഒന്ന് അവശേഷിക്കാതിരിക്കാൻ വയ്യ. എന്തായാലും അത് 'ഉള്ളതെല്ലാം നല്ലത്' എന്നാണല്ലോ സാധാരണ പറയാറുള്ളത്. എല്ലാം അവസാനിക്കുമ്പോൾ നമ്മൾ ചോദിക്കുന്നു, ഈ കഴിഞ്ഞ വർഷങ്ങളത്രയും ആ കപ്പലുകൾ നമ്മളോടിച്ചത് ഒന്നിനും വേണ്ടിയല്ലായിരുന്നുവെന്നോ? സ്വന്തം ജീവൻ പണയം വെച്ചല്ലേ നമ്മൾ ഓരോ തവണയും കപ്പലോടിച്ചത്?

"പറയൂ, ദൈവമുണ്ടോ?"

കഴിഞ്ഞ ദിവസം ഞാൻ നെർമിനോട് ചോദിച്ചു. ശരിയാണ്. അധികം താമസിയാതെ ഞാൻ അത് കണ്ടുപിടിച്ചു. ദൈവം ഉണ്ടോ ഇല്ലയോ

എന്ന്. എന്നാലും വെറുതെ ഒരു തോന്നൽ, മരിക്കുന്നതിനുമുമ്പ് അവളെ ഒന്ന് പരീക്ഷിക്കണമെന്ന്. എന്റെ വഴിക്ക്...ഞാൻ യാത്രയാകുന്നതിനു മുമ്പ്... വാസ്തവത്തിൽ എന്നെ ആ വഴിക്ക് യാത്രയാക്കി കഴിഞ്ഞുവോ?

ഇല്ല. സമയത്തിന്റെ തുടിപ്പ് നിലച്ചിട്ടില്ല. ഈ മണം എന്റെ മുറിയിലേതുതന്നെയാണ്. മേൽത്തട്ടിലുള്ള ആ പിളർപ്പ്. ആരാണവിടെ? പൂച്ച എന്റെ മേലേയ്ക്ക് ചാടിയതാണോ? അതോ ഞാൻ കേൾക്കുന്നത് എന്റെത്തന്നെ മിടിപ്പോ? അതുമല്ലെങ്കിൽ ആ ഐസുപെട്ടിയുടെ മൂളലാവാം.

നെർമിനോട് സംസാരിക്കുന്നതിനിടയിൽ ഞാൻ ജീവിതത്തിന്റെ തത്ത്വശാസ്ത്രം എടുത്തിട്ടു. സൂഫിയെ കൊന്നത് ആരാണെന്ന് എനിക്കറിയാമെന്ന് ഞാൻ പറഞ്ഞു. റൂസ്സോ-ഇംഗ്ലീഷ്. ഗ്രീക്കോ-അമേരിക്ക. ഐക്യരാഷ്ട്രസഭ മറ്റൊരു തരത്തിൽ പറഞ്ഞാൽ മനുഷ്യവർഗം തന്നെ. അള്ളാഹുവിന്റെ നിർദ്ദേശം നമ്മൾ സ്വന്തം ജനനം മറക്കണമെന്നാണ്. എല്ലാവരും മനുഷ്യരാണ്. അത് മാത്രമേ നമ്മൾ ഓർക്കേണ്ടതുള്ളൂ. അല്ലാത്തപക്ഷം അതിനുള്ള ശിക്ഷ അവിടുന്ന് നടപ്പാക്കും. അവിടുന്ന് നമ്മുടെ മനസ്സിനെ പീഡിപ്പിക്കുന്നു. കണ്ണടയും ടൈയും ധരിച്ച, കണ്ടാൽ തമാശ തോന്നിപ്പോകുന്ന സൂഫി. അയാൾ എപ്പോഴും അകലേക്കാണ് നോക്കുക. യഥാർത്ഥത്തിൽ സൂഫി എനിക്കാരാണ്? ഞാൻ ഒരു കാര്യം പറയട്ടെ, നിങ്ങൾ എത്രതന്നെ പാടുപെട്ടാലും നടപ്പിലാവുന്നത് ദൈവത്തിന്റെ ഇച്ഛ മാത്രമായിരിക്കും. എന്നുവെച്ചാൽ ഒരു പൂവൻകോഴി അതിന്റെ കാലമെത്തും മുമ്പേ ചത്താൽ അവർ അതിന്റെ തല വെട്ടിയെടുക്കും. പൊതുജനത്തിന്റെ തത്ത്വശാസ്ത്രം അതാണ്. അവർ എന്നെ നിസ്സാരനായി കാണുന്നു. എനിക്ക് യാതൊരു വിലയും കൽപ്പിക്കുന്നില്ല. എന്തും സംഭവിക്കുന്നത് അതാതിന്റെ സമയത്തുതന്നെയാണ്.

''ആവട്ടെ,''

ഞാൻ പറഞ്ഞു.

''നിങ്ങൾ പറയുന്നതുപോലെത്തന്നെയാകട്ടെ. അടുത്ത തെരഞ്ഞെടുപ്പിൽ ഞാൻ വോട്ട് ചെയ്യാം. ''

എന്റെ മുത്തശ്ശന്റെ ചൂരലിൽ ഊന്നി ഞാൻ എഴുന്നേറ്റു നിന്നു. ആ വളഞ്ഞ ചൂരൽപ്പിടി എത്ര കൈകൾ കണ്ടിട്ടുണ്ടാവണം. ഇപ്പോൾ ഞാൻ തെരഞ്ഞെടുപ്പിന് പോകാനൊരുങ്ങുകയാണ്. അവർ ഞങ്ങളെ ഇപ്പോൾ നിശ്ശബ്ദരാക്കിക്കളഞ്ഞു. എന്നെയും എന്റെ ഊന്നുവടിയേയും ഈ മുറിക്കുള്ളിലാക്കി അടച്ചുപൂട്ടി. ഞാൻ കാർഡിലുള്ള എല്ലാ പാർട്ടി ചിഹ്നങ്ങളിലൂടെയും കണ്ണോടിച്ചു. ഒരു കുതിര, ഒരു കാള, ഒരു പശു, ഇതിലേതാണ് തൊഴിലാളിവർഗത്തിന്റെ പ്രതീകം?

''അച്ഛാ, അച്ഛൻ അവനവനുവേണ്ടി വോട്ട് ചെയ്യൂ. അച്ഛൻ ഒരു തൊഴിലാളിയാണ്.''

എന്റെ മകൾ എന്നെ പ്രോത്സാഹിപ്പിച്ചു. തൊഴിലാളി... അതാണ് ഏറ്റവും സൗമ്യമായ വിശേഷണം. കൂലിപ്പണിക്കാർ എന്ന വാക്ക് കേൾക്കാനേയില്ല. ഞാൻ എനിക്ക് വേണ്ടിയാണ് വോട്ട് ചെയ്യാൻ പോകുകയാണ്. ഞാൻ എവിടെയാണ്? വാതിലിൽ അവർ ഉറക്കെ മുട്ടുന്നുണ്ടല്ലോ.

“സർ, ഞങ്ങൾ കാത്തുനിൽക്കുകയാണ്. കുറെ നേരമായല്ലോ. താങ്കളെന്താണിവിടെ ചെയ്യുന്നത്?”

ഒരു ചെറുപ്പക്കാരന്റെ ശബ്ദം.

ഒരു നിമിഷം കൂടി. ഞാൻ ഇതാ പുറത്തേക്ക് വരികയായി.

വേഗം ഇങ്ങോട്ട് വരൂ. താങ്കൾ എന്താണ് അവിടെ ചെയ്യുന്നത്?

ഞാൻ എന്നെത്തന്നെ തിരയുകയാണ്. ഒരു പടത്തിനുവേണ്ടി തിരയുന്നു.

എന്തു പടം?

നിങ്ങളെന്താ വിചാരിക്കുന്നത്? ഒരു തൊഴിലാളിയുടെ പടം. ആ പടങ്ങളിലൊന്നും എന്നെപ്പോലെ ഒരാളില്ല.

ഒരു മത്സ്യത്തിന്റെ ചിത്രം. ഒരു കടത്തുവഞ്ചിയുടെ, ഒരു സോറാഫിന മരത്തിന്റെ, അതെല്ലാം എനിക്ക് മനസ്സിലാക്കാം. പക്ഷേ ഞാൻ ഏത് തരത്തിലുള്ള ആളാണ്? ഞാൻ എന്റെ ചിത്രം സങ്കൽപ്പിക്കുന്നു. വേഷവിധാനങ്ങളിൽ പുതിയ പരിഷ്കാരങ്ങൾ നടപ്പിൽ വന്നതിനുശേഷമുള്ള എന്റെ പടം. തലയിൽ രോമത്തൊപ്പി. അമേരിക്കയിൽനിന്നും വാങ്ങിയ വെളുത്ത ഷർട്ടാണ് ധരിച്ചിരിക്കുന്നത്. ഇസ്തിരിയിടാത്ത തരം തുണി. ‘മാക്രോ ക്രിയേഷ്യൻസി’ൽനിന്നും വാങ്ങിയ ടൈ. എന്റെ ഷൂസുകൾ നാട്ടിൽത്തന്നെ ഉണ്ടാക്കിയതാണ്. കടൽക്കാറ്റുകൊണ്ടിട്ടാകാം കാലിൽ നീരു കെട്ടിയിരിക്കുന്നു. അതിനാൽ വേറെ തരം ഷൂസുകളൊന്നും ധരിക്കാൻ വയ്യ. ഷൂസിന്റെ പിൻഭാഗം മടക്കിവെച്ച് ചെരുപ്പുകളാക്കിയാണ് ഞാനവ ഇടുന്നത്. എന്റെ വയറ് ഒരു ഫിഡിലിന്റെ പോലെയുണ്ട് വയലിന്റെ പൂർവികനാണല്ലോ ഫിഡിൽ. എനിക്ക് ഫിഡിൽ വായിക്കാനറിയാം. വയലിൻ വായനയും വശമാണ്. ജെനോവക്കാർ പശ്ചിമ യൂറോപ്പിൽനിന്നും കരിങ്കടൽ തീരത്തേക്ക് കൊണ്ടുവന്നതാണ് ആ സംഗീതോപകരണം. അതിന്റെ ഏഷ്യൻ പേര് കെമൻചി എന്നാണ്. ഗ്രീക്കുകാർ അതിനെ വിളിക്കുന്നത് ലൂറ എന്നും ഇറ്റലിക്കാർക്ക് അത് ലയർ എന്നും ആയിരുന്നു. കോറോണിൽനിന്നും ഹൊറോൺ ഉണ്ടായതുപോലെ. കൊറോൺ ഒരു നൃത്തരൂപമാണ്. ക്രിമിയയാണ് ഉദ്ഭവസ്ഥാനം. ഞങ്ങളുടെ ഉദ്ഭവവും ഏതാണ്ട് അതുപോലെയാണ്. കൊക്കേഷ്യൻ മിൻഗ്രലിയൻ, ഗ്രീക്ക് നൃത്തംപോലെ. കെമൻചിയെപ്പോലെ. അള്ളാഹുവിന്റെ കൽപ്പന അതെല്ലാം നമ്മൾ മറക്കണമെന്നാണ്. അവർ ഒരു കരിങ്കൽപ്പാറയുടെ മുകളിൽ കയറിനിന്നു. അവരുടെ കണ്ണുകൾ

ഒരു നീലവെളിച്ചത്താൽ നിറഞ്ഞു. ബാബിലോൺ വിട്ടുപോന്നതിനുശേഷം ആദ്യമായി അവർ കടലിന്റെ മുഖം കണ്ടു. കടൽ...കടൽ... അവർ ഉച്ചത്തിൽ വിളിച്ചു പറഞ്ഞു. അവർ കരിങ്കടലിലേക്ക് നോക്കി നിന്നു. ഖുർആനിലെ സൂക്തം എന്റെ കൈയിൽ. മറ്റേ കൈയിൽ ഫിഡിൽ. പറയൂ, എന്നോട് വ്യക്തമായി പറയൂ, ഞാൻ ഏത് രാജ്യത്തിലേതാണ്? ഏത് വർഗത്തിലേതാണ്?

കാർഡിൽ കറുത്ത ചിറകിന്റെ ചിഹ്നം. അതിന്മേലാണ് ഞാൻ എന്റെ മുദ്ര പതിപ്പിച്ചിരിക്കുന്നത്. കാഴ്ചയിൽ ഒരു തൊഴിലാളി അങ്ങനെയായിരിക്കണം എന്നെനിക്ക് തോന്നി. ഞാൻ ഒരു തൊഴിലാളിയായല്ല ജനിച്ചത്. എന്നാൽ ഒരു തൊഴിലാളിയായി കൊല്ലാൻ നിങ്ങൾ ആഗ്രഹിക്കുന്നു. പുറത്ത് നിൽക്കുന്ന ആ യുവശബ്ദങ്ങളോട് ഞാൻ പറഞ്ഞു.

''താങ്കളെന്താണ് പറയുന്നത്? എന്താണ്? വേഗം പുറത്തേക്ക് വരൂ.'' അവർ ഒച്ചവെച്ചു.

അവസാനം ഞാൻ മെല്ലെ വെളിയിൽ വന്നു. ഹെറോഡോട്ടസ് എഴുതിവെച്ച അദ്ദേഹത്തിന്റെ ചരിത്രത്തിന്റെ നൂറ്റാണ്ടുകളിൽനിന്ന് കടലുകൾ താണ്ടി ഞാൻ സഞ്ചരിച്ചു. റോംറോം അമ്മയിലേക്ക്, ഹെറിങ്ങിലേക്ക്, (ഒരു തരം മത്സ്യം)ചൂണ്ടക്കാരൻ, ലിംഗഭേദമില്ലാത്ത ബാസ് മത്സ്യം, ഉടലിൽ വരകളുള്ള റാസ്സുകൾ, അവ എന്തുകൊണ്ടോ ഒരിക്കലും നീന്താൻ പഠിക്കുന്നില്ല. നെർമിന്റെ ഛായയുള്ള റിബൺ മത്സ്യങ്ങൾ. അവയുടെ വശങ്ങളിൽ നീലയും പട്ടയും നിറങ്ങൾ കാണാം. ഇടയിലായി വെള്ളിയും. അവയുടെ വയറിന് കറുപ്പ് എന്ന് പറയാവുന്ന ഊതനിറമാണ്. ഗർനാഡ് മീനുകൾ എപ്പോഴും കടലിനടിയിലാണ് കഴിയുക. മൂന്ന് വർഷത്തോളം നീളുന്ന ആയുസ്സിനുശേഷം അവ ഭയമില്ലാതെ മരണമടയുന്നു. ഇതിനെല്ലാം പുറമേ സ്പ്രാറ്റ് മീനുകൾ. ലോകത്തിലെ സമ്പത്തുക്കളൊക്കെ കിട്ടിയാലും ഇതിനൊന്നും പകരമാവില്ല. ഗ്രീക്കുകാർ കണ്ട മത്സ്യം സ്പ്രാറ്റ് ആയിരുന്നിരിക്കണം. ഹംസി. ഞാൻ വളരെയധികം പുസ്തകങ്ങളിൽ തിരഞ്ഞു ഹംസിയുടെ ഒരു ചിത്രം കണ്ടെത്താൻ.

റഷ്യയിൽ അലക്സാൻഡ്രോവിന്റെ പുസ്തകം,

റൊമേനിയൻ ട്രെസ്ബ്സിന്റെ പുസ്തകം

ഫിൻ ടിക്കിസിയുടെ പുസ്തകം

ടർക്ക് ബറ്റാൽഗിയുടെ പുസ്തകം

ഗ്രീക്ക് കോസ്റ്റയുടെ പുസ്തകം

അർമേനിയൻ ഹെർമിന്റെ പുസ്തകം

ലാസ് സോസറിന്റെ പുസ്തകം

ബൾഗേറിയൻ ഷോഷ്കോവിന്റെ പുസ്തകം

ജർമ്മൻ ഡ്രെൻസ്കിയുടെ പുസ്തകം

ചെക് വ്‌ലാഡിക്കോവിന്റെ പുസ്തകം

ഫെലിക്സ് അവ്‌റാമും പീച്ചും റോംറോം അമ്മ പാചകം ചെയ്യാറുണ്ട്. സുഗന്ധമുള്ള ചില സസ്യങ്ങളും ചേർത്ത്. കൊളുത്തിപ്പിടിക്കുന്ന ആ പുഴുവിന്റെ ചിത്രം കിട്ടാൻ വേണ്ടി. അന്നത്തെപ്പോലെയുള്ള ഒരു മനസ്സായിരുന്നു ഇന്ന് എന്റേതെങ്കിൽ..ഓ..ലേ ഹാവ്‌റിയിലെ ജീനൈൻ. അവൾ എന്റെ മനസ്സിനിണങ്ങിയ ഒരു പെണ്ണായിരുന്നു. കോൺസ്റ്റാൻസായിലെ തമാര എന്ന അവിശ്വാസി. പട്രാസിലെ നിലയ്ക്കാതെ ചിലച്ചു കൊണ്ടിരുന്ന കാലിയോപ്, സോഫിയ, അന്ന, മാഡിലൈൻ, സുഹേയ്‌ല, ഇൻഗ്രഡ്, ഡോളി, എർന, സൂസന്ന, ക്രിസ്റ്റീന, കാതറിൻ, മാരിക, ഗിസെല്ല, ഐറിസ്, സോനിയ അള്ളാഹുവിന്റെ കൽപ്പന നമ്മൾ നമ്മുടെ തുടക്കം ഓർമ്മിക്കരുതെന്നാണ്. അതെ, ഞാൻ അത് പല തവണ പറഞ്ഞു കഴിഞ്ഞതാണ്. എന്നാലും എന്തോ ഒരു കുഴപ്പമുണ്ട്. എന്തോ ഒന്ന്. പറഞ്ഞറിയിക്കാനാവാത്ത എന്തോ ഒന്ന് ഇന്ന് വല്ലാതെ ശുണ്ഠി പിടിപ്പിക്കുന്നു. എന്റെ തലയിൽ നിറയെ അരിശം കുത്തി നിറയ്ക്കുന്നു.

മരണം

V

കാലാവസ്ഥ ശാന്തമാണ്. ഈ വർഷം വേനൽ നേരത്തെയാണ്. ശരത്ക്കാലത്തിൽ സമുദ്രത്തിൽ കാണുന്ന സുതാര്യമായ പ്രകാശം അതിന്റെ സൂചനയാണ്. അതെ, വേനൽ നേരത്തെയെത്തും. ഇത്തവണ എന്നെ കൂടാതെ ഹംസിയും കോക്കോല്യയും അടക്കാക്കത്തിമീനുമൊക്കെ വന്നെത്തും.

കാലാവസ്ഥ സൗമ്യമാണ്. ശരത്ക്കാലത്തിന്റെ തെളിഞ്ഞ വെയിൽ ഇപ്പോഴും സമുദ്രത്തിൽ തിളങ്ങിക്കിടക്കുന്നത് കാണാം. ഇത് കരിങ്കടലാണോ? ഇതിന്റെ ഓളത്തള്ളൽ എന്നെ കടൽക്കരയിലെ വീട്ടിലെത്തിക്കുമോ? ഞാൻ എങ്ങോട്ടാണ് പോകുന്നത്? എന്റെ നീലപൈജാമകളാണ് ഞാൻ ധരിച്ചിരിക്കുന്നത്. മുകളിലെ കുപ്പായം മാത്രമല്ല താഴെ കാലുറകളും അവരെന്നെ ധരിപ്പിച്ചു. അവർ എവിടെക്കാണ് എന്നെ കൊണ്ടുപോകുന്നത്? അവിടെ കാണുന്നതെന്താണ്? നേരെ മുന്നിൽ കാണുന്ന ആ വെള്ളനിറം. കൊറ്റികളാണോ? മേച്ചിൽപ്പുറങ്ങളിൽ ആടുകൾ കരയുന്നുണ്ടല്ലോ.

''അച്ഛാ, എന്തെങ്കിലും വേണോ?''

എനിക്ക് മിണ്ടാൻ സാധിക്കുമെങ്കിൽ...ഇത് ഒരു തെരുവാണ്. ഓ, അവസാനം അവർ അതുതന്നെ ചെയ്തു. ചെയ്യുമെന്ന് പറഞ്ഞുകൊണ്ടിരുന്നതുതന്നെ. അതോ ഇത് ഗലാട്ടോവോ പുരമാണോ? ആ സോറാ

ഫീനാമരം! റോംറോം അമ്മ, അവർ ഞങ്ങളോടൊപ്പം വരുന്നില്ല. ഗ്രാമത്തിൽത്തന്നെ താമസിക്കാൻ പോവുകയാണ്. അവരെ അടക്കം ചെയ്തത് വീട്ടിലെ തോട്ടത്തിൽത്തന്നെയാണ്. എന്റെ അച്ഛനെ അടക്കംചെയ്ത തിനരികെ. ആ ഭാഗത്ത് ചായത്തോട്ടം വെച്ചുപിടിപ്പിക്കാനാണ് നെർമിന്റെ പുറപ്പാട്. അതിന് അധികം താമസമുണ്ടാവില്ല. ഇത് ഐഫൽ ഗോപുരമല്ലല്ലോ. ആകൃതി വേറെയാണ്. നാല് കാലുണ്ട്. വികൃതമായ ആകൃതി. അല്ലെങ്കിൽ ബോസ്ഫറസ്. ആരാണ് ഈ വഴിയിൽ നീണ്ട നീല മാർബിൾ കട്ടകൾ വിരിച്ചത്? ജേതാവായ മെഹ്മദ് ഈ വഴി വരുന്നുണ്ടോ? അതോ അലക്സാണ്ടർ യാത്ര നിർത്തി ഇവിടെ വിശ്രമിക്കാൻ വിചാരിക്കുന്നുണ്ടോ? അല്ലെങ്കിൽ അറ്റാതുർക്ക് ഒരിക്കൽക്കൂടി സംസണിൽ വന്നിറങ്ങാൻ തയ്യാറെടുക്കുന്നുണ്ടാവും. എന്നെയും നെർമിനേയും രക്ഷിക്കാൻ. എല്ലാം പഴയതുപോലെ. ഈ മാർബിൾ നമ്മൾ ഇറ്റലിയിൽനിന്നും കൊണ്ടുവന്നതാണോ? ആരായാലും വരനുള്ളവർ വരും. കടന്നുപോകാനുള്ളവർ കടന്നുപോകും. ആ വഴിക്ക് നമ്മളെല്ലാം രക്ഷപ്പെടുകയും ചെയ്യും. എന്നാൽ നമ്മളാണ് അവർക്ക് കടന്നുപോകാനുള്ള വഴി ഒരുക്കാൻ വേണ്ടി കല്ലുകൾ ചുമന്നത്. ഒരിക്കൽക്കൂടി ആ ചുമട്ടുപണി അവർ നമ്മളെക്കൊണ്ട് ചെയ്യിച്ചിരിക്കുന്നു. ആരാണ് എന്റെ അരികത്ത് നിൽക്കുന്നത്?

''ഈ വഴി തീരെ നന്നല്ല. ഇതിലെ വേഗം പോകാനാവില്ല.''

''നിങ്ങൾ മറ്റേ വഴിയിലൂടെ പോകണമായിരുന്നു.''

''ആ വഴിയിൽ വല്ലാത്ത തിരക്കാണ്. നമ്മൾ എത്താൻ വൈകും.''

ഇത് ഉസ്കുഡാറാണോ, അങ്ങേക്കരയിൽ നിന്ന് കടലിനു മീതെ ആകാശവും മൂടൽമഞ്ഞും കൂടിക്കലർന്നിരിക്കുന്നു.

എന്റെ വീട്ടിൽവെച്ച് അവരെന്നെ കൊല്ലുകയില്ല. ഉടനെ മാർബിൾ തുണ്ടുകൊണ്ട് അവർ തറ പണിതിരിക്കുന്നു. നടുവിലായി ഒരു ചെറിമരം നട്ടിട്ടുണ്ട്. അവിടവിടെയായി പുള്ളിക്കുത്തുകൾപോലെ കടൽക്കാക്കകൾ. കപ്പൽ നിൽക്കുകയാണ്. അത് നിൽക്കുകയാണ്. നീങ്ങുന്നില്ല. നമ്മൾ അവിടെ എത്തിക്കഴിഞ്ഞോ? ആവിക്കുഴലുകൽ തുറക്കണം. ആവി പുറത്തേക്ക് പോകാനുള്ള ഇടങ്ങൾ തുറക്കണം. ആവി പുറത്തേക്ക് പോകട്ടെ. സ്റ്റീം ജാക്കറ്റുകൾ അയച്ചിടണം. എല്ലാ സംവിധാനങ്ങളും യഥാസ്ഥാനത്തന്നുണ്ടെന്ന് ഉറപ്പ് വരുത്തണം. വേഗം...വേഗമാകട്ടെ. പുറത്തേക്കൊഴുകുന്ന ചാലുകൾ അടയ്ക്കൂ. ഒഴുക്ക് നിർത്തൂ. വേഗം... ചോർച്ച നിർത്തണം. വെള്ളക്കോട്ട് ധരിച്ച ഈ പുരുഷന്മാർ. കപ്പലിലെ ജോലിക്കാരാണോ? അവരെ എന്റെ എഞ്ചിൻമുറിയിൽനിന്ന് ഉടനെ പുറത്താക്കണം. എന്റെ ഏത് കപ്പലിലാണ് ഞാൻ ഇപ്പോഴുള്ളത്? റോംറോം അമ്മ. കറുത്ത മാർബിളിന്റെ മൂടി. നീലമാർബിളിന്റെ നടുവിലായി ആ കറുത്ത മൂടി തുറന്നു കിടക്കുന്നു. സോറാഫീനായുടെ താഴെയുള്ള ഭാഗം വരെ.

റോംറോം അമ്മ

എന്നെ വിടൂ, എന്നെ വിടൂ, എന്റെ ദേഹത്ത് സൂചികൾ തറക്കരുത്. സ്വാതന്ത്ര്യത്തിനുവേണ്ടി നടത്തിയ പോരാട്ടത്തിന്റെ മുറിവുകൾ ഇനിയും ഉണങ്ങിയിട്ടില്ല. സ്വാതന്ത്ര്യത്തിനുവേണ്ടിയുള്ള പോരാട്ടം. സ്വാതന്ത്ര്യം.

ഞാൻ സമാധാനമായി പോവുകയില്ല. ഈ രാജ്യത്തിനുവേണ്ടി ഞാൻ ചുമന്നുകൊണ്ടു നടന്ന വെടിമരുന്ന്. അതേറ്റുവാങ്ങിയ മുറിവുകൾ. വെളുത്ത കുഞ്ചിരോമമുള്ള എന്റെ കുതിരയെ അവർ വെടിവെച്ചു കൊന്നു. സ്വർണ്ണനിറത്തിൽ കണ്ണുകളുള്ള ബ്യൂട്ടിസ്പോട്ട് എന്ന കുതിര. എന്നേക്കാൾ മുന്നേ മരണമടഞ്ഞ എന്റെ രണ്ട് സഹോദരന്മാർ. അവർക്ക് സ്വർണ്ണനിറത്തിലുള്ള ചുരുണ്ട മുടിയുണ്ടായിരുന്നു. പോളനെഗ്രിയുടെ സ്വർണ്ണനിറമുള്ള കണ്ണുകൾ. ഈ നഷ്ടങ്ങളൊന്നും ഞാൻ പൊറുക്കുകയില്ല. സൂഫിയെ കൊന്നവർക്കും ഞാൻ മാപ്പ് കൊടുക്കുകയില്ല.

എന്റെ ഉപ്പൂറ്റിയിലുള്ള ആഴത്തിലുള്ള മുറിവുകളും ഞാൻ പൊറുക്കുകയില്ല. എന്റെ മകളുടെ വിവരക്കേട്...മുതലാളിയുടെ കപ്പലുകൾക്കുവേണ്ടി ഒരായുഷ്ക്കാലം ഞാൻ ഒഴുക്കിയ വിയർപ്പ്. അവർ നേടിയ വമ്പിച്ച സ്വത്തുക്കൾ. ഇതെല്ലാം സ്വിസ് ബാങ്കുകളിൽ സുരക്ഷിതമാണ്. അമ്പതു കൊല്ലമായി ഞാൻ പരിപാലിച്ചുപോന്ന യന്ത്രങ്ങൾ. പട്ടുനൂൽപ്പുഴുവിനെ ചുറ്റിക്കിടക്കുന്ന പട്ടിനെയെന്നപോലെ കരുതലോടെയാണ് ഞാൻ അവയെ കൈകാര്യം ചെയ്തിരുന്നത്. ഞാൻ വരച്ചുവെച്ച അവയുടെ രൂപരേഖകൾ. എനിക്കും എന്റെ ജ്യേഷ്ഠൻ ക്യാപ്റ്റനും ഇടയിൽനിന്നവർ, എന്റെ ഭാര്യയെ എനിക്കെതിരായി തിരിച്ചവർ, എന്റെ ക്യാപ്റ്റൻ ജ്യേഷ്ഠന്റെയും സൂഫിയുടെയും കരിങ്കടലിന്റെയും കഥ കഴിച്ചവർ.

എന്നെ എന്റെ വീട്ടിൽ കിടന്ന് മരിക്കാൻ അനുവദിക്കാത്തവർ. അതിനുപകരം എന്നെ ആശുപത്രിയിലേക്ക് വലിച്ചിഴച്ചവർ. മരണവും കാത്ത് എന്നെ ആ തണുത്തു മരവിച്ച മോർച്ചറിയിൽ കിടത്തിയവർ. ശരീരം കഴുകി വൃത്തിയാക്കി എന്നെ അവിടെ കിടത്തിയവർ. ഒരു നിമിഷം എന്റെ ശരീരം സ്വന്തം വീട്ടിൽ ഇറക്കിവെച്ചിട്ടുപോലുമില്ല. സിൻസിർലിക്കുയിയിലെ ശവപ്പറമ്പിൽ എന്നെ അടക്കം ചെയ്തവർ.

ഈ ലോകത്തിൽ എന്നോട് തെറ്റ് ചെയ്തവരോട് ഞാൻ ഒരിക്കലും പൊറുക്കുകയില്ല.

ഭാഗം മൂന്ന്

അമ്മ

ഞങ്ങൾ പള്ളിയിൽനിന്നും പുറത്തേക്ക് വന്നു. അമ്മ എന്നോട് പറഞ്ഞു.

''നമ്മുടെ ബന്ധുക്കളെ നമ്മുടെ വീട്ടിലേക്ക് ചായ കുടിക്കാനായി വിളിച്ചുകൊണ്ടു വരണം. അങ്ങനെ ചെയ്തില്ലെങ്കിൽ മര്യാദകേടാണ്.''

ഞാൻ കൽപ്പടവുകൾ ഇറങ്ങി ഓടി. നടന്നു നീങ്ങുന്ന ബന്ധുക്കളെ പുറകിൽനിന്നും വിളിച്ചു.

ഹേയ്...നിൽക്കൂ, നിൽക്കൂ. തിരിച്ചു വരൂ. അമ്മ പറഞ്ഞു, വീട്ടിൽ വന്ന് ചായ കുടിച്ച് പോകാൻ.''

അവർ തിരിഞ്ഞ് നിന്നു. തമ്മിൽ തമ്മിൽ എന്തോ പറഞ്ഞു. പിന്നെ എല്ലാവരും കൂടി എന്റെ പുറകെ വന്നു. അവർക്കും എനിക്കും ഇടയിലുള്ള അകലം കൂട്ടിക്കൊണ്ട് ഞാൻ അൽപം വേഗത്തിൽ നടന്നു. തെരുവിന്റെ അങ്ങേയറ്റത്തായി നൂറ്റമ്പത് മീറ്റർ അകലത്ത് ഞങ്ങളുടെ വീട് കാണാം. ഞാൻ എല്ലാവർക്കും മധുരപലഹാരം വിതരണം ചെയ്തു. പ്രവാചകന്റെ ജന്മഗീതം പാടി.

മുന്നോട്ട് നടക്കുന്തോറും വഴിയുടെ നീളം കൂടി വരുന്നതായി എനിക്ക തോന്നി. ഞാൻം സംസാരിക്കുന്നില്ല. തല നിവർത്തി പിടിച്ചിരിക്കുന്നു. എനിക്ക് പേടി തോന്നി. എന്റെ തൊട്ടുപുറകിലുള്ളവർ കുനിഞ്ഞ് താഴെ വിതറിയ മധുരപലഹാരങ്ങൾ പെറുക്കിയെടുക്കുന്നു. വീണ്ടും നടു നിവർത്തി എന്നെ പിന്തുടരാൻ തുടങ്ങി. അവർക്ക് പെറുക്കിയെടുക്കാനായി ഞാൻ മധുരപലഹാരങ്ങൾ താഴെയിട്ടുണ്ടല്ലോ. അതിനാൽ അവരെന്നെ തീർച്ചയായും ഉപദ്രവിക്കില്ലെന്ന് വിചാരിച്ചു.

വഴി നനഞ്ഞിരിക്കുന്നു. വെള്ളം പൊങ്ങി വന്നു. ഒരാളേക്കാൾ ഉയരത്തിൽ. ഞാൻ നീന്താൻ തുടങ്ങി. എനിക്ക് തോന്നി അവരെല്ലാം മുങ്ങിപ്പോകും. ഞാൻ രക്ഷപ്പെടും. പക്ഷേ തിരിഞ്ഞു നോക്കിയപ്പോൾ അവരെല്ലാം എന്റെ പുറകെ വരുന്നു. മധുരപലഹാരങ്ങൾ മാത്രം അലിഞ്ഞ് കാണാതായിരിക്കുന്നു. എനിക്ക് ശരിക്കും പേടിയായി. ഞാൻ ശക്തമായി നീന്താൻ തുടങ്ങി. കൈകൾ മുന്നോട്ടും പുറകോട്ടും ബലമായി

വീശിക്കൊണ്ടുള്ള നീന്തൽ എനിക്ക് നല്ല വശമായിരുന്നു. വളരെ പെട്ടെന്ന് വെള്ളം മുഴുവൻ പിൻവാങ്ങി. ഞാൻ റോഡിൽ മുഖം അമർത്തി കിടക്കുകയാണ്. ഞാൻ എഴുന്നേറ്റ് ക്ഷണത്തിൽ ഓടി. അവർ എന്റെ തൊട്ടു പുറകിൽ. നീണ്ടു നിവർന്ന് നിശ്ശബ്ദരായി നടന്ന് വീടിന്നടുത്തെത്തി. ഞാൻ കാലുകൾ വലിച്ചുവെച്ചു. അവരെ എനിക്ക് ശരിക്കും ഭയമാണ് എന്ന് പുറമേക്ക് കാണിക്കാതിരിക്കാനുള്ള നാട്യം.

ഞങ്ങളുടെ ഇടനാഴി ചെറുതാണ്. അവരെല്ലാവരും അവരുടെ മേൽക്കോട്ടുകളും ഷൂസുകളും ഊരിവെക്കാൻ തുടങ്ങിയാൽ അവിടെ കാണാനാവില്ല. ഇനി ഞാൻ എന്തുചെയ്യാൻ? ഇത്രയധികം പേർ ഒരുമിച്ച് വീട്ടിൽ വന്നിരിക്കുന്നു. അവരോട് ഞാൻ എന്തിനെക്കുറിച്ചാണ് സംസാരിക്കുക? അവരെല്ലാം ഞങ്ങളുടെ ബന്ധുക്കളാണ്. എന്നാൽ അവരെ അമ്മയ്ക്ക് തീരെ ഇഷ്ടമായിരുന്നില്ല. അവരെ ആരെയും അമ്മ ഞങ്ങളുടെ വീട്ടിലേക്ക് കടത്താറില്ല.

''ഞാൻ വീട്ടിലില്ല, വൈകിയേ വരൂ എന്ന് അവരോട് പറഞ്ഞേക്കൂ.'' എന്നാണ് അവർ ആരെങ്കിലും പടിക്കലെത്തിയാൽ പറയാനുള്ള അമ്മയുടെ നിർദ്ദേശം. കറുപ്പ് വസ്ത്രങ്ങളിൽ ആകെ പൊതിഞ്ഞ സ്ത്രീകളായിരുന്നു അവർ. ഒരുവക ഭൂതങ്ങൾ. മുഖപടത്തിനിടയിൽക്കൂടി നീല കലർന്ന, ചാരനിറത്തിലുള്ള അവരുടെ കണ്ണുകൾ ഉരുളുന്നത് കാണാം. അവർ ചെറിയ കുഞ്ഞുങ്ങളെ ഒക്കിലേറ്റിയിട്ടുണ്ടാകും. വെളുത്ത നിറത്തിലുള്ള മുടിയും നീല കലർന്ന ചാരനിറത്തിലുള്ള കണ്ണുകളുള്ള കുഞ്ഞുങ്ങൾ. അവർ എന്നോട് പറയും.

''നിന്റെ അമ്മയോട് പറയണം കാസിം പാഷയിലെ സുൽക്കുഫ്‌ളൂ അമ്മാവന്റെ അമ്മ വന്നിരുന്നുവെന്ന്. ''

അതുമല്ലെങ്കിൽ ക്യാപ്റ്റൻ ബൈദറുടെ മകന്റെ ഭാര്യ വന്നിരുന്നുവെന്ന് അമ്മയോട് പറയണമെന്ന് എന്നെ ഓർമ്മിപ്പിക്കും. അല്ലെങ്കിൽ ഒരു ചെറിയ കുട്ടിയെ എന്റെ കൈയിൽ തന്നിട്ട് അവർ പറയും, പഴയ ഗ്രാമത്തിൽനിന്നും എന്റെ ബിലാൽ അവൾക്കുവേണ്ടി കൊടുത്തയച്ചതാണെന്ന്. ചിലപ്പോൾ അവരിൽ ഒരാൾ ചോദിക്കും.

''ഇവരാരാണ്?''

വേറൊരു സ്ത്രീ മറുപടി പറയും. ഹസ്സന്റെ ഭാര്യയെ കാണാനാണ് നമ്മൾ ഇവിടെ വന്നിരിക്കുന്നതെന്ന്.. അവർ കാത്തുനിൽക്കാറില്ല. തെരുവിലേക്കിറങ്ങി ഏതോ കറുത്ത പ്രാണികളെപ്പോലെ നടന്നകലും. അവർ പൊയ്ക്കഴിഞ്ഞാൽ അമ്മ പിറുപിറുക്കും,

മര്യാദ കെട്ട വർഗം. എത്ര കാലമായി ഈ നഗരത്തിൽ കഴിയുന്നു. എന്തെങ്കിലും തരത്തിൽ ഒരു മാറ്റമുണ്ടായിട്ടുണ്ടോ എന്നു നോക്കൂ. അങ്ങനെയുള്ളവരോട് ഞാൻ എന്തു പറയാനാണ്? അവർക്കൊക്കെ ചായ കൊടുക്കാൻ വേണ്ടത്ര ഗ്ലാസ്സുകളും സ്പൂണുകളും ഞാൻ എവിടെ നിന്ന് എടുക്കാൻ?''

സ്ത്രീകളിൽ അധികംപേരും പർദ്ദയണിഞ്ഞവരാണ്. പുരുഷന്മാർ വട്ടത്തൊപ്പി ധരിച്ചിരിക്കുന്നു. പരന്ന വട്ടത്തൊപ്പികൾ. കമ്പിളികൊണ്ടുള്ളതല്ല. തുന്നിത്തയ്ച്ചത്. അവരാണ് പോരടിച്ച് ഞങ്ങളെ ഓടിച്ചു വിട്ടത്. വർത്തമാനപത്രം എന്നാണ്. അവരെ വിളിക്കുന്നത് അവരാണ് ഇപ്പോൾ എന്റെ വീട്ടിലേക്ക് കടക്കുന്നത്. ആകെ നനഞ്ഞ്. വരട്ടെ, അകത്തേക്ക് വരട്ടെ. ഈ കാലമൊക്കെ കഴിഞ്ഞ് ഇപ്പോൾ പരസ്പരം പരിചയപ്പെടാം. അവർക്കെല്ലാവർക്കും ചായ വേണ്ടി വരും. മേവുലട്ടി (ടർക്കിഷ് മരണാനന്തരചടങ്ങ്.) ന്റെ ചടങ്ങുകൾ. എല്ലാവരുടെയും മനസ്സ് മ്ലാനമായിട്ടുണ്ടാകും. തീർച്ച പറയാനാവില്ല. അവരുടെ മുഖങ്ങൾ തീർത്തും നിർവികാരമാണ്. അവരെല്ലാം ദൈവത്തിൽ വിശ്വസിക്കുന്നു. പരേതനോടുള്ള കടമ അവർ യഥാവിധി നിർവഹിച്ചു കഴിഞ്ഞിരിക്കുന്നു. അവരുടെ ജീവിതത്തിന്റെ അർത്ഥം അത്രയും ലളിതമാണ്. ഒരു സങ്കീർണ്ണതയുമില്ലാത്തതാണ്. വാസ്തവത്തിൽ അങ്ങനെയാണോ?

എല്ലാം നോക്കിക്കൊണ്ട് ഞാൻ വാതിലിനരികിൽ കരുതലോടെ നിന്നു. മറ്റേ അറ്റം പള്ളിയുടെ കവാടത്തിലാണ്. ആ ഘോഷയാത്രയിലെ ഏറ്റവും അവസാനമുള്ളത്. എന്റെ നാത്തൂനായിരിക്കണം മിറൽ. അവൾ അവളുടെ രണ്ടുമാസം പ്രായമുള്ള കുഞ്ഞിനെ - മെനാഷ്ക എന്ന വേലക്കാരിയെ ഏൽപ്പിച്ചിരിക്കയാണ്. മിറൽ മറ്റുള്ളവരോടൊപ്പമെത്താൻ തിടുക്കത്തിൽ നടക്കുന്നു. വിവാഹത്തോടെ അവൾ ആകെ മാറി. ഇപ്പോൾ അവൾ ഒരു വിശ്വാസിയാണ്.

''ഇനി കുറച്ചു ദിവസം ഞാൻ നിന്നെ തനിച്ചാക്കില്ല.'' മിറൽ പറഞ്ഞു.

അവൾ കുഞ്ഞിനെയുംകൊണ്ട് അപ്പോൾത്തന്നെ സാരിയറിൽ നിന്ന് എന്റെ അടുത്തേക്ക് വന്നു. അവൾ സംസാരിച്ചുകൊണ്ടേയിരുന്നു. എനിക്ക് യാതൊരു താത്പര്യവുമില്ലാത്ത ഏതൊക്കെയോ വിഷയങ്ങളെക്കുറിച്ച്.

''പൊന്നേ, നിന്റെ മനസ്സ് വീണ്ടും പിടി വിട്ട് അലയുകയാണ്. മരിച്ചവർ മരിച്ചു. സങ്കടത്തിന് അതിന്റേതായ ഒരു പരിധിയുണ്ട്.''

അവൾ എന്നെ ആശ്വസിപ്പിച്ചു. ഞാൻ ഒരു കാര്യം അവൾക്ക് മനസ്സിലാക്കിക്കൊടുക്കാൻ ശ്രമിച്ചു.

''ഈ മാതിരി ദുഃഖമല്ല എന്നെ അലട്ടുന്നത്. ഇതുവരെ അറിയാതിരുന്ന ഒരുപാട് കാര്യങ്ങളെക്കുറിച്ച് പെട്ടെന്ന് ഞാൻ ബോധവതിയായിരിക്കുന്നു. അതാണെന്നെ ഇത്രത്തോളം വിഷമിപ്പിക്കുന്നത്.''

എന്നാൽ ഞാൻ പറയുന്നത് അവൾക്ക് മനസ്സിലാകുന്നില്ല. അവൾ ശ്രദ്ധിക്കുന്നുപോലുമില്ല. എന്റെ ശരിയായ സുഹൃത്തുക്കൾ, എന്നെ

മനസ്സിലാക്കുന്നവർ, ഞാൻ മനസ്സിലാക്കുന്നവർ, അവരാരും എന്നെ കാണാൻ വന്നതേയില്ല.

"അതൊക്കെ അനാവശ്യമായ ഔപചാരികതകളാണ്. ഒരു പ്രസക്തിയുമില്ലാത്ത ചില നാട്ടുനടപ്പുകൾ മാത്രമാണ്."

പിന്നീട് കാണാൻ ഇട വന്നപ്പോൾ അങ്ങനെയാണ് അവർ അതിനെ ന്യായീകരിച്ചത്. പക്ഷേ മരിച്ചുപോയ ആ മനുഷ്യൻ മരണശയ്യയിൽ നിന്നും എഴുന്നേറ്റു വന്നു നമ്മുടെ പാർട്ടിക്ക് വോട്ട് ചെയ്യുമോ? വോട്ട് ചെയ്യലിനെ വലിയ കാര്യമാക്കേണ്ട. എന്നാലും പ്രിയപ്പെട്ട ഒരാൾ മരിക്കുമ്പോൾ, അയാളുടെ ബന്ധുക്കളെ ചെന്ന് കണ്ട് അയാളുടെ ദുഃഖത്തിൽ പങ്കു ചേരുക. അങ്ങനെയൊരു കനിവ് ആർക്കും തോന്നേണ്ടതല്ലേ? ഇപ്പോഴത്തെ സാഹചര്യത്തിൽ സ്നേഹത്തെക്കുറിച്ച് സംസാരിക്കുന്നതുതന്നെ ധിക്കാരമാണെന്നു തോന്നുന്നു. കാര്യങ്ങളൊക്കെ ബുദ്ധിമുട്ടിലാണ്. ഇടതുപക്ഷക്കാരനായി കഴിയുകതന്നെ പ്രയാസം. ഒരു തരത്തിൽ പറഞ്ഞാൽ അതൊരു പ്രവാചകനായി കഴിയുന്നതിന് തുല്യമാണ്. നമ്മളോരുരുത്തരും ഒരു മുഹമ്മദോ യേശുവോ മോശയോ ആയിരിക്കണം. ഒരു യേശു മാത്രം പോരാ, ഒരു മുഹമ്മദും മാത്രം പോരാ. നിങ്ങൾക്ക് ആരോഗ്യമുണ്ട് എന്നിരിക്കേ, ഈ പ്രവാചകന്മാർ നിങ്ങളെ അംഗീകരിക്കും. കൂട്ടത്തിൽ കൂടും. എന്നാൽ നിങ്ങളുടെ കാലിടറിയാൽ, ചുവട് തെറ്റിയാൽ അവരാരും നിങ്ങളെ തിരിഞ്ഞു നോക്കുക പോലുമില്ല. നിങ്ങൾക്ക് അവരെ ആവശ്യമില്ലാത്തിടത്തോളം കാലം നിങ്ങൾ അവരുടെ കൂട്ടത്തിലൊരാളാണ്. അങ്ങനെയല്ലേ? ഇപ്പോഴത്തെ സാഹചര്യത്തിൽ ഒന്നിനും ഒരു തീരുമാനവുമില്ല. മൂല്യങ്ങളുടെയൊക്കെ വിലയിടിഞ്ഞിരിക്കുന്നു. ഒരു ദിവസം നിശ്ചയമായും അത് നിലവിൽ വരും. നമ്മൾ പ്രതീക്ഷിക്കുന്ന നേരും നെറിവും ഉള്ള വ്യവസ്ഥിതി. തമ്മിൽത്തമ്മിൽ പൊരുതിയിട്ടാണെങ്കിലും നമ്മൾ അത് യാഥാർത്ഥ്യമാക്കും. എന്നാൽ അതിനെല്ലാം മുമ്പ് നമ്മൾ ആദ്യമായി ചെയ്യേണ്ടത് നമുക്കിടയിൽത്തന്നെയുള്ള കുലദ്രോഹികളെ പുറത്താക്കുകയാണ്. ബോധപൂർവം തെറ്റു ചെയ്യുന്നവർ. നമ്മളെ തെറ്റായ വഴിക്ക് തിരിക്കുന്നവർ. സ്വയം ചേരി വിട്ട് ചലിക്കുന്നവർ. അവരുടെ പാപങ്ങൾ നമുക്ക് പൊറുക്കാനാവില്ല. നമ്മുടെ പ്രവാചകന്മാർ വേറെയാണ്. അല്ലെങ്കിൽ അങ്ങനെയാണ് പച്ചത്തൊപ്പി വെച്ച ആളുകൾ വിചാരിക്കുന്നത്.

ഞാൻ പൂട്ടിൽ താക്കോൽ തിരുകി ഒന്ന് തിരിച്ചു. ആളുകളുടെ മുമ്പിലേക്ക് വാതിൽ തുറന്നു. നനവെല്ലാം ഇല്ലാതായിരിക്കുന്നു. അതാണ് ഞാൻ ആദ്യം ശ്രദ്ധിച്ചത്. അവരുടെ കുപ്പായങ്ങളും ദേഹവുമെല്ലാം നന്നായി ഉണങ്ങിയിരിക്കുന്നു. അതേതായാലും നന്നായി. ഇതുവരെയും വേറെ പലരുമാണ് ഈ വാതിൽ കടന്ന് അകത്തേക്ക് വന്നിരുന്നത്. കൈയിൽ കവിതകളും കുപ്പായക്കീശകളിൽ കോഗ്നാക് (പശ്ചിമ

ഫ്രാൻസിൽ കോൻയാക്ക് പ്രദേശത്തുണ്ടാക്കുന്ന ഒരുതരം ബ്രാണ്ടി) കുപ്പികളുമായി. അവരുടെ പ്രധാനചിന്ത അവരുടെ പേരും പെരുമയുമായിരുന്നു. ഞാൻ വിചാരിച്ചിരുന്നത് അവർ എന്നെ മനസ്സിലാക്കിയിരുന്നുവെന്നാണ്. ഞാൻ അവരെയും. എന്നാൽ അവർ എന്റെ അരികിൽ വന്നിരുന്നത് അവരുടെത്തന്നെ പ്രശസ്തിക്ക് ആക്കം കൂട്ടുവാൻ വേണ്ടിയിയായിരുന്നു. സ്വയം കൂടുതൽ സുരക്ഷിതത്വം അനുഭവിക്കാൻ. ഞാനോ? വാസ്തവത്തിൽ അത് അങ്ങനെയായിരുന്നുവോ? അല്ല, മുഴുവനും അല്ല.

ആളുകൾ അകത്തേക്കു കടന്നു വരികയാണ്. ആദ്യത്തെ വരിയിലുള്ളവർ എത്തിക്കഴിഞ്ഞു. എന്റെ മുഖത്തേക്ക് നോക്കാതെ അവർ അകത്തേക്ക് പ്രവേശിക്കുന്നു. ഷൂസുകൾ പുറത്ത് അഴിച്ചുവെക്കുന്നു.

''ഷൂസ് അഴിച്ചുമാറ്റേണ്ട ആവശ്യമില്ല അമ്മാവാ, വഴിയിൽ ചേറും ചളിയും ഒന്നുമില്ലല്ലോ. മാത്രമല്ല അകത്ത് ഷൂസഴിച്ചുവെക്കാനുള്ള സ്ഥലവുമില്ല.''

ഞാൻ പറയുന്നത് അവർ ഗൗനിക്കുന്നേയില്ല.

''ഞങ്ങൾ ഷൂസ് അഴിച്ചുവെക്കണോ വേണ്ടയോ എന്ന് പറയാൻ നീയാരാണ്?'' എന്ന് അവർ മനസ്സിൽ പറയുന്നതുപോലെ എനിക്ക് തോന്നി. അവർ അകത്തേക്ക് കടക്കവേ, ഏതോ ഒരു ശബ്ദം അവരുടെ പേരുകൾ ഒന്നൊന്നായി വിളിച്ചു പറയുന്നു. ഹെംഷിനിൽനിന്നും ഇസ്മയേൽ, മാമൂളിൽനിന്നും സേഫിറ്റിൻ, അബ്ദുൾ റഹ്മാൻ ഇസ്ലാം, ഹാസി സാലിഹ്, വാക് ഫിക് ബീറിൽനിന്നും ടെമെൻ, ഓറുച്, മെറിയം, അകിഫ്, സെഹ്റാ, ഛായേലി ജില്ലയിൽനിന്നും എന്റെ അച്ഛന്റെ ബന്ധുക്കൾ. ക്യാപ്റ്റൻ ബിലാൽ, സ്കിപ്പർ അലി, ഹഫീസെ അമ്മായി, ബിൽഗിനോളിൽനിന്നും കുടുംബക്കാർ, അവരുടെ സഹോദരിമാരും അവരുടെ ബന്ധുക്കളും. എന്റെ അച്ഛന്റെ പല്ലുഡോക്ടറായ ബെക്കിർ, അദ്ദേഹത്തിന്റെ ഭാര്യ (അവരെ രണ്ടുപേരെയും എനിക്ക് പരിചയമുണ്ടായിരുന്നു.) അദ്ദേഹത്തിന്റെ കപ്പലിലെ ജോലിക്കാർ, റിസെപ്, സാലിഹ്, റുഫെറ്റ്, രാസാൻ, എന്റെ അച്ഛന്റെ രോഗം കണ്ടുപിടിച്ച ഡോക്ടർ നാജി. അദ്ദേഹത്തിന്റെ അമ്മ (അവരെയും എനിക്ക് പരിചയമുണ്ടായിരുന്നു.) ഞാൻ അറിയുന്ന വേറെയും ചിലർ. മെലക് ഹനീം, മുരുവെറ്റ ഹനീം, കാപ്റ്റൻ തഹ്സിൻ, സുർമേനിയയിൽ നിന്നും ഷബാൻ, മുസ്തഫാ യാസിസിയേഗ്ലൂ, മച്കയിൽനിന്നും അദ്ദേഹത്തിന്റെ മക്കൾ നെസ്മിറ്റിൻ മൊല്ല, സാഹ്റൂം ഹനീമും ക്യാപ്റ്റൻ റാഹ്മിയും. (ആശുപത്രിയിൽനിന്നും പുറത്തേക്ക് വരുന്നതിനിടയിൽ ഒരാൾ ഒരു കനത്ത ലക്കോട്ട് എന്റെ കൈയിൽ വെച്ചു തന്നു. ''ഇത് നിങ്ങൾക്കുള്ളതാണ്.''അയാൾ പതുക്കെ പറഞ്ഞു.) തുറന്ന് നോക്കിയപ്പോൾ അതിനുള്ളിൽ കണ്ടത് കൃത്രിമപ്പല്ലുകളുടെ ഇളംചുവപ്പ് നിറത്തിലുള്ള മോണയായിരുന്നു. അത് ഞാൻ തിരിച്ചറിഞ്ഞുവെന്ന് കണ്ടപ്പോൾ അയാൾ ചിരിച്ചു.

സഫിയഅമ്മായി, റിസാഫോർമാൻ, എന്റെ അച്ഛന്റെ ഏറ്റവും പ്രിയപ്പെട്ട ചങ്ങാതി യൂസഫ്, അച്ഛൻ പലപ്പോഴും അദ്ദേഹത്തോടൊപ്പം വേട്ടയ്ക്ക് പോയിരുന്നു. അദ്ദേഹത്തിന്റെ മൂന്ന് മക്കല് സലാമി, അസീം, ഒമർ. അവരുടെ മൂന്ന് പേരുടെയും കൈകളിൽ പരുന്തുകളുണ്ടായിരുന്നു. കണ്ണുകളടച്ച് അവ ഉറങ്ങുകയായിരുന്നു. യൂസഫ് അമ്മാവൻ വലിയ ഒരു ചാക്ക് പുറത്തേറ്റിയാണ് വന്നത്. അകത്ത് കടന്നതും അദ്ദേഹം അത് താഴെയിട്ടു. മുറിയുടെ നടുവിലായി അത് തറയിൽ കിടന്ന് പുളഞ്ഞു. സാധാരണ അച്ഛൻ നായാട്ട് കഴിഞ്ഞു വരുമ്പോൾ കൂടെ കുറച്ച് കാടകളുമുണ്ടാകും.

‘‘എടുത്ത് അകത്തേക്ക് കൊണ്ടുപോകൂ.’’

അച്ഛൻ അമ്മയോട് പറയും.

‘‘അധികമൊന്നുമില്ല. എന്നാലും കുടിക്കുമ്പോൾ ഓരോ കടിക്ക്. റഷ്യയിൽനിന്ന് ഓടിപ്പോന്നതാകണം. എല്ലും തൊലിയും മാത്രമേയുള്ളൂ.’’

അച്ഛന്റെ അമ്മാവൻ സിയയും അദ്ദേഹത്തിന്റെ ഭാര്യയും ആൺമക്കളും. അസിയെഅമ്മായിയും അവരുടെ മരുമകനും. എപ്പോഴും പ്രസരിപ്പോടെയുള്ള അഹമ്മദും നൈസി മൂസായും. മൂസായെ എനിക്കറിയാം. അദ്ദേഹം എന്നെ ഒരു ഊക്കൻ വെള്ളകൊക്കിന്റെ മേൽ കയറ്റി ഇരുത്താറുണ്ട്. അതിനെ ഞങ്ങൾ വട്ടൻ അലി എന്നാണ് വിളിക്കാറ്. അത് ഓർക്കാപ്പുറത്ത് മേൽപ്പോട്ടുയരും. എന്നെ താഴെ വീഴ്ത്തുകയും ചെയ്യും. സീറോ ഹസ്സൻ പാഷയുടെ മകളായ ഹാദിയേ ഹനീം, എന്റെ അച്ഛന്റെ അമ്മാവന്റെ മകളും അവരുടെ ആൺമക്കൾ സേക്കിയും ഹസ്സനും അവരുടെ ഭാര്യമാരായ റാക്കിബേ ജ്യേഷ്ഠത്തിയും പിന്നെ മിറൽ, മെനഷ്ക, മിറലിന്റെ കുഞ്ഞ്, എന്റെ അമ്മയും അവിടെത്തന്നെയുണ്ട്. ഞാൻ അന്വേഷിച്ചു.

‘‘കപ്പൽമുതലാളിമാരാരും വന്നിട്ടില്ലേ?’’

‘‘ഇല്ല, ആരും വന്നിട്ടില്ല.’’ ആരോ പറഞ്ഞു.

‘‘അമ്പതു വർഷം. പറയാനെത്ര എളുപ്പം. അദ്ദേഹം തന്റെ ജീവിതത്തിൽ അമ്പതു വർഷം അവർക്കായി കൊടുത്തു.’’

ആ ശബ്ദം ആവർത്തിച്ചു.

‘‘എന്തായാലും ആണ്ടിൽ അവധിക്കാലം. അവർ യൂറോപ്പിൽ മക്കളെ കാണാൻ പോകും. ഷോപ്പിങ് നടത്തും. ശീതകാലവിനോദങ്ങളിൽ പങ്കെടുക്കും. നിങ്ങൾക്കറിയാമല്ലോ.’’

‘‘അറിയാം.’’

ഞാൻ സമ്മതിച്ചു. വാതിലടച്ചു.

മെനാഷ്ക കുഞ്ഞിനെ തറയിൽ കിടത്തി. എന്റെ അമ്മ എന്റെ അരികിൽ വന്നു നിന്നു.

''അവർക്കെല്ലാവർക്കും ഇരിക്കാനുള്ള ഇടമുണ്ടോ?''

''അറിയില്ല, ഉണ്ടാവുമായിരിക്കും.''

ഞാൻ അടുക്കളവേലക്കാരിയെ വിളിച്ചു പറഞ്ഞു.

''ഷിറിൻ, നൂറ് കപ്പ് ചായ ഉണ്ടാക്കണം.''

''എന്തു ചായ? നീ എന്താ നിന്റെ അച്ഛൻ മരിച്ചതിന്റെ അനുശോചനപ്രാർത്ഥനയ്ക്കുശേഷം ചായ സൽക്കാരം നടത്താൻ പോകയാണോ?''

''അമ്മയല്ലേ പറഞ്ഞത്?''

ഞാൻ തിരിച്ചടിച്ചു. പൊടുന്നനെ അവർ തേങ്ങിക്കരയാൻ തുടങ്ങി.

''കരയരുത്.''

ഞാൻ അപേക്ഷിച്ചു.

''എന്റെ അച്ഛൻ നമ്മോടൊപ്പം ഇവിടെത്തന്നെയുണ്ട്.''

അമ്മ മെല്ലെ കരച്ചിൽ നിർത്തി.

''എവിടെ? എനിക്ക് കാണിച്ചു തരൂ.''

അമ്മ വാശി പിടിക്കുംപോലെ പറഞ്ഞു.

തറയിൽ കിടന്ന് പുളയുന്ന ചാക്ക് ഞാൻ ചൂണ്ടിക്കാണിച്ചു.

''ആരോടും പറയണ്ട. അവ ഓടിപ്പോകും.''

അവർ അടക്കം പറഞ്ഞു. അവർ വീട്ടിൽ തിങ്ങിനിറഞ്ഞു നിൽക്കുന്ന ആൾക്കൂട്ടത്തെ നോക്കി.

''ഞാൻ നിന്നോട് പറഞ്ഞത് നമ്മുടെ ബന്ധുക്കളെ ക്ഷണിക്കാനല്ലേ?''

അമ്മ ഉറക്കെ ചോദിച്ചു. വന്നുകൂടിയവരെ നോക്കി സങ്കോചവുമില്ലാതെ പറഞ്ഞു.

''ഞങ്ങളുടെ ബന്ധുക്കളല്ലാത്തവരെല്ലാം ഇപ്പോൾത്തന്നെ പുറത്തേക്കിറങ്ങണം. ''

ആരും അനങ്ങിയില്ല.

''എന്താ ഞാൻ പറഞ്ഞത് കേട്ടില്ലേ? ബന്ധുക്കളല്ലാത്തവരെല്ലാം ഉടൻ സ്ഥലം വിടണമെന്നാണ് ഞാൻ പറഞ്ഞത്.''

വലിയ നാണക്കേട് തന്നെ. ഹുസ്നിയ ഹുസൈൻ ദ്വേഷ്യം മറച്ചു വെച്ചില്ല.

''ആദ്യം വീട്ടിലേക്ക് ക്ഷണിച്ചു വരുത്തുന്നു. വന്നു കയറിയപ്പോൾ പോകാൻ പറയുന്നു.''

എന്റെ അമ്മ അവരുടെ കുപ്പായത്തിന്റെ കോളറിൽ പിടിച്ച് വാതിലിനരികിലേക്ക് വലിച്ചുകൊണ്ടുവന്നു. വീണ്ടും ആൾക്കൂട്ടത്തിനു നേരെ തിരിഞ്ഞു.

''വേഗം...വേഗം...''

എല്ലാവരും പുറത്തു പോകണം. അവർ ഞങ്ങളുടെ അയൽക്കാരോട് ആജ്ഞാപിച്ചു.

''അമ്മേ, ഇത് വലിയ മര്യാദകേടാണ്.''

ഞാൻ വിലക്കാൻ ശ്രമിച്ചു.

''അല്ല, അല്ല. അവരൊക്കെ എവിടെങ്കിലും പോയി തുലയട്ടെ. എനിക്കാരേയും കാണണ്ട.''

അവർ വാക്കുകൾക്കുവേണ്ടി തപ്പുകയായിരുന്നു.

''നിന്റെ കുട്ടിക്കാലത്ത് നിന്നെപ്പറ്റി എന്തെല്ലാം അപവാദങ്ങളാണ് ഇവർ പറഞ്ഞു പരത്തിയിരുന്നത്.''

''അതൊക്കെ വിട്ടുകളയൂ അമ്മേ.''

''ഞാനെന്തിന് വിട്ടുകളയണം? തെറ്റ് ചെയ്ത ഒരാൾക്കും ഞാൻ മാപ്പ് കൊടുക്കാൻ പോകുന്നില്ല. മനസ്സുകൊണ്ട് നിന്റെ അച്ഛനു പോലും ഞാൻ മാപ്പ് കൊടുത്തിട്ടില്ല. പിന്നെയല്ലേ, മുറുവെറ്റ് ഹനീമിന്റെ കാര്യം? നിന്റെ അച്ഛന് അദ്ദേഹം നട്ടുപിടിപ്പിച്ച ആ ലൈലാച്ചെടികൾ വളരെ ഇഷ്ടമായിരുന്നു. പാവം, ആ സുഗന്ധം നുകരാൻ അദ്ദേഹത്തിന് അവസരമുണ്ടായില്ല. അവർ പാതിരാത്രി ആരും കാണാതെ വന്ന് അവ മോഷ്ടിക്കുമായിരുന്നു. ഞങ്ങൾ ഉറങ്ങികിടക്കുമ്പോൾ കക്കാൻ വരുന്ന ജന്തു.''

അവിടെയുണ്ടായിരുന്ന സ്ത്രീകൾ പിറുപിറുത്തുകൊണ്ട് എഴുന്നേറ്റ് പുറത്തേക്കിറങ്ങി.

''ഈ സ്ത്രീക്ക് ഭ്രാന്താണ്.''

അവർ നീരസത്തോടെ ചീറി.

എന്റെ അമ്മ അപ്പോഴും നിർത്തിയിരുന്നില്ല.

''ചായയ്ക്കും പഞ്ചസാരയ്ക്കും എന്താണ് വില? താങ്ങാനാവില്ല. എല്ലാവരും അവരവരുടെ വീട്ടിൽ പോയി ചായ കുടിക്കിൻ.''

''എല്ലാവരും എന്റെ അമ്മയോട് പൊറുക്കണം. അവരുടെ സമനില തെറ്റിയിരിക്കുന്നു.''

ഞാൻ എല്ലാവരോടുമായി അപേക്ഷിച്ചു. അതിനിടയിൽ അമ്മ വീണ്ടും ഇടയിൽ കയറി പുലമ്പാൻ തുടങ്ങി.

''എനിക്കൊരു കുഴപ്പവുമില്ല. എന്റെ ബുദ്ധി നേരെത്തന്നെയാണ്. ഈ വഴക്കാളികളുടെ മുന്നിൽ നീ താഴേണ്ട കാര്യമൊന്നുമില്ല.''

''നാണംകെട്ട വക.''

മുറുവെറ്റ് ഹനീം അവജ്ഞയോടെ പറഞ്ഞു.

''നമ്മളാരും ഇതുവരെ ചായ കുടിച്ചിട്ടില്ലെന്നാണോ ഇവരുടെ വിചാരം? അവർ നമ്മളെ പള്ളിക്കകത്തെ തണുത്ത തറയിൽ വിളിച്ചിരുത്തുന്നു. ജന്മഗാനം നിർബന്ധപൂർവം കേൾപ്പിക്കുന്നു. നമ്മളെക്കൊണ്ട് പ്രാർത്ഥിപ്പിക്കുന്നു. വേണ്ട രീതിയിൽ ചടങ്ങുകൾ നടത്തിപ്പിക്കുന്നു. അവസാനം നമ്മളെ ആട്ടിപ്പായിക്കുന്നു. ആ മനുഷ്യനിപ്പോൾ ശവക്കുഴിയിൽ കിടന്ന് ഞെരിപിരി കൊള്ളുന്നുണ്ടാവും.''

എന്റെ അമ്മ കൈസഞ്ചി ഉയർത്തി ആ സ്ത്രീയുടെ മുഖത്ത് ആഞ്ഞടിച്ചു. ഞങ്ങളിൽ ചിലർ അവരെ തടയാൻ ശ്രമിച്ചു. ഞങ്ങൾ മെല്ലെ ആ സ്ത്രീയെ വാതിലിനരികത്തേക്ക് നീക്കി. അപ്പോഴേക്കും അമ്മ മെലെക് ഹനീമിന്റെ നേരെ കുതിച്ചു. ''പോ, നീയും കടന്നുപോ. മതം മാറി വന്ന ഇരട്ട മുഖമുള്ളവളാണ് നീ.''

അമ്മ ഉറക്കെ ബഹളംവെച്ചു. ഞാൻ അമ്മയുടെ കൈയിൽ ബലമായി പിടിച്ചു.

''അമ്മേ, എന്താണീ ചെയ്യുന്നത്? ഇത് വലിയ നാണക്കേടാണ്.''

''എന്നെ വിടൂ.''

അമ്മ കുതറി.

''ഇന്ന് എന്റെ മനസ്സിലുള്ളത് അവരോട് മുഖത്ത് നോക്കി തുറന്ന് പറയണം. വലിയ ഉദ്യോഗസ്ഥന്റെ ഭാര്യയാണെന്നാണ് വിചാരം. വാസ്തവത്തിൽ പട്ടിണിക്കാരിയായ ഒരു മാന്യസ്ത്രീയാണ് അവർ. അവർ കേൾക്കാതെ ആളുകൾ അവരെ വിളിക്കുന്നത് 'വൃത്തികെട്ട മടിച്ചി'യെന്നാണ്. ഈ ചുറ്റുപാടിന്റെ മണം തന്നെ നമ്മൾ മാറ്റി എന്ന് അവൾ കുറ്റപ്പെടുത്തുന്നു. നമ്മുടെ പാചകഎണ്ണയുടെ മണം കാരണം അവൾക്ക് ഈ വഴി നടക്കാൻ പറ്റുന്നില്ലപോലും. അവൾ എസ്മ ഹനീമിനോടാണ് ഇതെല്ലാം പറഞ്ഞത്.''

മെലക് ഹനീം കരഞ്ഞുകൊണ്ട് എഴുന്നേറ്റു.

''ദൈവമേ, ഇതെന്ത് പെരുമാറ്റമാണ്. തനി കാടൻമട്ടുതന്നെ.''

അമ്മ വീണ്ടും അവരുടെ നേരെ തിരിഞ്ഞ് ഒച്ചവെച്ചു.

''പറഞ്ഞോളൂ...പറഞ്ഞോളൂ... ഇരട്ട മുഖമുള്ള ജൂതപ്പെണ്ണാണ് നീ.

നീ ഇവിടെ ഇരിക്ക്. എന്റെ എസ്മേ... നാസിയും എന്റെ അടുത്തിരിക്കൂ. നമുക്ക് ഇവിടെയിരുന്ന് ചായ കുടിക്കാം.''

അമ്മ അവരോട് രണ്ടുപേരോടുമായി പതുക്കെ പറഞ്ഞു.

''ആ അഴിഞ്ഞാട്ടക്കാരിയെ നോക്കൂ. ഞാൻ കാരണം ഈ ചുറ്റുപാടിന്റെ മണം തന്നെ മാറിപോലും. എന്താ നിങ്ങളാരും കഴിക്കുന്നത് പാകം ചെയ്ത ഭക്ഷണം അല്ലെന്നുണ്ടോ? അതുകൊണ്ടാകാം നിങ്ങളുടെ

വീട്ടിൽ എണ്ണമണമില്ലാത്തത്. ഞങ്ങൾ വന്നതിനുശേഷമല്ലേ നിങ്ങളൊക്കെ ഈ ഭാഗത്ത് താമസമാക്കിയത്? അപ്പോൾ പിന്നെ ഞാൻ കാരണം മാറിയെന്ന് പറയുന്നതിൽ എന്ത് അർത്ഥമാണുള്ളത്? എന്റെ പാവം, പാവം ഭർത്താവ്. അവസാനമായി വയലറ്റ് നിറത്തിലുള്ള ഒരു കാബേജ് വേവിച്ചുടച്ച് കഴിക്കണം എന്നായിരുന്നു ആഗ്രഹം. എന്നാൽ ഡോക്ടർ സമ്മതിച്ചില്ല. അതുമാത്രമല്ല ഒന്നുംതന്നെ കഴിക്കാൻ സമ്മതിച്ചില്ല. മലപോലുള്ളൊരു മനുഷ്യൻ. അവർ അദ്ദേഹത്തെ പട്ടിണിക്കിട്ട് കൊന്നു. അതിനാൽത്തന്നെയാണ് അദ്ദേഹം മരിച്ചത്.''

കുറെ പേർ പുറത്തേക്ക് പോയി. അമ്മ എഴുന്നേറ്റ് വാതിൽ ഒച്ചയോടെ അടച്ചു.

''അതാണ് നല്ലത്. ഇവിടെ നമ്മൾ മാത്രം മതി.''

നിറഞ്ഞ പുച്ഛത്തോടെ അവർ ചുണ്ട് കോട്ടി പറഞ്ഞു.

''ഒരു തേളിന് ചെയ്യാനാവുന്നത്, ഈ പറയുന്ന ബന്ധുക്കൾക്കും അതേ ചെയ്യാനാവൂ.''

ഞങ്ങളുടെ ബന്ധുക്കൾ സ്വീകരണമുറിയിലും അതിനുതൊട്ടുള്ള മുറിയിലും തിങ്ങി നിന്നു. കുട്ടികൾ കാലുകൾ തറയിൽ പിണച്ചുവെച്ചിരുന്നു. ചെറുപ്പക്കാർ കൂട്ടം കൂടി നിന്നു. മുതിർന്നവർ ഏറെ പേരുടെ കൈയിലും ജപമാലയുണ്ടായിരുന്നു. സ്ത്രീകൾ തല കുമ്പിട്ട് നിലത്തേക്ക് നോക്കി നിന്നു. മിറലിന്റെ കുഞ്ഞ് പെട്ടെന്ന് കുപ്പായം ഊരിക്കളഞ്ഞു. പൂർണ്ണനഗ്നനായി പിയാനോവിന്റെ മുകളിലേക്ക് പിടിച്ചു കയറി. അതിന്റെ മൂടിയിൽനിന്ന് ചാടിത്തുള്ളാൻ തുടങ്ങി. മിറിയം പിയാനോവിനു നേരെ വിരൽ ചൂണ്ടി ചോദിച്ചു.

''എന്താണത്?''

''അതൊരു പിയാനോയാണ്.''

ഞാൻ മറുപടി പറഞ്ഞു.

''അതുകൊണ്ട് എന്താണ് ചെയ്യുക?''

''പിയാനോ വായിച്ച് പാട്ട് പാടാം.''

ഇഹ്സാൻ അതിനരികത്തേക്ക് വന്നു. ഒറ്റ വിരലമർത്തി. പത്താം വാർഷികമാർച്ചിന്റെ ഈണമുതിർത്തു. അപ്പോഴേക്കും ആൾക്കൂട്ടത്തിൽ നിന്നും എതിർപ്പുകൾ ഉയർന്നു.

''ലാ ഇലാഹി...ലാ ഇലാഹി...''

ഇഹ്സാൻ അത് ഗൗനിച്ചതേയില്ല.

'ലെഡ് ബൈ എ മാൻ ദി വേൾഡ് റെസ്പെക്ട്സ്...'

ചെറുപ്പക്കാർ പിയാനോവിന് ചുറ്റും കൂടി. മെല്ലെ അവരുടെ ശരീരം ഉലഞ്ഞാടി. പിയാനോവിന് മുകളിൽ നിൽക്കുന്ന കുട്ടി അടിമുടി വിറച്ചു.

അവളുടേതായ ഒരു നൃത്തത്തിന്റെ രസം. മറ്റുള്ളവരും അവനെ അനുകരിച്ചു. മിറൽ താളത്തിൽ കൈകൾ കൊട്ടി കുഞ്ഞിനെ പ്രോത്സാഹിപ്പിച്ചു.

''അസ്സലാവുന്നുണ്ട് മകളേ, നന്നായി ആടിക്കോളൂ.''

ഇഹ്സാൻ പിയാനോ വിട്ട് നൃത്തം ചെയ്യുന്നവരുടെ കൂടെ കൂടി. പ്രാണവേദനയാലെന്നപോലെ അയാൾ പുളഞ്ഞു. പിയാനോ അതേ ഈണം തന്നെ ആവർത്തിച്ചു.

''ഞാൻ മാപ്പ് തരില്ല. ഞാൻ മാപ്പ് തരില്ല. ഞാൻ മാപ്പ് തരില്ല.''

അവരെല്ലാവരും ഒരേമട്ടിൽ പുളഞ്ഞു.

അബ്ദുറഹ്മാൻ ഭിത്തിയിലെ ചിത്രത്തിലേക്ക് വിരൽ ചൂണ്ടി. കൈയിലെ ജപമാല അപ്പോഴും ഉയർത്തിപ്പിടിച്ചിരുന്നു.

''മകളേ, ഇതാരാണ്? നിന്റെ അമ്മായി അച്ഛനാണോ?''

''അല്ല അമ്മാവാ, ഇത് നമ്മുടെ പ്രസിദ്ധനായ ഒരു എഴുത്തുകാരനാണ്.''

''നമ്മുടെ എന്ന് എന്താണ് പറഞ്ഞത്?''

ഹിൽമി എന്റെ സഹായത്തിന് വന്നു.

''അമ്മാവാ, അത് നമ്മുടെ മഹനായ ഒരു ടർക്കിഷ് സാഹിത്യകാരനാണ്.''

''ഇദ്ദേഹത്തിന്റെ പേര് മുമ്പെങ്ങും ഞാൻ കേട്ടിട്ടില്ലല്ലോ.''

അബ്ദുറഹ്മാൻ പറഞ്ഞു. അതിനിടെ എന്റെ അമ്മ കടന്നു വന്നു.

''അബ്ദുറഹ്മാൻ അമ്മാവാ, നിങ്ങൾ ഈ ആളെപ്പറ്റിയാണോ ചോദിക്കുന്നത്? നിങ്ങളറിയാഞ്ഞിട്ടാണ്. വളരെ ധനികനാണ്. എന്റെ മോളെ വിവാഹം കഴിക്കാൻ ആഗ്രഹിച്ചിരുന്നു. ഞാൻ സമ്മതിച്ചില്ല. അന്ന് ഞാൻ അയാൾക്ക് എന്റെ മകളെ കൊടുത്തിരുന്നുവെങ്കിൽ ഇന്ന് അവൾക്ക് നേട്ടങ്ങളും മാളികകളും എത്രയുണ്ടാവുമായിരുന്നെന്നോ? എന്റെ ഈ നശിച്ച തല... പകരം ഞാൻ അവളെ ഈ പൈപ്പ് വലിച്ചു നടക്കുന്ന മനുഷ്യന് കൊടുത്തു. അയാൾ എന്റെ കുഞ്ഞിനെ നശിപ്പിച്ചു. അവളെ ഒരു രോഗിയാക്കി.

ഹഫീസ് അമ്മായി ഇടങ്കണ്ണിട്ട് എന്നെ നോക്കി.

''ഈ പെണ്ണോ രോഗി?''

''അതെ, എന്റെ അമ്മായി. അവളുടെ തലയ്ക്ക് സുഖമില്ല. അവളുടെ ഭർത്താവാണ് അവളെ ഭ്രാന്തിയാക്കിയത്. അയാളെന്താണ് ചെയ്യുന്നതെന്ന് അമ്മായിക്കറിയാമോ? സന്ധ്യയ്ക്കു ശേഷം എല്ലാവരും പോയിക്കഴിഞ്ഞ് അവർ രണ്ടുപേരും തനിച്ചാവുമ്പോൾ അയാൾ ഒരു

കസേര വലിച്ചിട്ട് അവളുടെ മുന്നിൽ വന്നിരിക്കും. മണിക്കൂറുകളോളം അവളെത്തന്നെ നോക്കിയിരിക്കും. എന്റെ മകൾ പറയും. 'ഞാൻ അപേക്ഷിക്കുകയാണ്, എന്തെങ്കിലും പറയൂ.' അയാൾ മിണ്ടില്ല. കണ്ണിമ പൂട്ടാതെ അവളെ ഉറ്റുനോക്കിക്കൊണ്ടിരിക്കും. പിന്നെ പൊടുന്നനെ ബഹളം വെക്കാൻ തുടങ്ങും. 'നിനക്ക് ഭ്രാന്താണ്.' അതുതന്നെ ആയിരം തവണ പറയും. അത് അവളുടെ കാതിൽ മുഴങ്ങിക്കൊണ്ടിരിക്കും. ഓരോ വൈകുന്നേരവും ഇങ്ങനെയാണ്. ഞാൻ പറഞ്ഞതിലെ സത്യം അള്ളാഹുതന്നെ നിങ്ങളെ ബോദ്ധ്യപ്പെടുത്തട്ടെ. ഹഫീസ് അമ്മായീ, ഒരിക്കൽ ഞാൻ രണ്ടുപേരെയും രഹസ്യമായി ശ്രദ്ധിച്ചു. എന്റെ കാതുകൊണ്ട് കേൾക്കുകയും ചെയ്തു. ഞാൻ പറയുന്നത് നുണയാണെങ്കിൽ ദേഹശുദ്ധി വരുത്താതെ ഞാൻ മരിച്ചുപോകട്ടെ.''

''അയ്യോ, പാവം.''

ഹഫീസ് അമ്മായി നാക്ക് കടിച്ചു.

ക്യാപ്റ്റൻ ബിലാൽ ചോദിച്ചു.

''എവിടെപ്പോയി നിങ്ങളുടെ ആ മരുമകൻ? ഇവിടെ എവിടെയെങ്കിലുമുണ്ടോ?''

''ഇല്ല. അയാൾ ഇവിടെയൊന്നുമില്ല. അല്ലെങ്കിലും അയാളെപ്പോലെ ഒരു വിശ്വാസി ഇതുപോലുള്ള അനുസ്മരണച്ചടങ്ങിൽ പങ്കെടുക്കാൻ വരുമോ? എന്റെ ക്യാപ്റ്റൻ, എനിക്ക് ഒരു ദുഃഖം മാത്രമേയുള്ളൂവെങ്കിൽ ഞാൻ അത് കരഞ്ഞ് തീർത്തേനേ.''

എന്റെ അമ്മ ആവലാതി പറഞ്ഞുകൊണ്ടേയിരുന്നു. പിന്നെ ഒച്ച താഴ്ത്തി പറഞ്ഞു.

''അയാളുടെ വിചാരം അയാൾ ദൈവമാണെന്നാണ്.''

''ഓ, നിങ്ങളെന്താണീ പറയുന്നത്? അങ്ങനെയൊന്നും സംഭവിക്കാതിരിക്കട്ടെ. ദൈവം കാക്കട്ടെ. ''

കേട്ടുനിന്നവരെല്ലാം ശ്വാസമടക്കിപ്പിടിച്ചു.

''തുടക്കത്തിൽ അയാൾ അത്ര മോശമായിരുന്നില്ല. സ്വന്തം അച്ഛൻ മരിക്കുന്നത് കണ്ടതിൽ പിന്നെയാണ് മുഴുഭ്രാന്തായത്.'' എന്തൊക്കെയാണ് നിങ്ങൾ പറയുന്നത്?''

''രാത്രി മുഴുവൻ ഒരു പ്രേതത്തെപ്പോലെ അയാൾ അലഞ്ഞു നടക്കും. സ്വന്തം വീട്ടിലും തെരുവിലും വെറുതെ അങ്ങോട്ടുമിങ്ങോട്ടും നടന്നുകൊണ്ടിരിക്കും. 'ഞാൻ നിങ്ങളെ എല്ലാവരേയും രക്ഷിക്കാൻ പോവുകയാണ്. ഞാൻ നിങ്ങളുടെ നല്ല ദൈവമാണ്. ദുഷ്ടനായ ദൈവത്തിൽ നിന്നും നിങ്ങളെയെല്ലാം ഞാൻ മോചിപ്പിക്കും. എല്ലാ സങ്കടങ്ങളിൽ നിന്നും നിങ്ങൾക്ക് മുക്തി നൽകും.' കൂടുതൽ പറയുന്തോറും കൂടുതൽ കൈവിട്ടുപോകുന്നു.''

അപ്പോഴും പിയാനോ അതേ ഈണം തുർന്നു.

'ലെഡ് ബൈ എ മാൻ ദി വേൾഡ് റെസ്പെക്ട്സ്...' ഞാൻ പൊറുക്കില്ല. ഞാൻ പൊറുക്കില്ല.

സഫിയ അമ്മായി ഭിത്തിയിലുണ്ടായിരുന്ന വേറൊരു പടത്തെക്കുറിച്ച് ചോദിച്ചു.

''അതും വലിയൊരു മഹാന്റേതാണ്.''

''എന്താണ് അദ്ദേഹത്തിന്റെ പേര്?''

''ഇല്ലിച്ച്.''

''അയാൾ ഒരു അവിശ്വാസിയാണോ?''

''അതെ, അങ്ങനെയെങ്കിൽ അയാളും നമ്മളും തമ്മിൽ...''

ഹിൽമി ഇടയിൽ കയറി ചോദിച്ചു.

''അമ്മായീ, അദ്ദേഹം വലിയ ഒരു മഹാനാണ്. അദ്ദേഹം സ്വന്തം രാജ്യത്തെയും അവിടത്തെ തൊഴിലാളികളേയും മോചിപ്പിച്ചു.''

അവർ രണ്ടുപേരും എഴുന്നേറ്റു നിന്നു. മറ്റൊരു ചിത്രത്തിലേക്ക് വിരൽ ചൂണ്ടി.

''ഇതാരാണ്?''

''ദാ, ഇത്... അപ്പുറത്തുള്ളത്? അതോ, അദ്ദേഹം ശത്രുക്കളെ കീഴടക്കി ജനങ്ങളെ രക്ഷിച്ചു. രാജഭരണത്തിൽ നിന്നും മുതലാളിത്തത്തിൽ നിന്നും എന്നുവെച്ചാൽ അയാളൊരു കമ്മ്യൂണിസ്റ്റ് ആണെന്നാണോ നീ പറയുന്നത്?''

അവർ രണ്ടുപേരും പരസ്പരം തോണ്ടി.

''നമ്മൾ ഈ പെൺകുട്ടിയെ കുറെ കേട്ടിട്ടുണ്ട്. വരൂ, നമുക്ക് പോവാം. ഇവിടെയുള്ളതൊന്നും തൊടണ്ട. തൊട്ടാൽ നമ്മൾ അശുദ്ധരാവും.''

''നശിച്ച തേളുകൾ.'' എന്റെ അമ്മ ഒച്ചവെച്ചു.

''ഇങ്ങോട്ട് നോക്കൂ. വായ അടച്ചോളൂ. ഞാൻ ജീവിച്ചിരിക്കേ ഒരാളും എന്റെ മകളെപ്പറ്റി ചീത്ത വർത്തമാനം പറയണ്ട. ഞാൻ ഇപ്പോൾ അവളുടെ അച്ഛനും അമ്മയുമാണ്. ഒരു കമ്മ്യൂണിസ്റ്റിനെ തിരിച്ചറിയാനാവാത്ത വക. ഒക്കെ കുറുക്കന്മാരാണ്. എന്നെക്കൊണ്ട് ഇനിയും പറയിപ്പിക്കാൻ...'' അത്രയും പറഞ്ഞ് അമ്മ എംറുള്ളയുടെ കോളറിൽ പിടിച്ചു.

''നിങ്ങളൊരു മുതുക്കൻച്ചെന്നായയാണ്. മുമ്പ് എനിക്കെതിരായി നിങ്ങൾ പലതും പറയാൻ പാടുപെട്ടു. എന്റെ ഭർത്താവിനെ സങ്കടപ്പെടുത്തി പരലോകത്തേക്കയച്ചു. ഒക്കെ നിങ്ങൾ ചെയ്തതാണ്.''

അമ്മ അയാളെ ചുമരിന് നേരെ പിടിച്ചു തള്ളി. അതോടെ എല്ലാവരും ഒരുമിച്ചു ഒച്ച വെയ്ക്കാൻ തുടങ്ങി.

''എണീക്കൂ...എണീക്കൂ...ഇവരുണ്ടാക്കുന്ന ചായ ആരും കുടിക്കരുത്. വേണ്ടതിലധികം നമ്മൾ അധിക്ഷേപം കേട്ടു കഴിഞ്ഞു.''

അവർ തിക്കിത്തിരക്കി പുറത്തേക്ക് കടന്നു, എന്റെ അമ്മ നെക്മെറ്റിൻ മൊല്ലയെ തടഞ്ഞു.

''എല്ലാവരേക്കാളും മുമ്പേ നിങ്ങൾ മറന്നോ? ഇത്രവേഗം? ആ ഡ്രൈവർ നിങ്ങളുടെ മകൾക്കുണ്ടാക്കിയ തന്തയില്ലാത്ത ആ കുഞ്ഞിനെ? നിങ്ങളൊരു കൂട്ടിക്കൊടുപ്പുകാരനാണ്. നിങ്ങളുടെ താടിയിൽ ഞാൻ ഇടിക്കും.''

റഫൈറ്റ് മുഷ്ടി ചുരുട്ടി കാസ്ട്രോയുടെ മുഖത്തിടിച്ചു. തുടർന്ന് ഓരോരുത്തരും ഓരോ ചിത്രത്തിലിടിച്ച് അവനവന്റെ രോഷം പ്രകടിപ്പിച്ചു. അവർ ഭിത്തിയിലിടിച്ച് അലങ്കാരങ്ങൾ വലിച്ച് താഴെയിട്ടു. എന്റെ എണ്ണച്ചായച്ചിത്രങ്ങളും പ്രശ്സതമായ ചില ചിത്രങ്ങളുടെ പുനഃസൃഷ്ടികളും കീറി തുണ്ടാക്കി താഴെയിട്ടു. എന്റെ പ്രിയപ്പെട്ട ചിത്രകാരന്മാരുടെ... നൂറി ഐയേം, ഹഫീർ അക്സോയ്, അവനീ മെമോടോഗ്ലു... ''അദ്ദേഹം മരിച്ചതുകാരണം ഞങ്ങളെ കാക്കാൻ വീട്ടിൽ പുരുഷന്മാരില്ലാതായി എന്ന് വിചാരിക്കുന്നവരുണ്ടാവും. അങ്ങനെയല്ലേ? നിങ്ങളെയെല്ലാം ഞാൻ ശരിയാക്കുന്നുണ്ട്. വേഗം തന്നെ.'' എന്റെ അമ്മ ഭീഷണി മുഴക്കി. അമ്മ കിടപ്പുമുറിയിലേക്കോടി. അവിടെയായിരുന്നു പിടഞ്ഞുകൊണ്ടിരുന്ന ആ ചാക്ക്. അമ്മ അത് തോളിലേറ്റിക്കൊണ്ടു വന്ന് തറയിലിട്ടു. അതിന്റെ മുകളിലെ കെട്ടഴിച്ചു. അതിന്റെയുള്ളിൽ നിന്നും ആയിരക്കണക്കിന് കിളികൾ പുറത്ത് വന്നു. കാടയും കുളക്കോഴിയും മരക്കോഴിയും സൂചിവാലൻ താറാവും തുടങ്ങി പലതരം മീനുകളും പക്ഷികളും. അവ അവിടെ പാറി നടന്നു. ഞങ്ങളുടെ തലയ്ക്ക് മീതെ ചിറകിട്ടടിച്ചു. നെലാമിയുടെയും അസിമിന്റേയും ഒമറിന്റെയും കൈകളിലിരുന്ന് ഉറക്കം തൂങ്ങിയിരുന്ന പരുന്തുകൾ കിളികളുടെ പുറകെ പാഞ്ഞു. നൃത്തം ചവുട്ടിക്കൊണ്ടിരുന്ന ചെറുപ്പക്കാർ കൈകളും കാലുകളും മലർത്തിപ്പിടിച്ച് നിലവിളിച്ചു. നിന്നിടത്തുനിന്ന് വട്ടം ചുറ്റി.

''ലെഡ് ബൈ എ മാൻ ദി വേൾഡ് റെസ്പെക്ട്സ്...

ഞാൻ മാപ്പ് കൊടുക്കില്ല.

ഞാൻ മാപ്പ് കൊടുക്കില്ല.

ഞാൻ മാപ്പ് കൊടുക്കില്ല.''

ഹാസി സാലീഹും റെസീപ് ടെമലും മൊല്ലയും സൊഫുഗ്ലുവും യാസിയോഗ്ലുവും എന്നെ അക്രമിച്ചു. മിറലും ക്യാപ്റ്റൻ സാബ്റിയും ഹിൽമിയും മൂസയും ലെവ്ലി അഹമ്മദും എന്നെ കാത്തു. എന്റെ അമ്മ ഉറക്കെ അലറി.

''നിന്റെ അച്ഛനെവിടെ? നിന്റെ അച്ഛനെവിടെ''

അവർ ചാക്കിനകത്ത് അച്ഛനെ തിരഞ്ഞു. കാണാതായപ്പോൾ തീർത്തും നിസ്സഹായരായി താഴെയിരുന്നു. അവരുടെ മുഖം മെഴുകു പോലെ വിളർത്തു.

ഞാൻ ഇഹ്സാന്റെ കൈ പിടിച്ച് വലിച്ചു.

''ഉണരൂ...ഉണരൂ... ഇങ്ങനെ നൃത്തം ചെയ്യുന്നത് ശരിയാണോ? ഞങ്ങളെ സഹായിക്കൂ. ഞങ്ങൾക്ക് നിന്റെ സഹായം വേണം. മനസ്സിലാകുന്നില്ലേ? ഇഹ്സാൻ നൃത്തം ചെയ്യുന്നത് നിർത്തി. കുപ്പായക്കീശയിൽ നിന്നും മോളോട്ടോവ് കോക്ടെയിൽ (ഒരു തരം നാടൻ കൈബോംബ്) വലിച്ചെടുത്തു.

''അതെറിയരുത് വിഡ്ഢീ. ''

ഞാൻ അവനെ തടഞ്ഞു.

''നീ അത് എറിഞ്ഞാൽ നമ്മളൊന്നായി തുലഞ്ഞുപോകും.''

പിന്നെയും ഞാൻ പറഞ്ഞുകൊണ്ടിരുന്നു. എന്റെ ശബ്ദം ഒരു തേങ്ങലിനും ഗർജ്ജനത്തിനുമിടയിലുള്ള എന്തോ ഒന്നായി.

''അരുത്, ഞാൻ പറയുന്നത് കേൾക്കൂ. ഞാൻ അവനോട് അപേക്ഷിച്ചു. എന്റെ സഹോദരന്മാരേ, സഹോദരിമാരേ, കുടുംബത്തിലെ മുതിർന്നവരേ, അരുത്. വെറുതെ ഒരു രക്തച്ചൊരിച്ചിലിന് കാരണമാവരുത്. നിങ്ങളൊക്കെ വിശ്വാസികളല്ലേ? വെറുപ്പും വൈരാഗ്യവുമരുത്. നമ്മളെല്ലാവരും ഒരേ ചോരയാണ്. നമുക്ക് കൈകോർക്കാം. എന്റെ അരികിലേക്ക് വരൂ. ഞാൻ നിങ്ങളെ രക്ഷിക്കാം. ഞാൻ നിങ്ങളുടെ നല്ലവനായ ദൈവമാകാം. എന്നെ പിന്തുടരൂ. വരൂ.''

ആരുടെയോ മുഷ്ടി എന്റെ തോളിൽ ബലമായി വന്നുവീണു.

''ദൈവവിശ്വാസമില്ലാത്ത സ്ത്രീ, നിനക്ക് ലജ്ജയില്ലേ? ഞങ്ങളുടെ മുന്നിൽ പ്രവാചകവേഷം കെട്ടുകയാണോ? പശ്ചാത്തപിക്കൂ. പശ്ചാത്തപിക്കൂ.''

അവർ എല്ലാവരും ഒരുമിച്ച് ഒച്ചവെച്ചു.

''അവൾ നമ്മുടെ കൂട്ടത്തിൽപ്പെട്ടവളല്ല. അവളുടെ അച്ഛനും വേറെയായിരുന്നു. ആദ്യമായി അയാളാണ് ഒരു തൊപ്പി ധരിച്ചത്. സ്വന്തം ഭാര്യയെ തൊപ്പി ധരിപ്പിച്ചതും അയാളാണ്. മകളെ ആദ്യമായി സ്കൂളിൽ അയച്ചു. ബെയ്റാം അവധിദിനത്തിൽ മാത്രമാണ് അയാൾ പള്ളിയിൽ പോകുക അപ്പോൾപോലും അയാൾ ശരിയായ രീതിയിൽ തല മൂടിയിരുന്നില്ല.''

ടിമെൻ, ഹിൽമിയുടെ ഒടിയിൽ തൊഴിച്ചു. വേറെയാരോ ലെവ്‌ലി അഹ്മദിന്റെ മുടിയിൽ വലിച്ച് പിടിച്ച് താഴോട്ട് കൊണ്ടുപോയി. യാസിസിയോഗ്ലു മൂസയെ ഒരു മൂലയിൽ ഒതുക്കി നിർത്തി മൂക്കിന് തന്നെ

ഇടിച്ചു. മൂസ ഉറക്കെ വിളിച്ചു പറഞ്ഞുകൊണ്ടിരുന്നു. അലി വാൾനട്ട്... അലി വാൾനട്ട്...

ഞാൻ എന്റെ മുറിയിലേക്കോടി. മുത്തശ്ശന്റെ ഔദ്യോഗികച്ചടങ്ങുകൾക്ക് ഉപയോഗിക്കുന്ന വാൾ എടുത്തുകൊണ്ടു വന്നു. തമ്മിൽ തല്ലുന്ന ആൾക്കൂട്ടത്തിനുനേരെ വാളോങ്ങിക്കൊണ്ട് ഞാൻ പറഞ്ഞു.

''നിങ്ങളെല്ലാവരും രക്തത്തിനായി ദാഹിക്കുന്നവരാണ്. അതിനാൽ നിങ്ങളെ കൊല്ലുന്നതിൽ ഒരു തെറ്റുമില്ല.''

അങ്ങനെ ചിലരെ ഞാൻ ഓടിച്ചു.

''പ്രവാചകനാവുക എന്നാൽ എന്താണെന്ന് നിങ്ങൾക്ക് മനസ്സിലാവില്ല.''

ഞാൻ വളരെ ഉറക്കെയാണ് സംസാരിച്ചിരുന്നത്.

''നിങ്ങൾക്കുള്ള ശിക്ഷ മരണം തന്നെയാണ്.''

ഞാൻ ശത്രുവിന്റെ പുറകെ പാഞ്ഞു. ബഹളത്തിൽ പങ്കുചേരാതിരുന്നവർ മാറിനിന്ന് ഞങ്ങളെ നോക്കി കൈയടിച്ചു. ഓടാൻ തുടങ്ങിയവർ കഷ്ടിച്ചു രക്ഷപ്പെട്ടു എന്ന് പറയാം. ധൃതിയിൽ ഓടുന്നതിനിടയിൽ അവരുടെ ഷൂസുകൾ ഇടനാഴിയിൽത്തന്നെ ഇട്ടിട്ടുപോയി.

തുറന്ന് കിടന്ന വാതിലിലൂടെ പക്ഷികളെല്ലാം പുറത്തേക്ക് പറന്നുപോയി. അവയെ പിന്തുടർന്ന് ആ രണ്ടു പരുന്തുകളും. എന്റെ അമ്മ എന്റെ അരികെ വന്ന് എന്നെ ഉമ്മവെച്ചു.

''ഞാനെപ്പോഴും പറയാറുണ്ട്, എനിക്കൊരു മകനില്ല എന്ന്. എന്നാൽ ഇപ്പോൾ ഇവൾ ഒരേസമയം എന്റെ മകനും മകളുമാണ്.''

അമ്മ കരഞ്ഞാണ് ഇത്രയും പറഞ്ഞത്.

വാള് കൈയിൽ പിടിച്ചുകൊണ്ടുതന്നെ കാഴ്ച കണ്ടുനിന്നവരുടെ നേരെ ഞാൻ തിരിഞ്ഞു.

''നിങ്ങളും പൊയ്ക്കോ, അല്ലെങ്കിൽ നിങ്ങളുടെ തലയും ഞാൻ തെറിപ്പിക്കും.''

അവരും ആദ്യം പോയവരെ പിന്തുടർന്നു. മിറൽ വന്ന് എന്റെ നെറ്റിയിലെ വിയർപ്പ് തുടച്ചു. അവളും ഷിറിനും കൂടി താഴെ വീണുകിടന്നിരുന്ന ചില്ലുകളും മറ്റും പെറുക്കിക്കൂട്ടി മുറി വൃത്തിയാക്കി. എന്റെ പക്ഷം ചേർന്ന് പൊരുതിയവർ പരസ്പരം ചുംബിച്ച് വിജയം ആഘോഷിച്ചു.

''മരിച്ചവരുടെ കാര്യം?''

''മരിച്ചവരെയെല്ലാം അവർ കൊണ്ടുപോയി.''

വാതിൽമണിയടിച്ചു. എന്റെ ഭർത്താവ് അകത്തേക്ക് വന്നു. എന്റെ നെറ്റിയിൽ ചുംബിച്ചു.

''എങ്ങനെയുണ്ട് എന്റെ ഓമനേ?''

''എവിടെയായിരുന്നു ഇതുവരെ?''

ഞാൻ ദ്വേഷ്യപ്പെട്ടു.''നാണമാവുന്നില്ലേ?''

മുറിയിലാകെ റാക്കിയുടെ നാറ്റം.

''അനുസ്മരണപ്രാർത്ഥനയുടെ കാര്യം ഞാൻ തീരെ മറന്നു. '' അദ്ദേഹം ക്ഷമാപണം നടത്തി.

''ഇപ്പോഴാണെനിക്ക് ഓർമ്മ വന്നത്. ഇവിടെയെന്താണിങ്ങനെ? വീടാകെ തകിടം മറിഞ്ഞ്...?''

''ഇവിടെ ഒരു യുദ്ധം നടന്നു. ഞങ്ങൾ യുദ്ധം ചെയ്തു.''

''ഒരാൺതുണയില്ലാതെ ഞങ്ങൾ പോരടിച്ചു. പോരിൽ ജയിക്കുകയും ചെയ്തു.''

''എന്താ നിങ്ങൾക്ക് ഭ്രാന്തുണ്ടോ?''

അമ്മ പറഞ്ഞത് ഭർത്താവ് കാര്യമാക്കിയില്ല.

''നിങ്ങൾക്കാണ് ഭ്രാന്ത്.''

ഞാൻ അദ്ദേഹത്തിനുനേരെ തിരിച്ചടിച്ചു. ഞങ്ങളെല്ലാവരും ഉറക്കെ ചിരിക്കാൻ തുടങ്ങി. ഞാനെന്തോ തമാശ പറഞ്ഞെന്ന ഭാവം. പിയാനോ അപ്പോഴും അതേ പല്ലവി താനേ പാടിക്കൊണ്ടിരുന്നു.

''നിർത്താനല്ലേ പറഞ്ഞത്?''

ഞാൻ ഇഹ്സാന്റെ നേരെ ഒച്ചയെടുത്തു. അതിനൊരു ചവിട്ട് കൊടുത്തു. കുഞ്ഞ് പിയാനോവിന്റെ മുകളിൽനിന്ന് താഴെയിറങ്ങി. വീണ്ടും അവന്റെ കുട്ടിക്കുപ്പായത്തിലേക്ക് കടന്നുകൂടി. നൃത്തം വെച്ചുകൊണ്ടിരുന്നവർക്കും വെളിച്ചം വന്നു. ഇഹ്സാൻ വീണ്ടും പിയാനോവിൽ വിരലോടിച്ചു. ഇത്തവണ അവൻ പാടിയത് കരിങ്കടൽ തീരത്തുനിന്നുള്ള ഒരു പ്രണയഗാനമായിരുന്നു.

''ഇനി ചായ കൊണ്ടുവരാം''

ഞാൻ ഷിറിനെ വിളിച്ചു പറഞ്ഞു.

''ഇടനാഴിയിൽ കിടക്കുന്ന ഷൂസുകളെല്ലാം നിനക്കെടുക്കാം.''

''സന്തോഷമായി കൊച്ചമ്മേ...'' തിടുക്കത്തിൽ ഷിറിൻ അടുക്കളയിലേക്ക് നടന്നു. ഞങ്ങളെല്ലാവരും ഒരുമിച്ച് ഹൊറോൺ നൃത്തം ചെയ്യാൻ തുടങ്ങി.

ആരുടെയും പാപങ്ങൾ ഞാൻ പൊറുക്കുന്നില്ല.
മനുഷ്യനാൽ നയിക്കപ്പെടുന്ന ഈ ലോകം
ആരുടെയും പാപങ്ങളെ മാനിക്കുന്നില്ല.
ആരുടെയും പാപങ്ങൾ ഞാൻ പൊറുക്കുന്നില്ല.
ഞാൻ പൊറുക്കുന്നില്ല.
ഞാൻ പൊറുക്കുന്നില്ല.

ഭാഗം നാല്

സ്ത്രീ

ബയാൻ നെർമിൻ പത്തു വർഷമായി ലേബർ പാർട്ടിയിൽ അംഗമാണ്. ഇപ്പോൾ സ്കീയീംഗ് (മഞ്ഞുപരപ്പിലൂടെ തെന്നി പായുന്ന വിനോദം) കഴിഞ്ഞു വന്നതേയുള്ളൂ. അവർ തന്റെ ഹോട്ടൽ മുറിയിലെ ജനാല തുറന്നു. എതിർവശത്തുള്ള പർവതനിരകളിലേക്ക് നോക്കി നിന്നു. മഞ്ഞു നിറഞ്ഞു കിടക്കുന്ന മലഞ്ചെരുവുകളിൽ ഇളംചുവപ്പ് നിറത്തിൽ ആകാശത്തുനിന്നും ഇടയ്ക്കിടയ്ക്ക് കനത്ത മഞ്ഞുപാളികൾ വീണു കൊണ്ടിരുന്നു. അവിടവിടെയായി തല ഉയർത്തി നിൽക്കുന്ന സ്പ്രൂസസ് മരങ്ങൾ. മഞ്ഞുവീഴ്ചയുടെ ഭാരത്താൽ മരച്ചില്ലകൾ ഉലഞ്ഞാടി.

ബയാൻ നെർമിൻ തന്റെ ശ്വാസകോശങ്ങളുടെ ആഴത്തിൽനിന്നും ദീർഘമായൊരു ശ്വാസമെടുത്ത് സാവധാനം പുറത്തേക്ക് വിട്ടു. താഴെ നിന്നും പലതരം ശബ്ദങ്ങൾ മുഴക്കം.

''ദാ, അയാളെ നോക്കൂ. അയാൾ ആ സ്ത്രീയുടെ ആസനത്തിൽ ബെൽട്ട് കെട്ടിക്കൊടുക്കുന്നത് കണ്ടോ?''

ബയാൻ നെർമിൻ ശബ്ദം കേട്ട ഭാഗത്തേക്ക് നോക്കി. നാട്ടിൻ പുറത്തുകാരായ രണ്ട് ആൺകുട്ടികൾ. അവർ അവിടെ കൂടിനിൽക്കുന്ന സ്ത്രീകളുടെയും പുരുഷന്മാരെയും കുട്ടികളെയും കൗതുകത്തോടെ നിരീക്ഷിക്കുകയാണ്. മലമുകളിലേക്കെത്താനുള്ള ലിഫ്റ്റും കാത്തു നിൽക്കുന്നവരാണവർ. മലയുടെ മുകളിൽനിന്ന് ഹിമപരപ്പിലൂടെ അവർ ആകാവുന്നത്ര വേഗത്തിൽ താഴേക്ക് വഴുതി നീങ്ങും. പിന്നെ വീണ്ടും ലിഫ്റ്റിൽ കയറി മുകളിലെത്തും. നോക്കി നിന്നിരുന്ന രണ്ട് കുട്ടികളുടെയും കൈകൾ അവരുടെ പോക്കറ്റിനുള്ളിലായിരുന്നു. അവരുടെ തോളുകൾ ഉള്ളിലേക്ക് വലിഞ്ഞിരുന്നു. താടികൾ പരന്നിരുന്നു. ഓരോ തവണയും ലിഫ്റ്റ് ഉയരുമ്പോൾ അവർ നിന്നിടത്തുനിന്നും ചാടും. താഴേക്ക് വന്നു വീഴും. കൈയിൽ നിറച്ച് മഞ്ഞ് കോരിയെടുക്കും. സന്തോഷത്തോടെ മൃഗങ്ങളെപ്പോലെ ഒച്ചയെടുക്കും.

ബയാൻ നെർമിൻ മുറിക്കകത്തെ സോഫയിൽ ചെന്നു കിടന്നു. അപ്പോഴും അവർ സ്കീയിംഗ് ഉടുപ്പുകൾ മാറ്റിയിരുന്നില്ല. എന്തോ ഒരു രൗദ്രഭാവം അവരുടെ മുഖത്തുമിന്നി മറഞ്ഞു.

''എന്നെങ്കിലും ഒരു ദിവസം അവരും.''

അവർ ചിന്തിച്ചു. പിന്നെ സ്വയം വിലക്കി.

''വേണ്ട, അങ്ങനെയൊന്നും ഞാൻ ചിന്തിക്കേണ്ട.''

പാർട്ടി സ്ഥാപിക്കപ്പെട്ടപ്പോൾ തന്നെ ബയാൻ നെർമിൻ അതിൽ അംഗമായി ചേർന്നിരുന്നു. അന്ന് അന്ന് അവൾക്ക് പൂർണ്ണവിശ്വാസമുണ്ടായിരുന്നു. മൂന്നോ നാലോ വർഷങ്ങൾക്കുള്ളിൽ അവളുടെ തൊഴിലാളിസഹോദരന്മാരെക്കൊണ്ട് നഗരമൈതാനങ്ങൾ നിറയുമെന്ന്. നഗരത്തിലെ ഒരു മൈതാനവും ഒരാളുടെ ഉള്ളംകൈയിനേക്കാൾ വലുപ്പമുള്ളതായിരുന്നില്ല എന്നത് വേറെ കാര്യം. നക്ഷത്രങ്ങൾ നിറഞ്ഞ മാനത്തോട് അവരുടെ ശബ്ദങ്ങൾ തുളച്ച് കയറുമെന്ന് അവൾ പ്രതീക്ഷിച്ചു.

''വർഗവ്യത്യാസമില്ലാത്ത സമത്വസുന്ദരമായ ഒരു സമൂഹം.''

നൂറ്റാണ്ടുകളായി അവർ ആവശ്യപ്പെട്ടുകൊണ്ടിരുന്ന ആ വ്യവസ്ഥിതി താമസിയാതെ സൃഷ്ടിക്കപ്പെടുമെന്ന് അവർ വിശ്വസിച്ചു. അത് ഒട്ടും എളുപ്പമല്ലെന്ന് ആദ്യത്തെ ഏതാനും ദിവസങ്ങൾക്കുള്ളിൽത്തന്നെ അവൾക്ക് മനസ്സിലായി. എന്നാൽ വഴിയിലെ ബുദ്ധിമുട്ടുകളെയൊന്നും ബയാൻ നെർമിന് തടസ്സങ്ങളായി തോന്നിയില്ല. അന്നത്തെപ്പോലെ ഇന്നും ഏറ്റവും പ്രധാനപ്പെട്ട സംഗതി 'ജനങ്ങളുടെ ഇടയിലേക്ക് ഇറങ്ങി ച്ചെല്ലുക' എന്നതാണ്. അച്ചടക്കത്തിന്റെ അർത്ഥം നെർമിൻ നന്നായി മനസ്സിലാക്കിയിരുന്നു. വാസ്തവത്തിൽ ഇക്കാലമത്രയും അവൾ കാത്തുകൊണ്ടിരുന്നതും അതിനുവേണ്ടിയായിരുന്നു. 'ജനങ്ങളുടെ ഇടയിലേക്ക് ഇറങ്ങിച്ചെല്ലുക' എന്ന പ്രയോഗം കേട്ടാൽ അവർ ചെറുതായി ഞെട്ടുമായിരുന്നു. മൗനം പാലിക്കുമായിരുന്നു. ഉള്ളിന്റെയുള്ളിൽ അവർ വിചാരിച്ചിരുന്നു യഥാർത്ഥത്തിൽ അവർ ഉദ്ദേശിക്കുന്നത് ജനങ്ങളിലേക്കെത്തിക്കണമെന്നാണ്. അവരിലേക്കുയരണം എന്നാണ്. ശരിയായ അർത്ഥത്തിൽ എല്ലാവരും ഉയരുകയാണ് വേണ്ടത്.

പാർട്ടി പ്രവർത്തനങ്ങൾ തുടങ്ങിയത് ചർച്ചകളും യോഗങ്ങളും പ്രസംഗങ്ങളുമൊക്കെയായിട്ടായിരുന്നു. പിന്നീടാണ് മാർച്ചുകളും പലായനങ്ങളും പിന്തുടരുകളും കല്ലേറും വടികൊണ്ടുള്ള പ്രഹരങ്ങളുമേറ്റുകൊണ്ടുള്ള മുറിവുകളും ചതവുകളുമൊക്കെ ഉണ്ടായത്. എന്തൊക്കെയായാലും തോറ്റുകൊടുക്കാനുള്ള ഉദ്ദേശ്യം നെർമിന്റെ മനസ്സിലുണ്ടായിരുന്നില്ല. ഇച്ഛാഭംഗത്തിനും അവർ ഇട കൊടുത്തില്ല. പ്രതികൂല ശക്തികൾ പലതും അവരുടെ പ്രവർത്തനത്തെ തടസ്സപ്പെടുത്തിയിരുന്നു. എന്നാലും പാർട്ടിയും ജനങ്ങളും ഒരു ദിവസം പരസ്പരധാരണയിലെത്തുമെന്ന് അവർക്ക് ഉറപ്പുണ്ടായിരുന്നു. വാസ്തവത്തിൽ പാർട്ടിയുടെ

മനോഭാവം അത് ജനങ്ങളെ തികച്ചും മനസ്സിലാക്കിയിരിക്കുന്നു എന്നായിരുന്നു. എന്നാൽ അത് ജനങ്ങളെ മനസ്സിലാക്കിക്കൊടുക്കാനുള്ള മാർഗം പാർട്ടിക്ക് കണ്ടെത്താനായില്ലെന്നതാണ് സത്യം.

ചില ദിവസങ്ങളിൽ പാർട്ടി പ്രവർത്തകരുടെ സംഘങ്ങൾ ചേരികൾ സന്ദർശിക്കാറുണ്ടായിരുന്നു. അവിടത്തെ താമസക്കാരെ പാർട്ടി അംഗങ്ങൾ പറഞ്ഞു മനസ്സിലാക്കാൻ ശ്രമിച്ചു. ഏതെല്ലാം വിധത്തിലാണ് അവർ ചൂഷണം ചെയ്യപ്പെടുന്നതെന്ന്. അതിനിടയിൽ പിൻനിരയിലിരിക്കുന്നവർ ചിലർ അവരുടെ നേരെ വലുതും ചെറുതുമായ കല്ലുകൾ വലിച്ചെറിയും. അതോടെ മുന്നിൽ ശ്രദ്ധയോടെ കേട്ടുകൊണ്ടിരിക്കുന്നവർ അസ്വസ്ഥരാകും. പതുക്കെ അവരും പുറകിലുള്ളവരോട് ചേരും. പിന്നെ ''മോസ്കോവിലേക്ക് മടങ്ങൂ'' എന്ന ഒച്ചകളും വിളികളും ഉയരും.

അങ്ങനെയുള്ള ദിവസങ്ങളിൽ നീറുന്ന മനസ്സുമായാണ് ബയാൻ നെർമിൻ വീട്ടിലേക്ക് മടങ്ങുക. ആ സംഭവങ്ങൾ ഭർത്താവുമായി ചർച്ച ചെയ്യും. ജനങ്ങളിലേക്ക് 'ഉയരാനുള്ള' നല്ല മാർഗങ്ങളെക്കുറിച്ചാലോചിക്കും. മുൻകരുതലുകളെക്കുറിച്ച് ചിന്തിക്കാത്ത, നിഷ്കളങ്കരായ ശുദ്ധഗതിക്കാർ. അവരെ വഞ്ചിക്കുക എളുപ്പമാണ്.

സ്വയം പീഡിപ്പിക്കുന്നതിൽ അവർ ആനന്ദം കണ്ടെത്തിയിരുന്നു എന്ന് തോന്നുന്നു. ക്ലേശങ്ങള സഹിക്കുന്നത് ഒരു ഗുണമായി കരുതുന്നതുപോലെ. അതുകൊണ്ടാണോ നൂറ്റാണ്ടുകളായി സഹിക്കുന്ന ആ ദുരവസ്ഥയിൽനിന്നും മോചനം നേടാൻ അവർ ആഗ്രഹിക്കാത്തത്? താൻ ജനങ്ങളെ വേണ്ട രീതിയിൽ മനസ്സിലാക്കിയിട്ടില്ലെന്ന് സംശയം. അതാണ് ബയാൻ നെർമിനെ ഏറ്റവുമധികം അലട്ടിയിരുന്നത്. എന്നാൽ പ്രസ്ഥാനത്തിനുവേണ്ടി പൂർണ്ണമായും സമർപ്പിച്ചു കഴിഞ്ഞാൽ തീർച്ചയായും വഴികൾ കണ്ടെത്താനാകും. ബാഹ്യമായ അടരുകൾ തുളച്ച് അടിത്തട്ടിലെക്കെത്തിച്ചേരാനുള്ള വഴികൾ. പ്രയാസങ്ങളുടെ കാഠിന്യമേറുന്തോറും ആവേശത്തിന്റെ തീവ്രതയും വർദ്ധിക്കുന്നു.

''ഈ വഴി ഞാൻ തെരഞ്ഞെടുത്തതാണ്, ഞാൻ എന്റെ ജനങ്ങളെ സ്നേഹിക്കുന്നതുകൊണ്ടാണോ അതോ മറ്റുള്ളവരോട് എനിക്ക് രോഷം തോന്നുന്നതുകൊണ്ടാണോ?'' ഈ ചോദ്യം അവർ അവരോടുതന്നെ ചോദിച്ചുകൊണ്ടിരുന്നു. എന്നാൽ ഈയൊരു ആശയക്കുഴപ്പം അത്ര കാര്യമായെടുക്കേണ്ട എന്ന് അവർക്ക് അറിയാമായിരുന്നു. കാരണം എന്തായാലും താൻ തെരഞ്ഞെടുത്ത പാതയിലൂടെ നിർബാധം മുന്നോട്ട് പോകാൻ സാധിക്കണം. അതാണ് പ്രധാനം. താൻ മരിക്കുന്നതിനുമുമ്പ്, അതെ, താൻ മരിക്കുന്നതിനുമുമ്പ് ആവേശത്തോടെ വിളിച്ചു പറയാൻ സാധിക്കണം ''അത് സംഭവിച്ചു കഴിഞ്ഞു. അത് സംഭവിച്ചു കഴിഞ്ഞു.''

ബയാൻ നെർമിനും അവരുടെ ഭർത്താവും പ്രബുദ്ധരായ വ്യക്തികളായിരുന്നു. അവരുടെ അഭിപ്രായങ്ങൾ പങ്കുവെച്ചിരുന്നില്ലെങ്കിൽ

തന്നെയും അവർ അവരെ നന്നായി മനസ്സിലാക്കിയിരുന്നു. വേണ്ടത്ര പിന്തുണയും നൽകിയിരുന്നു. അതിനെക്കുറിച്ച് വളരെ ശ്രദ്ധാപൂർവം നെർമിൻ ആലോചിച്ചു. ഭർത്താവുമായി കൃത്യമായി ആ വിഷയം ചർച്ച ചെയ്യുകയും ചെയ്തു. അവസാനം ഭർത്താവ് ബെദ്രിയുടെ മനസ്സ് മാറ്റിയെടുത്തു. ഭാര്യയുടെ ദുശ്ശാഠ്യമെന്ന് പറയാവുന്ന ആഗ്രഹത്തിന് വഴങ്ങിക്കൊടുക്കാൻ അദ്ദേഹം തയ്യാറായി. സാധാരണ ജനങ്ങളെ കൂടുതൽ അടുത്തറിയാൻ വേണ്ടി താമസസ്ഥലം തന്നെ മാറ്റി. എന്നാലും തന്റെ ജോലിസ്ഥലം മാറ്റാൻ ബേ ബെദ്രി കൂട്ടാക്കിയില്ല. ടാഷ്‌ലി ടാർലായിലെ കള്ളന്മാരുടെയും പിടിച്ചു പറിക്കാരുടെയും ഇടയിൽ സേവനമനുഷ്ഠിക്കാനാണ് തന്റെ ഭാര്യ ആഗ്രഹിക്കുന്നതെങ്കിൽ ആയിക്കോട്ടെ. എന്നാൽ തന്റെ ഔദ്യോഗികജീവിതത്തിൽ ഇടപെടാൻ ആരെയും അനുവദിക്കില്ല എന്നതായിരുന്നു അദ്ദേഹത്തിന്റെ നിലപാട്.

മെയ് മാസത്തിലെ തെളിവാർന്ന ഒരു പ്രഭാതം. കോളാമ്പിപ്പൂക്കളും പച്ചപ്പുൽത്തകിടികളും തളിർത്തുവരാൻ തുടങ്ങിയ കാലം. തന്റെ വില പിടിച്ചതും അതിസുന്ദരവുമായ വീട്ടുസാമാനങ്ങൾ തുച്ഛമായ വിലയ്ക്ക് അയൽപ്പക്കത്തുള്ള കുർദ്ദിഷ്ക്കാരനായ ഒരു പുത്തൻ പണക്കാരന് നെർമിൻ വിറ്റു. ഊട്ടിയിലെ കിടപ്പുമുറിയിൽ മനോഹരമായ സോഫാ സെറ്റ്, സൈഡ് ബോർഡ്, ചില്ലലമാര, അതിൽ പലതും അവരുടെ സ്ത്രീധനത്തിലുൾപ്പെട്ടതായിരുന്നു. തന്റേതായ ഒരു ചില്ലലമാര അവർ അമ്മയുടെ ഭക്ഷണമുറിയിൽ കൊണ്ടുപോയി വെച്ചു. വെള്ളിപ്പാത്രങ്ങളും അമ്മയെ ഏൽപ്പിച്ചു. പണത്തിന് മുട്ടു വരുമ്പോൾ പ്രയോജനപ്പെടും. രണ്ടു കിടപ്പുമുറികൾ മാത്രമുള്ള സാധാരണ വീടാണ് അവർ ടാഷ്‌ലിടാർലായിൽ വാടകക്കെടുത്തത്. ആ വീട്ടിൽ കൊള്ളാവുന്ന സാമാനങ്ങൾ മാത്രം അവർ ഒരു ലോറിയിൽ കയറ്റി. അമ്മയുടെ നിറഞ്ഞ കണ്ണുകൾ വിഡ്ഢിയായ മകളുടെ മുഖത്ത് നിന്ന് മാറിയില്ല. കുട്ടിക്കാലം മുതലേ അവളൊരു ശാഠ്യക്കാരിയായിരുന്നല്ലോ എന്ന് അമ്മ മനസ്സിൽ പറഞ്ഞു.

‘‘ദൈവം തന്നെ എന്റെ മകൾക്ക് നല്ല ബുദ്ധി തോന്നിക്കട്ടെ. അയൽപ്പക്കത്തുള്ളവരോട് ഞാൻ എന്തു ന്യായമാണ് പറയുക? അവൾക്ക് നാൽപ്പത് വയസ്സാവാറായി. ഞാൻ മരിക്കുംമുമ്പ് അവൾ നേർവഴിക്ക് വന്നാൽ എനിക്ക് സമാധാനത്തോടെ കണ്ണടയ്ക്കാമായിരുന്നു.’’

അവർ നിശ്ശബ്ദം പ്രാർത്ഥിച്ചു.

‘‘അപ്പോൾ... നീയെന്നെ വിട്ടുപോവുകയാണ് അല്ലേ?’’

അമ്മ മകളുടെ മുന്നിൽ വിതുമ്പി.

‘‘ഒരു കാൽ കുഴിയിലെത്തിക്കഴിഞ്ഞു. വേണമെങ്കിൽ കുറച്ചു കാലത്ത്

മാറിത്താമസിച്ചോളൂ. മകൾ പാരീസിലേക്ക് പോയിരിക്കുകയാണെന്ന് ഞാൻ എന്റെ കൂട്ടുകാരികളോട് പറയാം.''

''കേൾക്കണ്ട. അമ്മയുടെ കൂട്ടുകാരികളുടെ കാര്യം. നിങ്ങളിപ്പോഴും അവരുടെ മതിപ്പ് പിടിച്ചു പറ്റാൻ നോക്കുകയാണോ?''

ബയാൻ നെർമിൻ ഒരു നെടുവീർപ്പിട്ടു. അൽപ്പം കഴിഞ്ഞ് അവൾ അമ്മയുടെ കവിളിൽ ഉമ്മവെച്ചു.

''പേടിക്കേണ്ട. കുറെ നാളത്തേക്ക് ഞാൻ അമ്മയെ കാണാൻ വരുന്നില്ല. കൂട്ടുകാരോട് പറഞ്ഞോളൂ, മകൾ അമേരിക്കയിൽ ഷോപ്പിങ്ങിനായി പോയിരിക്കയാണെന്ന്.''

വീട്ടിൽനിന്ന് ഇറങ്ങുംമുമ്പേ അവൾ അമ്മയെ ഒരിക്കൽക്കൂടി കെട്ടിപ്പിടിച്ചു. മകളുടെ യാത്ര സഫലമാവട്ടെ എന്ന് പ്രാർത്ഥിച്ച് അമ്മ ഒരു പാത്രം വെള്ളം കൊണ്ടുവന്ന് വാതിൽപ്പടിയിൽ ഒഴിച്ചു. താഴെ കിടക്കുന്ന ചവിട്ടി നനയാതിരിക്കാൻ ശ്രദ്ധിച്ചു.

താനിരുന്നു വായിക്കാറുള്ള ആ തുകൽപ്പൊതിക്കസേര ലോറിയുടെ മുകൾഭാഗത്തുതന്നെ വെക്കണമെന്ന് ബയാൻ നെർമിൻ എടുത്തു പറഞ്ഞിരുന്നു. അവർ ആ കസേരയിൽ കാലിന്മേൽ കാൽ കയറ്റിയിരുന്നു. ഒരു സിഗരറ്റെടുത്ത് കത്തിച്ചു. അവർ ടാഷ്ലിടാർലായിലേക്ക് യാത്രയായി.

ലോറി പതുക്കെ മുന്നോട്ട് നീങ്ങിത്തുടങ്ങിയപ്പോൾ അവൾക്ക് നിയന്ത്രിക്കാനായില്ല. സാധാരണ ആൺകുട്ടികൾ കാണിക്കാറുള്ളതുപോലെ അവളും ധൈര്യം കാണിച്ചു. താൻ ഒഴിഞ്ഞുപോന്ന വീടിന് നേരെ നോക്കി. ഇത്രയൊക്കെ മതി എന്ന അർത്ഥത്തിൽ. വല്ലവരും തന്നെ ശ്രദ്ധിക്കുന്നുണ്ടോ? ഇടതും വലതും അവൾ തല തിരിച്ചു നോക്കി. അങ്ങനെ അവൾ ആംഗ്യം കാണിക്കുന്നത് അമ്മയ്ക്ക് ഒട്ടും ഇഷ്ടമില്ലായിരുന്നു. പലതവണ അതിന്റെ പേരിൽ തല്ല് കൊണ്ടിട്ടുണ്ട്. അതോർത്തപ്പോൾ അവളുടെ ചുണ്ടിൽ അറിയാതെ ഒരു ചിരി വിടർന്നു.

ആ യാത്രയിലുടനീളം സന്തോഷത്താൽ വീർപ്പുമുട്ടുകയായിരുന്നു അവൾ. മനസ്സിനെ സ്വസ്ഥമാക്കാൻ ആകാവുന്നത്ര ഒച്ചയിൽ അവൾ ഒരു പാട്ട് പാടി. പെട്ടെന്ന് അവളുടെ തൊണ്ട തെളിഞ്ഞു. സ്വരത്തിന് നല്ല ഉണർവ്വും തെളിമയും വന്നു. അവൾ ജീവിതത്തിലൊരിക്കലും ഒരു അന്ധവിശ്വാസവും വെച്ചു പുലർത്തിയിരുന്നില്ല. എന്നാലും ആ നിമിഷം അവൾക്കു തോന്നി തന്റെ ശബ്ദത്തിന് വന്ന ആ തെളിമ. മനസ്സിന്റെ ഉൾത്തട്ടിൽ അനുഭവപ്പെടുന്ന ആനന്ദത്തിന്റെ പ്രതിഫലനം തന്നെയാവണം അത്. മറ്റുള്ളവരെ സേവിക്കാനായി, നിസ്വാർത്ഥമായി സ്വയം സമർപ്പിക്കുന്നവരുടെ ഹൃദയത്തിൽ മാത്രമേ ഇത്രയും ഉദാത്തമായൊരു

വികാരനിർവൃതി ഉണ്ടാവൂ. തന്റെ സ്വരത്തിൽ വന്നു ചേർന്നിരിക്കുന്ന ഈ പുത്തൻ ഉണർവ്വ് അമ്മ കേട്ടിരുന്നുവെങ്കിൽ എന്ന് അവൾ ആശിച്ചു പോയി.

ഇടയ്ക്കിടയ്ക്ക് അവൾ എഴുന്നേറ്റു നിന്ന് മാനത്തേക്ക് നോക്കി. ഒഴുകി നീങ്ങുന്ന മേഘങ്ങൾ. ആകാശത്തിന്റെ മേനിയിലെ ചെതമ്പ ലുകൾ പോലെ. ലോറിയുടെ ഓരോ കുലുക്കവും അവളെ വീണ്ടും കസേരയിലേക്ക് തള്ളിയിട്ടു. അതൊന്നും കാര്യമാക്കാതെ അവൾ പിന്നെയും എഴുന്നേറ്റു നിന്നു.

ആദ്യത്തെ ഉത്സാഹവും സന്തോഷവും ഒന്ന് ഒതുങ്ങി. ആ സ്ഥാനത്ത് ആശങ്കയായി. പിന്നെ വീണ്ടും അത് മാറി ആവേശമായി. വഴിയാത്ര ക്കാർ കടന്നുപോകവേ അവൾ കൈ രണ്ടും വീശി കാണിച്ചു. കുറച്ചു കൂടി ധൈര്യമുണ്ടായിരുന്നുവെങ്കിൽ അവൾ അവരുടെ നേരെ ചുംബ നങ്ങൾ പറത്തിയേനേ. അല്ലെങ്കിൽ ഒരു ബെല്ലിഡാൻസ് നടത്തിയേനേ. അവൾ കൈ കൊട്ടുമ്പോൾ തല കുനിച്ച് ആ അഭിനന്ദനങ്ങൾ സ്വീക രിച്ചേനേ. ഇടയ്ക്കവൾ ആൾക്കൂട്ടത്തെ നോക്കി ഉറക്കെ പറഞ്ഞു. അ വൾക്ക് കേൾക്കാൻ പാകത്തിൽ

''എല്ലാവരും ഒരുമിച്ച്. എല്ലാവരും ഒരുമിച്ച്.''

ആളുകൾ അതിശയത്തോടെ ലോറിയുടെ നേരെ നോക്കി വഴിയോ രത്ത് നിന്നു. ഒന്ന് ചിരിച്ച് നടന്നു പോയി. ബയാൻ നെർമിൻ തന്റെ പാട്ട് ഇടയ്ക്കിടെ നിർത്തി ശ്രദ്ധിച്ചു. തന്റെ ശബ്ദത്തിൽ തുടക്കത്തി ലുണ്ടായിരുന്ന മാധുര്യം ഇപ്പോഴുമുണ്ടോ? ഏതാനും നിമിഷങ്ങൾക്കു ശേഷം വീണ്ടും പാട്ട് തുടർന്നു. ശബ്ദമാധുര്യം കുറഞ്ഞിട്ടില്ലെന്ന് ഉറപ്പ് വരുത്തി. പിന്നെയും പിന്നെയും വഴിപോക്കരെ നോക്കി കൈ വീശി കാണിച്ചു. ശ്വാസം കിട്ടാത്തതുപോലെയുള്ള തോന്നൽ. അകത്ത് നിന്ന് ഏതോ ഒരു ശബ്ദത്തിന്റെ മുഴക്കം.

''എന്റെ ജനങ്ങളോട് എനിക്കെത്രമാത്രം നന്ദിയുണ്ട്. അവർ മനു ഷ്യരോ മൃഗങ്ങളോ ഒന്നുമല്ല. ബുദ്ധിയുള്ളവരോ മണ്ടന്മാരോ അല്ല. അവർ സ്നേഹിക്കുകയോ സ്നേഹിക്കപ്പെടുകയോ ചെയ്യുന്നില്ല. അവ രോടുള്ള സ്നേഹം എന്നെ എന്റെ ബൂർഷ്വാ ചുറ്റുപാടിൽനിന്നും പറിച്ചെടുത്തിരിക്കുന്നു. കറുത്ത ഹൃദയമുള്ള ബൂർഷ്വകൾ. അവർ പാതിമാത്രമേ ജനിച്ചിട്ടുള്ളൂ. പാതി ജനിക്കാൻ പോകുന്നേയുള്ളൂ. അവ രുടെ ഏറ്റവും നിഷ്കളങ്കം എന്നു തോന്നിപ്പിക്കുന്ന പ്രവർത്തിക്ക് പിറകിലും ചില കാപട്യങ്ങൾ ഒളിഞ്ഞിരിപ്പുണ്ടാകും.''

ബയാൻ നെർമിൻ വീണ്ടും കൈകൊട്ടി പാടാൻ തുടങ്ങി.

അവസാനം അവൾ തന്റെ പുതിയ വീടിന്റെ പടിവാതിൽക്കലെത്തി. അപ്പോഴേക്കും പാതിയും തളർന്നിരുന്നു. അവൾ ലോറിയിൽനിന്നും ചാടിയിറങ്ങി. ഇടത്തെ മുഷ്ടി ചുരുട്ടി പല്ലിൽ ചേർത്തു പിടിച്ചു. ഇനി യെന്തു ചെയ്യണം എന്ന് സംശയം വരുമ്പോഴുള്ള എപ്പോഴത്തെയും ശീലം. പഴയ വീട്ടിൽ അപ്പോഴും ആ പിയാനോ ഉണ്ടായിരുന്നു. മറ്റു പലതിനുമൊപ്പം അതും വിൽക്കാൻ, അതിൽ ഒരു തീരുമാനമെടുക്കാൻ സാധിച്ചില്ല. ആ പിയാനോവിന് അവളുടെ ജീവിതത്തിൽ വളരെ വില പ്പെട്ട ഒരു സ്ഥാനമുണ്ടായിരുന്നു. എന്തോ ഒരു വശ്യശക്തി അതിനു ണ്ടായിരുന്നു. അവളുടെ ഭൂതകാലത്തിന്റെ ഒരു പ്രതീകം. ഒരു രാജ്യത്തിനു പറ്റിയ തെറ്റുകളുടെ ചിഹ്നം. സാമ്പത്തികമായി ഏറ്റവും പ്രയാസമനു ഭവിച്ചിരുന്ന കാലത്തുപോലും മകൾ പിയാനോ പഠിത്തം മുടക്കരുതെന്ന് അവളുടെ അമ്മയ്ക്ക് നിർബന്ധമുണ്ടായിരുന്നു. വെള്ളക്കാരനായ ഒരു റഷ്യൻ ആയിരുന്നു അവളുടെ അദ്ധ്യാപകൻ. ആ കാലത്ത് അയാൾ വളരെ പേരുകേട്ട ഒരു പിയാനോ ടീച്ചറായിരുന്നു. വീട്ടിലെ കൊച്ചു വിരുന്നു സത്കാരങ്ങൾക്കിടയിൽ അമ്മ മകളെ മുമ്പോട്ടു തള്ളും.

''ഞങ്ങൾക്കുവേണ്ടി കുറച്ചുനേരം പിയാനോ വായിക്കൂ. 'ഷോപ്പി'ന്റെ സംഗീതം തന്നെയാവട്ടെ.''

ആ വെളുത്ത റഷ്യക്കാരനുമായി ഞാൻ പ്രണയത്തിലായ കാലം, നെർമിൻ പെട്ടെന്നോർത്തുപോയി.

ഒരു ദിവസം അവർ രണ്ടുപേരും ചുംബനങ്ങൾ കൈമാറുന്നതി നിടയിൽ, കുളിമുറിയിൽ പോയിരുന്ന അമ്മ ഓർക്കാപ്പുറത്ത് അവരുടെ മുമ്പിലെത്തി. തല മറയ്ക്കാൻ കൂടി മെനക്കെടാതെ പിയാനോ മാസ്റ്ററെ പുറത്തേക്കോടിച്ചുവിട്ടു. അയാളുടെ തലയുടെ പുറകിലേക്ക് അമ്മ കൈയിലിരുന്ന വലിയ സോപ്പുകട്ട വലിച്ചെറിഞ്ഞു. അയാളുടെ കട്ടി യുള്ള വെളുത്ത കഴുത്തിനുപുറകിൽ സോപ്പുകട്ട ചെന്നുകൊണ്ടു വലിയൊരു പാടുവീഴ്ത്തി. അമ്മ മകളെ ദേഷ്യം തീരുവോളം തല്ലു കയുണ്ടായി. വർഷങ്ങളോളം അതു പറഞ്ഞു കരയുകയും പതിവായി രുന്നു.

''ആ ദൈവനിഷേധിയായ കാടനുമായിട്ട്... ആ ദൈവനിഷേധിയായ കാടനുമായിട്ട്...''

എന്നാലും എങ്ങനെയോ അമ്മ അച്ഛനിൽനിന്നും അത് രഹസ്യ മായി വെച്ചു. ബയാൻ നെർമിൻ പതുക്കെ പല്ലിൽനിന്നും കൈയെടുത്തു. പിയാനോ എന്നൊരു സാധനം ലോകത്തിലുള്ള സ്ഥിതിക്ക് അതിനെ കുറച്ചുകൂടി മനസ്സിലാക്കുന്നത് ആർക്കെങ്കിലുമൊക്കെ പ്രയോജന കരമായിരിക്കും, അവർ വിചാരിച്ചു. ലോറിയിലെ സാമാനങ്ങളെല്ലാം

ഇറക്കിയതിനുശേഷം പഴയ വീട്ടിൽ പോയി ആ പിയാനോകൂടി എടുത്തു കൊണ്ടുവരാനായി അവർ അതിനെ തിരിച്ചയച്ചു.

പുതിയ ജീവിതത്തിലെ ആദ്യത്തെ പ്രശ്നം അങ്ങനെയാണ് അവരുടെ മുമ്പിൽ വന്നുപെട്ടത്. ആ ചേരി പ്രദേശത്തിലെ ചെറിയ വീട്ടിലെ ഉമ്മറവാതിലിൽ കൂടി ആ ഊക്കൻ പിയാനോ അകത്തേക്ക് കടത്താനായില്ല. ആർ എർബ്ലിച്ച് ആൻഡ് സോണിന്റെ മേത്തരം പിയാനോ. നേരം ഇരുട്ടി തുടങ്ങിയിരുന്നു.

ഒരിക്കൽ കൂടി നെർമിൻ ഉള്ളംകൈ ചുരുട്ടി പല്ലിൽ മുട്ടിച്ചുനിന്നു. പതുക്കെ പിറുപിറുത്തു.

''ജനങ്ങൾക്കുവേണ്ടി ഞാൻ എന്തും സഹിക്കും.''

അവസാനം വീട്ടുമുറ്റത്തെ ആ മുരടിച്ച പ്ലം മരത്തിന്റെ ചുവട്ടിൽ അവർ ആ പിയാനോ പ്രതിഷ്ഠിച്ചു. ടാഷ്ലിടാർലയിലെ ചേരിനിവാസികളായ കുട്ടികളെ സംബന്ധിച്ചിടത്തോളം അതൊരു മഹാസംഭവമായിരുന്നു. അവരുടെ കണ്ണിൽ അത് കറുത്ത ഒരു ഭീകരസത്വമായിരുന്നു. എട്ടു ചുമട്ടുകാർ ചേർന്ന് അത് ലോറിയിൽനിന്നും ഇറക്കി താഴെ വെയ്ക്കുന്നത് വിസ്മയത്തോടെ അവർ നോക്കിനിന്നു. ഇടയിൽ ചില ഭാഗങ്ങൾ അഴിക്കുകയും മാറ്റുകയുമൊക്കെ വേണ്ടിവന്നു. അവരുടെ അച്ഛന്മാരെപോലെ കൈകൾ എളിയിൽ കുത്തി. ചെറിയ സംഘങ്ങളായി തലകൾ ചേർത്തുവെച്ച് അവർ കറുത്ത ആ വമ്പൻ പക്ഷിയെ നിരീക്ഷിച്ചു. അവരുടെ കൊച്ചു കഴുത്തുകൾ, തുറിച്ച കണ്ണുകൾ, വളഞ്ഞ കാലുകൾ, ബയാൻ നെർമിൻ വികാരാധീനയായി. അവരെ സ്നേഹത്തോടെ അരികിലേക്ക് വിളിച്ചു. കുട്ടികൾ അവരുടെ അടുത്തേക്ക് തിരിഞ്ഞു. കൂട്ടത്തിൽ ഏറ്റവും ധൈര്യശാലി പുരികം ഉയർത്തി, കൈകൾ കാലുറയുടെ കീശയിൽ തിരുകി പതുക്കെ അവരുടെ അടുത്തേക്ക് ചോടുവെച്ചു. പിന്നാലെ മറ്റു കുട്ടികളും.

''നോക്കൂ കുട്ടികളെ, ഇതൊരു സംഗീതോപകരണമാണ്. പിയാനോ എന്നു പറയും. ഞാൻ ഇതിനെക്കുറിച്ച് പറഞ്ഞുതരാം. 18-ാം നൂറ്റാണ്ടിലാണ് ആദ്യമായി ഇതുണ്ടായത്. പക്ഷേ, ഇത് നമ്മുടെ വാദ്യോപകരണങ്ങളിൽപെട്ടതല്ല. ഓരോ രാജ്യത്തിനും അതിന്റേതായ വാദ്യങ്ങളുണ്ട്. അത് ഓരോ രാജ്യത്തും അവിടത്തെ ജീവിതത്തിനും ചരിത്രത്തിനുമൊപ്പം വികസിച്ചുവരുന്നതാണ്. ഉദാഹരണത്തിന് സ്വിറ്റ്സർലണ്ടുകാർ പൊതുവെ ആട്ടിടയന്മാരാണ്. അതുകൊണ്ട് അവരുടെ പ്രധാന സംഗീതോപകരണം കുഴലാണ്. നമ്മുടെ 'കവാൽ'പോലെ ഒന്ന്. പക്ഷേ, വളരെയധികം നീളമുള്ളതാണ്. അതിന്റെ ഒരറ്റം വായിൽവെച്ചാൽ മറ്റേ അറ്റം.... ദാ, ആ കാണുന്ന മാതളമരത്തിന്റെ അടുത്തെത്തും. നമ്മുടെ വാദ്യങ്ങൾ വേറൊരു തരമാണ്. നമുക്ക് കവാലുണ്ട്, ബാഗ്പൈപ്പും ചൂട്ടും കെമെൻചെയും ഓഡും സിത്താറുമൊക്കെയുണ്ട്.''

അങ്ങനെ ബയാൻ നെർമിൻ ആദ്യമായി കുട്ടികളെ പഠിപ്പിക്കാൻ തുടങ്ങി.

അവർ പറയുന്നത് കുട്ടികൾ ശ്രദ്ധിക്കുന്നതായി തോന്നിയില്ല. അല്ലെങ്കിൽ നെർമിൻ പറയുന്നത് അവർക്ക് മനസ്സിലാക്കാൻ സാധിച്ചില്ല എന്നാകാം.

''കുറച്ചുകൂടി അടുത്തേക്കു വരൂ''

അവർ കുട്ടികളോട് ചിരിച്ചുകൊണ്ട് പറഞ്ഞു.

അവർ ആ കസേര വലിച്ചിട്ടിരുന്നു. 'ഷോപ്പി'ന്റെ ഒരു 'വോൾട്സ്' (ഒരു തരം നൃത്തം) ആണ് ആലപിക്കാൻ പോകുന്നതെന്നു പറഞ്ഞു. അവർ പിയാനോ വായിച്ചുതുടങ്ങി. പാടി തീരാറായപ്പോഴേക്കും ആ മുറ്റം നിറയെ ആളുകളായിരുന്നു. സ്ത്രീകളും പുരുഷന്മാരും കുട്ടികളും. ഒരു ചെറിയ പെൺകുട്ടി പാട്ടിനൊപ്പം ചോടുവെയ്ക്കാൻ ശ്രമിക്കുന്നുണ്ടായിരുന്നു. പക്ഷേ, അവളുടെ കുട്ടിയുടെ പുറത്ത് നല്ലൊരടി കൊടുത്ത് നൃത്തം അപ്പോഴേ നിർത്തി. നെർമിൻ ഹൃദയപൂർവം ഉറക്കെ ചിരിച്ചു.

''ഹലോ...'' അവർ ആളുകളെ വിളിച്ചു.

''ഹലോ...'' അവർ അടക്കിയ സ്വരത്തിൽ മറുപടി പറഞ്ഞു.

അതോടെ പുരുഷന്മാർ പതുക്കെ പിൻവാങ്ങി. അല്പമൊന്നു ശങ്കിച്ചു നിന്നതിനുശേഷം സ്ത്രീകൾ മെല്ലെ പറഞ്ഞു,

''സ്വാഗതം.''

സ്ത്രീകളിൽ ചിലർ പുരുഷന്മാരുടെ പിന്നാലെ പുറത്തേക്കു പോയി. കുറച്ചുപേർ അവിടെത്തന്നെ നിന്നു.

''പുതിയ വീട്ടിൽ സുഖമായിരിക്കൂ'' എന്ന് ആശംസിച്ചു.

''സുഖം തന്നെയല്ലേ?'' എന്ന് അന്വേഷിച്ചു.

കുട്ടികളോടു പറഞ്ഞ കാര്യങ്ങൾ സ്ത്രീകൾക്കായി ബയാൻ നെർമിൻ ആവർത്തിച്ചു. മാത്രമല്ല, താത്പര്യമുള്ള കുട്ടികളെ പിയാനോ വായന പഠിപ്പിക്കാൻ തയ്യാറാണെന്നും അറിയിച്ചു. അതിന് സ്ത്രീകളിൽ നിന്നും മറുപടിയൊന്നുമുണ്ടായില്ല. അവർ വെറുതെ പരസ്പരം നോക്കി ഇരുന്നതേയുള്ളൂ. അതുകണ്ട് നെർമിന് സന്തോഷമായി. താൻ ആദ്യം തന്നെ ആവശ്യത്തിലധികം ആവേശം കാണിക്കുകയായിരുന്നുവെന്ന് അവൾക്ക് ബോദ്ധ്യമായി. ഏതോ ഭയത്തിന് താൻ അടിമയായിരുന്നതുപോലെ. പിയാനോ പഠിപ്പിക്കാമെന്നു പറഞ്ഞതും തങ്ങൾ തരംതാഴ്ന്നവരാണെന്ന ബോധം അവരിൽ ഉളവാക്കിയതും പാർട്ടിയിലെ അംഗങ്ങൾക്കൊട്ടും രസമാവുകയില്ല. താൻ അവരുടെ നിന്ദയ്ക്കു പാത്രമായെന്നും വരാം. അതുകൊണ്ടുതന്നെ ജനങ്ങളോടുള്ള സ്നേഹത്തിൽ താൻ അഭയം കണ്ടെത്തേണ്ടിയിരിക്കുന്നു.

''നോക്കൂ... പുതിയ വീട്ടിൽ നിങ്ങൾ താമസമുറപ്പിച്ചു. ഞങ്ങൾ പിന്നീടുവന്ന് നിങ്ങളെ കണ്ടുകൊള്ളാം.''

ആ സ്ത്രീകൾ അവൾക്ക് വാക്കുകൊടുത്തു. തലയിലെ തട്ടം പല്ലുകൾക്കിടയിൽ കടിച്ചുപിടിച്ചുകൊണ്ട് അവർ മെല്ലെ നടന്നുപോയി.

''എന്റെ പ്രിയപ്പെട്ട ആളുകളെ ഇന്നു ഞാൻ ചെയ്തതിലേറേയും ശരിയായ കാര്യങ്ങളായിരുന്നില്ല.''

അവർ തന്നത്താൻ ശകാരിച്ചു. ഇനിയൊരിക്കലും തന്റെ ഭാഗത്തു നിന്നും ഇത്തരത്തിലൊരു എടുത്തുചാട്ടമുണ്ടാവില്ല എന്ന് അവർ തന്നത്താൻ ഉറപ്പു പറഞ്ഞു. ഭാവിയിൽ ഇതുപോലെ വികാരാധീനയാവുകയില്ല. മനസ്സ് പിടിവിട്ടുപോകാതെ സൂക്ഷിക്കും. അവർ സ്വയം ശാസിച്ചു.

ബയാൻ നെർമിന്റെ ഭർത്താവ് ബേ ബെദ്രി അന്ന് പതിവിലും നേരത്തെ ജോലി കഴിഞ്ഞു വീട്ടിലെത്തി. തന്റെ ഇംപാല കാറ് സുരക്ഷിതമായി പാർക്കു ചെയ്യാനായി ഒരു സ്ഥലം കണ്ടെത്താൻ അദ്ദേഹത്തിന് ഏറെ തിരയേണ്ടി വന്നു. അവസാനം ഒരു അയൽക്കാരന്റെ സഹായത്തോടെ ഒരിടം കണ്ടെത്തി. വീട്ടിൽനിന്നും അഞ്ചുമിനിറ്റിൽ നടന്നെത്താനാവുന്ന ദൂരത്തിൽ. പിയാനോവിന്റെ കാര്യത്തിൽ കാണിച്ച താത്പര്യം അയൽക്കാരാരും കാറിന്റെ കാര്യത്തിൽ കാണിക്കുകയുണ്ടായില്ല. ഏതാനും കുട്ടികൾ മാത്രം ചുറ്റും കൂടിനിന്നു. കാറിനേക്കാൾ കൂടുതൽ അവരുടെ ശ്രദ്ധ ആകർഷിച്ചത് അതിന്റെ ഡ്രൈവറായിരുന്നു. കാറിൽ നിന്നും അദ്ദേഹം പുറത്തിറങ്ങാൻ അവർ അക്ഷമരായി കാത്തുനിന്നു. അതിനുശേഷം വീടുവരെ അനുഗമിക്കുകയും ചെയ്തു.

പുതിയ വീടിന്റെ ചെറിയ ഉമ്മറമുറ്റത്തേക്കു വന്നുനിന്ന് ബയാൻ നെർമിൻ ഭർത്താവിനെ സ്വാഗതം ചെയ്തു. അപ്പോഴേക്കും നേരം നന്നേ ഇരുട്ടിയിരുന്നു. അവർ നേരെ വീടിനകത്തേക്ക് കയറി നീണ്ട ചുംബനങ്ങൾ കൈമാറി. ബേ ബെദ്രി ഒരു കസേര വലിച്ചിട്ടിരുന്ന് തന്റെ പൈപ്പിൽ പുകയില നിറയ്ക്കാൻ തുടങ്ങി. ബയാൻ നെർമിൻ ഭർത്താവിന്റെ അരികിലിരുന്ന് അന്നു നടന്നതെല്ലാം ഒന്നൊന്നായി വിവരിച്ചു. പുതിയ വീട് വലിയ ബുദ്ധിമുട്ടൊന്നുമുണ്ടാകില്ലെന്ന് അവർ ഭർത്താവിന് ഉറപ്പുകൊടുത്തു. ഐക്യരാഷ്ട്രസഭയുടെ കീഴിൽ ഒരു ഉദ്യോഗം കിട്ടുകയാണെങ്കിൽ അതൊരു ദൗത്യമായി ഏറ്റെടുക്കാമല്ലോ. ഉദാഹരണത്തിന് കോൺഗോയിലൊ മറ്റോ. ബേ ബെദ്രി ഏതാനും അപേക്ഷാഫോറങ്ങൾ പൂരിപ്പിച്ച് അയച്ചിട്ടുള്ളതാണല്ലോ. അനുകൂലമായൊരു മറുപടി ലഭിക്കുമെന്ന് പ്രതീക്ഷയുമുണ്ട്. അതിനേക്കാളൊന്നും മോശമാവില്ല ഇവിടത്തെ ജീവിതം.

''അതു ശരിതന്നെ.''

ഭാര്യയുടെ അഭിപ്രായത്തോട് ബേ ബെദ്രി യോജിച്ചു.

''പക്ഷേ, അവിടെയാണെങ്കിൽ ഞാൻ രണ്ടായിരം ഡോളർ സമ്പാദിക്കും. അതേസമയം ഇവിടെ അതിലധികം ചെലവാക്കേണ്ടതായും വരും.'' അപ്പോഴും മുഖത്തെ പ്രസന്നതയ്ക്ക് കോട്ടം വരുത്താതിരിക്കാൻ അദ്ദേഹം ശ്രദ്ധിച്ചു.

പുതിയ വീട്ടിൽ താമസമായി ഏതാനും മാസങ്ങൾ കഴിഞ്ഞതോടെ ആ ചുറ്റുപാടുമായി ബയാൻ നെർമിൻ നല്ല ഇണക്കമായി. സാഹചര്യങ്ങളുമായി ഒത്തുപോകാൻ അവൾക്ക് പ്രയാസമുണ്ടായില്ല. അതിലുപരി, അയൽപക്കത്തെ ആളുകളെ കൂടുതൽ അടുത്തറിയാനും അവൾ ശ്രമിച്ചുകൊണ്ടിരുന്നു. ആകപ്പാടെ കുഴപ്പം പിടിച്ച ദിവസങ്ങൾ. സ്വന്തം ജീവിതത്തിലെ വലിയൊരു വഴിത്തിരിവ്. തന്റെ പഴയകാല ബൂർഷ്വാ ജീവിതത്തിലെ നിസ്സാര സുഖങ്ങളും താത്പര്യങ്ങളും ഓർക്കുന്നതുപോലും തീർത്തും തെറ്റായിരിക്കുമെന്ന് അവൾക്ക് തോന്നിയിരുന്നു. എല്ലാവരും പറയുന്നതുപോലെ അത്ര മോശമായൊരു പ്രദേശമായിരുന്നില്ല ടാഷ്‌ലിടാർല. അവിടത്തെ താമസക്കാർ പ്രായേണ ശാന്തശീലരായിരുന്നു. തമ്മിൽ തമ്മിൽ യോജിച്ചു കഴിയുന്നവർ. ഇടയ്ക്കിടയ്ക്ക് ഓരോ വഴക്കൊക്കെ ഉണ്ടാവും. അതു മിക്കവാറും കുട്ടികളുടെ പേരിലുമായിരിക്കും. എന്തായാലും കലഹത്തിനുശേഷമുള്ള അകൽച്ചയും പിണക്കവും രണ്ടു ദിവസത്തിൽ കൂടുതൽ നീണ്ടുനിൽക്കാറില്ല. പോക്കുവരവുകൾ ധാരാളമായിരുന്നു. അവരുടെ വീട്ടിലേക്കും സന്ദർശകർ എത്തിയിരുന്നു. തുടക്കത്തിൽ അയൽപക്കക്കാർക്ക് നെർമിനെക്കുറിച്ച് വലിയ ജിജ്ഞാസയായിരുന്നു. അവർ അത് തുറന്ന് പ്രകടിപ്പിക്കുകയും ചെയ്തു. അവരുടെ അച്ഛൻ ആരാണ്? അമ്മ ആരാണ്? അവരുടെ ജോലി എന്താണ്? അവർ എത്രത്തോളം സമ്പാദിക്കുന്നുണ്ട്? അവർ ജീവിച്ചിരിക്കുന്നുണ്ടോ? അവർക്ക് സ്വന്തമായി വീടുണ്ടോ? അവരുടെ ഭർത്താവിന്റെ വീട്ടുകാരെപ്പറ്റിയും കാര്യമായി അന്വേഷണങ്ങളുണ്ടായി.

ഭർത്താവിന്റെ അച്ഛൻ, അമ്മ, സഹോദരീസഹോദരന്മാർ, അവരുടെ ഉദ്യോഗം, മാസശമ്പളം... അവർക്ക് സ്വന്തമായി വീടുണ്ടോ? വാഷിങ്ങ് മെഷീനുണ്ടോ? അങ്ങനെ നൂറുനൂറു ചോദ്യങ്ങൾ. ബയാൻ നെർമിന് കുട്ടികളുണ്ടാവാതിരിക്കാൻ എന്താണ് കാരണം? കൂട്ടത്തിൽ ഏറ്റവും പ്രധാനപ്പെട്ട ചോദ്യം അവർ, അവരുടെ കുടുംബക്കാർ എവിടെനിന്നുള്ളവരാണ് എന്നുള്ളതായിരുന്നു. അവർക്ക് സ്വന്തമായി വീടുണ്ടെങ്കിൽ എന്തുകൊണ്ട് അച്ഛനും അമ്മയും മകനും മകന്റെ ഭാര്യയും ഒരു കുടുംബമായി ഒന്നിച്ചു താമസിക്കുന്നില്ല? എന്തുകൊണ്ടാണ് അവരും ഭർത്താവും ഇവിടെ താമസിക്കാൻ തീരുമാനിച്ചത്? ബയാൻ നെർമിന്

ആദ്യം തോന്നിയത് അയൽക്കാരുടെ ഈ അനാവശ്യമായ ജിജ്ഞാസ വലിയ മര്യാദക്കേടു തന്നെയാണല്ലോ എന്നായിരുന്നു. അവർ ജീവിച്ചു വന്ന പരിഷ്കൃതമായ സാഹചര്യങ്ങളിൽ ഒരാളുടെ കുടുംബത്തേയും വരുമാനത്തേയുമൊക്കെ പറ്റിയുള്ള ചോദ്യങ്ങൾ എല്ലാവരുടേയും പരിഹാസത്തിനു കാരണമായിരുന്നു. എന്നാൽ തന്റെ സ്വന്തം കാര്യങ്ങളെക്കുറിച്ച് മനസ്സിലാക്കാൻ അയൽപക്കത്തെ സ്ത്രീകൾ കാണിച്ച താത്പര്യം എന്തുകൊണ്ടോ ബയാൻ നെർമിനെ മുഷിപ്പിച്ചില്ല. വളരെ ക്ഷമയോടുകൂടി സാവധാനത്തിൽ അവർ ചോദ്യങ്ങൾക്കെല്ലാം മറുപടി നൽകി. ചോദ്യങ്ങളെല്ലാം അവസാനിച്ചുവെന്ന് കണ്ടപ്പോൾ നിലവിലുള്ള സാമൂഹികസ്ഥിതിയെക്കുറിച്ച് അവർ വിശദീകരിക്കാൻ തുടങ്ങി.

നമ്മൾ ഉൾക്കൊള്ളുന്ന ഈ സമൂഹം പല വർഗ്ഗത്തിൽപെട്ടവർ ചേർന്നുണ്ടായതാണ്. സ്ത്രീകൾ കേട്ടിരുന്നുവെങ്കിലും അവരുടെ അക്ഷമ പ്രകടമായിരുന്നു. ആ വിഷയം ഒന്നു മാറ്റാൻ അവർ പലമട്ടിൽ ശ്രമിച്ചു. ബയാൻ നെർമിൻ പറയുന്നത് വേണ്ടവിധത്തിൽ മനസ്സിലാക്കാൻ അവർക്ക് സാധിച്ചില്ല. വന്നിരുന്നിട്ട് പത്തു മിനിറ്റേ ആയിട്ടുള്ളൂവെങ്കിലും അവർ പെട്ടെന്ന് പിടഞ്ഞെഴുന്നേറ്റു.

''ഇനി ഞാൻ പോകട്ടെ. നേരം വൈകുന്നു.''

കൂടുതൽ സംസാരിച്ചുനിൽക്കാതെ അവർ തിടുക്കത്തിൽ സ്ഥലം വിട്ടു. അവരുടെ നോട്ടങ്ങളും ചലനങ്ങളും അവർ ഇരിക്കുന്ന രീതി പോലും ബയാൻ നെർമിനിൽ ഒരു ശൂന്യതാബോധം സൃഷ്ടിച്ചു. കൂടുതൽ സംസാരിക്കാൻ അവരുടെ മനസ്സു ഉത്സാഹം കാട്ടിയില്ല. താൻ സംസാരം തുടങ്ങുന്നതുതന്നെ അവരുടെ സന്ദർശനം അവസാനിപ്പിക്കാനുള്ള അടയാളമാണെന്ന തോന്നൽ. അത്തരത്തിലായിരുന്നു ആ സ്ത്രീകളുടെ പെരുമാറ്റം. പുരോഗതി... അത് വളരെ സാവധാനത്തിലായിരിക്കുമെന്ന് തുടക്കത്തിലേ അവർക്ക് മനസ്സിലായി. എന്നാൽ വഴിയിൽതന്നെ തടസ്സങ്ങൾ നേരിടേണ്ടിവരുമെന്നു കണ്ടപ്പോൾ അവർ അല്പം ഭയക്കുക തന്നെ ചെയ്തു. ഈ കൂട്ടരുമായി അടുക്കാൻ വേറെ എന്തെങ്കിലും വഴി കാണാതിരിക്കുമോ? കൂടുതൽ എളുപ്പമുള്ളൊരു വഴി. നൂറ്റാണ്ടുകളായി അവരുടെ മനസ്സിൽ അടിഞ്ഞുകൂടിയിട്ടുള്ള അവിശ്വാസത്തെ മാറ്റിയെടുക്കേണ്ടതുണ്ട് എന്നതാണ്. അവർ വിചാരിക്കുന്നതുപോലെയുള്ളവരല്ല. സോഷ്യലിസ്റ്റുകൾ, നിസ്വാർത്ഥമായ ലാഭമൊന്നും ആഗ്രഹിക്കുന്നവരല്ല അവർ എന്ന് എങ്ങനെയാണ് ഇക്കൂട്ടരെ ബോദ്ധ്യപ്പെടുത്തുക?

ഭാര്യയെപ്രതി ബേ ബെദ്രിക്ക് അങ്ങേയറ്റം സ്നേഹവും വിശ്വാസവുമായിരുന്നു. ശിശുസഹജമായ അയാളുടെ നിഷ്കളങ്കതയെ അയാൾ ആരാധിച്ചിരുന്നു. കുഴപ്പംപിടിച്ച ഈ ചുറ്റുപാടിലേക്ക് അയാളെ പിടിച്ചുവലിച്ചുകൊണ്ടുവന്നതിനു പുറകിലുള്ള അവളുടെ ഉന്നതമായ

ആദർശങ്ങൾ അയാളുടെ ആരാധനയ്ക്ക് ആക്കം കൂട്ടി. അതേ ആദരവും വിശ്വാസവും ബയാൻ നെർമിന്റെ പാർട്ടി സുഹൃത്തുക്കളും പങ്കുവെച്ചിരുന്നു. വേനൽക്കാലത്തെ നീണ്ട സായാഹ്നങ്ങളിൽ സ്ത്രീകളും പുരുഷന്മാരും ഒരുപോലെ കൂട്ടംചേർന്ന് അവരുടെ വീട്ടിലേക്ക് വന്നുതുടങ്ങി. മുറ്റത്ത് അക്കേഷ്യാമരച്ചോട്ടിൽ പിയാനോയുടെ അരികത്തായി ഇട്ടിരുന്ന മേശയ്ക്കു ചുറ്റുമായി അവർ ഇരുന്നു. ചിലപ്പോൾ നേരം പുലരുവോളം രാഷ്ട്രീയം സംസാരിച്ചു. ചായ കുടിച്ചും ഭക്ഷണം കഴിച്ചും അവർ അവിടെ സമയം ചെലവഴിച്ചു. അയൽപക്കത്തുള്ളവരാരും ബയാൻ നെർമിൻ ക്ഷണിച്ചിട്ടും ഈ കൂട്ടായ്മയിൽ പങ്കുചേരാൻ തയ്യാറായില്ല. ആ പ്രദേശത്തെ പാർട്ടി അംഗമായ റിസാ എന്ന പ്രിന്ററും രണ്ടാംവർഷനിയമവിദ്യാർത്ഥിയായ ഒരു ചെറുപ്പക്കാരനും മാത്രം വല്ലപ്പോഴും ആ കൂട്ടത്തിലേക്ക് കടന്നുവന്നു. അവർ നിശ്ശബ്ദരായി ഇരുന്ന് റാക്കി കുടിച്ചും സങ്കോചത്തോടെയാണെങ്കിലും മേശപ്പുറത്തുള്ള ആഹാരത്തിന്റെ പങ്കുപറ്റി. അധികം വൈകിക്കാതെ യാത്ര ചോദിച്ചിറങ്ങുകയും ചെയ്തു. സംഭാഷണങ്ങളിലും ചർച്ചകളിലുമൊന്നും അവർ പങ്കെടുത്തില്ല. റിസ താമസിച്ചിരുന്നത് തൊട്ടടുത്ത വീട്ടിലായിരുന്നു.

ഒരു ദിവസം വൈകീട്ട് പാർട്ടി അദ്ധ്യക്ഷൻ തന്നെ ബയാൻ നെർമിന്റെ വീട്ടിൽ സന്ദർശനത്തിനെത്തി. അദ്ദേഹം വളരെ ഉപചാരത്തോടെ അവളുടെ കൈ പിടിച്ചുകുലുക്കി കുശലം അന്വേഷിച്ചു. ആ ചുറ്റുപാടിനെക്കുറിച്ചും അറിയാൻ അദ്ദേഹം ആഗ്രഹം പ്രകടിപ്പിച്ചു. തുടക്കത്തിൽ ലേശമൊരു സങ്കോചം തോന്നി. എങ്കിലും ബയാൻ നെർമിൻ കാര്യങ്ങൾ ഭംഗിയായിതന്നെ വിവരിച്ചു. എല്ലാവരും പൊതുവെ തൃപ്തരാണ്. ജീവിതത്തിൽ എന്തെങ്കിലും മാറ്റം വരുത്തണമെന്ന് അവർ വിചാരിക്കുന്നില്ല. ആ പ്രദേശത്തുള്ളവരിൽ അധികംപേരും അധികാരത്തിലുള്ള പാർട്ടിയെ അനുകൂലിക്കുന്നവരാണ്. ചെയർമാൻ വളരെ ശ്രദ്ധയോടെ എല്ലാം കേട്ടു. അദ്ദേഹത്തിന്റെ മുഖത്ത് ഒരു അനുശോചനസന്ദർശനത്തിനു വന്ന ആളുടെ ഭാവമായിരുന്നു. അദ്ദേഹം അവരെ ആശ്വസിപ്പിച്ചു.

ഒട്ടും നിരാശപ്പെടേണ്ട കാര്യമില്ല. പുറത്തെ മട്ടും മാതിരിയും കണ്ട് പരിഭ്രമിക്കുകയും വേണ്ട. പ്രത്യേകമായൊരു സാഹചര്യത്തിൽ ആളുകൾ എങ്ങനെയാണ് പ്രതികരിക്കുക എന്ന് മുൻകൂട്ടി പറയാനാവില്ല. ക്ഷമയോടെ അവരെ പറഞ്ഞു മനസ്സിലാക്കിക്കൊണ്ടിരിക്കണം. അദ്ദേഹം മുറ്റത്ത് ഒരു കോണിലായി പൂത്തു തളിർത്തുനില്ക്കുന്ന മുന്തിരിവള്ളികളിലേക്ക് നോക്കിനിന്നു. രണ്ടു വളഞ്ഞ കമ്പുകളിൽ ചുറ്റിപ്പിണഞ്ഞ് പടർന്നുകിടന്ന വള്ളികൾ. അദ്ദേഹം മുന്തിരി കൃഷിയെക്കുറിച്ചും വ്യവസായികളെക്കുറിച്ചും സംസാരിച്ചു. പിന്നെ വീണ്ടും ജനങ്ങളെ പ്രബുദ്ധരാക്കേണ്ടതിനെക്കുറിച്ച് സംസാരിച്ചു.

''നല്ല സ്ഥലം, നല്ല തോട്ടം. എന്നാൽ നമ്മുടെ ആളുകൾ ഇനിയും നല്ല ഇടങ്ങൾ സൃഷ്ടിക്കും. അവിടെ താമസമാക്കുകയും ചെയ്യും.''

അല്പമൊന്നാലോചിച്ചതിനുശേഷം അദ്ദേഹം തുടർന്നു.

''സ്വാതന്ത്ര്യത്തിനുവേണ്ടിയുള്ള ഈ പോരാട്ടത്തിൽ നമ്മുടെ ആളുകൾ ശത്രുക്കളെ ജയിക്കും, അകത്തും പുറത്തുമുള്ള ശത്രുക്കളെ.''

ബേ ബെദ്രി വായിൽനിന്നും പൈപ്പെടുത്തു മാറ്റി.

''സർ''

അദ്ദേഹം പാർട്ടി അദ്ധ്യക്ഷനുനേരെ തിരിഞ്ഞു.

''സ്വാതന്ത്ര്യത്തിനുവേണ്ടിയുള്ള ആദ്യത്തെ യുദ്ധം. അതിലും ജയിച്ചത് ജനങ്ങൾ തന്നെയാണ്. എന്നാൽ നമ്മളിവിടെ കാണുന്നത് അവരുടെ വിജയത്തിന്റെ മൊത്തം ഫലമാണ്. വിജയത്തിന്റെ ഫലമായി കൈയിൽ കിട്ടുന്നത് ഇതാണ് എങ്കിൽ, സ്വാതന്ത്ര്യത്തിനുവേണ്ടി അവരെക്കൊണ്ട് വീണ്ടും പോരടിപ്പിക്കുന്നതുകൊണ്ട് എന്താണൊരു പ്രയോജനം? എന്താണതിന്റെ അർത്ഥം?'' ബേ ബെദ്രിയുടെ വാക്കുകൾ എല്ലാവരും അമ്പരപ്പോടെ കേട്ടുനിന്നു. എന്നാൽ അദ്ദേഹം എന്താണ് ഉദ്ദേശിക്കുന്നതെന്ന് ആർക്കും വ്യക്തമായില്ല.

ബയാൻ നെർമിന്റെ ഭർത്താവിന് രാഷ്ട്രീയകാര്യങ്ങളിൽ പ്രത്യേകിച്ചൊരു താത്പര്യവുമുണ്ടായിരുന്നില്ല. ഏതെങ്കിലും പ്രശ്നങ്ങൾക്ക് പരിഹാരം കാണാൻ അദ്ദേഹത്തിന്റെ ഭാഗത്തുനിന്നും ശ്രമവുമുണ്ടാവാറില്ല. എന്നിട്ടും ആശയക്കുഴപ്പം സൃഷ്ടിക്കുന്ന വിധത്തിൽ അദ്ദേഹം ചോദിച്ച ചോദ്യങ്ങൾ അവരേയും അതിശയിപ്പിച്ചു.

''ഇവിടെ അതിന് എന്താണൊരു ബന്ധം?''

''ജനങ്ങൾ'' അതിനു മറുപടി പറഞ്ഞത് അദ്ധ്യക്ഷനാണ്.

''ജനങ്ങൾ ഇപ്പോൾ ഒരു രണ്ടാം സ്വാതന്ത്ര്യസമരത്തിൽ ഏർപ്പെട്ടിരിക്കുകയാണ്. കാരണം, അവർ അതാഗ്രഹിക്കുന്നു എന്നതുതന്നെ. അല്ലാതെ, നമ്മൾ ആവശ്യപ്പെടുന്നതുകൊണ്ടല്ല, അതുമാത്രമല്ല, എല്ലാ സമരങ്ങളും എപ്പോഴും ഒരേ മട്ടിൽ അവസാനിക്കുമെന്നും പറയാൻ വയ്യ.''

ഈ കാര്യത്തിൽ അദ്ധ്യക്ഷൻ കാണിച്ച ക്ഷമയും സംയമനവും കേട്ടുനിന്നവരുടെ മനസ്സിൽ അദ്ദേഹം കൂടുതൽ പ്രിയങ്കരനാക്കി. ബേ ബെദ്രി അദ്ദേഹത്തിന്റെ പൈപ്പിൽനിന്നും ചാരം തട്ടിക്കളഞ്ഞു. വീണ്ടും നിറച്ചു. ഒച്ചയോടെ പിന്നേയും പുകവലിച്ചു. അതോടെ വിഷയം മാറി. പിന്നീടവർ സംസാരിച്ചത് ആ വേനലിൽ പതിവിലധികമായി അനുഭവപ്പെട്ട ചൂടിനെക്കുറിച്ചായിരുന്നു. അടുത്തമാസം ആദ്യം തുടങ്ങാനിരിക്കുന്ന ജില്ലകൾ തോറുമുള്ള യാത്രയെക്കുറിച്ചും അവർ ചർച്ച ചെയ്തു.

ഏറ്റവും പുതുതായി അമേരിക്ക പുറത്തിറക്കിയ മിസൈലും അവരുടെ ശ്രദ്ധയ്ക്കു വിഷയമായി. അദ്ധ്യക്ഷൻ സാവധാനം എഴുന്നേറ്റു. ആതിഥേയയോട് യാത്രാനുമതി ചോദിച്ചു. തലാറ്റും മുസാഫറും ഒസ്മാനും ഇഷാനും അദ്ദേഹത്തോടൊപ്പം എഴുന്നേറ്റു. ബയാൻ നെർമിനും അവരുടെ ഭർത്താവും ഏറ്റവും അടുത്തുള്ള ടാക്സി സ്റ്റാന്റ് വരെ പാർട്ടി അദ്ധ്യക്ഷനെ അനുഗമിച്ചു. ഏതാണ്ട് നിശ്ശബ്ദരായാണ് അവർ നടന്നത്. ഇടയിൽ ഒന്നുരണ്ടു തവണ ചെയർമാൻ എന്തോ ചോദിച്ചു. ചുരുങ്ങിയ വാക്കുകളിൽ അവർ മറുപടി പറയുകയും ചെയ്തു.

''ഇത് ഒരു വ്യക്തിയുടെ സ്വന്തം വീടായിരിക്കും, അല്ലേ സർ?''

''അല്ല, ഇത് പൊലീസ് സ്റ്റേഷനാണ്.''

''ശരിയാണ്. വളരെ വലിയ കെട്ടിടം തന്നെ. കമ്മ്യൂണിസത്തിനെതിരായി പ്രവർത്തനങ്ങൾ നടത്തുന്ന സംഘടനയുടെ ആസ്ഥാനം, അല്ലേ സർ?''

കല്ലു പാകിയ നിരപ്പില്ലാത്ത വഴിയിലൂടെ നടക്കുന്നവരുടെ കാലടി ശബ്ദങ്ങൾ. ഇരുട്ടിൽ ബയാൻ നെർമിന്റെ കാതിൽ മുഴക്കത്തോടെ വന്നുവീഴുന്നതായി തോന്നി. പിരിയാൻ നേരം പാർട്ടി അദ്ധ്യക്ഷൻ കുറച്ചധികം നേരം അവരുടെ കൈപിടിച്ചു കുലുക്കിക്കൊണ്ടുനിന്നു. വളരെ ഊഷ്മളമായി അവരുടെ നേരെ തിരിഞ്ഞ് അദ്ദേഹം പറഞ്ഞു,

''ഞാൻ നിങ്ങളെ അഭിനന്ദിക്കുന്നു''

വീട്ടിലേക്ക് മടങ്ങുന്ന വഴി അവർ ഭർത്താവിന്റെ കൈപിടിച്ചില്ല. വീട്ടിലെത്തിയതും അദ്ദേഹത്തോട് ഒരക്ഷരം മിണ്ടാതെ അവർ നേരെ കിടപ്പുമുറിയിലേക്ക് നടന്നു. പൊലിറ്റ്സറിന്റെ 'ഫിലോസഫി ഓഫ് മാർക്സിസം' എന്ന പുസ്തകമെടുത്ത് വായന തുടങ്ങി. ബേ ബെദ്രി കുറച്ചുനേരം മുറ്റത്ത് ഉലാത്തി. പൈപ്പു കത്തിച്ച് പുകവലിച്ചു. പത്രങ്ങളിൽ ചിലത് മറിച്ചുനോക്കി. വിളക്കുകളണച്ചു. അദ്ദേഹം കിടക്കാൻ വന്നപ്പോഴേക്കും ഭാര്യ നല്ല ഉറക്കത്തിലായിരുന്നു. അവരുടെ മാറിൽ പൊലിറ്റ്സറിന്റെ പുസ്തകം കമിഴ്ന്നുകിടന്നിരുന്നു.

ഹോട്ടൽ മുറിയിലെ സോഫയിൽ ഒരുവശത്തുനിന്ന് മറുവശത്തേക്ക് ചെരിഞ്ഞു കിടക്കുന്നതിനിടയിൽ അവർ സങ്കടപ്പെട്ടു

''ഇല്ല, ഒന്നിനെക്കുറിച്ചും ഞാൻ ഖേദിക്കുന്നില്ല... ശരിയാണ്. ഇതെല്ലാം സംഭവിക്കാനിരുന്നതാണ്.''

അവർ എഴുന്നേറ്റ് ഏതാനും ചുവടുകൾവെച്ചു. ശരീരത്തിനകത്തെ നേരിയ വേദന. അവർ തന്നത്താൻ പറഞ്ഞുറപ്പിച്ചു.

''ഞാൻ ഒന്നിനെക്കുറിച്ചും ആലോചിക്കില്ല. ഡോക്ടർ പറഞ്ഞതുപോലെ ചെയ്യും.''

ഡോക്ടർ പറഞ്ഞത്: ''എവിടേക്കെങ്കിലും ഒരു യാത്ര പോവൂ. പ്രകൃതിയിലേക്ക് മടങ്ങിച്ചെല്ലൂ. ഗൗരവമേറിയ പണികളൊന്നും ചെയ്യേണ്ട. കുറച്ചുനാൾ അവനവന് സന്തോഷമുള്ള കാര്യങ്ങൾ ചെയ്ത് മനസ്സിനെ രസിപ്പിക്കൂ.''

ഒന്ന് ആലോചിച്ചതിനുശേഷം അദ്ദേഹം ഉറപ്പിച്ചുപറഞ്ഞു,

''വാസ്തവത്തിൽ നിങ്ങൾ ചെയ്യേണ്ടത്, മനസ്സിൽ എന്താണോ തോന്നുന്നത് അതുപ്രകാരം ജീവിക്കുകയാണ്. ഒരു തരത്തിലും പിടിച്ചു നിർത്താൻ ശ്രമിക്കേണ്ട.''

ഡോക്ടർ എല്ലാ കോണുകളിൽനിന്നും അവരെ വിശദമായി പരിശോധിച്ചതിനുശേഷമാണ് അങ്ങനെ പറഞ്ഞത്. അവരുടെ കണ്ണുകൾ പൊടുന്നനെ ഡോക്ടറുടെ മുഖത്തുനിന്ന് കൈയിലിരിക്കുന്ന പേഴ്സിലേക്ക് തിരിഞ്ഞു. ഡോക്ടറുടെ ഫീസും കൊടുത്തു നന്ദി പറഞ്ഞു. അവർ തിടുക്കത്തിൽ മുറിയിൽനിന്നും പുറത്തേക്ക് കടന്നു. അകാരണമായൊരു ഭയം അവരുടെ ഉള്ളിൽ വന്നുനിറഞ്ഞു. ഭയാനകം തന്നെ. അവർ തന്നത്താൻ പറഞ്ഞു.

''ഭയാനകം... ഇക്കാലമത്രയും കഴിഞ്ഞിട്ടും ഇത്രയൊക്കെ ശ്രമിച്ചിട്ടും ഈ നാട്ടിലെ ചികിത്സാസമ്പ്രദായം നോക്കൂ... ഇവിടത്തെ ഡോക്ടർമാരേയും രോഗികളേയും നോക്കൂ.''

അവർ വീണ്ടും ജനലിലൂടെ പുറത്തേക്ക് നോക്കി. താഴെ ആ രണ്ട് ആൺകുട്ടികൾ മുഖം ആട്ടിക്കൊണ്ടു നിൽക്കുന്നുണ്ടായിരുന്നു. തണുപ്പുകാരണം അവരുടെ മുഖം ബീറ്റുപോലെ ചുകന്നിരുന്നു. ഇടത്തോട്ടും വലത്തോട്ടും അവർ തലയാട്ടി. കൈത്തണ്ട ഉയർത്തി അതിന്മേൽ ശക്തിയായി ഊതി. രണ്ടുകാലും പൊന്തിച്ചു ചാടിക്കൊണ്ട് എന്തൊക്കെയോ അഭ്യാസങ്ങൾ കാട്ടി. കുതിരകൾ പിൻകാൽ പൊന്തിച്ച് തൊഴിക്കുന്നതുപോലെ. സ്കീയിങ്ങിന് വന്നിട്ടുള്ള പല വർണങ്ങളിലുള്ള നനവു തട്ടാത്ത ജാക്കറ്റുകൾ ധരിച്ചിരിക്കുന്നു. അവർ താഴ്‌വരയിലേക്കും തിരിച്ചും ഓട്ടമത്സരം നടത്തുകയാണ്. ഇടയ്ക്ക് വീഴുന്നു. വീണ്ടും എഴുന്നേല്ക്കുന്നു. എല്ലാം വളരെ ചിട്ടയോടെ. താഴ്‌വരയിലൂടെ അവർ നീണ്ട നിരകളായി നീങ്ങുന്നു. അവർക്കു തോന്നി ഈ മഞ്ഞു സർക്കസ്സിൽ ആ കുട്ടികൾ വിദൂഷകവേഷത്തിൽ പങ്കെടുക്കുകയാണെന്ന്. അവരുടെ ഓരോ കോശത്തിലും നിയന്ത്രിക്കാനാവാത്ത രോഷം പടർന്നുകയറുന്നതുപോലെ. അത് പരക്കുന്തോറും അവരുടെ വയറ്റിലെ വേദനയ്ക്കും കടുപ്പം കൂടി വന്നു. താനറിയാതെ അവർ ആ മുറിക്കുള്ളിൽ കടക്കാൻ തുടങ്ങി. ഭിത്തിയിൽ ചെന്നു തട്ടിയപ്പോൾ തിരിച്ചുനടന്നു. ഭർത്താവുമായുണ്ടായ തർക്കം ഓർമ്മയിൽ തെളിഞ്ഞു.

ഒരു ഞായറാഴ്ചയായിരുന്നു. അദ്ദേഹം അവരെ നിർബന്ധിച്ചു, ''നീയൊരു മനഃശാസ്ത്രവിദഗ്ദ്ധനെ കാണണം''

അയാൾ അവരുടെ മുഖത്തുനിന്നും കണ്ണെടുത്തില്ല.

''ദുഃഖവും ദാരിദ്ര്യവും അനുഭവിക്കാത്ത എല്ലാവരോടുമുള്ള നിന്റെ രോഷത്തിനു കാരണം വിപ്ലവകരമായ ചിന്തകളോ താത്പര്യങ്ങളോ ഒന്നുമല്ല, മറ്റേതോ രോഗത്തിന്റെ ലക്ഷണമാണ്.''

ബയാൻ നെർമിന് ഭർത്താവിന്റെ വാക്കുകൾ വിശ്വസിക്കാനായില്ല. അയാൾ സംഭാഷണം തുടർന്നു.

''ഈ രോഗത്തിന് ഏറ്റവും ലഘുവായി നൽകാവുന്ന പേര് ഏറ്റവും കുറച്ച് വിവരവും അതിന്റെ കൂടെ ഏറ്റവും കുറച്ച് സാമാന്യബുദ്ധിയും ചേർന്നത് എന്നാണ്.''

''തൊഴിലാളിവർഗത്തെ മോചിപ്പിക്കാൻ പോകുന്നത് നിങ്ങളെപ്പോലെയുള്ള ബൂർഷ്വക്കൂട്ടങ്ങൾ അതായത് നമ്മളെപോലെയുള്ളവർ ആണ്. എങ്കിൽ നിങ്ങളുടെ ഈ ചെറിയ ചെറിയ കളികളുമായി മുമ്പോട്ടു പോകാം... ജനങ്ങളെ പ്രബുദ്ധരാക്കാം. ഒരു വിരോധവുമില്ല.''

''ഈ മേഖലയിൽ നിങ്ങൾ കാര്യമായി ഗവേഷണം നടത്തിയിട്ടുണ്ടെന്ന് ഞാൻ അറിഞ്ഞിരുന്നില്ല.''

''എന്തു ഗവേഷണം?''

''ഏതാനും പഠനഗ്രന്ഥങ്ങൾ നിങ്ങൾ എഴുതിയിട്ടുണ്ട് എന്നു ഞാൻ ധരിക്കുന്നില്ല.''

മറ്റൊരു തരത്തിൽ പറഞ്ഞാൽ, ''അഭിപ്രായസ്വാതന്ത്ര്യത്തെക്കുറിച്ചുള്ള ഒരു പുസ്തകമെങ്കിലും കക്ഷത്തിൽവെച്ചു നടക്കാത്തവരെ നിങ്ങൾ കണക്കാക്കുകയില്ല എന്ന്, അല്ലേ?''

''എനിക്ക് ഒന്നേ അറിയൂ. ഈ പോരാട്ടത്തിൽ ബുദ്ധിജീവികൾക്കും നേതാക്കന്മാരാകാം. ആണ്.''

''എന്തുകൊണ്ട് നിനക്ക് കൂടുതൽ യാഥാർത്ഥ്യബോധത്തോടെ ചിന്തിച്ചുകൂടാ? ഇത് ചൈനയല്ല, എല്ലാംകൊണ്ടും മറ്റൊരു രാജ്യമാണ്. ഇത്രനാളും ഞാൻ മിണ്ടാതിരുന്നതിന് ഒരേയൊരു കാരണമേയുള്ളൂ. വിശ്വസിക്കാനുള്ള സ്വാതന്ത്ര്യം ഞാൻ ആദരിക്കുന്നു. എത്രയോ നൂറ്റാണ്ടുകളിലൂടെ സംഭവിച്ച ഈ വിടവ്, രണ്ടുകൊല്ലം നീ ടാഷ്‌ലി ടാർലയിൽ വന്നു താമസിച്ചാൽ നികത്താനാവുമെന്നുള്ള നിന്റെ വിചാരം. നിന്റെ മനസ്സിന്റെ ശുദ്ധഗതി എന്നല്ലാതെ എന്തുപറയാൻ?''

ബുദ്ധിജീവികളുടെ ഭാഗത്തുനിന്നും ഒരു ചരിത്രവും കൂടാതെ അവരുടെ മൂക്കിൽനിന്നുപോലും ഒരു തുള്ളി ചോര പൊടിയാതെ ഈ വിടവു നികത്തപ്പെടണമെന്നാണ് നിങ്ങളുടെ ആഗ്രഹം.

ഒരിക്കൽ കൂടി ബയാൻ നെർമിൻ ഉച്ചത്തിൽ പറഞ്ഞു: ''ഇല്ല, ഇല്ല. ഞാൻ ഒന്നിനെക്കുറിച്ചും ആലോചിക്കുന്നില്ല.''

അവർ സൂര്യനെ നോക്കി. തുടുത്ത് കനത്ത ഒരു തുണ്ടുമാത്രമേ ഇനി അവശേഷിക്കുന്നുള്ളൂ. അവർ കാമറെയെടുത്ത് സ്ഥാനം നോക്കി പിടിച്ചു. മുഴുവൻ മറഞ്ഞുപോകുംമുമ്പുള്ള സൂര്യന്റെ പടമെടുത്തു.

''തനി ഒരു ബൂർഷയെപോലെ, തനി ഒരു ബൂർഷയെ പോലെ...'' അവർ തന്നത്താൻ പറഞ്ഞു ചിരിച്ചു.

ഒരു ദിവസം തൊട്ടടുത്ത വീട്ടിലെ റുഹ്സാർ അവരുടെ കുഞ്ഞിനെ ബയാൻ നെർമിന്റെ അടുത്താക്കി.

''ചേച്ചി, എനിക്ക് അക്സറായ് വരെ ഒന്നുപോകണം.''

അവർ പറഞ്ഞു.

''ഒന്നുരണ്ടു മണിക്കൂർ. കൂടുതലാവില്ല.''

അവൾ റിസാ പ്രിന്ററുടെ ഭാര്യയായിരുന്നു. കഴിഞ്ഞ കൊല്ലമായി രുന്നു വിവാഹം. സന്തോഷത്തോടെ ബയാൻ നെർമിൻ അവരുടെ അപേക്ഷ സ്വീകരിച്ചു. ആ ചെറുപ്പക്കാരി സാധാരണയായി അവരോട് സംസാരിക്കാറില്ല. അവൾ കുഞ്ഞിനെക്കൊണ്ടുവന്ന് സോഫയിൽ കിടത്തി. മുഖം ലേസുപിടിപ്പിച്ച നന്നേ നേരിയ ഒരു തുണികൊണ്ടു മൂടി. ''അവൾ മിണ്ടാതെ കിടന്നോളും.

''ചേച്ചി ചേച്ചിയുടെ പണികൾ ചെയ്തോളൂ.''

തീരെ അനങ്ങാതെ കിടക്കുന്ന കുഞ്ഞ്. ജീവനുണ്ടെന്നുപോലും തോന്നില്ല. റുഹ്സാർ പോയിക്കഴിഞ്ഞതിനുശേഷം ബയാൻ നെർമിൻ കുഞ്ഞിനെത്തന്നെ നോക്കിക്കൊണ്ടിരുന്നു. അവൾക്ക് ആകപ്പാടെ വല്ലാ ത്തൊരു ഭയം. മുഖം തുണികൊണ്ട് മറച്ചിട്ടാൽ കുഞ്ഞിന് ശ്വാസം മുട്ടില്ലേ? അവൾ പതുക്കെ തുണിയുടെ ഒരു തുമ്പ് പൊന്തിച്ചുവെച്ചു. ആ ക്ഷണം കുട്ടി ഉണർന്ന് കരയാൻ തുടങ്ങി. അവർ വീണ്ടും തുണി താഴ്ത്തിയിട്ടു. പക്ഷേ കുഞ്ഞ് കരച്ചിൽ നിർത്തിയില്ല. അവർ കുഞ്ഞിനെ കൈയിലെ ടുത്തു. അതോടെ കരച്ചിൽ കൂടുതൽ ഉച്ചത്തിലായി. പെട്ടെന്ന് അവരുടെ കൈത്തണ്ടയിൽ ചെറിയൊരു ചൂട്... ഒരു നനവ്... പിന്നെ മഞ്ഞനിറ ത്തിലെന്തോ.... കുഞ്ഞിനെ പൊതിഞ്ഞുവെച്ചിരുന്ന തുണിയിലാകെ ആ നനവും മഞ്ഞ നിറവും പടർന്നു. എന്തുചെയ്യണമെന്നറിയാതെ അവർ കുഞ്ഞിനെ സോഫയിൽത്തന്നെ കിടത്തി. കുഞ്ഞിന്റെ നിർത്താത്ത നിലവിളി ആ ചേരിപ്രദേശമാകെ മുഴങ്ങി നിന്നു. അതിന്റെ അടിത്തറ കുലുങ്ങി. ആ മഞ്ഞനിറം സോഫയുടെ കവറിലും പരക്കാൻ തുടങ്ങി. അവൾ വേഗം ചെന്ന് കുറച്ചുവെള്ളം ചൂടാക്കി കൊണ്ടുവന്നു.

വെളുത്ത ടൗവ്വലുകളും കൈയിലെടുത്തു. പതുക്കെ കുഞ്ഞിനെ കെട്ടിപ്പൊതിഞ്ഞിരുന്ന തുണി അഴിച്ചു. അസഹനീയമായ ദുർഗന്ധം മുറിയിലാകെ നിറഞ്ഞു. ഇങ്ങനെയൊരു നാറ്റം. ജീവിതത്തിലൊരിക്കലും അനുഭവിച്ചിട്ടില്ലായിരുന്നു. കുഞ്ഞിന്റെ ചുകന്നു തുടുത്ത വയറും അതിനുതാഴെ അവന്റെ ഇത്തിരിപ്പോന്ന ലിംഗവും. തോടുപൊളിച്ചെടുത്ത ഒരു വലിയ കല്ലുമ്മക്കായപോലെ മഞ്ഞനിറത്തിൽ. അവന്റെ തുടയിൽനിന്നു ഉരുണ്ടു കൊഴുത്ത കാൽവണ്ണയിലൂടെ ആ മഞ്ഞ നിറത്തിലുള്ള ദ്രാവകം ഒലിച്ചിറങ്ങുന്നുണ്ടായിരുന്നു. അവൾ കുഞ്ഞിനെ കക്ഷത്തിലൂടെ കൈയിട്ട് കുട്ടിയെ പൊക്കിയെടുത്തു. പലവട്ടം പാത്രത്തിലെ വെള്ളത്തിൽ അവനെ അരയോളം മുക്കി. അവൻ കരച്ചിൽ നിർത്തി. കുഞ്ഞിന്റെ താടി കുറേശ്ശെ വിറയ്ക്കുന്നുണ്ടായിരുന്നു. വൃത്തിയുള്ള ടൗവ്വലിൽ അവൾ അവനെ പൊതിഞ്ഞു. മീതെ ഒരു പുതപ്പുമിട്ടു. അപ്പോഴും അവളുടെ മനസ്സിൽ ആശങ്ക ഒഴിഞ്ഞിരുന്നില്ല. അവർ ഇടയ്ക്കിടയ്ക്ക് തുണി പൊക്കി നോക്കിക്കൊണ്ടിരുന്നു. ഇടയിൽ കണ്ടു, കുഞ്ഞു വീണ്ടും തുണി അഴുക്കാക്കിയിരിക്കുന്നു... കൂടുതൽ മഞ്ഞ വെള്ളം. അറപ്പോടെ മുഖം തിരിക്കാൻ സമയമുണ്ടായിരുന്നില്ല. അവൾ ഏതാനും പഴയ തുണികളും പുതപ്പുകളും എടുത്തുകൊണ്ടുവന്ന് കീറി തുണ്ടുകളാക്കി കുട്ടിയുടെ ആസനത്തിനു താഴെ കട്ടിയിൽ മടക്കി വെച്ചു. ഒട്ടിപ്പിടിച്ച് നാറുന്ന അഴുക്കുതുണികൾ അവൾക്ക് പല തവണ സ്വന്തം കൈകൾകൊണ്ട് എടുത്തുമാറ്റേണ്ടി വന്നു. റുഹ്സാർ മടങ്ങി വന്നപ്പോൾ അവരുടെ മകനും, ബയാൻ നെർമിനും ഒരേ അവസ്ഥയിലായിരുന്നു. രണ്ടുപേരും കരയുന്നുണ്ടായിരുന്നു. കുഞ്ഞിനെ തിടുക്കത്തിൽ വാരിയെടുത്ത് അമ്മ സ്ഥലം വിട്ടു. പോകുന്ന പോക്കിൽ അവർ ബയാൻ നെർമിന്റെ മുഖത്തുനോക്കാതെ പറഞ്ഞു,

''ക്ഷമിക്കണേ, ചേച്ചി...''

ഭർത്താവ് വീട്ടിലെത്തിയതും അവർ അദ്ദേഹത്തെ ഡോക്ടറുടെ അടുത്തേക്കയച്ചു. കുട്ടിയുടെ കാര്യത്തിൽ പരിഭ്രമിക്കേണ്ടതില്ല എന്നു പറഞ്ഞ് ഡോക്ടർ ചില മരുന്നുകൾ നിർദ്ദേശിച്ചു. അവർ എല്ലാ ദിവസവും റുഹ്സാറിന്റെ വീട്ടിൽചെന്ന് കുഞ്ഞിന്റെ വിവരങ്ങളന്വേഷിച്ചു. അവനു വേണ്ടി പ്രത്യേകം ഭക്ഷണം പാകം ചെയ്തുകൊടുത്തു. അവനെയോർത്ത് വേവലാതിപ്പെട്ടു. അങ്ങനെ കുഞ്ഞിന്റെ അമ്മയുമായി അവർ നല്ല അടുപ്പത്തിലായി. അവന്റെ കാര്യത്തിൽ സ്വന്തം കുഞ്ഞിനെ വളർത്തിക്കൊണ്ടുവരികയാണെന്ന ശ്രദ്ധയും കരുതലും.

ഒരു ദിവസം കുഞ്ഞിനെ കൈയിലെടുത്ത് അവൾ അവന്റെ അമ്മയോട് സംസാരിക്കുകയായിരുന്നു. ഇടയിൽ സിഗററ്റും വലിച്ചുകൊണ്ടിരുന്നു. മുറ്റത്ത് വൈകുന്നേരത്തെ ഇളംചൂടുള്ള വെയിൽ. ബയാൻ

നെർമിൻ സ്വയം മറന്ന് വർത്തമാനത്തിൽ മുഴുകി. തന്റെ ഭർത്താവിനോടോ, അടുപ്പമുള്ള ഒരു പാർട്ടി അംഗത്തോടോ ആണെന്ന മട്ടിൽ അവൾ മനസ്സുതുറന്ന് സംസാരിച്ചുതുടങ്ങി.

''അള്ളാ, ഒരിക്കലും അഗതികളുടേയും ദരിദ്രരുടേയും സഹായത്തിനായി മുന്നോട്ടുവന്നതായി കേട്ടിട്ടില്ല''

പലതും പറയുന്നതിനിടയിൽ അവൾ പറഞ്ഞു. അതുകേട്ടതും അവരുടെ കൈയിൽനിന്നും റുഹ്സാർ കുഞ്ഞിനെ ബലമായി പിടിച്ചുവാങ്ങി. ''പശ്ചാത്തപിക്കൂ നെർമീൻ ചേച്ചി... കുറ്റമേറ്റു പറയൂ, അല്ലെങ്കിൽ നിശ്ചയമായും അവിടന്ന് നിങ്ങളെ ശിക്ഷിക്കും''

ഉറക്കെ വിളിച്ചുപറഞ്ഞുകൊണ്ട് അവൾ കുട്ടിയേയുമെടുത്ത് സ്വന്തം വീട്ടിലേക്കോടി. പിന്നീടൊരിക്കലും അവൾ തിരിച്ചുവന്നതുമില്ല. ശീതകാലത്തെ മഞ്ഞുപൊഴിഞ്ഞുകൊണ്ടിരിക്കുന്ന ഇരുണ്ട നീണ്ട സായാഹ്നങ്ങളിൽപോലും.

പിന്നീട് വളരെ കാലം ബയാൻ നെർമിൻ ആ സംഗതി പ്രത്യേകിച്ച് ഓർമ്മവെച്ചു. അയൽപക്കക്കാരുമായുള്ള സംസാരത്തിനിടയിൽ അബദ്ധത്തിൽപോലും ദൈവകാര്യം എടുത്തിട്ടില്ല. ഭക്ഷണവും തയ്യലും വീട് വൃത്തിയാക്കലും അതാതുസമയത്തെ കാലാവസ്ഥയുമായി അവരുടെ സംഭാഷണം മുന്നോട്ടുപോയി. എന്നാൽ ആ മാതിരി വിഷയങ്ങൾ വേഗം തന്നെ പറഞ്ഞുതീരുമായിരുന്നു.

നെർമിന്റെ പുതിയ പാചകവിധികളൊന്നും ആ സ്ത്രീകളുടെ ശ്രദ്ധ ആകർഷിച്ചില്ല. അവ പരീക്ഷിച്ചുനോക്കാൻ അവർ താത്പര്യവും കാണിച്ചില്ല. ഇടയ്ക്ക് അവർ, രണ്ടുമൂന്നുപേർ ഒരു സംഘമായി ബയാൻ നെർമിന്റെ അടുക്കളയിലേക്ക് കടന്നുചെന്നു.

''നിങ്ങളുടെ കൈയിൽ പുതിയൊരു യന്ത്രമുണ്ടെന്ന് കേട്ടല്ലോ ചേച്ചീ, ഞങ്ങളതൊന്നും കാണട്ടെ.''

അവളുടെ അടുക്കളയിലെ ചെറിയ ഉപകരണങ്ങളോരോന്നും വലിയ വിസ്മയത്തോടെ ആ സ്ത്രീകൾ പരിശോധിച്ചു. പുഴുങ്ങിയ മുട്ട നേർത്ത വട്ടക്കഷണങ്ങളാക്കി അരിയാനുള്ളത്. ഉരുളക്കിഴങ്ങ് തൊലി കളഞ്ഞ് കനംകുറച്ച് വട്ടത്തിലോ നീളത്തിലോ നുറുക്കിയെടുക്കാനുള്ളത്. നീളൻ കഷണങ്ങൾക്ക് തീപ്പെട്ടിക്കോലിന്റെ കനമേ ഉണ്ടായിരുന്നുള്ളൂ. കേക്കിനും ബിസ്ക്കറ്റിനുമൊക്കെയുള്ള മാവു കുഴയ്ക്കുന്ന യന്ത്രം. വേറേയും പലതരത്തിലുള്ള പുതിയ ഉപകരണങ്ങൾ. എല്ലാം നല്ലവണ്ണം നോക്കിക്കണ്ടതിനുശേഷം തലയിലെ തട്ടം താടിക്കടിയിൽ ഒന്നുകൂടി മുറുകെ പിടിച്ച് ഒന്നും മിണ്ടാതെ, പതിഞ്ഞ കാലടികളുമായി അവർ ഇറങ്ങിപ്പോയി.

ബയാൻ നെർമിന്റെ മനസ്സിൽ എന്തെന്നില്ലാത്തൊരു ഭാരം. എന്തായിരിക്കും അവരെല്ലാവരും വിചാരിച്ചിട്ടുണ്ടാവുക? അവൾ തന്നോടുതന്നെ ചോദിച്ചു. അവൾക്ക് തന്നോട് ശത്രുതയില്ല. അതേ സമയം സൗഹൃദവുമില്ല. അവർ തനിക്ക് അപരിചിതരല്ല. എന്നാൽ ഒരാളും തന്നോട് അടുപ്പം കാണിക്കുന്നുമില്ല. സൗഹൃദത്തിന്റെ നേരിയ തരിപോലും അവരുടെ നോട്ടങ്ങളിൽ കാണാറില്ല. ഇതുവരെ ആരും തന്നോട് വിരോധവും കാണിച്ചിട്ടില്ല. അവർ തന്നെ മനസ്സിലാക്കണമെന്നാണ് തന്റെ ആഗ്രഹം എന്ന് അവർ അറിയുന്നുണ്ടോ? അവരുടെ സ്നേഹവും സൗഹൃദവും താൻ ആഗ്രഹിക്കുന്നുണ്ട് എന്ന് അവരെ എങ്ങനെ മനസ്സിലാക്കാൻ? എന്റെ കൈയിലും ഹൃദയത്തിലുമുള്ളതെല്ലാം അവരുമായി പങ്കുവെക്കാൻ താൻ തയ്യാറാണെന്ന് ഏതുവിധത്തിലാണ് അവരെ ധരിപ്പിക്കുക? അങ്ങനെ ഓരോ ആലോചനകളിൽ മുഴുകി അവൾ സ്വന്തം പടിക്കൽ നിന്നു. അവളുടെ കണ്ണുകൾ അപ്പോഴും നടന്നുനീങ്ങുന്ന ആ സ്ത്രീകളുടെ പുറകിൽനിന്നും മാറിയില്ല.

ആ ആണ്ടിന്റെ അവസാനം. ബയാൻ നെർമിന് ആ സ്ത്രീകളുടെ മനസ്സിലെ ചിന്തകൾ എങ്ങനെയായിരിക്കും എന്നതിനെപ്പറ്റി ഏതാണ്ടൊരു രൂപം കിട്ടി, അവരുടെ മുമ്പിൽകൂടി ആരോ കടന്നുപോയി. കാപ്പിക്കടയുടെ അരികിൽവെച്ച് പലതവണ കണ്ടിട്ടുള്ള മുഖം. എന്നാൽ ആരെന്ന് അറിയുകയുമില്ല. പടി തുറന്നു കിടക്കുകയായിരുന്നു. പ്ലംമരത്തിന്റെ ചോട്ടിൽ പിയാനോയുടെ അരികത്തിട്ടിരുന്ന കസേരയിൽ ചാരിയിരിക്കുകയായിരുന്നു ബയാൻ നെർമിൻ. അവരുടെ നോട്ടം മുറ്റത്തിനപ്പുറത്തുള്ള ചേരികളിലായിരുന്നു. മലയുടെ മൂന്നു വശങ്ങളിലായി അവ പരന്നുകിടന്നിരുന്നു. ഇടയ്ക്കിടയ്ക്ക് തല ഉയർത്തി അവർ മാനത്തേക്കും നോക്കിയിരുന്നു.

വായിക്കാനായി എടുത്തുകൊണ്ടുവന്ന പുസ്തകം മടിയിൽവെച്ചു കിടന്നു. പകൽ അവസാനിക്കാറായ നേരം. ഇരുണ്ട ഒരുനീലവെളിച്ചം ഉയർന്നു താഴുന്നു. ഇടതും വലതുമായി പരന്നു. നടുഭാഗത്ത് അതിനു കട്ടികൂടി. ഒരു ചെറുപ്പക്കാരൻ അലസമായി റുഹ്സാറിന്റെ വീടിനു നേരെ നടന്നു. അവരുടെ പടിവാതിൽക്കലെത്തി അയാൾ നിന്നു. തിരിഞ്ഞു നോക്കി. അവരുടെ കണ്ണുകൾ കൂട്ടിമുട്ടി. ഒരു ഇടിവെട്ടേറ്റതുപോലെ അയാൾ സ്തബ്ധനായി നിന്നു. കസേരയിൽ ചാരി പാതി കിടപ്പായിരുന്ന ബയാൻ നെർമിൻ താനറിയാതെ നടുനിവർത്തി ഇരുന്നു. ആ ചെറുപ്പക്കാരൻ അവരുടെ കസേരയുടെ നേരെ മുറ്റത്തേക്ക് കാർക്കിച്ചു തുപ്പി. പിന്നെ നടത്തം തുടർന്നു, തിരിഞ്ഞു നോക്കാതെ. മെലിഞ്ഞ് നല്ല ഉയരമുള്ള ഒരാൾ. ആകപ്പാടെ കോലംകെട്ട വേഷവും ഭാവവും. പ്രത്യേകിച്ചൊന്നും സംഭവിക്കാത്തതുപോലെ ഇരുട്ടിന്റെ നീലയിലേക്ക് അവർ വീണ്ടും നോക്കിയിരുന്നു.

''പാവം മനുഷ്യൻ'' അവൾ വിചാരിച്ചു.

''ജസ്റ്റീസ് പാർട്ടിയാൽ വഞ്ചിക്കപ്പെട്ട വേറൊരാൾ. തൊഴിലില്ലാത്തവനാകാം, അയാൾക്ക് ജോലി കണ്ടെത്താനും നല്ലൊരു ജീവിതം നയിക്കാനും എനിക്ക് സഹായിക്കാനാവുമെന്നു കണ്ടാൽ... തീർച്ചയായും അയാൾ ഇങ്ങനെ എന്റെ നേരെ തുപ്പുമായിരുന്നില്ല.''

തണുപ്പുകാലം തുടങ്ങിയതോടെ ബയാൻ നെർമിന്റെ 'ജനങ്ങൾ' പരസ്പരം ചോദിക്കാൻ തുടങ്ങി. ഈ സ്ത്രീ ഇവിടെ എന്തിനാണ് വന്നിരിക്കുന്നത്? യഥാർത്ഥത്തിൽ എവിടെ നിന്നാണ് അവർ എത്തിയിരിക്കുന്നത്? സുന്ദരിയും സമ്പന്നയുമായ സ്ത്രീ. വേഷം ധരിക്കുന്നത് ഒരു വ്യഭിചാരിണിയെപോലെയും. അവർ എല്ലാതരം തെമ്മാടികളേയും സ്വന്തം മുറ്റത്ത് വിളിച്ചുകൂട്ടുന്നു. അവരോടൊപ്പം കറങ്ങിനടക്കുന്നു. ചിലപ്പോൾ തങ്ങളുടെ ഭർത്താക്കന്മാരേയും അവരുടെ കൂട്ടത്തിലേക്ക് ക്ഷണിക്കുന്നു. ആണുങ്ങളോടൊപ്പം തിന്നും കുടിച്ചും അവർ മേശയ്ക്കരികെ മണിക്കൂറുകളോളം ഇരിക്കുന്നു. അവരെയൊക്കെ രസിപ്പിക്കുന്നു. അവരുടെ ചിരി തങ്ങളുടെ കുട്ടികളുടെ രാത്രിയിലെ ഉറക്കം കെടുത്തുന്നു. മലയുടെ താഴ്‌വാരത്തുള്ള വീടുകളിലെ കുഞ്ഞുങ്ങൾ പോലും ഇവരുടെ ശബ്ദകോലാഹങ്ങൾ കേട്ട് രാത്രി ഞെട്ടിയുണരുന്നു. ഈ വഴി പിഴച്ചവളുടെ മണ്ടൻ ഭർത്താവ്... അയാളുമുണ്ടല്ലോ ആ കൂട്ടത്തിൽ. ഈ പ്രദേശത്തുവന്ന് തമ്പടിച്ച്. അവർ ഇതെന്തിനുള്ള പുറപ്പാടാണ്? അതെല്ലാം ഓർത്തോർത്ത് ബയാൻ നെർമിൻ മെത്തയിൽ മുഖമമർത്തി കിടന്നു. വയറ്റിൽ ദുസ്സഹമായ വേദന. അവൾ മണിയിൽ വിരലമർത്തി. ആ നിലയിലെ ചുമതലയുള്ള പരിചാരകൻ ക്ഷണത്തിൽ മുറിയിലെത്തി. എന്താണ് ആ ഹോട്ടൽ ജോലിക്കാരനോട് പറയേണ്ടതെന്ന് ധാരണയില്ലാതെ അവൾ ഏതാനും നിമിഷം ശങ്കിച്ചുനിന്നു. പിന്നെ വേഗം ചോദിച്ചു,

''ഇവിടെ ഒരു ഡോക്ടറുണ്ടോ?''

''ഇല്ലല്ലോ സഹോദരി, എന്നാലും കണ്ടുപിടിക്കാം'' പരിചാരകൻ ഉറപ്പു നൽകി.

അയാൾ ഡോക്ടറെ തിരക്കി പുറത്തേക്ക് പോയി. അകത്ത് അവൾ തന്നത്താൻ ചിരിച്ചു. വന്ന വേഗത്തിൽത്തന്നെ അവളുടെ വേദന പോയിരുന്നു. ജനങ്ങളുടെ മേൽ ചൊരിയുന്ന നിന്ദകളും ദ്രോഹങ്ങളും. അതെല്ലാം കണ്ട് ഒരു കാഴ്ചക്കാരനായി മാറിനില്ക്കുക. അതെങ്ങനെ സ്വന്തം അന്തസ്സിനേയും മാന്യതയുടേയും ലക്ഷണമാകും? അവൾ അവരുടെ ഭർത്താവിനോട് ചോദിക്കുകയുണ്ടായി. കഴിഞ്ഞ ഏതാനും മാസങ്ങളായി അവരുടെ തർക്കങ്ങൾ എണ്ണത്തിലും ബലത്തിലും വർദ്ധിച്ചിട്ടുണ്ടായിരുന്നു. അയാളുടെ നിസ്സംഗതയോടെയുള്ള പ്രതികരണങ്ങൾ

അവളെ വല്ലാതെ ഭയപ്പെടുത്തിയിരുന്നു. ഇത്തവണയും സ്വതവേയുള്ള സമനില ബേ ബെദ്രി കൈവിട്ടില്ല.

''ജനങ്ങൾ വാസ്തവത്തിൽ എന്താണ് ആഗ്രഹിക്കുന്നത് എന്ന് മനസ്സിലാക്കിയിട്ടുള്ളവർ ആരെങ്കിലും നിങ്ങളുടെ കൂട്ടത്തിലുണ്ടെങ്കിൽ അവർ മുന്നോട്ടുവരട്ടെ.''

പൈപ്പിൽ പുകയില നിറച്ചുകൊണ്ട് ആലോചിച്ചുറപ്പിച്ചിട്ടെന്ന പോലെ അയാൾ പറഞ്ഞു.

''ഒരു കൂട്ടം ആളുകൾ. അവരുടെ തലയ്ക്കകത്ത് ക്രിസ്തുവിനു മുമ്പുള്ള കാലത്തെ ചിന്തകളാണ്. അവരുടെ ജീവിതരീതിയോ? പത്താം നൂറ്റാണ്ടിലേതും. അങ്ങനെയുള്ള ഒരു ജനതയെ വഴിതെറ്റിക്കാമെന്ന് ഒരു നിമിഷനേരമെങ്കിലും നിങ്ങൾ വിചാരിക്കുന്നുണ്ടോ? അവർ ഓരോ നിമിഷവും ചൂഷണം ചെയ്യപ്പെടുകയാണെന്നു പറഞ്ഞ്... അവർ വെക്കുന്ന ഓരോ ചുവടും തെറ്റായ ദിശയിലേക്കാണെന്നു പറഞ്ഞ്... പ്രാർത്ഥന കൊണ്ടും നൊയ്മ്പുകൾകൊണ്ടും ഒരു പ്രയോജനവുമില്ലെന്ന് അവരെ പിന്നേയും പിന്നേയും ഓർമ്മിപ്പിച്ചുകൊണ്ട്....''

''വഴി തെറ്റിക്കുകയോ? വഴി തെറ്റിക്കുകയോ?''

ബയാൻ നെർമിൻ ക്ഷോഭത്തോടെ ചാടിയെഴുന്നേറ്റു. വഴിയെ പോയ ചെറുപ്പക്കാരൻ അവരുടെ മുറ്റത്തേക്കു കാർക്കിച്ചു തുപ്പിയ അതേ വൈകുന്നേരമായിരുന്നു അത്. അവസരവാദികൾ പാർട്ടിയെ പിച്ചിച്ചീന്തുന്നതിനുമുമ്പുള്ള കാലത്ത് നിങ്ങൾ ഈ തരത്തിലുള്ള വാക്കുകൾ പ്രയോഗിച്ചിരുന്നില്ലല്ലോ. ആ കൊച്ചുവീട്ടിലെ കുറേശ്ശെ പുകപിടിച്ച മേൽത്തട്ടിലേക്ക്, പൈപ്പ് വലിച്ച് ശാന്തമായി പുക പറത്തിക്കൊണ്ടിരിക്കുന്ന ഭർത്താവിനുനേരെ അവർ ഒച്ച ഉയർത്തി.

''നോക്കൂ... നിങ്ങൾ അവജ്ഞയോടെ ജീവികൾ എന്നു വിളിക്കുന്ന ഈ കൂട്ടർ നിങ്ങളേക്കാൾ എത്രയോ ഉയരത്തിലാണ് നിൽക്കുന്നത്. അവരുടെ അറിവുകൊണ്ടും കഴിവുകൾ കൊണ്ടും. അതാണ് ഒന്നാമത്തെ കാര്യം.''

തന്റെ മുറ്റത്തു വന്നുവീണ തുപ്പലിനെക്കുറിച്ചാലോചിച്ചു അവൾ ഒരു നിമിഷം നിന്നു. തിരിച്ചുചെന്ന് അവൾ അത് വീണ്ടും നോക്കുകയുണ്ടായി. വെളുത്ത്, പതഞ്ഞ്. വല്ലാത്തൊരു പകയോടെയാണ് അതവിടെ വന്നു വീണതെന്ന് വ്യക്തമായിരുന്നു. ബേ ബെദ്രി ചിരിച്ചുകൊണ്ട് നീരസം ഒട്ടും മറച്ചുവെക്കാതെ.

''ഏത് നിലയ്ക്കാണ്?''

''എല്ലാ നിലയ്ക്കും. ഞാൻ പറയുമ്പോൾ തടസ്സപ്പെടുത്തരുത്. രണ്ടാമത്തെ സംഗതി, അത് കൂടുതൽ ലജ്ജാവഹമാണ്. ബുദ്ധിജീവിയാണെന്നു ഭാവിക്കുന്ന നിങ്ങൾ എന്തുകൊണ്ട് പാർട്ടിയിൽ ചേർന്ന്

നിങ്ങളുടേതായ സംഭാവനകൾ നല്കിയില്ല? ജനങ്ങളെ സംബന്ധിച്ച് ശരിയായ കാഴ്ചപ്പാടുകളുള്ള നിങ്ങൾ, അവരെ ചൂഷണം ചെയ്യുന്ന ഈ നശിച്ച വ്യവസ്ഥിതി നശിപ്പിക്കാൻ എന്തുകൊണ്ട് നിങ്ങളുടേതായ പങ്കുവഹിച്ചില്ല. നിങ്ങൾ ഒരു പ്രതിവിപ്ലവകാരിയായി... ജനശത്രുവായി.''

''മതി, മതി, നിന്റെ തത്തമ്മ വർത്തമാനം.''

പൈപ്പിൽ കൂടി പുകയുന്ന തീ കൊണ്ട് ബേ ബെദ്രി ഭാര്യയെ പരിഹസിച്ചു. ഒരു മാനസികരോഗിയോടു കാണിക്കുന്ന ക്ഷമയും അനുഭാവവുമായിരുന്നു അദ്ദേഹത്തിന്റെ വാക്കുകളിൽ.

''അവർ നിങ്ങളെ എന്താണ് വിളിക്കുന്നതെന്നറിയാമോ? ദേശദ്രോഹി.... നിങ്ങളൊരു ദേശദ്രോഹിയാണ്.''

''മതി, നിർത്തിക്കോളൂ.''

ബേ ബെദ്രിയുടെ ക്ഷമ കെട്ടു.

അദ്ദേഹം ദേഷ്യത്തോടെ ചാടി എഴുന്നേറ്റു. ഭാര്യയുടെ അടുത്തുള്ള ജനാലയുടെ നേരെ കൈയിലിരുന്ന പൈപ്പ് വലിച്ചെറിഞ്ഞു. ജനാലച്ചില്ല് തകരുന്ന ശബ്ദം കേട്ട് അവർ ഞെട്ടിത്തെറിച്ചു. അവൾ സോഫയിലിരുന്നു. റുഹ്സാറിന്റെ കുഞ്ഞ് അഴുക്കാക്കിയ സോഫ. ആ പാട് അപ്പോഴും അവിടെ ഉണ്ടായിരുന്നു.

''നിന്റെ ഓരോരോ തരം ഭ്രാന്തുകൾ. എനിക്കു മടുത്തു. വയ്യാതായി. നിന്റെ ധീരസാഹസികകൃത്യങ്ങൾ. നീ ജനങ്ങൾ എന്നുവിളിക്കുന്ന ഒരു കൂട്ടം മന്ദബുദ്ധികളുടെ മുമ്പിൽ സ്വയം തരം താഴുന്ന ഓരോ ഏർപ്പാടുകൾ. അവരെ കളിയാക്കിക്കൊണ്ട് നീ തന്നത്താൻ രസിക്കുകയാണ്. കുളിക്കാൻ തകരപ്പാത്രത്തിൽ വെള്ളം അടുപ്പിൽവെച്ച് ചൂടാക്കി എനിക്ക് മടുത്തു. ചോർന്നൊലിക്കുന്ന മേൽക്കൂര. വൃത്തിയില്ലാത്ത ചുറ്റുപാട്. അതിനൊക്കെ പുറമെ ഒരുവക അയൽക്കാരും പാർട്ടി അംഗങ്ങളും. നിനക്കു മനസ്സിലാവുന്നുണ്ടോ? എന്നെ ഏറ്റവും മടുപ്പിക്കുന്നത് ഇതൊന്നുമല്ല. ലെനിന്റെ മൊഴിമുത്തുകൾ തലയിണച്ചോട്ടിൽനിന്നും വലിച്ചെടുത്ത് രാത്രി ഉറങ്ങുംമുമ്പേ ഓരോ ദിവസവും വായിക്കുന്നൊരു സ്ത്രീ. അവരോടൊപ്പമാണല്ലോ എന്നും എനിക്ക് അന്തിയുറങ്ങേണ്ടത്.''

അയ്യോ, നിലവിളിച്ചുകൊണ്ട് ബയാൻ നെർമിൻ പിടഞ്ഞെഴുന്നേറ്റു. പൊട്ടിയ ജനലച്ചില്ലിന്റെ തുണ്ടുകൾ സോഫയിൽ വീണിരുന്നു. ഒരു മോട്ടോർ പ്രവർത്തിക്കുന്ന ഉച്ചത്തിലുള്ള ശബ്ദം. ഉറക്കം പിടിച്ചിരുന്ന അയൽപക്കം അതുകേട്ട് ഞെട്ടിയുണർന്നു.

''അവസരവാദി.'' അവൾ ചീറ്റി.

ആ കൊച്ചുപുരയിൽ അവർ തനിച്ചായിരുന്നു. തൊട്ടടുത്തുള്ള പ്രിന്റർ റിസായുടെ വീട്ടിൽ ഒരു ലൈറ്റ് കത്തുന്നുണ്ടായിരുന്നു.

ആ രാത്രിയെക്കുറിച്ച് ആലോചിക്കുമ്പോഴൊക്കെ ബയാൻ നെർമിന്റെ വയറ്റിൽ അതേ വേദന അനുഭവപ്പെടുമായിരുന്നു. എന്നും കൂടെ കിടക്കുന്ന ഈ മനുഷ്യനെക്കുറിച്ച് എത്ര കുറച്ചേ താൻ മനസ്സിലാക്കിയിട്ടുള്ളൂ എന്നവൾ വിചാരിച്ചു. എത്രയോ വർഷങ്ങളായി സ്നേഹിച്ചും ചുംബിച്ചും ഒപ്പമുണ്ടായിരുന്ന ആൾ.

‘‘നീ പറഞ്ഞുവല്ലോ, എന്നേക്കാൾ വളരെ മേലെയാണ് നീ പറയുന്ന ഈ ജനം എന്ന്. വാസ്തവത്തിൽ അവർ ആരാണെന്ന് നീ മനസ്സിലാക്കിയിട്ടുണ്ടോ? എഴുത്തുവിദ്യ കണ്ടുപിടിക്കപ്പെടും മുമ്പേ അദൃശ്യമായ ഉറവിടങ്ങളിൽനിന്നുള്ള വാക്കുകൾ സ്വന്തം തലച്ചോറുകൊണ്ട് പിടിച്ചെടുത്തവരാണ്. അവരിപ്പോഴും ഒട്ടകങ്ങളേയും കുതിരകളേയും കാളകളേയും വളർത്തികഴിയുന്നു. അവരെവിടേയും എത്തിയിട്ടില്ല. തീ കത്തിക്കുന്നതെങ്ങനെ എന്ന് ഇപ്പോഴും പഠിച്ചുകൊണ്ടിരിക്കുകയാണ്. നിനക്കെന്തറിയാം? മനുഷ്യരെപ്പറ്റി നീ എന്താണ് മനസ്സിലാക്കിയിരിക്കുന്നത്? എപ്പോഴെങ്കിലും ഇസ്താംബൂളിനു പുറത്തേക്ക് പോയിട്ടുണ്ടോ? ഈ മനുഷ്യൻ ഏതു തരക്കാരാണ് എന്ന് നീ പഠിച്ചത് യൂറോപ്പിലേക്കുള്ള യാത്രയ്ക്കിടയിലാണോ? എന്നേക്കാൾ വളരെയധികം മേലേക്കിടയിലാണെന്നു പോലും. എന്തൊരു തമാശ! മനുഷ്യൻ ഏതു വഴിക്കാണ് സാംസ്കാരികമായി ഇന്നു കാണുന്ന നിലയിലെത്തിച്ചേർന്നത് എന്നതിനെക്കുറിച്ച് വല്ല ധാരണയുമുണ്ടോ? ശിലായുഗത്തിൽനിന്നും എത്രായിരം ആണ്ടുകൾ മുന്നോട്ടുപോയിരിക്കുന്നു? ഈ കൂട്ടരെ എന്റെ നിലയിലേക്കെത്തിക്കാനാണ് നിന്റെ ശ്രമം. അതും ഏതാനും വർഷങ്ങൾക്കുള്ളിൽ. നിന്റെ കൂട്ടരുടെ സഹായത്തോടെ എന്നെ കടത്തിവെട്ടാൻ നീ ശ്രമിക്കുകയാണ്, അല്ലേ? നമ്മളെപ്പോലുള്ളവർ കുറവാണ്. അവരാകട്ടെ വളരെ അധികവും. അവർ കഷ്ടപ്പാടുകളിൽ കിടന്നു ഞരങ്ങുന്നു. നമ്മൾ സുഖിച്ചു ജീവിക്കുന്നു. ആയിക്കോട്ടെ, അവരും കഷ്ടപ്പെടാതെ ജീവിക്കട്ടെ. ഏറ്റവും മുകൾത്തട്ടിലേക്ക് ഉയരട്ടെ. എന്നാൽ അതിനു തക്കവണ്ണമുള്ള ബുദ്ധി എവിടെയാണ്? അറിവോ? റഷ്യക്കാർ അതു ചെയ്തു. കാസ്ട്രോവും അതു നടപ്പിലാക്കി. മാവോവിനും അതു സാധിച്ചു. ശരിയാണ്. പക്ഷേ, നിങ്ങളുടെ കൂട്ടരെ അതിൽനിന്നും മാറ്റി നിർത്തുന്നതെന്താണ്? നിന്റെ പ്രിയപ്പെട്ട ജനങ്ങൾ ഇപ്പോഴും പുഴുക്കളെപ്പോലെ കിടന്നു പുളയുന്നതെന്തുകൊണ്ടാണ്? എല്ലാ ചങ്ങലക്കെട്ടുകളും കുടഞ്ഞെറിഞ്ഞ് സ്വയം സ്വതന്ത്രരാവാൻ അവർ ശ്രമിക്കാത്തതെന്തുകൊണ്ടാണ്? എന്തുകൊണ്ട് അവർ അവരുടെ തല ഉയർത്തി നില്ക്കുന്നില്ല? ഇപ്പോഴും ചെരുപ്പുകളുടെ അറ്റത്ത് കണ്ണുംനട്ടുകൊണ്ടാണല്ലോ അവർ സംസാരിക്കുന്നത്? നമ്മുടെ മുമ്പിൽ വന്നുനിൽക്കുമ്പോൾ അവർ ഇപ്പോഴും തല കുനിക്കുന്നു. വിമ്മിഷ്ടപ്പെടുന്നു. മിക്കപ്പോഴും നമുക്ക് മനസ്സിലാക്കാൻ സാധിക്കാറില്ല അവർ എന്താണ് പറയുന്നതെന്ന്. എന്താണ് ഉദ്ദേശിക്കുന്നതെന്ന്. അങ്ങനെയുള്ളവർ നമ്മളെ

ഭരിക്കണമെന്നാണോ നീ ആഗ്രഹിക്കുന്നത്? അവർ എന്നേക്കാളും വളരെയേറെ മേലെയാണ് എന്ന് അല്ലേ? വിഡ്ഢികൾ. നിനക്ക് അവരോട് അനുകമ്പ തോന്നുന്നുണ്ട് എങ്കിൽ സഹായിക്കാനായി ഞാൻ സംഭാവന നല്കാം. എന്നാൽ അവർക്ക് ആദരവും അന്തസ്സും നല്കാനാണ് ശ്രമമെങ്കിൽ അത് കാര്യം വേറെയാണ്''

ബയാൻ നെർമിൻ അതോർത്ത് ആയുസ്സുള്ളിടത്തോളം കാലം അതിശയിക്കും. അയാൾ പറഞ്ഞതത്രയും അവൾ കേട്ടുനിന്നു. തനിക്കുള്ള പ്രഹരമാണെന്നറിഞ്ഞിട്ടും തിരിച്ചടിക്കാൻ കൈ ഉയർത്തിയില്ല. ആ മനുഷ്യന് നേരെ അവൾ ഒരു വിധത്തിലും പ്രതികരിച്ചില്ല. മറ്റുള്ളവരുടെ യാതനകൾ അദ്ദേഹത്തിന്റെ കാഴ്ചപ്പാടിൽ നിസ്സാരകാര്യങ്ങളായിരുന്നു. അന്ന്, അവർക്ക് അത്രയ്ക്കധികം പേടി തോന്നിയിരിക്കണം. ഇതുപോലെയൊരു രൗദ്രഭാവത്തിൽ മുമ്പൊരിക്കലും അവൾ ഭർത്താവിനെ കണ്ടിട്ടുണ്ടായിരുന്നില്ല. അന്നത്തെ ആ വൈകുന്നേരം, ബേ ബെദ്രി വേറെ ഒരാളായിരുന്നു.

വാതിലിൽ ആരോ മുട്ടി. കടന്നുവന്നത് ആ നിലയുടെ ചുമതലയുള്ള ഹോട്ടൽ പരിചാരകനായിരുന്നു.

''സഹോദരി, ഡോക്ടർ സ്കീയിങ്ങിനു പോയിരിക്കുകയാണ്. ഞാൻ വിവരമറിയിച്ചിട്ടുണ്ട്. തിരിച്ചുവന്നാലുടനെ നിങ്ങളെ ഇവിടെ വന്നു കാണും.''

''നന്ദി. സാരമില്ല. വേദനയ്ക്കിപ്പോൾ വളരെ കുറവുണ്ട്.''

''വീണ്ടും അതു തിരിച്ചുവരാതിരിക്കട്ടെ, സഹോദരി.''

നോക്കൂ, ഈ സ്കീബൂട്ടുകൾ കാലിൽനിന്നൂരാൻ ഒന്ന് സഹായിക്കാമോ? എനിക്ക് കുനിയാനാവുന്നില്ല.''

''അതിനെന്താ, ഞാനൂരിത്തരാലോ.''

അയാൾ കുമ്പിട്ടിരുന്ന് അവരുടെ സ്കീയിങ് ബൂട്ടുകൾ അഴിച്ചുമാറ്റാൻ തുടങ്ങി. അവർ അയാളുടെ തലയിലേക്ക് നോക്കി. കോതിവെക്കാതെ പാറിക്കിടക്കുന്ന മുടി. ഓരോ മുടിയിഴയും എഴുന്നുനില്ക്കുന്നതുപോലെ.

''നിങ്ങളുടെ പേരെന്താണ്?''

പ്രത്യേകിച്ചൊരു താത്പര്യവുമില്ലാതെ അവൾ തിരക്കി. ഒരു കാലിലെ ബൂട്ടഴിച്ചു മാറ്റിയപ്പോൾ അവൾ മറ്റേ കാൽ നീട്ടി.

''മീഡെയ്ൻ എന്നാണ് സഹോദരി. പക്ഷേ അവർക്ക് വിളിക്കാനെളുപ്പം ഫെഡായ് എന്നാണ്.''

''നിങ്ങൾ ഏതു നാട്ടുകാരനാണ്?''

‘‘ഞങ്ങൾ ബൾഗേറിയയിൽനിന്നുള്ള അഭയാർത്ഥികളാണ്. അവിടെ ഞങ്ങൾ കൃഷിക്കാരായിരുന്നു. ഞങ്ങൾ ഇവിടെ വന്നപ്പോൾ എനിക്ക് ഒന്നരവയസ്സായിരുന്നു.’’

‘‘ഇപ്പോൾ വയസ്സെത്രയായി?’’

‘‘ഞാൻ 39-ൽ ആണ് ജനിച്ചത്. എന്റെ അച്ഛൻ മൂന്നുമാസം മുമ്പ് മരിച്ചു. അദ്ദേഹത്തെ വേണ്ടവിധത്തിൽ ശുശ്രൂഷിക്കാൻ ഞങ്ങൾക്ക് സാധിച്ചില്ല.’’

‘‘എന്തുകൊണ്ട് ശുശ്രൂഷിക്കാൻ പറ്റിയില്ല?’’

‘‘ആശുപത്രിയിൽ എത്തിക്കുംമുമ്പേ അദ്ദേഹം മരിച്ചു. അഗതിയാണ് എന്നതിനുള്ള സാക്ഷ്യപത്രം ഗ്രാമത്തലവനിൽനിന്നും കിട്ടാൻ താമസിച്ചു.’’

‘‘അച്ഛന്റെ രോഗം എന്തായിരുന്നു?’’

‘‘ഇടത്തേ ശ്വാസകോശത്തിൽ വെള്ളം നിറഞ്ഞിരുന്നു.’’

അയാളുടെ ജോലിതീർത്ത് അയാൾ എഴുന്നേറ്റുനിന്നു. അവൾ അയാളോട് നന്ദി പറഞ്ഞു.

അയാൾ അതിൽ സന്തോഷം പ്രകടിപ്പിച്ചു.

‘‘സഹോദരി, എനിക്കിതു മറക്കാനാവില്ല.’’

മരിക്കുന്നതിനുമുമ്പേ അച്ഛൻ എന്നോട് പറഞ്ഞിരുന്നു.

‘‘ഈ കാലമത്രയും ഞാൻ നിന്റെ അച്ഛനായിരുന്നു. ഇനി നീ എന്റെ അച്ഛനാകണം. അന്യരുടെ കൈകളിലേക്ക് എന്നെ വിട്ടുകൊടുക്കരുത്.’’ പെട്ടെന്ന് അയാളുടെ കണ്ണുകൾ നിറഞ്ഞുതുളുമ്പി. അവൾ അയാളെ നിർവികാരമായി നോക്കിനിന്നു. ഇതുപോലെയുള്ള കഥകൾ ആയിരക്കണക്കിന് കേട്ടിരിക്കുന്നു. വെറുതെ കേൾക്കുന്നു എന്നല്ലാതെ പ്രത്യേകിച്ചൊരു സങ്കടമോ അദ്ഭുതമോ ഒന്നും തോന്നാതായിരിക്കുന്നു.

‘‘നിങ്ങൾ വിവാഹിതനാണോ?’’

‘‘അതെ. ഭാര്യയും രണ്ട് ആൺകുട്ടികളുമുണ്ട്.’’

‘‘അവർ ദീർഘായുസ്സോടെയിരിക്കട്ടെ.’’

അയാൾ വീണ്ടും അവളോടു നന്ദി പറഞ്ഞു.

‘‘സഹോദരീ, എന്റെ മൂത്ത മകൻ ഈ കൊല്ലം സ്കൂളിൽ ചേർന്നു. ആറുമാസമായി സ്കൂളിൽ പോകാൻ തുടങ്ങിയിട്ട്. പക്ഷേ ഇനിയും വായിക്കാൻ പഠിച്ചിട്ടില്ല.’’

ബയാൻ നെർമിൻ ഒരു സിഗരറ്റെടുത്തു കത്തിച്ചു. ഒന്ന് അയാൾക്കും കൊടുത്തു. അയാൾ അത് കുപ്പായക്കീശയിലിട്ടു.

‘‘നിങ്ങൾ സ്കൂളിൽ പോയിട്ടുണ്ടോ?’’

''ഇല്ല, പോയിട്ടേയില്ല. ഞങ്ങൾ കൃഷിക്കാരായിരുന്നല്ലോ. പഠിപ്പു കൊണ്ട് ഞങ്ങൾക്കെന്ത് പ്രയോജനം? എന്റെ മകനെങ്കിലും പഠിക്കാനായെങ്കിൽ. എന്നെപോലെയൊരു മണ്ടനാകാതിരുന്നെങ്കിൽ... എങ്ങനെയെങ്കിലും അവന്റെ സ്കൂൾ പഠിപ്പു മുഴുവനാക്കാനാവണം. അതാണെന്റെ ആശ.''

''മാസം എന്തു കിട്ടും?''

''ദൈവം സഹായിച്ച് മാസം അഞ്ഞൂറോ അറന്നൂറോ.''

''അതിന് ദൈവത്തിനോട് നന്ദി പറയുന്നതെന്തിന്? ഞാൻ മാസം അയ്യായിരം സമ്പാദിക്കുന്നുണ്ട്. എന്നിട്ടും കഷ്ടിച്ച് കഴിഞ്ഞുകൂടുന്നേയുള്ളൂ.''

അയാൾ അവളുടെ മുമ്പിൽ ബഹുമാനസൂചകമായി കൈകെട്ടി നിന്നു.

''നമ്മുടെ രാജ്യം ഒരിക്കലും ക്ഷയിക്കാതിരിക്കട്ടെ. നിങ്ങൾ വേറെ തരക്കാരാണെന്ന് കണ്ടാൽത്തന്നെ അറിയാം. പട്ടാളത്തിലായിരുന്നപ്പോൾ കുറച്ചെന്തൊക്കെയോ ഞാൻ പഠിച്ചിരുന്നു. അതെല്ലാം ഇപ്പോൾ മറന്നു. എന്റെ മകനെങ്കിലും പഠിച്ചു നേരെയായാൽ മതിയായിരുന്നു സഹോദരീ...''

''അവനതിനു സാധിക്കില്ല''

ബയാൻ നെർമിൻ കടുപ്പിച്ചു പറഞ്ഞു. അയാളെ മനഃപൂർവ്വം ചൊടിപ്പിക്കാനെന്നപോലെ.

''ഇതുപോലെയുള്ള ഒരു സമൂഹത്തിൽ ഇതുപോലെയുള്ള ഒരു ശമ്പളംകൊണ്ട് മക്കളെ എങ്ങനെ പഠിപ്പിക്കാനാണ്?''

''നിങ്ങൾ പറഞ്ഞത് ശരിയാണ്. ഞങ്ങൾ എന്തുചെയ്യാനാണ്? പ്രത്യേകിച്ചും സഹായിക്കാൻ ആരുമില്ലെന്നിരിക്കെ.''

അവർ രണ്ടുപേരും ഏതാനും നിമിഷം ഗൗരവത്തോടെ പരസ്പരം നോക്കിനിന്നു.

''അത് നിങ്ങളുടെ കാര്യം. ഞങ്ങളെ സംബന്ധിച്ചാണെങ്കിൽ എല്ലാം വേണ്ടവിധത്തിലാണ്. ദാ, ഇവിടെയുള്ള ആളുകളെ നോക്കൂ.''

ബയാൻ നെർമിൻ അലമാര തുറന്നു. അത്താഴത്തിനുപോകുമ്പോൾ ധരിക്കാനുള്ള വസ്ത്രങ്ങൾ തെരഞ്ഞെടുക്കണം. അലമാര നിറയെ കടുംനിറത്തിലുള്ള വസ്ത്രങ്ങൾ. ഒരറ്റം മുതൽ മറ്റേ അറ്റം വരെ. സ്വെറ്ററുകൾ, കോട്ടുകൾ, ട്രൗസറുകൾ, ഫെഡായ് അതെല്ലാം നോക്കി കണ്ണു തള്ളിനിന്നു.

ബയാൻ നെർമിന് നിശ്ചയിക്കാനായില്ല. രാത്രി ഏത് ഉടുപ്പാണ് ധരിക്കേണ്ടത്? അവസാനം തിളക്കമുള്ള ഒരു ബ്ലൗസ് അവർ തെരഞ്ഞെടുത്തു.

''അവർ പറഞ്ഞത് രണ്ടു കഴി മതി എന്നാണ്. പക്ഷേ അത് പകുതിക്കേ തികഞ്ഞുള്ളൂ.''

''എന്തിന്റെ പകുതി?''

''എന്റെ മകന് ഒരു കോട്ടുതുന്നാൻ. അവൻ കുഞ്ഞല്ലേ?''

''കമ്പിളിനൂലുകൊണ്ട് എന്റെ ഭാര്യയാണ് തുന്നുന്നത്. അവൾ അതിനെ ചെറുതാക്കാൻ നോക്കി. എന്നിട്ടും മുഴുവൻ കോട്ടിനു തികഞ്ഞില്ല. ഞാൻ പിന്നേയും കുറച്ച് വാങ്ങിക്കൊണ്ടു വന്നു. എന്നിട്ടും പോരാ... കൈകൾ തുന്നാൻ ബാക്കിയാണ്.''

വെള്ളി നിറത്തിൽ ലേസു പിടിപ്പിച്ച ബ്ലൗസും കൈയിൽ പിടിച്ച് അവർ എന്തോ ആലോചിച്ചുനിന്നു. തന്റെ മുമ്പിൽ നില്ക്കുന്ന ഈ മനുഷ്യൻ. അയാളുടെ മുഷിഞ്ഞ വേഷവും മുഖവും. താടി വടിച്ചിട്ടില്ല. കുറ്റിരോമം വളർന്നുനിൽക്കുന്ന മുഖത്തുനോക്കി ആരെന്നും എന്തെന്നും പറയാനാവില്ല. 39-ാം ആണ്ടിൽ പിറന്ന ഒരു ജനാധിപത്യ രാഷ്ട്രത്തിലെ പൗരൻ. അയാളുടെ വളഞ്ഞ കാലുകളും മുന്നോട്ടുചാഞ്ഞ തോളുകളും... ആകപ്പാടെ ഒരു പരുക്കൻ മട്ട്. ഒരു സ്വെറ്റർ സമ്മാനമായി കിട്ടിയാൽ കണക്കു തീർക്കാമെന്നയാൾ ആശിക്കുന്നുണ്ടോ? ''സഹായിക്കാൻ ആരുമില്ലെന്നിരിക്കേ'' എന്നതുകൊണ്ട് അയാൾ എന്താണുദ്ദേശിച്ചത്?''

''ഇങ്ങോട്ടു നോക്കൂ''' ബയാൻ നെർമിൻ ദേഷ്യപ്പെട്ടുകൊണ്ട് അയാളുടെ നേരെ തിരിഞ്ഞു.

''ഞാനിതു വാങ്ങിച്ചത് 600 ലിറയ്ക്കാണ്. അതായത്, നിങ്ങളുടെ ഒരു മാസത്തിനു തുല്യമായ തുക. ഇവിടെ കാണുന്ന സ്ത്രീകളും, പുരുഷന്മാരും ധരിച്ചിരിക്കുന്ന ഉടുപ്പുകൾ കാണുന്നില്ലേ? പലതിനും ആയിരക്കണക്കിനു ലിറ വിലയുണ്ട്. ഞാൻ എന്താണ് പറഞ്ഞുവരുന്നതെന്ന് മനസ്സിലാവുന്നുണ്ടോ?''

തന്റെ മൂക്കിനു നേരെ താഴെ പിടിച്ചിരിക്കുന്ന ആ ബ്ലൗസിലേക്ക് അയാൾ നോക്കി. തൊട്ടുനോക്കാനെന്ന പോലെ കൈ കാണിച്ചു. ബയാൻ നെർമിൻ അത് പിന്നോക്കം വലിച്ചു. അയാളുടെ കൈ പാതി വഴി വായുവിൽ തൂങ്ങിനിന്നു. അവൾ അയാളുടെ കൈ ശ്രദ്ധിച്ചു. നല്ല വെളുത്ത കൈ. ഒരു അത്തിമരത്തിന്റെ ഇലയുടെ വലിപ്പം. റുഹ്സാറിന്റെ കുഞ്ഞിന്റെ കവിൾപോലെ തുടുത്ത് മൃദുലമായ ചർമ്മം. നീണ്ട വിരലുകൾ. കറുത്ത നഖങ്ങൾ. അവൾ സങ്കല്പിച്ചു. ഒരു ബാങ്ക് മാനേജർ അല്ലെങ്കിൽ ഏതെങ്കിലും കമ്പനിയിലെ ഉയർന്ന ഉദ്യോഗസ്ഥൻ. ഒരു ഹോട്ടൽ പരിചാരകനായി മാറിയിരിക്കുകയാണോ?

''നോക്കൂ, വേണമെങ്കിൽ ഞാൻ ഇത് നിങ്ങൾക്കു തരാം. ഇതു മാത്രമല്ല, ഈ അലമാരയിലുള്ളതെല്ലാം നിങ്ങൾക്കെടുക്കാം. എന്നാൽ

അതുകൊണ്ടെന്തു ഗുണം? നിങ്ങളുടെ ഭാര്യയ്ക്ക് ധരിക്കാമെന്നല്ലാതെ. നിങ്ങളുടെ കുട്ടികൾ? അവരുടെ ഭാവിക്ക് ഇതുകൊണ്ടെന്താവാൻ?''

അയാൾ വല്ലാതെ വെളുത്ത തന്റെ നാവുനീട്ടി കുറ്റിരോമങ്ങൾ വളർന്നുനില്ക്കുന്ന ചുണ്ടുകൾ തുടച്ചു. വീണ്ടും ആദരവോടെ കൈകെട്ടി നിന്നു.

''എത്ര വലിയ ആളായാലും വീഴ്ച പറ്റില്ലെന്ന് പറയാനാവില്ല. ഞങ്ങളുടെ ഈ അവസ്ഥയ്ക്ക് ഉത്തരവാദികളായവർ ഇതിലും മോശ മായ ഒരവസ്ഥ അനുഭവിക്കാൻ ഇടവരട്ടെ. എന്റെ അച്ഛന് സ്വന്തമായി കൃഷിസ്ഥലമുണ്ടായിരുന്നു. വസ്തുവകകളുണ്ടായിരുന്നു. എന്തെല്ലാം എന്നു പറഞ്ഞാൽ നിങ്ങൾ വിശ്വസിക്കുമോ? പത്തു പശുക്കൾ, ഇരു പത്തിയൊൻപത് എരുമകൾ, മുപ്പത്തിമൂന്നു കാളകൾ, നാൽപത്തി യൊന്ന് കിടാവുകൾ, നൂറ്റിയെൺപത്തിനാല് കോഴികളും ഇരുന്നൂറ് കോഴിക്കുഞ്ഞുങ്ങളും മുപ്പത്തിയൊന്നു പൂവന്മാരും പിന്നെ ധാരാളം ടർക്കിയും താറാവും തടാകങ്ങളും കാടുകളും പച്ചത്തലയുള്ള പാത്തു കളും വെള്ള പൂശിയ വീടുകളും. ഒരു ഗ്രാമം മുഴുവനും തന്നെ.

വിശാലമായൊരു പൂന്തോട്ടത്തിനു താഴെ വലിയൊരു ഹോട്ടൽ. അതിനു നേരെ മുമ്പിൽ ഒന്നാന്തരമൊരു റോഡ്. അച്ഛൻ തന്നെയാണ് ആ ഹോട്ടൽ നടത്തിയിരുന്നത്. പെട്ടെന്നൊരു ദിവസം അവർ വന്നു. ഈ കൃഷിയി ടവും വസ്തുവകകളും ഹോട്ടലുമൊക്കെ എങ്ങനെ നിങ്ങളുടേതായി? അവർ എല്ലാം കൈക്കലാക്കി. അച്ഛനെ പൊതിരെ തല്ലി. എവിടെയാണ് സ്വർണ്ണം ഒളിപ്പിച്ചുവെച്ചിരിക്കുന്നത് എന്നു ചോദിച്ചുകൊണ്ടാണ് മർദ്ദി ച്ചത്. പക്ഷേ അച്ഛൻ പറഞ്ഞില്ല. അച്ഛന്റെ പക്കൽ ധാരാളം സ്വർണ്ണമു ണ്ടായിരുന്നു. എന്നാൽ അതെവിടെയാണെന്ന് അദ്ദേഹം വെളിപ്പെടു ത്തിയില്ല. അവർ തോട്ടത്തിൽ വലിയ രണ്ടു കുട്ടകങ്ങൾ കൊണ്ടുവെച്ചു. ഒന്നിൽ തിളയ്ക്കുന്ന വെള്ളം നിറച്ചു. മറ്റേതിൽ തണുത്തുറഞ്ഞു തുട ങ്ങിയ വെള്ളവും. അവർ അച്ഛനെ പിടിച്ചുകൊണ്ടു വന്നു. പൂർണ്ണ നഗ്ന നാക്കി. തിളയ്ക്കുന്ന വെള്ളത്തിലും തണുത്ത വെള്ളത്തിലും പലവട്ടം മാറി മാറി മുക്കി. അവസാനം അച്ഛൻ കാര്യം വെളിപ്പെടുത്തി. സ്വർണ്ണം സൂക്ഷിച്ചിരിക്കുന്നത് അച്ചാർ ഭരണിയുടെ താഴെയാണ്. അവർ അത പ്പാടെ തട്ടിയെടുത്തു.

''ഹോട്ടൽ ഇനിയും പഴയതുപോലെ നടത്താം.''

അവർ അച്ഛന് അനുമതി നൽകി.

''പക്ഷേ കിട്ടുന്നതിൽ പാതി ഞങ്ങൾക്ക് തരണം'' എന്ന് വീണ്ടും അവർ പറഞ്ഞു.

''അതുശരി. അപ്പോൾ നിങ്ങൾ വലിയൊരു ഭൂവുടമ ആയിരുന്നു അല്ലേ?

ബയാൻ നെർമിൻ ചോദിച്ചു.

അയാൾ അമ്പരപ്പോടെ അവരെ നോക്കി.

''മനസ്സിലായില്ല.''

വീണ്ടും അയാൾ കൈകൾ പിണച്ചുനിന്നു. അയാളുടെ വെളുത്ത ചർമ്മത്തിൽ ആഴമുള്ള വിള്ളലുകൾ അപ്പോഴാണ് അവൾ കണ്ടത്. ചേരിയിൽ താമസിച്ച ആ വർഷം തന്റെ ചർമ്മവും ഇതുപോലെ വിണ്ടു കീറുകയുണ്ടായി എന്നവൾ ഓർമ്മിച്ചു. നല്ല നീറ്റലുണ്ടായിരുന്നു.

അവൾ ആത്മാർത്ഥമായി കുറച്ചുറക്കെത്തന്നെ പറഞ്ഞു.

''ഇതുപോലെയുള്ളൊരു സമൂഹത്തിൽ നിങ്ങൾക്ക് നിങ്ങളുടെ മക്കളെ പഠിപ്പിച്ചു വലുതാക്കാനാവില്ല.''

അതിന് അയാൾ മറുപടി പറഞ്ഞില്ല.

''എന്റെ ജോലി എപ്പോഴും ഈ നിലയിൽതന്നെയാണ്. എന്താവശ്യമുണ്ടെങ്കിലും സഹോദരിക്ക് എന്നെ വിളിക്കാം.''

ബയാൻ നെർമിൻ വാതിൽക്കലോളം അയാളെ അനുഗമിച്ചു. ഫെഡായ് പുറത്തു കടന്നപ്പോൾ വാതിൽ അകത്തുനിന്നും പൂട്ടി. വെള്ളി ലേസു പിടിപ്പിച്ച ബ്ലൗസ് അപ്പോഴും അവളുടെ കൈയിലുണ്ടായിരുന്നു. അവർ അത് തറയിലിട്ടു. വസ്ത്രങ്ങളെല്ലാം അഴിച്ചുവെച്ചു. താഴെ കിടക്കുന്ന ബ്ലൗസിൽ ചവുട്ടി അവൾ കട്ടിലിനു നേരെ നടന്നു.

ആ വർഷം തണുപ്പുകാലം നേരത്തെ തുടങ്ങി. അവരുടെ കൊച്ചു പുരയുടെ പുറത്തിട്ടിരുന്ന ചവിട്ടി ഏറെ നാളായി മഞ്ഞിനടിയിലായിരുന്നു. ഇടയ്ക്കിടെ റിസ പ്രിന്റർ വന്ന് മഞ്ഞുറഞ്ഞുകിടക്കുന്ന ജനൽച്ചില്ലിൽ തട്ടി ചോദിച്ചു

''സഹോദരി, എന്തെങ്കിലും ആവശ്യമുണ്ടോ?''

ഒരാളും ദൈവം സൃഷ്ടിച്ച ഒരാളും അവരുടെ വീട്ടുവാതിൽക്കലേക്ക് വന്നില്ല. നിലയ്ക്കാതെ മഞ്ഞുപെയ്തുകൊണ്ടിരുന്ന ആ ദിവസങ്ങൾ. ആ ഏതാനും ദിവസങ്ങൾ ഒരു കൊല്ലംപോലെയാണ് അവൾക്ക് തോന്നിയത്. അവരുടെ പുസ്തകങ്ങളും റേഡിയോയും ചിന്തകളും മാത്രം. അതിനിടയിൽ അവൾക്ക് തോന്നി. താൻ വൃദ്ധയായിരിക്കുന്നു. ഒന്നും കൊള്ളരുതാത്തതായിരിക്കുന്നു.

ഒരു ദിവസം രാത്രി. അസാധാരണമായ ഏതോ ശബ്ദങ്ങൾ അവരെ ഉണർത്തി. ഇരുട്ടിനെ തുളച്ചുകയറിവരുന്ന ശബ്ദം എന്താണെന്ന് അവർക്ക് വ്യക്തമായില്ല. മഞ്ഞു പറ്റിപ്പിടിച്ചു കിടക്കുന്ന ചുമരുകളെ തട്ടിമാറ്റി അത് അകത്തേക്കെത്തി. കുറച്ചുനേരം കാതോർത്തു കിടന്നു. പിന്നീട് താനേ ഉറങ്ങിപ്പോയി. സൂര്യനുദിച്ചു. വാതിലിലും ജനലിലും

ചുമരുകളിലും മുറ്റത്തുമൊക്കെ ഉണ്ടായിരുന്ന മഞ്ഞ് ഉരുകാൻ തുടങ്ങി. ആ ഒഴുക്കുവെള്ളത്തിൽ എങ്ങും ചളി നിറഞ്ഞു. ബയാൻ നെർമിൻ ഉത്സാഹത്തോടെ ഉമ്മറവാതിൽ തുറന്നു. മുറ്റമാകെ ചളിവെള്ളം കെട്ടി ഒരു ചതുപ്പുനിലമായിട്ടുണ്ടായിരുന്നു. ചുറ്റുമുള്ളതൊന്നും കാണാനില്ല.

ദ്രവിച്ചു തുടങ്ങിയ മരവേലിയും ഗേറ്റും മുറ്റത്തെ മുന്തിരിവള്ളികളും അക്കേഷ്യാമരവും മാതളവും മുരടിച്ച പ്ലം മരവും എന്തിന്, അവരുടെ പിയാനോപോലും കാണാനില്ലായിരുന്നു. അവർ മുമ്പോട്ടു നീങ്ങി നിന്നു നോക്കി. പിയാനോവിന്റെ കട്ടിയുള്ള കമ്പികൾ ആ ചേറിൽ പാമ്പുകളെപ്പോലെ കിടന്നിരുന്നു. പ്ലം മരം അറുത്തുമാറ്റി ഒരു കുറ്റിമാത്രം ഏതോ വ്രണംപോലെ ബാക്കി നിന്നു. കുറേ കഴിഞ്ഞ് തറ കുറേശ്ശെ ഉണങ്ങാൻ തുടങ്ങിയപ്പോൾ അവർ പിയാനോയുടെ ബാക്കി ഭാഗങ്ങൾക്കായി തെരയാൻ തുടങ്ങി. അവർ പിയാനോ കട്ടകൾ ഓരോന്നായി മണ്ണിൽനിന്നും പെറുക്കിയെടുത്തു. നല്ല വെള്ളത്തിൽ കഴുകി ടൗവ്വൽ കൊണ്ട് തുടച്ചുണക്കി. വളരെ പ്രിയപ്പെട്ട ഒരാളുടെ ചിതാഭസ്മം കരുതിവെക്കുന്നതുപോലെ, അവൾ ആ പിയാനോ കട്ടകൾ ഏതാനും പഴയ സിഗരറ്റുടിന്നുകളിൽ സൂക്ഷിച്ചെടുത്തുവെച്ചു. ഒരു പെട്ടിയിൽ തനിക്കത്യാവശ്യം വേണ്ട വസ്ത്രങ്ങളും ഒതുക്കിവെച്ച് അവൾ അമ്മയുടെ വീട്ടിലേക്ക് മടങ്ങിവന്നു.

പിയാനോ കട്ടകളും കൂടെ കൊണ്ടുപോന്നു. വഴിയിൽ മുഴുവൻ അവർ ആലോചിച്ചിരുന്നത് താൻ കടന്നുവന്ന അവിസ്മരണീയമായ ആ സംഭവങ്ങളെക്കുറിച്ചായിരുന്നു. ഓരോന്നും ഓർത്ത് അവൾ സ്വയം ചിരിച്ചു. അവൾ അമ്മയോടു പറഞ്ഞു.

''ജനങ്ങളുമായി ഞാൻ കൂടുതൽ അടുത്തു... അവരെ കൂടുതൽ മനസ്സിലാക്കാൻ സാധിച്ചു. അതുകൊണ്ടുതന്നെ അവരെ ഇപ്പോൾ കൂടുതലായി സ്നേഹിക്കാൻ കഴിയുന്നു.''

അവൾ എഴുന്നേറ്റു. ജനാല തുറന്നു. വീണ്ടും താഴേക്ക് നോക്കി. ആ രണ്ടാൺകുട്ടികളും അവിടെനിന്നും പോയിരിക്കുന്നു. അവൾ കാലിട്ടടിച്ച് കുളിച്ചിരുന്ന സ്ഥലത്ത് മഞ്ഞ് ആഴമുള്ള ചാലുകളായി മാറിയിരിക്കുന്നു. ദൂരെ മലയുടെ മുകളിൽനിന്നും രണ്ടു വളഞ്ഞ നിഴലുകൾ താഴേക്ക് ഉരസി ഇറങ്ങുന്നതു കണ്ടു. താഴേക്കെത്തുംതോറും അവയ്ക്ക് വലുപ്പം കൂടുന്നുണ്ടായിരുന്നു. കൂടുതൽ അടുത്തെത്തിയപ്പോൾ അവർ തിരിച്ചറിഞ്ഞു. അത്, 'ഓസുറ്റ് മിൽക്ക് പുഡ്ഡിങ്ങ്സി''ന്റെ മരുമകളും അവളുടെ സ്കീയിങ്ങ് പരിശീലകനുമായിരുന്നു. വർഷങ്ങളായി അയാൾ ആ യുവതിയുടെ കാമുകനായിരുന്നു. അതേസമയം അവളുടെ ഭർത്താവ് താമസിച്ചിരുന്നത് മിട്രാനി കുടുംബത്തിലെ ഏറ്റവും ഇളയ മരുമകളോടൊപ്പവും. ഒരുപക്ഷേ, ഒരേ ഡോക്ടർ തന്നെയാകും തങ്ങളെ രണ്ടു

പേരേയും ചികിത്സിക്കുന്നത്. അതോർത്തപ്പോൾ അവർക്കുതന്നെ ചിരിവന്നു. ഹോട്ടലിലെ പ്രധാന ഹാളിലെ ദീപാലങ്കാരങ്ങൾ. വിനോദ ത്തിനായി അവിടെ എത്തിയ സമൂഹത്തിൽ മേൽത്തട്ടിൽ കഴിയുന്ന വരുണ്ടാക്കുന്ന ഒച്ചയും ബഹളവും. മഞ്ഞു ചൂഴ്ന്നു നില്ക്കുന്ന ആ ചുറ്റുപാടിൽ അതെല്ലാം മുഴങ്ങിക്കേട്ടു. ചുറ്റും മലനിരകൾ നീണ്ടു നിവർന്ന് ഉയരത്തിൽ നില്ക്കുന്നു. ആ മഞ്ഞുമലകളുടെ ചെരിവു കളിൽ ടർക്കിഷ് ബൂർഷ്വകൾ തീർത്ത സ്കീയിങ്ങ് ചാലുകൾ എത്ര വേഗമാണ് മഞ്ഞുവീണ് നിറഞ്ഞത്.

ബയാൻ നെർമിൻ ജനാല അടച്ചു. കർട്ടൻ വലിച്ചിട്ടു. മുറിയിലെ ലൈറ്റ് തെളിയിച്ചു. കട്ടിലിലേക്ക് നടക്കുന്നതിനിടയിൽ ചുമരിലെ നിലക്കണ്ണാടി യിൽ അർദ്ധനഗ്നയായ സ്വന്തം രൂപം. തന്റെ തന്നെ ആ പ്രതിരൂപ ത്തിലേക്ക് നോക്കാൻ അവൾക്ക് സങ്കോചം തോന്നി. കണ്ണാടിയിൽ നിന്നും എപ്പോഴും തന്റെ നേരെ രൂക്ഷമായി നോക്കുന്ന ആ സ്ത്രീ. സദാചാരത്തിന്റെ കാര്യത്തിൽ പലപ്പോഴും ആ രൂപം ഒരുതരം ഭ്രാന്ത മായ വാശി പ്രകടിപ്പിച്ചിരുന്നു. അവൾ കണ്ണാടിയിലുള്ള സ്ത്രീരൂപ ത്തിനു നേരെ മുമ്പിൽ കഴുത്തു കുനിച്ചുനിന്നു. അവരുടെ നോട്ടം സ്വന്തം കാൽവിരലുകളിലായിരുന്നു. ഫെഡായ് ചെയ്തതു പോലെ. അവൾ കൈകൾ കൊണ്ട് വയർ അമർത്തിപ്പിടിച്ചു. വിറയാർന്ന ശബ്ദ ത്തിൽ തന്നോടുതന്നെ ചോദിച്ചു

''ഞാൻ ശരിയായ വഴിയിലൂടെയല്ലേ പോകുന്നത്? ജനങ്ങളുമായി കൂടുതൽ അടുത്തുവരുന്നില്ലേ?''

കണ്ണാടിയിലുള്ള സ്ത്രീ ബയാൻ നെർമിനെ പുച്ഛത്തോടെ നോക്കി. പിന്നെ കൈനീട്ടി അവരുടെ നഗ്നമായ ശരീരം തടവാൻ തുടങ്ങി. മെലിഞ്ഞുവരുന്ന അവരുടെ അരക്കെട്ട്. അർദ്ധവൃത്താകൃതിയിൽ ചുളിവുകൾ വീണ ഉദരം, അവരുടെ തൊണ്ട, കൈകൾ, ലേശം തൂങ്ങി ക്കിടക്കുന്ന മുലകൾ. അവർ വല്ലാത്തൊരു ആന്തലോടെ ഓർത്തു. എത്ര ആർത്തിയോടെയാണ് ബേ ബെദ്രി തന്റെ മുലകൾ ഈമ്പാറുള്ളത്, ചുംബിക്കാറുള്ളത്, ആ മണം നുകരാറുള്ളത്?

വിവാഹം കഴിഞ്ഞ് ആദ്യത്തെ ഏതാനും ദിവസങ്ങൾ തന്റെ അടു ത്തേക്കു വരാൻ അവൾ അയാളെ അനുവദിച്ചിരുന്നില്ല. കിടപ്പുമുറിയിൽ അവർ രണ്ടുപേരും തനിച്ചാകുന്ന സമയം അയാൾ അവളുടെ മേൽ ചാടി വീഴുമായിരുന്നു. ബലം പ്രയോഗിച്ചവളെ കെട്ടിപ്പിടിക്കും. തന്റെ വീര്യമെല്ലാം അവളുടെ മേൽ ചോർത്തിക്കളയും. ബയാൻ നെർമിൻ കലശലായ വെറുപ്പോടെ തന്റെ അഴുക്കായ പാവാട കഴുകി വൃത്തി യാക്കും. ഒരു സ്ത്രീയായി ജീവിക്കുക, അതല്ല, അവൾ പ്രതീക്ഷിച്ചി രുന്നത്. അതേസമയം എന്താണ് ചെയ്യേണ്ടത്, എങ്ങനെയാണ് ചെയ്യേ ണ്ടത് എന്ന് അവൾക്ക് രൂപവുമില്ലായിരുന്നു. ഒട്ടും സുഖകരമല്ലാത്ത

സംഗതി. തീരെ ഓർക്കാപ്പുറത്താണ് അവൾക്ക് അതിനെ നേരിടേണ്ടി വന്നത്. സ്ത്രീകളുടെ പൂർണ്ണമായ സ്വാതന്ത്ര്യം. അതിനായി അവൾ നടത്തിയ പലവിധ ശ്രമങ്ങളും. ചൂടുപിടിച്ച ചർച്ചകളും. അതെല്ലാം അവൾ നടത്തിയത് തനിക്കുവേണ്ടിയായിരുന്നില്ല എന്ന് അവൾക്കു മനസ്സിലായി. സാമൂഹികമായ ഒരു അനീതിയെ അവൾ വെറുതെ എതിർക്കുകയായിരുന്നു. എന്താണ് ചെയ്യേണ്ടത് എന്ന് സ്വന്തം കുടുംബ ത്തേയും സമൂഹത്തേയും കാണിച്ചുകൊടുക്കുകയായിരുന്നു. പുതി യൊരു പാത വെട്ടിത്തെളിക്കാനുള്ള അവളുടെ ശ്രമമായിരുന്നു അതൊ ക്കെയും. പക്ഷേ, അത് വഴിയിലെവിടേയോ അവൾക്ക് നഷ്ടമായി. അവൾക്ക് ഒരു അബദ്ധവും പിണഞ്ഞു. അതെന്താണെന്ന് തനിക്ക് കണ്ടെത്താനായെങ്കിൽ എന്ന് അവൾ ആഗ്രഹിച്ചു. ആ വിഷയം ഭർത്താ വുമായി അവൾ ചർച്ച ചെയ്യുകയുണ്ടായി. യുവാവായ ബേ ബെദ്രി തന്റെ ഭാര്യയ്ക്ക് പറയാനുള്ളതെല്ലാം ശ്രദ്ധയോടെ കേട്ടു. അവളുടെ അഭിപ്രായത്തോട് യോജിക്കുകയും ചെയ്തു. അതിനുശേഷം അയാൾ അവരെ വീണ്ടും ബലമായി പുണർന്നു, രതിമൂർച്ഛയിലെത്തി.

ഒരു ദിവസം ബയാൻ നെർമിൻ ഭർത്താവിനോടു പറഞ്ഞു. സ്വന്തം സഹോദരിയുമായി അയാൾ ഇണ ചേർന്ന കാര്യം തനിക്കറിയാമെന്ന്. മിറൽ തന്നെയാണ് അത് വെളിപ്പെടുത്തിയത്. പക്ഷേ താൻ അതിന് വലിയ പ്രാധാന്യമൊന്നും നൽകുന്നില്ല എന്നും അവൾ അയാളെ അറി യിച്ചു. അവർ ഒരുമിച്ചു കിടക്കുന്ന സമയമായിരുന്നു. അയാൾ തന്റെ തല അവരുടെ മുലകൾക്കിടയിൽ ചേർത്തുവെച്ച് കരയാൻ തുടങ്ങി.

''നീ ഒരു മാലാഖയാണ്. നിന്നെ ഞാൻ അളവറ്റ് സ്നേഹിക്കുന്നു. ഒരിക്കലും എന്നെ വിട്ടുപോകരുത്.''

അയാളുടെ കണ്ണീർ അവളുടെ മുലത്തടങ്ങളിലൂടെ ഒഴുകി വയറു വരെ എത്തി. പിന്നേയും അത് താഴോട്ടൊഴുകി. ഒരുപക്ഷേ ആദ്യമായി ബയാൻ നെർമിൻ അവരുടെ ഭർത്താവിനെ കെട്ടിപ്പിടിച്ചു. അയാളുടെ തവിട്ടുനിറത്തിലുള്ള മുടിയിഴകൾ അവർ പതുക്കെ തഴുകി. കഴുത്തും പുറവും തടവി.

''സാരല്ല്യാ, സാരല്ല്യാ. അതൊന്നും അത്ര വലിയ കാര്യമല്ല. ഞാൻ ഒരിക്കലും നിങ്ങളെ വിട്ടുപോവില്ല.''

അവർ അയാളെ ആശ്വസിപ്പിച്ചു. തല അരികിലണച്ച് ചുണ്ടുകളിൽ പിന്നെയും പിന്നെയും ചുംബിച്ചു. എങ്ങനെയാണ് ചുംബിക്കേണ്ടതെന്ന് അപ്പോൾ അവൾ പഠിക്കുകയായിരുന്നു. ബേ ബെദ്രി തലയിണയിൽ മുഖം അമർത്തി തുടച്ചു. നെർമിനെ കണ്ണെടുക്കാതെ നോക്കി ഇരുന്നു. അവൾ അയാളെ രണ്ടു കൈകൾകൊണ്ടും കെട്ടിപ്പുണർന്നു. കണ്ണു കളടച്ചു. സ്വയം മറന്ന് അവൾ തീർത്തും ഒരു സ്ത്രീയായി. ഒരു നിമിഷം.

കുത്തിക്കയറുന്നൊരു വേദന. അവരുടെ ശ്വാസം നിലച്ചു. അടുത്ത നിമിഷം തന്നെ ശ്വാസം വീണ്ടു കിട്ടി. അവൾ തന്നത്താൻ കൈവിട്ടു. എന്തോ പൊട്ടുന്ന ശബ്ദം കേട്ടുവെന്നു തോന്നി. അവൾ അവളുടെ കൈകൾ അയച്ചു. കണ്ണുകൾ പാതി തുറന്നു. ബേ ബെദ്രി കൈമുട്ടുകളിൽ ഊന്നിക്കിടന്ന് അവളെത്തന്നെ നോക്കുകയായിരുന്നു. ഒരു നിമിഷം അവൾ ആലോചിച്ചു. അയാൾ മിറലിനു നേരെയും ഇതുപോലെ നോക്കിയിട്ടുണ്ടാവുമോ?

അവൾ മെല്ലെ കരയാൻ തുടങ്ങി.

''എന്റെ ഓമനേ, ഞാൻ നിന്നെ വല്ലാതെ വേദനിപ്പിച്ചുവോ?''

ബേ ബെദ്രി ചോദിച്ചു. ഇല്ല. അവൾ തലയാട്ടി. ഭർത്താവിന്റെ കവിളിൽ ഉമ്മവെച്ചുകൊണ്ട് അവർ കട്ടിലിൽനിന്നും ചാടി എഴുന്നേറ്റു. ഹാവൂ! സംഗതി കഴിഞ്ഞല്ലോ. അവൾക്കാശ്വാസം തോന്നി. ആദ്യമായി ഭർത്താവുമായി ബന്ധപ്പെട്ട ദിവസം അനുഭവിച്ച അലോഹ്യവും നാണക്കേടും മാറിക്കിട്ടാൻ ബയാൻ നെർമിന് വർഷങ്ങൾതന്നെ വേണ്ടിവന്നു. അതുകൊണ്ടുതന്നെ അദ്ദേഹവുമായി സ്വാഭാവികമായി ബന്ധപ്പെടാനും വർഷങ്ങളോളം അവൾക്ക് സാധിച്ചില്ല. വർഷങ്ങളോളം തന്നിൽ പാതി അവർ ഭർത്താവിൽനിന്നും പിടിച്ചുവെക്കുകയായിരുന്നു. അതിനുശേഷം ക്രമേണ രണ്ടുപേരും പരസ്പരം മനസ്സിലാക്കാൻ തുടങ്ങി. അറിഞ്ഞു പ്രതികരിക്കാൻ തുടങ്ങി. ശാരീരികമായ ബന്ധപ്പെടൽ രണ്ടുപേരും ഒരുപോലെ ആസ്വദിക്കാൻ തുടങ്ങി. അപ്പോഴേക്കും അവരുടെ ഇടയിലേക്ക് കടന്നുവന്നത് ജനങ്ങളുടെ കാര്യമായിരുന്നു.

''**ഞാ**നെന്റെ ജീവിതം പാഴാക്കുകയാണോ?'' പൊള്ളുന്ന ഹൃദയത്തോടെ അവൾ നിലക്കണ്ണാടിയോടു ചോദിച്ചു.

''എന്റെ അമ്മ എപ്പോഴും പറയുന്നതുപോലെ ഞാൻ മുസ്ലീം പള്ളിക്കും ക്രൈസ്തവ ദേവാലയത്തിനും കൊള്ളരുതാത്തവളായോ? ഞാൻ കൂർത്ത പാറക്കല്ലുകളിൽ എന്റെ തലയിട്ടടിച്ചുകൊണ്ടിരിക്കയാണോ? ഓരോ തവണ ഞാൻ തലയടിക്കുമ്പോഴും എനിക്ക് പറ്റുന്ന മുറിവുകൾ. അവ ഒരിക്കലും നേരെയാവാത്തതാണ്. ചോരയൊലിക്കുന്ന ആ മുറിവുകളുമായി ഞാൻ വെറുതെ അലഞ്ഞു തിരിയുന്നു. നോക്കൂ, ഇപ്പോഴത്തെ സാമൂഹ്യസ്ഥിതി എന്നോടും ചെയ്തതെന്താണെന്ന് നോക്കൂ.''

ഞാൻ പിന്നേയും പിന്നേയും അതുതന്നെ പറഞ്ഞുകൊണ്ടിരിക്കുന്നു. എന്റെ ചോര വാർന്നൊലിക്കുന്ന മുറിവുകൾ കണ്ട് സമൂഹം അതിന്റെ തെറ്റുകൾ മനസ്സിലാക്കുമെന്ന് ഞാൻ വൃഥാ ആശിക്കുന്നു. ഓരോ പരാജയത്തിനുശേഷവും ഞാൻ തന്നത്താൻ പറയുന്നു, ഞാൻ എത്ര മഹാമനസ്കയാണ്! ഓരോ മുറിവും എനിക്ക് കൂടുതൽ കൂടുതൽ അഭിമാനിക്കാൻ വക തരുന്നു. അതെന്റെ ആത്മവിശ്വാസം വർദ്ധിപ്പിക്കുന്നു.

കൂടുതൽ അഹങ്കാരിയാക്കുന്നു. ഓരോ മുറിവും എന്നെ കൂടുതൽ സാഹസികയാക്കുന്നു.സാമൂഹികസ്ഥിതിക്ക് ചേരാത്തവളായി എന്നെപ്പോലെ വേറൊരു സ്ത്രീയുണ്ടോ? ഞാൻ പുതിയ പുതിയ മുറിവുകൾക്കായി നോക്കി നടക്കുന്നു. ഈ ലോകത്തെ കൂടുതൽ മെച്ചപ്പെട്ട ഒന്നാക്കാൻ വേണ്ടി പാടുപെടുന്ന പലരിൽ ഒരാളാണ് ഞാൻ എന്ന് ഉറക്കെ വിളിച്ചുപറയാൻ ആഗ്രഹിക്കുന്നു. അതേസമയം ഒരാളും കാണുന്നില്ല എന്റെ ധൈര്യവും മുറിവുകളും അദ്ധ്വാനവും.''

''നമ്മൾ യഥാർത്ഥത്തിൽ പരസ്പരം സ്നേഹിച്ചിരുന്നുവോ?''

തന്റെ ഇടത്തെ മുലഞെട്ടിലേക്ക് നോക്കിക്കൊണ്ട് അവൾ ചോദിച്ചു. വലത്തേതിനേക്കാൾ ഇടത്തേ മുലഞെട്ടിന് ലേശം വലുപ്പം കൂടുമെന്ന് ആദ്യമായി കണ്ടുപിടിച്ചത് ബെദ്രിയായിരുന്നു. വാസ്തവത്തിൽ അവരുടെ ഇടയിലേക്ക് കയറിവന്നത് ''ജനങ്ങൾ'' ആയിരുന്നുവോ? അതോ ബെദ്രിക്ക് പതുക്കെ പതുക്കെ തന്നിൽ മടുപ്പു തോന്നുകയായിരുന്നുവോ? ബെദ്രിയും അദ്ദേഹത്തിന്റെ സഹോദരിയും തമ്മിൽ സംഭവിച്ചത് താൻ മനസ്സിലാക്കിയിരിക്കുന്നു എന്നറിഞ്ഞതോടെ, താൻ സ്വയം തരം താഴ്ന്നവനായി അദ്ദേഹം കാണാൻ തുടങ്ങിയതാണോ? അതുമല്ലെങ്കിൽ തന്റെ മുലകൾക്ക് മുമ്പുണ്ടായിരുന്ന ഉറപ്പും ഇറുക്കവും കുറഞ്ഞുപോയതായിരിക്കുമോ കാരണം? എല്ലാ കുഴപ്പങ്ങൾക്കും കാരണം ജനങ്ങളാണ് എന്നു സൂചിപ്പിക്കുന്നതുതന്നെ വലിയ തെറ്റാണ് എന്ന് നിലക്കണ്ണാടിയിലെ സ്ത്രീ ചൂണ്ടിക്കാണിച്ചു.

അവൾ അസഹ്യതയോടെ തന്റെ നാക്ക് ആ സ്ത്രീരൂപത്തിനു നേരെ നീട്ടി കാണിച്ചു. ''നിനക്കു ഭ്രാന്താണ്'' അവൾ ആക്രോശിച്ചു.

''എന്തായാലും കാരണങ്ങളെക്കുറിച്ചോർത്ത് വേവലാതിപ്പെടാൻ എനിക്ക് നേരമില്ല. ഞാൻ എന്റെ ജനങ്ങളുടെ ഇടയിലേക്ക് മടങ്ങിപ്പോവുകയാണ്. ഒരു മലയുടെ മുകളിൽ എന്നെ തീർത്തും തനിച്ചാക്കി അദ്ദേഹം എങ്ങോ പോയി. ഞാൻ എങ്ങനെ കഴിഞ്ഞുകൂടുന്നു എന്നന്വേഷിക്കാൻ ഒരിക്കലും മിനക്കെട്ടില്ല. സ്വർണ്ണത്തലമുടിയുള്ള യുവതികളേയും കൊണ്ട് മുന്തിയ ഹോട്ടലുകളിൽ അദ്ദേഹം സമയം ചിലവഴിക്കുന്നു എന്നു കേട്ടു. 'ജനങ്ങൾ'ക്കിടയിൽനിന്നുള്ള സ്വർണ്ണത്തലമുടിക്കാരികൾ. അവൾ കണ്ണാടിയിൽ കൈമുട്ടമർത്തി.

''ഇതുപോലെയൊരാളിൽനിന്നും ഇതല്ലേ പ്രതീക്ഷിക്കാനാവൂ! ഒരു മൽപിടുത്തക്കാരൻ. ജനങ്ങളുടെ ശത്രു. യാതൊരു സദാചാര ബോധവുമില്ലാതെ പൈപ്പും വലിച്ചുനടക്കുന്ന ഒരാൾ.''

ക്ഷോഭംകൊണ്ട് അവരുടെ മുഖം തുടുത്തു. കഴിഞ്ഞ ഒരു വർഷമായി, മറ്റൊരു പുരുഷൻ എന്ന ചിന്തയിൽനിന്നുപോലും അവർ ഓടി അകലുകയായിരുന്നു. ആ ഓട്ടം അവരെ ജനങ്ങളുടെ കൈകളിലേക്ക്

കൂടുതൽ തള്ളിവിടുകയും ചെയ്തു. അവർക്ക് തീരെ സമ്മതിച്ചുകൊടുക്കാൻ സാധിക്കാത്തത്. അതേസമയം അവർക്ക് ഏറ്റവുമധികം ഉൾനീറ്റമുണ്ടാക്കിയതും ഒരേ കാര്യമായിരുന്നു. അവളുടെ മനസ്സ് മോഹിച്ചിരുന്നതു മുഴുവനും ഒരേയൊരു പുരുഷനുവേണ്ടിയായിരുന്നു. അവളുടെ ഭർത്താവിനുവേണ്ടി. അങ്ങേയറ്റം വെറുപ്പോടുകൂടിയാണ് ആ ചിന്തയെ അവൾ കണ്ടത്.

''ഇല്ല, ഞാൻ പൂർണ്ണമായും ജനങ്ങൾക്കുവേണ്ടി എന്നെ സമർപ്പിച്ചു കഴിഞ്ഞു. അവർക്കുവേണ്ടി മരിക്കാനും ഞാൻ തയ്യാറാണ്. വ്യക്തിപരമായ പ്രശ്നങ്ങൾക്കും താത്പര്യങ്ങൾക്കും ഇപ്പോഴെന്റെ ജീവിതത്തിൽ ഒരു സ്ഥാനവുമില്ല, മേലിൽ ഉണ്ടായിരിക്കയുമില്ല. അത്രയ്ക്ക് തീവ്രമായി ഞാനെന്റെ ജനങ്ങളെ സ്നേഹിക്കുന്നു. 'സ്നേഹം' എന്ന വാക്ക്... ഒരു നിമിഷം അവർ ആലോചിച്ചുനിന്നു. കണ്ണാടിയിൽ നോക്കി അവർ ധിക്കാരത്തോടെ കണ്ണുചിമ്മി കാണിച്ചു. പിന്നെ കുറെക്കൂടി അടുത്തേക്ക് നീങ്ങി. ഉടൽ മുഴുവനായും കണ്ണാടിയോടു അമർത്തി ചേർത്തുനിന്നു. ആ തണുപ്പിൽ അവരുടെ മുലകൾ ഞെരിഞ്ഞു. വയറും തുടകളും ആ സ്പർശത്തിന്റെ ബലം നുകർന്നു. എന്തെന്നില്ലാത്തൊരു ചൂട് കാലടികളിൽ നിന്നും മുകളിലേക്ക് പടർന്നു കയറി. കണ്ണാടിയിലെ സ്ത്രീയുടെ ചുണ്ടിൽ അവർ അമർത്തി ചുംബിച്ചു.

കണ്ണ് പാതി തുറന്നുകൊണ്ട് അവൾ കെഞ്ചി.

''നീയൊരു മാലാഖയാണ്. ഞാൻ നിന്നെ അളവറ്റ് സ്നേഹിക്കുന്നു. നീയെന്നെ ഒരിക്കലും വിട്ടുപോകരുത്''

അപ്പോഴാണ് അവരുടെ കണ്ണിൽപ്പെട്ടത്, വാതിലിനരികിൽ കിടക്കുന്ന വെള്ളി ലേസു പിടിപ്പിച്ച ബ്ലൗസ്. താനിട്ടിരുന്ന കാലുറകൾ അവൾ താഴേക്ക് വലിച്ചിറക്കി, മുട്ടുവരെ. വളഞ്ഞും തിരിഞ്ഞും അതിനുള്ളിൽ നിന്നും പുറത്തുകടന്നു. വലതുകാലിന്റെ പെരുവിരൽകൊണ്ട് അത് തൂക്കിയെടുത്ത് മേൽത്തട്ടിനുനേരെ എറിഞ്ഞു. അത് ഒരു ജെല്ലി മത്സ്യത്തെപ്പോലെ രണ്ടുതവണ വായുവിൽ വട്ടംചുറ്റി, കട്ടിലിന്റെ കാല്ക്കൽ വന്നുവീണു.

ബയാൻ നെർമിൽ തലയ്ക്കു മീതെയുള്ള ലൈറ്റ് കെടുത്തി. കട്ടിലിനരികിലായുള്ള മേശവിളക്കും അണച്ച് മെത്തയിൽ ചെന്നു കിടന്നു. ''മിസ്റ്റർ ബെദ്രീ, നോക്കൂ, നിങ്ങൾ പറയുന്നത് ഒട്ടും എളുപ്പമുള്ളതല്ല. വർഷങ്ങൾ കടന്നുപോയി. എനിക്ക് പ്രായമായി. ജനങ്ങളെ മനസ്സിലാക്കുക. ഇപ്പോഴും വളരെ പ്രയാസമേറിയ കാര്യമാണ്.''

അവൾ തനിയെ കിടന്ന് പിറുപിറുത്തു. തലയിണയിൽ മുഖമമർത്തിപ്പിടിച്ചിരുന്നതുകൊണ്ട് വാക്കുകൾ വ്യക്തമായിരുന്നില്ല. വെള്ളത്തിനടിയിലേക്ക് ആണ്ടുപോകുന്ന ഒരാളുടെ ശബ്ദം പോലെ.

''നിങ്ങൾ പറയുന്നത് ശരിയാണ്.''

മിസ്റ്റർ ബെദ്രി സമ്മതിച്ചു. ''അതേ സമയം നിങ്ങളെ മനസ്സിലാക്കുക എന്നതും വളരെ പ്രയാസമുള്ള കാര്യമാണ്. എന്തായാലും സങ്കടപ്പെട്ടതുകൊണ്ട് പ്രയോജനമൊന്നുമില്ല.''

അയാൾ ബയാൻ നെർമിന്റെ തലമുടി തഴുകി. ബുദ്ധിമുട്ടിയാണ് അയാൾ കൈ ഉയർത്തിയത്, എന്തോ അസുഖം ബാധിച്ചിട്ടുള്ളതു പോലെ.

''ഞാൻ എന്തു തെറ്റാണ് ചെയ്തത്? നിങ്ങൾ പറയൂ... ഞാൻ ചെയ്യാൻ പാടില്ലാതിരുന്ന സംഗതി എന്താണ്?''

ആ ചെറുപ്പക്കാരനു നേരെ തിരിഞ്ഞു കിടന്നുകൊണ്ട് അവൾ ചോദിച്ചു.

''ഒന്നുമില്ല, ഒന്നുമില്ല. അല്ലെങ്കിലും ഞാനെന്തു പറയാൻ?''ബെദ്രി മറുപടി പറഞ്ഞു.

''ഞാനെന്താണ് ചെയ്യേണ്ടത്?''

ബയാൻ നെർമിൻ ചോദിച്ചു.

''ഞാൻ ഇതേ ചോദ്യം ഫിഡലിനോടും ചോദിച്ചു. നിങ്ങൾക്കറിയോ, അയാൾക്കെന്നെ അത്രയ്ക്കിഷ്ടമല്ല. അയാൾ എന്നെ വിശ്വസിക്കുന്നുമില്ല, അന്നു വൈകുന്നേരം എനിക്ക് പറയാനുള്ളത് ഞാൻ വ്യക്തമാക്കാൻ ശ്രമിക്കുകയായിരുന്നു. അയാൾ അതു കേൾക്കാൻ നില്ക്കാതെ എഴുന്നേറ്റുപോയി.''

''വ്യക്തിപരമായി പറയാം. ആരുടെ പക്കൽനിന്നും നിങ്ങൾ സഹായം പ്രതീക്ഷിക്കേണ്ട.''

മിസ്റ്റർ ബെദ്രി തുറന്നുപറഞ്ഞു. '

'ആർക്കും നിങ്ങളെ സഹായിക്കാനാവില്ല. നിങ്ങൾ തന്നെ നിങ്ങളുടെ പൊക്കിൾക്കൊടി അറുത്തു കളയണം.''

കൂടുതലൊന്നും പറയാതെ അയാൾ എഴുന്നേറ്റ് വാതിലിനു നേരെ നടന്നു.

''ഇതാ നിനക്കുവേണ്ടി ഇന്നലത്തെ തന്തയ്ക്കു പിറക്കാത്തോൻ'' നെർമിൻ ആരോടെന്നില്ലാതെ ചീത്ത പറഞ്ഞു.

'അയാൾ ഉപദേശം നൽകാൻ വന്നിരിക്കുകയാണ്. സ്വന്തം അമ്മയോളം പ്രായമുള്ള ഒരു സ്ത്രീക്ക്. അവനവന് ഇത്തിരിയെങ്കിലും വെളിവുണ്ടായിരുന്നുവെങ്കിൽ അത് അയാൾക്ക് സ്വന്തം ആവശ്യത്തിനുപയോഗിക്കാമായിരുന്നു.''

അവൾ അവളുടെ മനോരോഗവിദഗ്ദ്ധന്റെ കാര്യമാലോചിച്ചു. സുന്ദരനായൊരു ചെറുപ്പക്കാരൻ. നല്ല ജോലിത്തിരക്ക്. ധാരാളം രോഗികൾ. കനത്ത വരുമാനം. അയാളുടെ കാത്തിരിപ്പുമുറിയിൽ ധാരാളം രോഗികൾ ഊഴം കാത്ത് ഇരിക്കുന്നതു കാണാം. ഇത്രയും നല്ല നിലയിൽ കഴിയുന്ന ഒരാൾക്ക് തീർച്ചയായും അവളുടെ പ്രശ്നം മനസ്സിലാവില്ല. എന്തായാലും അവൾക്ക് അയാളെ അത്ര പരിചയമുണ്ടായിരുന്നില്ല. ''അയാൾ വെറുമൊരു കൂട്ടിക്കൊടുപ്പുകാരനാണ്. എല്ലാവരുമായും ഒത്തുപോകാം.''

മുറിയുടെ ശൂന്യതയിലേക്ക് നോക്കി അവൾ പിറുപിറുത്തു.

''പിന്നെ ആരാണുള്ളത്?''

ചോദ്യം തന്നോടുതന്നെയായിരുന്നു. കൺമുന്നിലൂടെ അവളറിയുന്ന പുരുഷന്മാരുടെ ഒരു ഘോഷയാത്രതന്നെ കടന്നുപോയി. അതിലൊരാളെപോലും തനിക്ക് യോജിച്ചതായി അവൾക്ക് കണ്ടെത്താനായില്ല. കൗമാരപ്രായത്തിലെ പരിചയക്കാർ. അവരിലൊരാളുടെ മുഖവും അവളുടെ ഓർമ്മയിൽ തെളിഞ്ഞില്ല. ഒരിക്കൽ ഇലിയിച്ചിനെക്കുറിച്ച് ഓർക്കുകയുണ്ടായി. അതോടെ മനസ്സിന് ഒരു സ്വസ്ഥത തോന്നി. അവൾ വിളക്കണച്ചു. തൽക്ഷണം അവൾ ജോസഫുമായി മൂക്കോടുമൂക്ക് മുട്ടി. രണ്ടുപേരും ഒരുമിച്ച് ചിരിച്ചു. ബെദ്രിയൊഴിച്ചാൽ അയാളുമായി മാത്രമേ അവൾ ഇടയ്ക്ക് ചിലപ്പോൾ രഹസ്യമായി ബന്ധപ്പെടാറുള്ളൂ. അതീവ സ്നേഹത്തോടെ അവൾ അയാളെ മുട്ടിയുരുമ്മി കിടന്നു. അയാളുടെ ദൃഢതയാർന്ന മാറിടത്തിൽ അവൾ തന്റെ മുഖമമർത്തി.

''നമ്മളാകെ ചിതറിപ്പോയിരിക്കുന്നു, ജോസഫ്. കെട്ടഴിഞ്ഞതുപോലെയായിരിക്കുന്നു. ഒരിക്കൽ കൂടി. നമ്മൾ പലയിടത്തായി ചിതറിക്കിടക്കുകയാണ്.''

അവൾ ആവലാതി പറഞ്ഞു.

ജോസഫ്, നെർമിന്റെ മുടിയിൽ പിടിച്ച് തന്റെ നെഞ്ചിൽ അമർന്നു കിടന്നിരുന്ന അവളുടെ തല ഉയർത്തി. അവർ മുഖാമുഖം നോക്കി. അയാൾ അവരെ കുറ്റപ്പെടുത്തി.

''പുഴ കണ്ണിൽപ്പെടുംമുമ്പുതന്നെ നിങ്ങൾ കാലുറകൾ ചുരുട്ടിക്കയറ്റിക്കഴിഞ്ഞു.''

ഏതുനേരത്തും ശിക്ഷിക്കപ്പെടാമെന്ന ഭയത്തോടെ നിൽക്കുന്ന കുട്ടിയായി, ബയാൻ നെർമിൻ.

''അതിനെക്കുറിച്ച് എനിക്ക് കുറ്റബോധമില്ല.''

അവൾ വീണ്ടും വീണ്ടും അതുതന്നെ പറഞ്ഞുകൊണ്ടിരുന്നു. ''എനിക്ക് ചെയ്യാനാവുന്നതെല്ലാം ഞാൻ ചെയ്തു. ഞാൻ എന്റെ

ജനങ്ങളുടെ നടുവിലേക്ക് ചെന്നു. നൂറ്റാണ്ടുകളായി നിലനിന്നുപോരുന്ന വിടവ് ഒരിടത്തെങ്കിലും ഒരു നിമിഷത്തേക്കെങ്കിലും എനിക്ക് നികത്താനായില്ല. ആവുമായിരുന്നോ? ജനങ്ങൾ, എളുപ്പത്തിൽ കടിച്ചു പൊട്ടിക്കാൻ പറ്റുന്ന ഒരു സാധനമല്ല. വളരെ വളരെ പ്രയാസം. അതുകൊണ്ട് ഞാനത് ഉപേക്ഷിക്കുമെന്നല്ല. നിങ്ങൾക്കെന്നെ അറിയാമല്ലോ. എന്നെ എന്റെ വഴിയിൽനിന്നും വ്യതിചലിപ്പിക്കാൻ അതുകൊണ്ടൊന്നും സാധിക്കില്ല.''

''നീയൊരു വാശിക്കാരിയാണെന്നെനിക്കറിയാം.''

ജോസഫ് അവരെ നോക്കി ചിരിച്ചു.

''ഇതുകൊണ്ടൊന്നും നീ നിന്റെ വഴിയിൽനിന്നും മാറില്ല. അയാൾ അവളുടെ കഴുത്ത് അരുമയോടെ ഞെക്കി. അവളുടെ അരികു പറ്റി നിവർന്നുകിടന്ന് അയാൾ തലയിണയിലേക്ക് തല ചായ്ച്ചു.

''നിങ്ങൾക്കറിയാമോ, നിങ്ങൾ ഒരാൾ മാത്രമാണ് ശരിക്കും എന്നെ മനസ്സിലാക്കുന്നത്.''

അയാളുടെ കവിളിൽ ചുംബിച്ചുകൊണ്ട് സ്വകാര്യമെന്നപോലെ അവൾ പറഞ്ഞു.

''ആട്ടെ, ഇനി നീ എന്താണ് ചെയ്യാൻ പോകുന്നത്?''

അവളുടെ മുഖത്തേക്ക് തലനീട്ടിക്കൊണ്ട് അയാൾ ചോദിച്ചു. അയാൾക്ക് അവരുടെ കാര്യത്തിൽ ഒരാധിയുള്ളതുപോലെ. സ്നേഹമുള്ള മനസ്സിൽ സ്വാഭാവികമായുണ്ടാകുന്ന ഉത്കണ്ഠ. അയാളുടെ ശ്വാസം അവളുടെ ചുണ്ടുകളിൽ തട്ടി. അവർ ആകെ ഒന്നു വിറച്ചു.

''എനിക്കറിയില്ല.'' തന്നോടുതന്നെയെന്ന പോലെ അവർ പിറുപിറുത്തു. ''ജനങ്ങൾ. നല്ല കടുപ്പമാണവർക്ക്. എളുപ്പത്തിലൊന്നും വശത്താകാനാവില്ല. കേൾക്കുന്നുണ്ടോ ജോസഫ്? ഞാൻ എന്നോടു തന്നെ എന്നതുപോലെയാണ് നിങ്ങളോട് സംസാരിക്കുന്നത്. അവരെ ഞാൻ സ്നേഹിക്കുന്നു എന്ന് നിന്റെ മുമ്പിൽ അഭിനയിക്കാൻ പോകുന്നില്ല. സ്നേഹം. അത് വേറെത്തന്നെയൊന്നാണ്. കൂടുതൽ കനപ്പെട്ട ഒന്നാണ്. ഞാൻ എന്റെ അമ്മയെ സ്നേഹിക്കുന്നുവെന്നു പറയാം. അല്ലെങ്കിൽ നിങ്ങളേയോ മറ്റാരേയെങ്കിലുമോ. എന്നാൽ ഒരു പരിചയവുമില്ലാത്ത ഒട്ടനവധിപേരെ ഞാൻ സ്നേഹിക്കുന്നു എന്നു പറയുന്നത്, ഒരേ സമയം അവരെ എല്ലാവരേയും. അത് ശുദ്ധഅസംബന്ധമായാണ് എനിക്ക് തോന്നുന്നത്. ജനങ്ങളെ സ്നേഹിക്കുക. അത് നമ്മുടെ മുമ്പത്തെ തലമുറയുടെ ഒരു മാനദണ്ഡമായിരുന്നു. സത്യസന്ധതയുടെ അളവുകോൽ. മനഃപാഠമാക്കാൻ എളുപ്പമുള്ള ബുദ്ധിജീവികളുടെ മുദ്രാവാക്യം.

''ജനങ്ങളെ സ്നേഹിക്കാൻ ഞാൻ കടപ്പെട്ടവളാണ്.'' കടപ്പെട്ടവൾ. കാരണം, അവർ സ്വതന്ത്രരാവാത്തിടത്തോളം കാലം ഞാനും സ്വതന്ത്രനല്ല. ഇതെന്റെ ഒരു കണക്കുകൂട്ടലാണ്. ഒരുപക്ഷേ, അതിൽ വല്ല ലാഭവും കണ്ടേക്കാം. എന്തായാലും, അത് ഭൗതികമായ ഒരു അറിവിൽ നിന്നുണ്ടായതാണ്. അല്ലാതെ സഹജമായ ഒരു ധാർമ്മികബോധത്തിന്റെ ഫലമല്ല. ആ തരത്തിലുള്ള പെരുമാറ്റം, അത് ആരെ ഉദ്ദേശിച്ചാണോ അവരുടെ മനസ്സിൽ പ്രത്യേകിച്ചൊരു കടപ്പാടുമുണ്ടാക്കുന്നില്ല. ഞാൻ മനുഷ്യരാശിക്കുവേണ്ടി പോരാടുന്നു. ജീവിതകാലം മുഴുവനും അതിനായി ഉഴിഞ്ഞുവെക്കുന്നു. അവസാനം ഞാൻ ചെയ്തത് ശരിയായിരുന്നുവെന്ന് തെളിഞ്ഞേക്കാം. തെറ്റായിപ്പോയി എന്നും വരാം. ജനങ്ങളെ സ്നേഹിക്കപ്പെടാൻ അർഹതയുള്ളവരാക്കിത്തീർക്കാനായാണ് ഞാൻ സ്വയം സമർപ്പിക്കുന്നത്. പക്ഷേ അവരോടുള്ള സ്നേഹംകൊണ്ടാണ് ഞാനിത് ചെയ്യുന്നത് എന്നു പറയാൻ എനിക്ക് ലജ്ജയുണ്ട്. മനസ്സിലാവുന്നുണ്ടോ?''

''അത് തികച്ചും ശരിയാണെന്റെ ഓമനേ.''

അവളുടെ ശരീരം തന്റെ അരികിലേക്കണച്ചുകൊണ്ട് അയാൾ അവൾ പറഞ്ഞത് ശരിവെച്ചു. അവളുടെ തൊണ്ടയിൽ അയാൾ അമർത്തി ഉമ്മവെച്ചു.

''ഞാൻ ജനങ്ങളെ സ്നേഹിക്കുന്നു എന്ന ആ പ്രത്യേക പദപ്രയോഗം''

ബയാൻ നെർമിൻ തുടരുകയായിരുന്നു, അല്പം ധാർഷ്ട്യത്തോടെ.

''അതിൽ ഞാൻ ഒരു ലജ്ജയില്ലായ്മ കാണുന്നു. എന്തോ ഒരഹന്ത, മര്യാദയില്ലായ്മ, കുറവ്. എന്നാൽ അതെന്താണെന്ന് കൃത്യമായി തൊട്ടുകാണിക്കാനുമാവുന്നില്ല.''

''എന്റെ ശാഠ്യക്കാരി പെണ്ണേ''

അവളുടെ ചുണ്ടുകളിൽ തന്റെ മൂക്കുരസിക്കൊണ്ട് ജോസഫ് പറഞ്ഞു.

''ശരിയാണ്, ഞാനൊരു ശാഠ്യക്കാരി തന്നെ.''

അവർ കുലുങ്ങി ചിരിച്ചു.

''പക്ഷേ ഞാൻ നിങ്ങളെപോലെ ഒരു വഞ്ചകനല്ല.''

അയാളെ അതിനുള്ള മറുപടി പറയുന്നതിൽനിന്നും വിലക്കാനെന്നോണം അവൾ അയാളുടെ വായിൽ ഒരു ദീർഘചുംബനമർപ്പിച്ചു.

''എന്റെ കൂടെ പോരൂ.''

അവൾ അയാളെ ക്ഷണിച്ചു.

''ഞാൻ വീണ്ടും ഒരു യാത്ര പുറപ്പെടുകയാണ്. ഉൾനാടുകളിലേക്ക്.

''സാധ്യമല്ല''

അവളുടെ ഉടലിലാകെ ചുംബനങ്ങൾ വർഷിച്ചുകൊണ്ട് അയാൾ പറഞ്ഞു. അയാളുടെ കുറ്റിരോമങ്ങൾ അവളുടെ താടിയിലും തൊണ്ടയിലും തോളുകളിലും ഉരസി.

''എന്തുകൊണ്ട് സാദ്ധ്യമല്ല?''

അവളുടെ ചോദ്യത്തിൽ തെല്ലു പരിഭ്രമമുണ്ടായിരുന്നു.

''എന്നെ മടുത്തുകഴിഞ്ഞോ? അതോ എന്നോട് സ്നേഹമില്ലെന്നാണോ?''

''മടുത്തിട്ടല്ല. സ്നേഹമില്ലാത്തതുകൊണ്ടുമല്ല.''

അയാൾ നീരസം പ്രകടിപ്പിച്ചു.

''ഞാൻ നിങ്ങളെ വളരെയധികം സ്നേഹിക്കുന്നു. പക്ഷേ നിങ്ങളോടൊപ്പം വരാൻ എനിക്കാവില്ല. നിങ്ങളുടെ ജോലി നിങ്ങൾ തന്നെ ചെയ്യണം.''

''പക്ഷേ എനിക്കെപ്പോഴും നിങ്ങളോടൊപ്പം വേണമെന്നുണ്ട്.''

അവൾ ശാഠ്യം പിടിച്ചു.

''നോക്കൂ, ജോസഫ് ഞാൻ പറയുന്നതു കേൾക്കൂ. എനിക്ക് വയ്യാതായി. പ്രായവും കൂടിവരുന്നു. പലപ്പോഴും എനിക്ക് ഭയം തോന്നുന്നു. ഞാൻ തനിച്ചായിരുന്നു. ആരും തുണയ്ക്കുണ്ടായിരുന്നില്ല. എന്നാലിപ്പോൾ, ശേഷിച്ച ജീവിതം ആരെങ്കിലുമായി പങ്കുവെക്കാനാഗ്രഹിക്കുന്നു. ഞാൻ മരിക്കുന്നതിനുമുമ്പ് ഭാവി എന്തുതന്നെ കൊണ്ടുവന്നുതന്നാലും അത്.''

''ഈ വക കാര്യങ്ങൾ ധൃതിവെക്കാനുള്ളതല്ല.''

ജോസഫ് ചിരിച്ചു. അയാൾ തന്റെ തല അവളുടെ വയറ്റിലേക്ക് ചായ്ച്ചുവെച്ചു. അവൾ പതുക്കെ അയാളുടെ മുടിയിഴകൾ ഓരോന്നായി തഴുകി.

''ധൃതിവെക്കുക, നിങ്ങളെന്താണുദ്ദേശിച്ചത്? 1917 ൽ നിങ്ങളുടെ കൂട്ടർ വലിയ ധൃതിയിലായിരുന്നില്ലേ?''

അയാൾ തല ഉയർത്തിപ്പിടിച്ച് അവളുടെ കണ്ണുകളിലേക്ക് നേരെ നോക്കി.

''ഞങ്ങളുടേത്, അത് കൃത്യമായ സമയമായിരുന്നു.''

അവളുടെ ചുണ്ടുകൾ അയാൾ തന്റെ ചുണ്ടുകൾകൊണ്ട് പൊതിഞ്ഞു. വേദനകൊണ്ടെന്നപോലെ അവൾ ചെറുതായൊന്നു കരഞ്ഞു. അയാളുടെ കരുത്തുറ്റ ശരീരത്തിനുതാഴെ അവൾക്ക് അല്പം വീർപ്പുമുട്ടി. അയാൾ വികാരാവേശത്തോടെ വീണ്ടും വീണ്ടും അവളുടെ ശരീരത്തെ അമർത്തിക്കൊണ്ടിരുന്നു. ഒടുവിൽ അവൾ അനങ്ങാൻ വയ്യാത്ത അവസ്ഥയിലായി. തന്റെ മുകളിലുള്ള ഭാരത്തിനുമീതെ അവൾ നഖങ്ങളമർത്തി. അതിനെ കൂടുതൽ കൂടുതൽ തന്നിലേക്കടുപ്പിച്ചു. ''ബെദ്രി... ബെദ്രി...'' അവർ വികാരാർദ്രമായി വിളിച്ചു.

''നിങ്ങളെത്ര സുന്ദരനാണ്. വഞ്ചകനാണ്. ഒരു മയവുമില്ലാത്തവനാണ്. ക്രൂരനാണ്. അതേ സമയം സ്നേഹിക്കാൻ കൊള്ളാവുന്നവനുമാണ്. എനിക്ക് നിങ്ങളെ കൈവിടാൻ വയ്യ. ദയവുചെയ്ത് എന്നെ വിട്ടുപോകരുത്... വിട്ടുപോകരുത്.''

അവളുടെ മുലകൾക്കിടയിൽ മുഖമമർത്തി അയാൾ ഒന്നിളകി കിടന്നു. ബയാൻ നെർമിൻ അവളുടെ തല പതുക്കെ ഇടത്തോട്ടും വലത്തോട്ടും ചെരിച്ചു. പിന്നെ കൂടുതൽ വേഗത്തിൽ, അവരുടെ ശരീരം ഉയരുകയും താഴുകയും ചെയ്തു. ഒരു നീരാളിയെപോലെ അത് താനേ അടയുകയും തുറക്കുകയും ചെയ്തു. അവർ താനേ പാടുന്നൊരു വീണപോലെയായി. എന്നാൽ ഒരു ശബ്ദവും പുറത്തുവന്നില്ല. അവസാനം ശബ്ദം പുറത്തുവന്നപ്പോൾ അത് ''ജോസഫ്! ബെദ്രി! ബെദ്രി! ജോസഫ്'' എന്നായി.

അവൾ പിന്നേയും പിന്നേയും മെത്തയിലേക്കമർന്നു വീണു. ഒടുവിൽ വലിയൊരു കട്ടയായി മരവിച്ചുനിന്നു. കാർമേഘം കൊണ്ടുണ്ടാക്കിയ ഒരു കറുത്ത റോസാപൂ.

ജനല കർട്ടന്റെ പാളികൾക്കിടയിലൂടെ വെളിച്ചം ബയാൻ നെർമിന്റെ ഇടതുകൈകളിലേക്ക് ഊർന്നുവീണു. മഞ്ഞുപടലങ്ങൾക്കിടയിലൂടെ അരിച്ചുവരുന്ന വെളിച്ചത്തിന് ഊതവർണമായിരുന്നു. അവൾ കൈക്കൊണ്ട് ഒരു തൂവൽതലയിണ മാറത്തടക്കിപ്പിടിച്ചിരുന്നു. അവളുടെ മുഖത്തിന്റെ വെളിച്ചം തട്ടുന്ന ഭാഗം നീലനിറത്തിലായിരുന്നു. മറ്റേ ഭാഗം കറുത്തിട്ടും. ഇപ്പോൾ അവർ അവളുടെ പ്രിയപ്പെട്ട ജനങ്ങളിൽ ഒരാളെപോലെയായിരുന്നു. വളരെ വളരെ കാലമായി യാതന സഹിച്ച് അത് ശീലമായി കഴിയുന്ന കുറേപേർ. അതിൽനിന്നും ഒരു മോചനം വേണം എന്ന ആഗ്രഹംപോലും അവൾക്കില്ലാതായിരിക്കുന്നു. താഴെ കിടന്നിരുന്ന ബ്ലൗസ് നെർമിൻ കുനിഞ്ഞെടുത്തു. വെള്ളി ലേസുപിടിപ്പിച്ച ബ്ലൗസ്. അതിനുചേരുന്ന നല്ല കാലുറകളും അവൾ തെരഞ്ഞെടുത്തു. മുടി കോതി. നന്നായി മുഖം മിനുക്കി. കണ്ണാടിയിലേക്ക് നോക്കി.

ചുണ്ടുകളിൽ ചെറുതായി നീരു കെട്ടിയിട്ടുണ്ട്. അവൾ മണിയടിച്ചു. ഉടനെ ഫെഡായ് വാതിൽക്കലെത്തി.

''ഓ, നീയാണോ?'' അവർ അദ്ഭുതപ്പെട്ടു.

എന്തോ അയാളെ വീണ്ടും താൻ കാണുമെന്ന് അവൾ പ്രതീക്ഷിച്ചിരുന്നില്ല.

''അവരോട് പറയൂ, എനിക്ക് കുറച്ച് വിസ്കിയും സോഡയും കൊടുത്തയയ്ക്കാൻ. കഴിക്കാൻ ഒരു സാൻവിച്ചും.''

അവൾ ജനാലയിലെ കർട്ടനുകൾ വലിച്ചുമാറ്റി. തല ജനൽപ്പടിയിൽ ചേർത്തുവെച്ച് വിസ്കിക്കായി കാത്തിരുന്നു. ഹോട്ടലിനു നാലുവശവും വെളുത്ത പാറക്കെട്ടുകൾ പോലെ ഇരുട്ട് കനത്തുനിന്നു. പെട്ടെന്നവൾക്ക് തോന്നി, ഈ പാറക്കെട്ടുകളുടെ നടുവിലുള്ള ഒരു ചുഴിയിൽ താൻ പെട്ടുപോയിരിക്കുന്നു. അതുതന്നെ അതിവേഗം ആഴങ്ങളിലേക്ക് വലിച്ചുകൊണ്ടുപോവുകയാണ്. അവർ ജനൽപ്പടിയിൽ ചാരി ഇരുന്നുകൊണ്ടുതന്നെ വാതിലിനുനേരെ മുഖം തിരിച്ചു. അത് മലർക്കെ തുറന്നു കിടന്നിരുന്നു. കൈയിൽ ഒരു തട്ടവുമായി ഫെഡായ് അകത്തേക്ക് മെല്ലെ കടന്നുവന്നു. അയാളോടൊപ്പം താഴെ ഹാളിൽനിന്നുള്ള ആരവങ്ങളും മുറിയിലേക്കൊഴുകിയെത്തി.

''അവിടെ വെച്ചോളൂ.'' അവൾ ചൂണ്ടിക്കാട്ടി. അയാൾ അടുത്തേക്ക് വന്നപ്പോൾ വല്ലാത്തൊരു മണം അവളുടെ മൂക്കിലേക്ക് അടിച്ചുകയറി. ഈ മണം എന്തിന്റേതാവാം? അവൾക്ക് തിരിച്ചറിയാനായില്ല. തല നിവർത്തിയപ്പോൾ അവൾ കണ്ടു, ഫെഡായ് തൊട്ടുമുമ്പിൽ. മുടി എണ്ണ തടവി ഒരു വശം തിരിച്ച് കോതിവെച്ചിട്ടുണ്ട്. മുടിക്ക് എണ്ണ മെഴുക്കിന്റെ തിളക്കം. അയാളുടെ കൊച്ചുകണ്ണുകൾ ആദ്യം അവളുടെ ബ്ലൗസിലൂടെയും പിന്നീട് അവളുടെ കാലുറകളിലൂടെയും പതുക്കെ നീങ്ങി. ആ വെള്ളിനൂലുകൾ പാറ്റകൾ കരണ്ടുതിന്നുന്നതുപോലെ. വെറുതെ അവൾ വിചാരിച്ചു. ഇയാൾ തന്നെ ബലാത്സംഗം ചെയ്യാൻ പുറപ്പെട്ടാലോ? ആ ചിന്തയിൽ അവൾ താനറിയാതെ ഒന്നു നടുങ്ങി. അവർ രണ്ടു ചുവട് പുറകോട്ടുവെച്ചു.

''താഴെ അവരോടു പറയണം, നാളെ രാവിലെ കൃത്യം ആറു മണിക്കുതന്നെ എന്നെ ഉണർത്തണമെന്ന്.''

അവൾ അയാളെ നോക്കി പുരികം ചുളിച്ചുകൊണ്ട് കല്പിച്ചു.

''ശരി സഹോദരി അങ്ങനെയാവാം. പക്ഷേ എന്തിനാണ് ഇത്ര നേരത്തെ?''

''ഞാൻ വേറൊരു യാത്ര പോവുകയാണ്.''

.....

''എന്താ പ്രശ്നമൊന്നുമില്ലല്ലോ?''

''ഇല്ല, പ്രശ്നമൊന്നുമില്ല. സഹോദരി, എന്റെ മകന് വായിക്കാൻ, പഠിക്കാൻ സാധിക്കില്ലേ?''

'' ദൈവത്തെ ഓർത്ത് മകനെ പഠിപ്പിക്കണമെന്ന് നിങ്ങൾക്കെന്താണിത്ര വാശി?''

''അങ്ങനെയെങ്കിലും അവൻ ജീവിതത്തിലെന്തെങ്കിലും നേടട്ടെ സഹോദരി. സർക്കാർ ജോലി എന്തെങ്കിലും... എന്നെപ്പോലെ ഏന്തി വലിഞ്ഞു നടക്കേണ്ട ഗതി അവനുണ്ടാവരുത്.''

അവരെല്ലാവരും ആഗ്രഹിക്കുന്നത് അതാണ്. സാധിക്കുമെങ്കിൽ ടർക്കിയിലുള്ള എല്ലാവർക്കും സർക്കാർ ഉദ്യോഗം. താഴ്ന്ന സർക്കാർ ജീവനക്കാരുടെ വലിയൊരു പട. വിസ്കി മെല്ലെ നുണഞ്ഞുകൊണ്ട് അവർ തനിയെ ഇരുന്നു ചിരിച്ചു.

''ഒരുപക്ഷേ ദൈവം കനിയുകയാണെങ്കിൽ അവൻ വായിക്കാൻ പഠിക്കും. ദൈവത്തിന്റെ ഇച്ഛ അതാണെങ്കിൽ അവൻ ഒരു സർക്കാർ ഉദ്യോഗസ്ഥനായി എന്നുവരാം. ചിലപ്പോൾ കാബിനറ്റ് മന്ത്രിയുമായേക്കാം. ഇനി നിങ്ങൾക്കുപോകാം. എന്തെങ്കിലും ആവശ്യമുണ്ടെങ്കിൽ വിളിക്കാം.''

''അങ്ങനെയാവട്ടെ സഹോദരീ.''

അയാൾ മുറിയിൽനിന്നും പോയി. ബയാൻ നെർമിന്റെ വാക്കുകൾ ആ നാലുചുമരുകളിൽ തട്ടി മുഴങ്ങി. അവളുടെ സ്വന്തം കാതുകളിൽ മാറ്റൊലി കൊണ്ടു.

''ദൈവം കനിയുകയാണെങ്കിൽ... ദൈവത്തിന്റെ ഇച്ഛ അതാണെങ്കിൽ.''

അവർ ഗ്ലാസ്സിലുള്ള അവസാനത്തെ തുള്ളിയും വായിലേക്കൊഴിച്ചു. ഏതോ ഒരു ദൃഢനിശ്ചയം. അവരുടെ മുഖത്താകെ ഒരു തുടുപ്പ് പടർന്നു. ''ഇങ്ങനെയല്ലാതെ വേറെ ഏതുവിധത്തിലാണ് ഞാൻ അയാളോട് സംസാരിക്കേണ്ടിയിരുന്നത്. മിഡെയ്ൻ, ജോസഫ്?''

ഒരു തമാശ പറഞ്ഞെന്ന മട്ടിൽ അവൾ പിന്നെയും തനിയെ ഓർത്തു ചിരിച്ചു. ബയാൻ നെർമിൻ അലമാര തുറന്നു. വസ്ത്രങ്ങളെല്ലാം പുറത്തെടുത്ത് മടക്കി സ്യൂട്ട്കേസിൽ ഒതുക്കിവെച്ചു. ആ പെട്ടിയിലാണ് അവൾ തന്റെ എല്ലാ സാധനങ്ങളും ടാഷ്‌ലിടാർലയിൻ നിന്നും അമ്മയുടെ വീട്ടിലേക്ക് കൊണ്ടുവന്നത്. വസ്ത്രങ്ങളുടെ കൂട്ടത്തിൽനിന്നും തൊങ്ങലുകളും ഞൊറികളുള്ളതും നേർത്തതുമായവ അവൾ മാറ്റിവെച്ചു. ഫെഡായയുടെ ഭാര്യയ്ക്കായി.

''ഈ ഉടുപ്പുകളൊന്നും ഇനിയൊരിക്കലും ഞാൻ ധരിക്കുകയില്ല, ജോസഫ്. ഞാനെന്റെ ജനങ്ങളുടെ ഇടയിലേക്ക് തിരിച്ചുപോവുകയാണ്... കൂടുതൽ കൂടുതൽ അരികിലേക്ക്. കൂടുതൽ കൂടുതൽ ആഴങ്ങളിലേക്ക്.''

അവൾ തന്നോടുതന്നെ ശപഥം ചെയ്യുകയായിരുന്നു. അവൾ തല ഉയർത്തി നിവർന്നുനിന്നു. ഒരു പുഞ്ചിരിയോടെ നിലക്കണ്ണാടിയിലേക്ക് നോക്കി. തന്നെക്കുറിച്ച് അവൾക്ക് വളരെ മതിപ്പ് തോന്നി.

''നിങ്ങൾ...''

കണ്ണാടിയിൽ കണ്ട സ്ത്രീരൂപത്തോട് അവൾ ചോദിച്ചു.

''നിങ്ങൾ ജനങ്ങളെ സ്നേഹിക്കുന്നുണ്ടോ?''

■